新完全マスター

単語

日本語能力試験

N1

重要2200語

監修　石井怜子

著　守屋和美　米原貴子　青柳方子　王亜茹　大野純子
　　木村典子　小谷野美穂　齋藤明子　塩田安佐　鈴木英子
　　田川麻央　森田亮子　山崎洋子

スリーエーネットワーク

Published by 3A Corporation.
Trusty Kojimachi Bldg., 2F, 4, Kojimachi 3-Chome, Chiyoda-ku, Tokyo 102-0083, Japan

ISBN978-4-88319-805-4 C0081

First published 2020
Printed in Japan

はじめに

　上級では、社会的な問題や人間関係についてより深く述べた文章や会話を理解することが必要です。この本に載っている2200語は、複数のコーパスと過去の日本語能力試験を分析して選んだもので、Ｎ２までの学習を終えてＮ１を目指している人が効率よく学習を進めるのに最適です。

本書のポイント！

① 覚えやすい構成

品詞別の構成で覚えやすく、また自分が勉強したいところから学習できます。

② 文の中で意味を確認

易しく自然な例文で、言葉のイメージがつかめます。

③ 学習した言葉を文章（「読んでみよう」）の中で復習

約200語ごとに、そこまでに学習した言葉（太字で示してあります）が入った文章があり、実践的な復習ができます。

④ 聞いて確認

見出しの言葉と「読んでみよう」の音声を聞けるアプリがあるので、覚えた言葉を耳で確認できます。

(https://www.3anet.co.jp/np/books/3662/)

⑤ 豊富な参考語で語彙力をアップ

関連する参考語が載っているので、言葉を関連付けて深く学べます。

Preface

For higher levels, you need to understand more detailed articles and dialogues, covering social issues and human relations. The 2,200 vocabulary items in this book were selected after analysis of multiple corpora and past Japanese-Language Proficiency Tests, and are ideal for efficiently fostering studies for people aiming for N1 level having reached N2 level.

This book's distinctive points!

① It has an easy to learn structure.

As the book is organized according to word class, it makes it easier to learn; moreover, you can study from any place in the book that you wish.

② You can confirm the word's meaning in an example sentence.

Through the easy and natural example sentences, you can get a clear image of the word.

③ You can review the words you have learned by reading them in "読んでみよう."

After approximately every 200 words, there is reading material including the words you have studied up to that point (shown in bold), allowing you to do a hands-on review.

④ You can confirm the pronunciation of the word through hearing it.

You can download an application enabling you to hear the headwords and sentences in 読んでみよう in spoken form, so you can check the pronunciation of the words you have learned.

(https://www.3anet.co.jp/np/books/3662/)

⑤ There is an abundant number of reference words to boost your vocabulary.

Associated reference words are given to deepen your study of the related word.

前言

在日语学习的高级阶段，需要理解更深入阐释社会问题与人际关系的文章与对话。本书中收录的 2200 个词汇是在分析了多个语料库及过去日本语能力考试的基础上筛选出来的。最适合已完成 N2 阶段学习并以 N1 为目标的人士进行高效学习。

本书特色

① 编排合理，方便记忆
所有单词按词性分类，方便记忆，还可以针对性地学习自己感兴趣的部分。

② 通过句子，掌握单词的词义
例句简单自然，可以正确掌握单词的词义。

③ 通过文章（"読んでみよう"），复习所学的单词
每 200 个单词后，就有一篇含有所学的相关单词（用粗体表示）的文章，可以在实践中有效地复习。

④ 用耳朵确认
本书配有包含词条及听"読んでみよう"音频的 APP。可以用耳朵确认所学的词汇。（https://www.3anet.co.jp/np/books/3662/）

⑤ 丰富的参考词，提高词汇量
辅有相关联的参考词，通过联想记忆可以深入学习该单词。

Lời nói đầu

Ở trình độ cao cấp, việc hiểu được đoạn văn, hội thoại đi sâu vào các vấn đề xã hội hay mối quan hệ con người là rất quan trọng. 2200 từ vựng trong sách này được tuyển chọn từ nhiều kho ngữ liệu và các kỳ thi năng lực Nhật ngữ trước đây. Sách này rất thích hợp cho người đã hoàn thành trình độ N2 đang hướng đến N1 tiếp tục việc học của mình một cách hiệu quả.

> **Các điểm đặc trưng của cuốn sách!**

① Bố cục dễ nhớ

Dễ nhớ nhờ bố cục phân chia các từ loại. Ngoài ra phù hợp với cả những đối tượng muốn tự ôn tập.

② Xác nhận lại ý nghĩa qua các câu văn

Nắm bắt được ấn tượng của các từ vựng thông qua các ví dụ tự nhiên và dễ hiểu.

③ Ôn tập lại từ vựng đã học qua các đoạn văn "読んでみよう"

Cứ khoảng 200 từ, sẽ có các bài đọc sử dụng các từ vựng đã học (sẽ được biểu thị bằng các từ in đậm) để người học ôn tập lại.

④ Nghe và xác nhận

Vì có ứng dụng để có thể nghe được phát âm các từ vựng trong danh sách từ vựng và phần "読んでみよう" nên người học có thể xác nhận lại từ vựng đã học bằng đôi tai của mình.

(https://www.3anet.co.jp/np/books/3662/)

⑤ Nâng cao năng lực từ vựng thông qua các từ vựng tham khảo phong phú

Cung cấp thêm các từ vựng tham khảo có liên quan, giúp người học có thể hiểu sâu các từ vựng.

目　次
もく　じ

Contents　目录　Mục lục

はじめに Preface　前言　Lời nói đầu

この本の使い方.................8
ほん　つか　かた
How to Use This Book
本书使用方法
Cách sử dụng cuốn sách này

名詞　一般1.................11
めい し　いっぱん
Nouns – General 1
名词 – 一般名词 1
Danh từ – Thông dụng 1

読んでみよう1.................38
よ

接辞1.................40
せつ じ
Prefixes and Suffixes 1
接头词／接尾词 1
Phụ tố 1

名詞　一般2.................41
めい し　いっぱん
Nouns – General 2
名词 – 一般名词 2
Danh từ – Thông dụng 2

読んでみよう2.................68
よ

接辞2　助数詞.................72
せつ じ　じょすう し
Prefixes and Suffixes 2　Counter Words
接头词／接尾词 2　数量词
Phụ tố 2　Số từ

名詞　一般3.................73
めい し　いっぱん
Nouns – General 3
名词 – 一般名词 3
Danh từ – Thông dụng 3

読んでみよう3.................100
よ

名詞　社会.................102
めい し　しゃかい
Society
社会
XÃ HỘI

名詞　政治.................116
めい し　せい じ
Politics
政治
CHÍNH TRỊ

読んでみよう4.................128
よ

名詞　人と生活1.................132
めい し　ひと　せいかつ
People and Daily Life 1
人与生活 1
CON NGƯỜI VÀ CUỘC SỐNG 1

名詞　人と生活2.................146
めい し　ひと　せいかつ
People and Daily Life 2
人与生活 2
CON NGƯỜI VÀ CUỘC SỐNG 2

読んでみよう5.................158
よ

名詞　経済・産業.................162
めい し　けいざい　さんぎょう
Economy and Industry
经济·行业
KINH TẾ - SẢN XUẤT

名詞　言語・教育.................178
めい し　げん ご　きょういく
Language and Education
语言·教育
NGÔN NGỮ - GIÁO DỤC

読んでみよう6.................188
よ

名詞　身体・健康.................192
めい し　しんたい　けんこう
Body and Health
身体·健康
CƠ THỂ - SỨC KHỎE

名詞　自然・科学.................199
めい し　しぜん　か がく
Nature and Science
自然·科学
TỰ NHIÊN - KHOA HỌC

読んでみよう7.................212
よ

名詞　文化・伝統・芸術
めいし　ぶんか　でんとう　げいじゅつ
....216
Culture, Traditions and Arts
文化・传统・艺术
VĂN HÓA - TRUYỀN THỐNG - NGHỆ THUẬT

名詞　位置・空間・時間
めいし　いち　くうかん　じかん
....223
Positional, Temporal and Spatial Relations
位置・空间・时间
VỊ TRÍ - KHÔNG GIAN - THỜI GIAN

　　読んでみよう8　.............234
　　よ

動詞1　.............................238
どうし
Verbs 1
动词1
Động từ 1

　　読んでみよう9　.............262
　　よ

動詞2　.............................264
どうし
Verbs 2
动词2
Động từ 2

　　読んでみよう10　.............288
　　よ

い形容詞　.............................292
けいようし
i-Adjectives
い形容词
Tính từ đuôi i

な形容詞　.............................300
けいようし
na-Adjectives
な形容词
Tính từ đuôi na

　　読んでみよう11　.............322
　　よ

副詞　.............................324
ふくし
Adverbs
副词
Phó từ

連体詞　.............................339
れんたいし
Adnominal Adjectives
连体词
Tiền tố bổ nghĩa cho danh từ, Tính từ

接続詞　.............................339
せつぞくし
Conjunctions
接续词
Liên từ

　　読んでみよう12　.............342
　　よ

敬語　.............................344
けいご
Honorific Expressions
敬语
Kính ngữ

挨拶　.............................345
あいさつ
Greetings
寒暄语
Chào hỏi

付録　.............................348
ふろく
Appendix　附录　Phụ lục

索引　.............................358
さくいん
Index　索引　Mục lục tra cứu

この本の使い方

① ② ③ ④ ⑤ ⑥ ⑦ ⑧

0476	世界的な選手へと飛躍する／話が飛躍する
ひやく	Develop quickly into a world-class player / The talk flitted about illogically.
飛躍 する	向世界级选手跃进／话题跳跃
Make rapid progress	vươn lên thành vận động viên tầm cỡ quốc tế / Câu chuyện có
飞跃、突飞猛进／飞跃、不经顺序	kẽ hở.
nhảy vọt / có kẽ hở	☀ 飛躍的

① 覚えたらチェックしましょう。

② 1から2200まであります。

③ 覚える言葉とその表記です。

（「する」が付けられる名詞は、 する が付いています。）

④ 見出し語の英語と中国語とベトナム語の訳です。

⑤ 例文を読んで、言葉を覚えましょう。

⑥ 多義語（意味が複数あるとき）は「／」で分けています。

⑦ 例文の英語と中国語とベトナム語の訳です。

⑧ 参考語　自 見出し語の自動詞　　他 見出し語の他動詞

　　　　　⇔ 見出し語の対義語／対語

　　　　　⊛ 見出し語のグループ語／類義語

　　　　　☀ 見出し語の複合語／派生語など

　　　　　⊕ 見出し語に関係した接辞

使い方の例

言葉とその意味を覚える。音声も聞こう。

┗→ 例文を読んで、使い方を知る。

　　　┗→ 参考語を見て、言葉の使い方を広げる。

　　　　　┗→「読んでみよう」を読んで、聞いて、復習する。

Ｎ１で必要な接辞の表が、p.40、p.72に付いています。これを活用して、さらに理解できる言葉を広げましょう。

How to Use This Book

① Once you have learned the word, tick the box.

② There are 2,200 entries.

③ The word to learn and its transcription (**する** is attached to the noun if it can be used as a " する " verb.)

④ The English, Chinese and Vietnamese translation of the word

⑤ Read the example sentence and learn it.

⑥ A dividing slash (/) is used for words that have more than one meaning.

⑦ The English, Chinese and Vietnamese translation of the sentence

⑧ Reference word

　自　Entry's intransitive form

　他　Entry's transitive form

　⇔　Entry's antonym/pair word

　⊗　Entry's related term/synonyms

　✳　Entry in a compound or derivative word

　⊕　Entry's affix

Example Usage

Learn the word and its meaning. Also listen to how it sounds.

↳ Read the example sentence and become familiar with how to use it.

↳ Look at the reference word to broaden your knowledge of how the word is used.

↳ Read and listen to " 読んでよう," and then use it to review what you have learned.

A table of affixes needed at the N1 level can be found on p.40 and p.72. Use this to increase the number of words you can understand.

本书使用方法

① 记住单词就打个钩吧。

② 表示第 1 个至第 2200 个单词。

③ 要记住的单词和其表记。(可以加 "する" 的名词，后面有 **する** 。)

④ 单词配有英语、汉语和越南语的翻译。

⑤ 读例句，背单词。

⑥ 多义词 (有多种词义) 用 "/" 区分意思。

⑦ 例句配有英语、汉语和越南语的翻译。

⑧ 参考词

　自　词条的自动词

　他　词条的他动词

　⇔　词条的反义词

　⊗　词条的同类词／同义词

　✳　词条的复合词／派生词等

　⊕　与词条有关的接头词、接尾词

具体使用方法

掌握单词和词义，还要听音频。

↳ 读例句，掌握单词的使用方法。

↳ 看参考词，拓展单词的使用方法。

↳ 听读 "読んでよう"，复习相关单词。

N1 所要掌握的接头词、接尾词表格在 p.40、p.72。有效使用这些单词表，拓展你能理解的单词量吧。

Cách sử dụng cuốn sách này

① Cùng kiểm tra lại sau khi ghi nhớ.

② Có tới 2200 từ vựng.

③ Từ vựng cần ghi nhớ và cách biểu thị của nó. (Những danh từ có thể kết hợp với " す る " sẽ có kèm theo (する))

④ Có phần dịch tiếng Anh, tiếng Trung Quốc và tiếng Việt kèm theo.

⑤ Đọc các ví dụ mẫu và ghi nhớ từ vựng.

⑥ Từ đa nghĩa (khi có nhiều nghĩa) thì các nghĩa được phân cách bằng "/"

⑦ Có phần dịch tiếng Anh, tiếng Trung Quốc và tiếng Việt kèm theo.

⑧ Từ tham khảo.

 自　Tự động từ trong danh sách từ vựng.

 他　Tha động từ trong danh sách từ vựng.

 ⇔　Các từ trái nghĩa, đối nghĩa trong danh sách từ vựng.

 ✿　Các từ cùng nhóm nghĩa, các từ đồng nghĩa trong danh sách từ vựng.

 ☀　Các từ phức/các từ phát sinh trong danh sách từ vựng.

 ⊕　Các phụ tố (tiền tố và hậu tố) kết hợp với các từ trong danh sách từ vựng.

> **Ví dụ về cách sử dụng**

Ghi nhớ từ vựng và ý nghĩa của chúng. Lắng nghe cả cách phát âm.

 ↳ Đọc ví dụ mẫu để biết cách sử dụng.

 ↳ Xem các từ tham khảo để mở rộng cách sử dụng từ.

 ↳ Đọc các bài đọc " 読んでみよう " nghe và ôn tập.

Bảng các phụ tố cần thiết ở trình độ N1 có bổ sung kèm theo ở các trang p.40 và p.72. Các bạn hãy sử dụng nó để hiểu hơn và mở rộng vốn từ vựng.

名詞　一般1
<ruby>名詞<rt>めいし</rt></ruby>　<ruby>一般<rt>いっぱん</rt></ruby>1

Nouns – General 1
名词 – 一般名词1
Danh từ – Thông dụng 1

0001

アイデンティティー
Identity
自我认知
danh tính, nhân dạng

<ruby>人<rt>ひと</rt></ruby>は10<ruby>代<rt>だい</rt></ruby>でアイデンティティーに<ruby>目覚<rt>めざ</rt></ruby>める。
People become aware of their identity in their teens.
人在十多岁时会在自我认知上觉醒。
Con người có nhận thức về danh tính của mình từ khoảng 10 tuổi trở đi.

0002

あく
悪
Evil
邪恶
cái ác

<ruby>社会<rt>しゃかい</rt></ruby>の<ruby>悪<rt>あく</rt></ruby>を<ruby>憎<rt>にく</rt></ruby>む<ruby>気持<rt>きも</rt></ruby>ちから、<ruby>新聞記者<rt>しんぶんきしゃ</rt></ruby>になった。
I became a newspaper reporter out of resentment at the evils besetting society.
因为憎恶社会的邪恶，我当了报社记者。
Tôi trở thành nhà báo vì căm ghét cái ác trong xã hội.

0003

あくよう
悪用 する
Abuse
滥用
lợi dụng

ネットを<ruby>悪用<rt>あくよう</rt></ruby>した<ruby>詐欺事件<rt>さぎじけん</rt></ruby>が<ruby>続<rt>つづ</rt></ruby>いている。
There has been a string of online fraud cases.
由于滥用网络而导致的欺诈事件不断发生着。
Nhiều vụ lợi dụng internet để lừa đảo vẫn diễn ra.

0004

あじわい
味わい
Taste, flavor
味道、风味
vị

このコーヒーは、<ruby>豊<rt>ゆた</rt></ruby>かな<ruby>香<rt>かお</rt></ruby>りと<ruby>味<rt>あじ</rt></ruby>わいが<ruby>特徴<rt>とくちょう</rt></ruby>だ。
The thing about this coffee is its rich aroma and taste.
这款咖啡的特征是具有馥郁的香气与风味。
Loại cà-phê này có đặc trưng là mùi và vị đều đậm đà.

0005

あっせん する
Introduce, arrange
介绍
làm trung gian, giới thiệu

この<ruby>大学<rt>だいがく</rt></ruby>では<ruby>学生<rt>がくせい</rt></ruby>に<ruby>部屋<rt>へや</rt></ruby>をあっせんしている。
At this university, students are given help by the college authorities in finding accommodation.
这所大学向学生介绍房子。
Trường đại học này thường giới thiệu phòng cho sinh viên thuê.

※あっせん<ruby>業者<rt>ぎょうしゃ</rt></ruby>

0006

あっとう
圧倒 する
Overwhelm
压倒、凌驾
áp đảo

そのテニス<ruby>選手<rt>せんしゅ</rt></ruby>は、パワーで<ruby>相手選手<rt>あいてせんしゅ</rt></ruby>を<ruby>圧倒<rt>あっとう</rt></ruby>した。
That tennis player overwhelmed his opponent with his physical strength.
那名网球选手，以力量压制了对手。
Vận động viên tennis đó áp đảo đối thủ về sức mạnh.

※<ruby>圧倒的<rt>あっとうてき</rt></ruby>

0007

あっぱく
圧迫 する
Exert pressure
压迫
áp bức, đè nén

<ruby>脳<rt>のう</rt></ruby>が<ruby>圧迫<rt>あっぱく</rt></ruby>されることで、この<ruby>頭痛<rt>ずつう</rt></ruby>が<ruby>起<rt>お</rt></ruby>きている。
This headache was triggered by pressure on the brain.
由于脑部神经受压迫，引起了头痛。
Do não bị chèn ép nên mới sinh ra chứng nhức đầu này.

※<ruby>圧迫感<rt>あっぱくかん</rt></ruby>

0008	
あて **当て** Expectation, hopes 指望、期待 sự kỳ vọng	当てにしていた就職の口がだめになった。 I had hopes of working at that company, but I did not get the job. 曾期待的工作机会落空了。 Tôi bị lỡ mất công việc mình hằng kỳ vọng.
0009	
あとまわし **後回し** Putting off (till later) 推迟、缓办 sự trì hoãn	掃除は後回しにして、先に食事しよう。 Let's put off the cleaning until after eating. 打扫的事过会儿再干，先吃饭吧。 Dọn dẹp để làm sau, ăn trước đã.
0010	
アナログ Analogue 模拟 (thuật ngữ kỹ thuật) thứ tương tự / (đồng hồ) chạy kim	母は、アナログの時計が使いやすいと言う。 Mother says that analogue watches are easy to use. 母亲说指针式钟表很好用。 Mẹ tôi nói đồng hồ chạy kim dễ dùng. ⇔デジタル
0011	
アピール する Showcase, highlight 呼吁 thể hiện, bộc lộ	就職の面接で、自分の長所をアピールした。 At the job interview, I highlighted my strengths. 在求职面试中，我向对方介绍了自己的长处。 Tôi đã thể hiện sở trường của mình trong buổi phỏng vấn xin việc.
0012	
アプローチ する Approach 通道；探讨、研究 lối vào / tiếp cận	建物のアプローチ/問題にアプローチする Approach road to a building / Take an approach to an issue 建筑前的通道/研究问题 Lối vào tòa nhà / Tiếp cận vấn đề
0013	
アポ **（アポイントメント）** Appointment 约会、预约 cuộc hẹn	社長に会うには、アポを取ってください。 Please make an appointment to see the President. 要见社长的话，需要先预约。 Để gặp giám đốc xin đặt hẹn trước.
0014	
ありさま Circumstances 样子、情况 tình trạng, trạng thái	記者は、自分が見た事故のありさまを伝えた。 The reporter described the circumstances of the accident he had witnessed. 记者描述了自己亲眼所见的事故情况。 Người phóng viên đã đưa tin về tình trạng của tai nạn mà anh ta thấy.
0015	
ありのまま As things stand 如实的、实事求是的 nguyên trạng, sự chân thực, sự thẳng thắn	ありのままの気持ちを彼に素直に伝えた。 I candidly told him my true feelings. 我把自己真实的心意坦诚地告诉了他。 Tôi thật lòng bày tỏ trọn vẹn cảm xúc của mình với anh ấy.

0016
あんじ
暗示 する
Imply, hint at
暗示
ám chỉ, gợi ý

画家は、この黒い空の絵で暗い未来を暗示した。

By depicting a dark sky, the artist wanted to hint at a dark future.

画家以一幅描绘着黑色天空的画暗示了暗淡的未来。

Thông qua bức họa bầu trời đen này, người họa sĩ ám chỉ một tương lai ảm đạm.

0017
あんぴ
安否
Safety or health status
平安与否、安危
sự an nguy

地震があった町に住む友人の安否が心配だ。

I am worried about the safety of my friend who is living in the town hit by the earthquake.

我担心住在发生地震的城镇的朋友的安危。

Tôi lo cho sự an nguy của người bạn sống ở thị trấn vừa có động đất.

0018
いぎ
意義
Significance, meaning
意义
ý nghĩa

外国暮らしを経験することは意義がある。

It is meaningful to have experience of living abroad.

经历在国外的生活是很有意义的。

Việc trải nghiệm cuộc sống ở nước ngoài rất có ý nghĩa.

0019
いぎ
異議
Objection
异议
sự phản đối, sự kháng nghị

この提案に異議がある方は、発言してください。

If anybody has any objections to this proposal, then please speak up now.

对这个提案有异议的人，请提出来。

Vị nào phản đối đề nghị này xin mời phát biểu!

0020
いきおい
勢い
Momentum
气势
sức mạnh / sức sống, năng lượng

先に1点を取って、チームに勢いがついた。

After scoring the first goal, the team picked up momentum.

因为率先夺得一分，整个队伍的气势就上来了。

Nhờ ghi 1 điểm trước mà toàn đội tràn đầy sức sống.

0021
いきちがい
行き違い
Failing to meet up with, missing rendezvous
走岔
bị lỡ mất, không gặp được / sự khác biệt

駅に姉を迎えに行ったが、行き違いになった。

I went to the station to meet my sister, but we missed each other.

我去车站接姐姐，但是两个人走岔了。

Tôi ra ga đón chị gái nhưng bị lỡ mất.

0022
いこう
意向
Intention
意向、意图
ý định, ý tưởng, mong muốn

市長は、飽くまで病院を移転する意向だ。

The mayor stubbornly intends to move the hospital.

市长坚决想要搬迁医院。

Ngài thị trưởng vẫn giữ ý định dời bệnh viện.

0023
いこう
移行 する
Shift
过渡、转变
chuyển đổi

入学試験は来年から新しい制度に移行する。

Entrance examinations will shift to a new system next year.

从明年开始，升学考试会向新制度过渡。

Kỳ thi tuyển sinh sẽ chuyển sang chế độ mới từ năm sau.

0024

いじ
維持 (する)
Maintain
维持
duy trì

人口減少により、今の市民サービスは維持できない。
Due to population decline, it is not possible to uphold the current level of citizen services.
由于人口减少，将无法维持目前的居民服务。
Do sự giảm dân số nên chúng ta không thể duy trì các dịch vụ công cộng hiện tại.
☀ 現状維持

0025

いじゅう
移住 (する)
Emigrate, move
移居
di cư, chuyển đi

私は、退職したら海外に移住するつもりだ。
When I retire, I plan to move abroad.
退休之后，我想移居到国外去。
Tôi dự định khi về hưu sẽ ra nước ngoài sống.
☀ 海外移住

0026

いそん/いぞん
依存 (する)
Depend
依赖
lệ thuộc

日本は食糧の多くを輸入に依存している。
Japan depends on overseas suppliers for most of its food.
日本粮食的很大一部分都依赖进口。
Nhật Bản hiện đang lệ thuộc vào việc nhập khẩu phần lớn thực phẩm.
☀ ～依存症（例：アルコール依存症）

0027

いちれん
一連
A series of
一连串、一系列
một loạt, một chuỗi

一連の事件は同じ犯人が起こしたものだ。
This series of crimes was committed by the same criminal.
这一连串案件都是同一个犯人所为。
Một loạt vụ án đều do cùng một thủ phạm gây ra.

0028

いっかつ
一括 (する)
(Pay in) a lump sum, lump together
总括一起、一次性
gộp lại

１年分の授業料を一括して支払った。
I paid a year's tuition fees in a lump sum.
我把一年的学费一次性支付了。
Tôi đóng học phí một lần cho cả năm.
☀ 一括～（例：一括払い）

0029

いっぺん
一変 (する)
Change completely
完全改变
thay đổi hoàn toàn

私が議員だと知ると、男の態度が一変した。
When he realized that I was an assembly member, the man's attitude changed completely.
得知我是议员之后，那个男人的态度发生了彻底转变。
Khi biết tôi là nghị sĩ, thái độ của ông ta thay đổi hoàn toàn.

0030

いと
意図 (する)
Intend, aim
意图
có ý muốn, hướng tới

首相は、貿易の拡大を意図してA国を訪問した。
The Prime Minister visited Country A with the aim of expanding trade.
首相本着扩大贸易的意图访问了A国。
Thủ tướng thăm nước A với ý muốn mở rộng giao thương.
☀ 意図的

0031

いにん
委任 (する)
Delegate, entrust
委托
ủy quyền

彼は銀行の手続きを息子に委任した。
He entrusted his son with banking procedures.
他委托儿子去银行办理手续。
Ông ấy ủy quyền cho con trai làm thủ tục ngân hàng.
☀ 委任状

0032
いりょく
威力
Power, effect
威力、威慑力
uy lực, sức mạnh

防犯カメラは犯罪の防止に威力がある。
Security cameras are a powerful deterrent to crime.
监控摄像头在预防犯罪上很有威慑力。
Camera an ninh có uy lực ngăn ngừa tội phạm.

0033
いわかん
違和感
Unease, discomfort
不协调感、异样的感觉
cảm giác lạ lùng, thấy không hợp

店員の乱暴な言葉遣いに違和感を覚えた。
I felt a sense of unease at the outrageous language of the store clerk.
店员粗鲁的言语让我有异样的感觉。
Tôi lấy làm lạ trước kiểu ăn nói thô lỗ của nhân viên cửa hàng.

0034
インフォメーション
Information
问讯处、咨询台
quầy thông tin, bàn tiếp tân

お座席の確認は、劇場のインフォメーションへ。
Please go to the theater information counter to check your seat.
请到剧院的咨询台确认座位号。
Vui lòng liên hệ quầy thông tin của nhà hát để xác nhận chỗ ngồi.

0035
ウエート
Weight, weighting
重点
sức nặng, tầm quan trọng

社員の採用は人間性にウエートを置いて選ぶ。
In hiring employees, emphasis is placed on their humanity.
录用职员时，把重点放在人品上进行选择。
Chúng tôi chú trọng vào nhân cách khi tuyển dụng nhân viên.

0036
うちわけ
内訳
Breakdown
明细、详情
chi tiết

大学案内で留学生数の国別の内訳を調べた。
Using information services provided by the university, I analyzed a breakdown of overseas students by country of origin.
我在大学指南上查了按国别统计的留学生人数明细。
Tôi đã tìm hiểu chi tiết về số du học sinh chia theo quốc gia trong tài liệu giới thiệu về trường đại học.

0037
うでまえ
腕前
Skills
本事、手艺
năng lực, trình độ

父は、趣味のパン作りの腕前が上がった。
My father has improved his skills in his hobby of bread-making.
父亲作为爱好的烤面包的手艺提高了。
Trình độ làm bánh mì vì sở thích của bố tôi đã được nâng cao.

0038
うらがえし
裏返し
Turning inside out
表里调换、反过来
sự lật ngược

ジーンズは、裏返しにして干すと速く乾く。
If you turn jeans inside out, they will dry quickly.
把牛仔裤衬里翻出来晒，就会干得快。
Lộn trái quần jean khi phơi thì quần sẽ nhanh khô.

0039
うんえい
運営 する
Arrange, run
运筹管理、组织
tổ chức, điều hành

毎年、卒業パーティーは学生たちが運営する。
Every year, the graduation party is arranged by the students.
每年毕业派对都是学生们组织的。
Tiệc mừng tốt nghiệp năm nào cũng do sinh viên tổ chức.

0040
うんぱん
運搬 [する]
Transport, carry
搬运
vận chuyển

父は、トラックで木材を山から運搬している。
Father brings timber down from the mountains in a truck.
父亲用卡车从山里搬运木材。
Bố tôi chuyên vận chuyển gỗ từ trên núi xuống bằng xe tải.

0041
うんよう
運用 [する]
Operate; invest
运用、活用
vận dụng, áp dụng

ボーナスを運用して利益を得た。
I made a profit by investing my bonus.
我活用奖金获得了收益。
Tôi được lợi nhờ vận dụng tiền thưởng.
✻〜運用（例：財産運用）

0042
えいこう
栄光
Glory
光荣
sự huy hoàng, sự vinh quang

野球部には優勝20回という栄光の歴史がある。
The baseball club has a glorious history of 20 victories.
棒球部有着夺冠20次的光荣历史。
Đội bóng chày có một lịch sử huy hoàng 20 lần đoạt chức vô địch.

0043
エスカレート [する]
Escalate
逐步升级、激化
tăng cấp, leo thang

兄弟の相続の争いはエスカレートした。
The brothers escalated their conflict over the inheritance.
围绕继承问题，手足间的纷争不断激化。
Cuộc chiến giành quyền thừa kế của anh em nhà đó đã tăng cấp.

0044
おうきゅう
応急
Emergency
应急
khẩn cấp, tạm thời

旅行先でけがをして、応急の手当てを受けた。
I hurt myself at my destination and received emergency care.
我在旅游地受了伤，接受了应急治疗。
Tôi được nhận tiền hỗ trợ khẩn cấp do bị thương khi đang du lịch.
✻応急手当

0045
おうごん
黄金
Gold
黄金
(bằng) vàng

博物館に王が使った黄金のベッドがある。
In the museum, there is a golden bed used by the King.
博物馆里有过去帝王用过的黄金打造的床。
Trong viện bảo tàng có chiếc giường bằng vàng vua dùng ngày xưa.

0046
おうとう
応答 [する]
Respond
应答、回应
trả lời

ドアをノックすると、「どうぞ」と応答があった。
When I knocked on the door, the response was, "Come in."
我一敲门，就听到里面有人回应说"请进"。
Tôi gõ cửa thì nghe tiếng trả lời "Mời vào".

0047
おおすじ
大筋
Key aspects
要点、主要内容
đại thể, đại cương

事故を見た2人の話は、大筋では一致していた。
The accounts of the two men who saw the accident were the same in key aspects.
两名事故目击者所述大体一致。
Lời khai của hai nhân chứng nhìn thấy tai nạn khớp nhau về đại thể.

0048 おおやけ 公 Public 公开 công chúng, công cộng	鉄道会社の社長は公の場で事故の責任を認めた。 Speaking publicly, the President of the railway company acknowledged his responsibility for the accident. 铁路公司的社长公开承认了自己对此次事故的责任。 Giám đốc công ty đường sắt đã nhận trách nhiệm về vụ tai nạn trước công chúng.
0049 おのおの Each 各自、自身 ai nấy, mỗi người	非常時には、おのおのが自分の安全を守れ。 In an emergency, everybody should ensure his or her own safety. 紧急时刻，要各自保护好自身安全。 Gặp lúc nguy cấp mỗi người phải tự lo cho sự an toàn của mình.
0050 おもむき 趣 Charm, taste 情趣、风趣 dáng vẻ, vẻ đẹp	雪が降った庭は冬らしい趣がある。 The snow-covered garden has a wintry charm. 下了雪的庭院，有着冬日风情。 Khu vườn phủ tuyết mang vẻ đẹp của mùa đông.
0051 おり Cage, pen 笼子 cái chuồng	トラのおりに近づかないでください。 Please do not approach the tiger's cage. 请不要靠近关老虎的笼子。 Xin đừng đến gần chuồng cọp.
0052 おわび Apology 道歉 sự tạ lỗi	不良品を売ってしまい、客におわびの手紙を書いた。 I accidentally sold defective products, and wrote letters of apology to the customers. 由于销售了次品，我向客户写了道歉信。 Tôi đã viết thư tạ lỗi khách hàng vì bán sản phẩm kém chất lượng.
0053 おんけい 恩恵 Benefit, boon 恩惠、好处 lợi ích, ân huệ	経済成長の恩恵を受けているのは、一部の人だ。 Only some people benefit from economic growth. 只有一部分人享受到了经济发展带来的好处。 Chỉ một bộ phận nhân dân được hưởng lợi từ sự phát triển về kinh tế.
0054 かいかく 改革 する Reform, overhaul 改革 cải cách	社長は会社の古い体制を改革した。 The President overhauled the old organization of the company. 社长改革了公司的旧体制。 Tổng Giám đốc đã cải cách thể chế cũ kỹ của công ty. ☀〜改革（例：組織改革）
0055 がいかん 外観 Outer appearance 外观 ngoại thất, vẻ ngoài	その美術館は外観がユニークで、すぐ分かる。 You can see the museum immediately because of its unique appearance. 那家美术馆的外观很独特，一眼就明白。 Bảo tàng nghệ thuật đó có vẻ ngoài độc đáo nên rất dễ nhận ra.

0056

かいきゅう
階級

Grade, class

阶级

giai cấp, cấp bậc

けいさつ　かいきゅう　じょうげかんけい　きび　そしき
警察は階級の上下関係が厳しい組織だ。

The police force is a rigorously hierarchical organization.

警察机构是一种上下阶级关系很严格的组织。

Cơ quan cảnh sát là tổ chức rất nghiêm ngặt về quan hệ trên dưới giữa các cấp bậc.

☀〜階級（例：上流階級）

0057

かいしゅう
改修 する

Renovate, refurbish

改建、整修

tu bổ

りようしゃ　ぞうか　えき　かいしゅう
利用者が増加したため、駅を改修した。

We refurbished the station in light of increased usage.

鉴于使用人数的增加，我们整修了车站。

Do số lượng hành khách tăng nên chúng tôi đã tu bổ lại nhà ga.

☀改修工事

0058

かいそう
階層

Hierarchy

阶层

tầng lớp

ちょうさけっか　ねんだいべつ　かいそう　わ　ぶんせき
調査結果を、年代別の階層で分けて分析した。

The results of the survey were analyzed based on age classification.

我们根据不同年龄层，对调查结果进行了分析。

Chúng tôi đã phân tầng kết quả điều tra theo độ tuổi để phân tích.

☀〜階層（例：年齢階層）　＋〜層（例：社会層）

0059

かいぞう
改造 する

Remodel, convert

改造

tu sửa, cải tạo

そうこ　かいぞう
倉庫を改造して、レストランにした。

The warehouse was refurbished and converted into a restaurant.

我们把仓库改造成了餐馆。

Họ đã cải tạo nhà kho thành nhà hàng.

0060

かいだん
会談 する

Confer, meet

会谈、会面商谈

họp bàn, hội đàm

きぎょう　こんご　けいざい　かいだん
企業のトップが今後の経済について会談した。

The senior management of the company held a discussion on economic prospects.

企业的领导就今后的经济形势进行了会谈。

Các lãnh đạo doanh nghiệp đã họp bàn về tình hình kinh tế sắp tới.

0061

がいとう
街頭

Street

街头

đường phố

せんきょ　こうほしゃ　がいとう　えんぜつ　おこな
選挙の候補者たちは街頭で演説を行った。

Candidates in the election gave speeches on the street.

参加选举的候选人在街头发表了演讲。

Các ứng cử viên cho cuộc bầu cử đã tổ chức diễn thuyết trên đường phố.

☀街頭演説

0062

がいとう
該当 する

Be eligible

符合

thích hợp, ứng với

じょうけん　がいとう　もの　しょうがくきん　おうぼ
条件に該当する者は奨学金に応募できる。

Those meeting the conditions may apply for the scholarship.

符合条件的人可以申请奖学金。

Những người đủ điều kiện có thể nộp đơn xin học bổng.

☀該当者

0063

かいひ
回避 する

Avoid, avert

回避、避免

tránh, thoát

きゅう　じこ　かいひ
急ブレーキをかけて、事故を回避した。

By engaging the emergency brake, I averted the accident.

我紧急刹车，避免了事故的发生。

Tôi phanh gấp nên tránh được tai nạn.

0064
がいよう
概要
Overview, profile
概要
tổng quan, đề cương

就職説明会で、会社の概要の説明があった。
The job briefing included a general introduction to the company.
就业宣讲会上，有企业的概要说明。
Trong buổi hội thảo việc làm có phần giới thiệu về tổng quan công ty.

0065
かいりょう
改良 する
Improve, rectify
改良、改善
cải thiện

新しいコピー機は欠点が改良され、使いやすい。
In the new copiers, flaws have been rectified, making them easy to use.
新的复印机改良了缺点，使用方便。
Dòng máy photo mới đã được cải thiện khuyết điểm nên dễ sử dụng.

0066
かく
核
Core, nucleus
原子核；核心
hạt nhân

核を使った爆弾/チームの核になる
A bomb using atomic technology / Become the core of the team
应用了原子核的炸弹/成为团队的核心
bom hạt nhân / trở thành hạt nhân của đội

❉核〜（例：核開発）　❉原子核

0067
かくう
架空
Fictitious
虚构
sự giả tưởng, sự hư cấu

これは架空の物語だが、まるで現実の話のようだ。
That story is fiction, but almost seems to be the truth.
虽然这是一个虚构的故事，但却如真的一般。
Đây là truyện giả tưởng nhưng giống y như chuyện thật.

0068
かくさ
格差
Gap
差距
cách biệt

所得の格差が拡大しているのが、最近の傾向だ。
The widening gap in incomes is a recent trend.
收入差距扩大，是最近的趋势。
Cách biệt trong thu nhập ngày càng lớn là khuynh hướng gần đây.

❉〜格差（例：所得格差）

0069
かくじゅう
拡充 する
Expand, broaden
扩充
mở rộng, gia tăng

政府は奨学金制度を拡充した。
The government expanded the scholarship system.
政府扩充了奖学金制度。
Chính phủ đã mở rộng chế độ học bổng.

0070
かくしん
核心
Core, heart
核心
trung tâm, cốt lõi, điểm chính yếu

新たな証拠で刑事たちは事件の核心に一歩近づいた。
New evidence took the detectives a step closer to the heart of the matter.
新的证据使刑警们离案件的核心又近了一步。
Nhờ chứng cứ mới mà các thanh tra đã tiến gần thêm một bước đến điểm chính của vụ án.

0071
かくしん
革新
Innovation
革新
đổi mới

この会社は経営の革新が必要だ。
This company needs to renew its management.
这家公司必要进行经营方式的革新。
Công ty này cần đổi mới về quản lý.

❉革新政党　❉革新的

0072

かくしん
確信 する
Believe, be sure
确信、信心
tin chắc

自分の記憶が正しいのか、確信がなかった。
I could not be sure that I had remembered correctly.
我不确定自己的记忆是否正确
Tôi không chắc rằng ký ức của mình đúng.

0073

かくてい
確定 する
Determine
确定
xác định

議員選挙の翌日、当選者が確定した。
It became clear who won the day after the Diet election.
在议员选举的次日，当选者就确定了。
Đã xác định được người đắc cử ngay hôm sau ngày bầu cử.

0074

かくとく
獲得 する
Acquire, take
获得
có được, đạt được

テニスのＡ選手が優勝して、賞金を獲得した。
Tennis player A prevailed, and took the prize.
网球的A选手取得了冠军，获得了奖金。
Vận động viên tennis A đã chiến thắng và giành được giải thưởng.

0075

かくほ
確保 する
Secure, obtain
确保
giữ, đảm bảo

早めに公園へ行って、お花見の席を確保した。
Going early to the park, I secured a seat for the cherry-blossom viewing.
我早早地去公园，确保了赏花位置。
Tôi đến công viên sớm, giữ chỗ ngắm hoa.
※安全確保

0076

かくりつ
確立 する
Establish, build
确立
xác lập

政府は、相手国との信頼関係の確立を目指した。
The government aimed to establish relations of trust with partner countries.
政府旨在与对方国家确立信赖关系。
Chính phủ hướng đến việc xác lập quan hệ tin tưởng với nước bạn.

0077

かけ
賭け
Gamble, bet
赌一把、碰运气
sự đặt cược, trò may rủi

この計画が成功するかしないかは賭けだ。
It is a gamble whether this plan will succeed or not.
这次的计划会不会成功全凭运气。
Kế hoạch này có thành công hay không là do may rủi.

0078

かけあし
駆け足
Rush
快跑
sự vội vã, sự gấp rút

笛の合図で選手たちは駆け足で集まった。
At the sound of the whistle, the competitors rushed over and gathered together.
选手们听到哨声后快跑着集合了。
Các tuyển thủ vội vàng tập trung theo tiếng còi hiệu.

0079

かげん
加減 する
Adjust, modify
事物的状况；调节
gia giảm / điều chỉnh

風呂の湯の加減/塩の量を加減する
Adjustment the bath temperature / Adjust the amount of salt
浴池的水温高低/调节盐的用量
điều chỉnh nước tắm / gia giảm lượng muối
※～加減（例：塩加減）

0080

かこう
下降 する
Descend
降落
hạ xuống

飛行機はゆっくり下降した。
The plane descended slowly.
飞机缓缓地降落了。
Máy bay từ từ hạ độ cao.
⇔上昇

0081

かだい
課題
Issue, problem
課題、必须解决的问题
vấn đề, nhiệm vụ

エネルギー問題は緊急の課題だ。
The energy question is a pressing issue.
能源问题是当前刻不容缓的课题。
Chuyện năng lượng là vấn đề cấp bách.
❇〜課題（例：研究課題）

0082

かっせいか
活性化 する
Stimulate, activate
活化、激活
làm linh hoạt, kích hoạt

手足を使うことで脳は活性化する。
You can stimulate your brain by moving your limbs.
通过活动手脚，我们的脑子会变得更加灵活。
Vận động chân tay để làm não bộ linh hoạt.

0083

かつりょく
活力
Vigor, vitality
活力
sức sống

若い社員の活躍が会社に活力を生んだ。
The activities of younger employees brought vigor to the company.
年轻职员的活跃给公司注入了活力。
Sự năng động của những nhân viên trẻ đã mang đến sức sống cho công ty.

0084

カルチャーショック
Culture shock
文化冲击
cú sốc văn hóa

日本に来て、カルチャーショックを受けた。
Arriving in Japan, I experienced culture shock.
来到日本之后，我体会到了文化冲击。
Tôi đã bị sốc văn hóa khi đến Nhật.

0085

かん
勘
Intuition
第六感、直覚
linh cảm, trực giác

僕の勘では、テストにはこれが出る。
It is my gut feeling that this will come up in the test.
凭我的第六感，考试会考这个。
Mình linh cảm để thi sẽ có câu này.

0086

かんげん
還元 する
Return, give back
返还
hoàn trả

今なら、お支払い金額の5％が還元されます。
If you buy now, you get a 5% refund on the amount paid.
现在付款的话，可以返现5%。
Nếu thanh toán ngay bây giờ thì sẽ được hoàn lại 5% số tiền.

0087

かんこう
慣行
Custom, practice
慣例、习惯做法
tập quán

昔は、結婚する女性は退職するのが慣行だった。
In the past, it was customary for women getting married to leave their jobs.
过去，女性婚后离职是慣例。
Ngày xưa có tập quán phụ nữ kết hôn phải nghỉ việc ở nhà.

0088 かんし **監視** する Monitor 监视 giám sát	町中に駐車違反を監視するカメラがある。 There are security cameras in town to monitor parking violations. 市内装了监控违法停车的摄像头。 Trên đường phố có camera để giám sát vi phạm về đậu xe. ※ 監視員　※ 監視カメラ
0089 かんしゅう **慣習** Custom 旧习、习俗 phong tục	慣習に従って、春分・秋分の日には墓参りをする。 By custom, people visit graves on the days of the spring and autumn equinox. 遵循旧习，春分、秋分之日要扫墓。 Theo phong tục, mọi người đi tảo mộ vào ngày Xuân phân và Thu phân.
0090 かんしょう **干渉** する Interfere 干涉 can thiệp	国内の問題に他の国が干渉するべきではない。 Other countries should not interfere in domestic issues. 他国不应干涉本国内政。 Nước khác không có quyền can thiệp vào các vấn đề nội bộ của nước ta.
0091 かんてん **観点** Perspective 观点、视角 quan điểm	長期的な観点からこの国の将来を考えたい。 I would like to consider the future of this country from a long-term perspective. 希望以长远的视角来考虑这个国家的未来。 Tôi muốn nghĩ cho tương lai của đất nước từ quan điểm lâu dài.
0092 かんねん **観念** Concept, idea 观念 khái niệm, ý thức	衛生の観念がなかった時代は、食中毒が多かった。 There were many cases of food poisoning in the time when there was no concept of hygiene. 在没有卫生观念的时代里，食物中毒频发。 Ngộ độc thực phẩm khá phổ biến ở thời kỳ con người chưa có ý thức về vệ sinh.　※ 観念的　※ 固定観念
0093 かんれい **慣例** Custom, tradition 惯例 tiền lệ	忘年会の司会は、慣例で今年入社した社員がやる。 By custom, the host of the end-of-year party is an employee hired during the year. 按照惯例，年会的司仪由今年入职的员工担任。 Theo tiền lệ, dẫn chương trình buổi tiệc tất niên do nhân viên mới vào làm trong năm nay đảm nhận.
0094 かんわ **緩和** する Relax, ease 放宽 nới lỏng, xoa dịu	ビザの条件の緩和によって、旅行客が増えた。 The number of tourists increased because of the relaxation of visa requirements. 由于签证条件放宽，游客增加了。 Nhờ nới lỏng các điều kiện về thị thực mà khách du lịch đã gia tăng.
0095 きかく **企画** する Plan 策划 lên kế hoạch	みんなで大学の卒業旅行を企画した。 The students planned to go together on a university graduation trip. 大家一起策划了大学的毕业旅行。 Mọi người cùng lên kế hoạch du lịch sau khi tốt nghiệp đại học. ※ 企画書

0096

きき
危機
Crisis
危机
cơn khủng hoảng, sự biến động

会社は今、経営の危機にある。
The company is now facing a management crisis.
公司现在正处于经营危机之中。
Công ty hiện đang gặp khủng hoảng về quản lý.
☀危機管理　☀危機的

0097

きげん
起源
Origin
起源
nguồn gốc

この本に漢字の起源が書いてある。
This book discusses the origins of Chinese characters.
这本书里写有汉字的起源。
Trong sách này có viết về nguồn gốc của Hán tự.

0098

きざし
兆し
Sign
征兆、预兆
dấu hiệu, điềm

食欲が出てきたのは病気の回復の兆しだ。
Getting your appetite back is a sign of recovery from illness.
有食欲了是身体好转的预兆。
Thèm ăn trở lại là dấu hiệu bệnh đã thuyên giảm.

0099

きじつ
期日
Deadline
日期、期限
kỳ hạn

レポート提出の期日は、必ず守ること。
Be sure to keep the submission deadline for the report.
一定要遵守小论文的提交限期。
Nhất thiết phải tuân thủ kỳ hạn nộp báo cáo.

0100

ぎせい
犠牲
Sacrifice
牺牲
sự hi sinh

兄は、僕たちの犠牲になって進学を諦めた。
Wishing to support us instead, my brother decided not to go to college.
哥哥为我们牺牲了自己，放弃了升学。
Anh tôi bỏ dở việc học vì hi sinh cho các em.
☀犠牲者

0101

きせき
奇跡
Miracle
奇迹
điều kỳ diệu

彼が雪崩に遭って助かったのは奇跡だ。
It was a miracle that he was saved after being hit by an avalanche.
他能从雪崩中获救真是个奇迹。
Việc anh ấy được cứu sống sau trận lở tuyết quả là điều kỳ diệu.
☀奇跡的

0102

きぞく
貴族
Aristocrat, nobleman
贵族
quý tộc

このホテルは、昔は貴族の城だった。
This hotel used to be a nobleman's castle.
这家宾馆曾经是贵族的城堡。
Khách sạn này xưa kia là lâu đài của giới quý tộc.

0103

きてい
規定 する
Stipulate, provide
规定
quy định

会社の規定でアルバイトが禁止されている。
Part-time work is prohibited under company regulations.
公司规定禁止从事副业。
Quy định của công ty cấm làm thêm ngoài giờ.

0104

ぎのう
技能
Skills
技能
kỹ năng

パソコンの技能があると、就職に有利だ。
Having PC skills is useful in finding work.
具备计算机技能，对就业很有利。
Kỹ năng tin học là lợi thế khi xin việc.

0105

きばん
基盤
Foundation, basis
基础
nền tảng

電気・ガス・水道の設備は、生活の基盤だ。
Electricity, gas and water infrastructure forms the basis of daily life.
电、燃气、自来水管道这些设施，是生活的基础。
Các thiết bị điện, ga, nước là nền tảng cho sinh hoạt.

☀～基盤（例：生活基盤）

0106

きやく
規約
Terms
规约、约定
quy ước

このサークルには会費などの規約がある。
This social circle has membership fees and other terms.
这个同好会有关于会费等的规约。
Câu lạc bộ này có quy ước về hội phí.

0107

キャッチ する
Catch
接(球)
bắt, chụp (bóng)

相手が投げたボールをキャッチした。
I caught the ball thrown by my partner.
我接住了对方抛过来的球。
Đối thủ bắt được quả bóng tôi ném.

0108

ギャップ
Gap, divergence
分歧
sự khác biệt

上司と部下で、休暇の考え方にギャップがある。
The boss and his subordinates did not agree in their thinking about holidays.
上司与下属在有关休假方面的想法上存在分歧。
Có sự khác biệt trong quan niệm về ngày nghỉ giữa cấp trên và cấp dưới.

0109

きゅうえん
救援
Relief, emergency aid
救援
cứu trợ

地震の直後、海外からも救援に来てくれた。
Directly after the earthquake, emergency assistance came from abroad as well.
地震刚发生不久，国外的救援也马上赶到了。
Ngay sau trận động đất, nhiều người từ nước ngoài cũng đến cứu trợ.

0110

きゅうきょく
究極
Ultimate
终极、最终
tối cao, sau cùng

政治家としての私の究極の目標は、国際平和だ。
My ultimate goal as a politician is world peace.
作为一个政治家，我的终极目标是实现世界和平。
Mục tiêu tối cao của tôi với tư cách chính trị gia là hòa bình của quốc tế.

0111

きょうかい
協会
Association
协会
hiệp hội

市は、国際交流を深めるために協会を作った。
The municipal authority set up an association to deepen international exchange.
市里为深化国际交流成立了一个协会。
Thành phố đã thành lập một hiệp hội nhằm tăng cường giao lưu quốc tế.

0112

きょうぎ
協議 する
Discuss, negotiate
协议、协商
thảo luận

両国は貿易について協議を重ねた。
The two countries held repeated trade negotiations.
两国就贸易问题进行了多番协商。
Hai nước đã tổ chức nhiều buổi thảo luận về thương mại.

0113

きょうくん
教訓
Lesson
教训
bài học

失敗しても、そこから教訓を得ればいい。
Even if you fail, it's alright if you learn lessons from it.
即便是失败了，如果能从中吸取教训，那也挺好。
Dù thất bại ta vẫn có được bài học từ đó.

0114

きょうこう
強行 する
Force, compel
强行
bắt buộc / cương quyết làm

大雨の中、登山を強行するのは危険だ。
In a downpour, it is dangerous to obstinately go mountain-hiking regardless.
冒着大雨强行登山是很危险的。
Cương quyết đi leo núi dưới trời mưa to là rất nguy hiểm.

0115

きょうせい
強制 する
Be mandatory
强制
bắt buộc

日本では、医療保険への加入は強制だ。
In Japan, membership in medical insurance is compulsory.
在日本，加入医疗保险是强制性的。
Ở Nhật, tham gia bảo hiểm y tế là điều bắt buộc.
❉強制的　❉強制力

0116

ぎょうせき
業績
Performance, results
业绩
thành tích, kết quả

製品が売れて、会社の業績が伸びている。
The products are selling and the company's business results are improving.
由于产品畅销，公司的业绩不断提升。
Nhờ sản phẩm bán chạy mà thành tích công ty được nâng cao.

0117

きょうそん/きょうぞん
共存 する
Coexist
共存
chung sống

ここでは、３つの民族が共存して生活している。
Here, three ethnic groups live together.
在这里，三个民族共存共生。
Nơi đây có 3 dân tộc cùng sống và sinh hoạt.

0118

きょうゆう
共有 する
Share
共有、共享
chia sẻ

仕事を進める上で、情報の共有は重要だ。
To move the work forward, it is important to share information.
要推动工作的进展，信息共享是很重要的。
Việc chia sẻ thông tin là rất cần thiết khi tiến hành công việc.

0119

きょじゅう
居住 する
Live, reside
居住
cư trú

A市には多くの外国人が居住している。
A lot of foreigners live in City A.
A市居住着很多外国人。
Ở thành phố A có nhiều người nước ngoài cư trú.
❉居住者　❉居住地

0120
きょぜつ
拒絶 する
Refuse, reject
拒绝
cự tuyệt

別れた彼が会いたいと言ったが、拒絶した。
My ex-boyfriend said he wanted to see me, but I refused.
前男友说他想见我，我拒绝了。
Bạn trai cũ nói muốn gặp tôi nhưng tôi đã cự tuyệt.

0121
きょひ
拒否 する
Refuse, turn down
拒绝
từ chối, bác bỏ

知事は、自分に批判的な雑誌の取材を拒否した。
The prefectural governor refused an interview by a magazine that had written critically about him.
知事拒绝了对自己抱有批判性态度的杂志的采访。
Thống đốc đã từ chối để tờ tạp chí công kích mình lấy tin viết bài.
※拒否権

0122
きり
切り
End point
(事物就此结束的) 段、段落
điểm dừng

切りのいいところで、今日の仕事を終えた。
I ended today's work at a suitable point.
在正好告一段落的地方结束了今天的工作。
Chúng tôi kết thúc phần việc của hôm nay ở chỗ dừng phù hợp.

0123
きれめ
切れ目
Break, gap
断开处；段落
nhát cắt / chỗ ngắt quãng

肉に切れ目を入れる/話の切れ目
Insert a knife in the meat / Break in the conversation
在肉上划几刀/说话的间隙
cắt lên thịt / điểm ngắt quãng của câu chuyện

0124
ぎわく
疑惑
Suspicion
疑惑、怀疑
sự nghi ngờ

その証言は、うそだという疑惑が持たれている。
There is a suspicion that that testimony is false.
大家怀疑那个证词是假的。
Lời khai đó bị nghi ngờ là dối trá.

0125
きんぱく
緊迫 する
Be tense
紧迫、紧张
trở nên căng thẳng

飛行機事故の現場は混乱し、緊迫していた。
There was chaos and tenseness at the scene of the plane accident.
飞机事故现场既混乱又紧张。
Hiện trường vụ tai nạn máy bay bị xáo trộn nên khá căng thẳng.

0126
きんもつ
禁物
Something to be avoided, a no-no
禁止做的事
điều hoặc vật cấm kỵ

退院したばかりなのだから、無理するのは禁物だ。
You should not overdo things, because you have just been discharged from hospital.
你刚出院，切忌勉强自己。
Vì tôi mới xuất viện nên bị cấm làm việc quá sức.

0127
くかく
区画 する
Divide, section
区划、划分
phân khu, phân vùng

広い土地が、3つの区画に分けて売り出された。
A wide area of land has been divided into three lots and put up for sale.
广阔的土地被划分成三块区域出售。
Mảnh đất rộng được chia thành 3 phần để đem bán.
※区画整理

0128 **くしん** **苦心** する Struggle to 费尽心思 chật vật, bỏ công sức	画家は、少年の喜びを表現するのに苦心した。 The artist struggled to express the boy's joy. 画家在表现少年的喜悦上费尽了心思。 Người họa sĩ đã bỏ nhiều công sức để thể hiện niềm vui của cậu thiếu niên.
0129 **クレーム** Claim (for redress), complaint 抱怨、投诉 lời than phiền, lời phê bình	料理の味が落ちたというクレームが、最近増えた。 Recently, there has been an increase in complaints that taste standards of the cooking have fallen. 最近有关饭菜味道变差了的抱怨声变多了。 Gần đây có nhiều lời than phiền rằng mùi vị món ăn không được như trước.
0130 **ケア** する Care 护理；照顾、保养 chăm sóc	髪の毛のケア/患者をケアする Hair care / Care for a patient 头发的护理/照顾患者 chăm sóc tóc / chăm bệnh nhân
0131 **けいい** **経緯** Particulars, details 原委 diễn biến, hoàn cảnh dẫn đến	社長が会見で、倒産に至った経緯を説明した。 At the press interview, the President explained the bankruptcy step by step. 社长在记者招待会上解释了公司倒闭的原委。 Trong buổi phỏng vấn ông giám đốc đã giải thích hoàn cảnh dẫn đến phá sản.
0132 **けいき** **契機** Opportunity, trigger 契机 cơ hội, nguyên cớ	売り上げの低下は、経営を見直す契機になった。 The decline in sales triggered management reforms. 销售额的低迷促使我们重新审视经营。 Sự sụt giảm doanh thu trở thành nguyên cớ để nhìn nhận lại cách quản lý.
0133 **けいげん** **軽減** する Reduce 减轻、减少 giảm nhẹ, giảm bớt	職員を増やして、仕事量を軽減してほしい。 I seek an increase in the number of workers and a decrease in the volume of work. 我希望增加公司职员，从而减少工作量。 Tôi mong công ty tăng nhân viên để giảm bớt lượng công việc.
0134 **けいしょう** **継承** する Inherit, carry on 继承 kế thừa	若い大工が神社建築の技術を継承している。 The young carpenter is carrying on the skills of shrine construction. 年轻的木匠继承了建造神社的手艺。 Những thợ mộc trẻ được kế thừa kỹ thuật xây dựng đền thờ.
0135 **けいせい** **形勢** Situation, status 形势 tình thế	試合の後半で、形勢が一気に変わった。 In the second half of the match, the tables were turned. 比赛的后半场，形势一下子逆转了。 Vào nửa sau trận đấu, tình thế đã hoàn toàn thay đổi.

0136

けいせい
形成 する
Form
形成
hình thành, tạo dựng

首相は、環境重視の社会を形成すると述べた。

The Prime Minister said he would promote development of a society that prioritizes the environment.

首相说要构筑重视环境的社会。

Thủ tướng phát biểu sẽ tạo dựng một xã hội quan tâm đến môi trường.

0137

けいたい
形態
Form, structure
形态
hình thái

家族の形態が、大家族から核家族に変わった。

The structure of the family changed from large to nuclear families.

家族形态从大家族转变为核心家庭。

Hình thái gia đình đã chuyển từ đại gia đình sang gia đình hạt nhân.

0138

けいたい
携帯 する
Carry
携带
mang theo

この傘は、小さくて携帯に便利だ。

This umbrella is small and convenient for carrying.

这把伞很小，便于携带。

Cây dù này rất nhỏ nên tiện mang theo.

※携帯用

0139

けいとう
系統
System
系统、体系
hệ thống

英語とドイツ語は、同じ系統の言語だ。

English and German are related languages.

英语与德语，是同一体系的语言。

Tiếng Anh và tiếng Đức là cùng hệ ngôn ngữ.

※系統的

0140

げきぞう
激増 する
Increase dramatically
激增
tăng vọt

観光客が激増して、ホテル不足が深刻だ。

The number of tourists has increased dramatically, and the shortage of hotels is serious.

由于游客激增，宾馆短缺的问题很严重。

Lượng khách du lịch tăng vọt nên thiếu khách sạn trầm trọng.

0141

けっこう
決行 する
Act decisively
断然做
quyết tâm làm

バスの運転手たちはストライキを決行した。

The bus drivers went on strike.

公交车司机们断然进行了罢工。

Các tài xế xe buýt vẫn quyết tâm đình công.

0142

けつごう
結合 する
Join, combine
结合
liên kết

水素と酸素の原子が結合して、水になる。

Hydrogen and oxygen atoms combine to form water.

氢原子和氧原子结合，形成水。

Nguyên tử hydro và oxi liên kết với nhau tạo thành nước.

0143

けつじょ
欠如 する
Lack
缺乏
thiếu sót

彼は社会人としての常識が欠如している。

He lacks the common sense expected of a member of society.

他缺乏作为一个社会人的常识。

Với tư cách người đã trưởng thành thì anh ta vẫn còn thiếu kiến thức.

0144
けっせい
結成 (する)
Form, organize
结成、组建
thành lập

仲間とジャズバンドを結成した。
I formed a jazz band with my friends.
我跟朋友组建了一个爵士乐团。
Tôi và mấy người bạn lập một ban nhạc jazz.

0145
けっちゃく
決着 (する)
End, be settled
了结、结果
kết thúc

決勝戦は5対1で決着した。
The final ended with a 5-1 scoreline.
决赛以5比1的比分落下了帷幕。
Trận chung kết đã kết thúc với tỉ số 5-1.

0146
けつぼう
欠乏 (する)
Be short of, be deficient in
缺少、不足
thiếu hụt

血液中の鉄が欠乏すると、貧血になる。
If you are deficient in iron, you will suffer from anemia.
如果血液中缺乏铁元素，那么就会贫血。
Thiếu hụt lượng sắt trong máu gây nên thiếu máu.

0147
けねん
懸念 (する)
Worry
担心
lo lắng, quan ngại

地震の影響で観光客の減少が懸念される。
There are fears of a decline in tourist numbers due to the earthquake.
人们很担心地震的影响会使游客数量减少。
Người ta quan ngại rằng khách du lịch sẽ giảm do ảnh hưởng động đất.

0148
けん
件
Matter, item
事情、要事
việc, chuyện

来年の契約の件で、大家さんに連絡を取りたい。
I want to contact the landlord about the matter of next year's contract.
我想跟房东联系一下谈谈有关明年续约的事。
Tôi muốn liên lạc với chủ nhà về chuyện hợp đồng cho năm sau.

0149
けんい
権威
Authority, specialist
权威、专家
uy quyền

A教授は憲法学の権威だ。
Professor A is an authority in constitutional studies.
A教授是宪法学界的权威。
Giáo sư A rất có uy trong ngành Hiến pháp học.
☀権威主義

0150
けんかい
見解
View, opinion
见解
ý kiến, quan điểm

新薬に対する見解が、医師によって異なる。
Doctors have differing opinions on new drugs.
各个医生对新药有不同的见解。
Mỗi bác sĩ có quan điểm riêng về loại thuốc mới.

0151
げんけい
原形
Original form
原形
nguyên trạng

縄文時代の食器が、原形のまま土から出てきた。
Food vessels from the Jomon period were dug up in their original form.
绳文时代的餐具，以原始形态出土了。
Người ta đào được nhiều vật dụng cho ăn uống của thời Jomon vẫn còn nguyên trạng.

0152

けんげん
権限
Power, authority
权限
thẩm quyền

けいかん あや もの よ と しつもん けんげん
警官は、怪しい者を呼び止めて質問する権限がある。

A policeman has the power to stop and question suspicious-looking people.

警官有权叫住可疑物并进行询问。

Cảnh sát có quyền xét hỏi những người đáng ngờ.

0153

けんしょう
懸賞
Prize
悬赏、奖金
phần thưởng

けんしょう あ りょこう い
懸賞に当たって、旅行に行った。

After winning the prize, I went on a journey.

我获得了悬赏奖金，就用它去旅行了。

Tôi đi du lịch nhờ đoạt giải thưởng.

0154

けんしょう
検証 する
Inspect, verify
验证
kiểm chứng / xem xét

きょうじゅ がくりょく ていか けんしょう
教授は、学力の低下をデータから検証した。

Based on the data, the professor examined the decline in academic skills.

教授用数据验证了学习能力的下降。

Giáo sư xem xét việc học lực đi xuống qua dữ liệu.

0155

げんそく
原則
Principle
原则
nguyên tắc

てんすう ごじゅうきゅうてんいか ふごうかく げんそく
点数が５９点以下は不合格とするのが原則だ。

In principle, any score of 59 points or less is a fail.

原则上，59分及以下即为不合格。

Nguyên tắc dưới 59 điểm là không đậu.

げんそくてき
❋原則的

0156

げんち
現地
Locality
现场、现地
địa điểm (xảy ra sự việc được đề cập)

きょう こうじょうけんがく げんち しゅうごう
今日の工場見学は現地に集合だ。

We gather at the location for today's factory visit.

今天的工厂参观学习就在现场集合。

Những người đi tham quan nhà máy hôm nay sẽ tập trung tại đó.

0157

げんてん
原点
Origin
原点、出发点
điểm khởi đầu

はは りょうり わたし りょうりにん げんてん
母の料理が私の料理人としての原点だ。

My mother's food first inspired me to become a cook.

母亲做的饭菜是我作为厨师的原点。

Các món ăn mẹ nấu là khởi nguồn của việc tôi làm đầu bếp.

0158

げんどう
言動
What you say and do
言行
ngôn từ và hành động

しゃかい で げんどう ちゅうい
社会に出たら、言動に注意しなければならない。

When you go out into public life, you have to be careful what you say and do.

步入社会之后，必须注意自己的言行。

Khi đi làm phải cẩn trọng ngôn từ và hành động.

0159

けんよう
兼用 する
Have a double use
兼用
dùng cho cả hai

この帽子は、男性と女性が兼用できる。

This hat can be worn by both men and women.

这顶帽子，男女都可以戴。

Cái nón này dùng cho cả nam và nữ.

けんよう れい だんじょけんよう
❋〜兼用（例：男女兼用）

0160 **こうい** **行為** Behavior, conduct 行为 hành vi	カンニングは不正な行為だ。 Cheating is wrongful behavior. 作弊是不正当的行为。 Gian lận khi thi cử là hành vi sai trái. **☀～行為（例：違法行為）**
0161 **ごうい** **合意** する Agree 同意、意见一致 thống nhất, đồng ý	A社とB社は契約条件に合意した。 Companies A and B agreed to the contract terms. A公司与B公司对合同条款达成了一致。 Công ty A và công ty B đã thống nhất các điều kiện hợp đồng.
0162 **こうぎ** **抗議** する Protest, complain 抗议 phản đối, phản ánh	残業代が未払いだと、課長に抗議した。 I complained to the section chief, saying that overtime was unpaid. 我向课长抗议了加班费没支付的事。 Chúng tôi đã phản ánh với trưởng phòng vì chưa được trả lương làm ngoài giờ.
0163 **こうきょ** **皇居** Imperial Palace 皇居、皇宫 hoàng cung	皇居の周りは桜の名所だ。 There are famous cherry-blossom-viewing spots all around the Imperial Palace. 皇宫周围是赏樱胜地。 Khu vực quanh Hoàng cung rất nổi tiếng với hoa anh đào.
0164 **こうけいしゃ** **後継者** Heir, successor 后继者 người nối nghiệp, người thừa kế	農業の後継者が少ないのは大きな問題だ。 The lack of successors on farms is a serious problem. 农业后继乏人，这是一个大问题。 Việc ít người nối nghiệp nhà nông là một vấn đề lớn.
0165 **こうしん** **更新** する Update, renew 更新 gia hạn, đổi cái mới	アパートを借りる契約は2年ごとに更新される。 The apartment rental contract is renewed every two years. 租借公寓的合同每两年更新一次。 Hợp đồng thuê căn hộ được gia hạn mỗi 2 năm.
0166 **こうせき** **功績** Achievement 功绩 công trạng	会社の発展に尽くした彼の功績は大きい。 He worked for the development of the company, and his achievements were substantial. 他为了公司的发展鞠躬尽瘁，功绩斐然。 Công trạng của anh ấy vô cùng to lớn trong việc dốc sức vì sự phát triển của công ty.
0167 **こうそう** **構想** する Conceptualize, create a concept 设想、构思 thiết kế, lên kế hoạch	A市は「子供に優しい町」の構想を発表した。 City A unveiled its children-friendly town concept. A市发表了构建"让孩子快乐成长的城市"的构想。 Thành phố A đã công bố kế hoạch xây dựng "thành phố thân thiện với trẻ em". **☀基本構想**

0168

こうたい
後退 する
Retreat
后退；衰退
lùi lại / suy thoái

ぐんたい　ぜんしん　　こうたい　　く　　かえ　　けいき　　こうたい
軍隊が前進と後退を繰り返す/景気が後退する
The army repeatedly advances and retreats. / The economy suffers a setback.
军队反复地前进又后退/经济衰退
Đội quân hết tiến lại lùi. / Kinh tế bị suy thoái.

ぜんしん
⇔前進

0169

こうはい
荒廃 する
Go to ruin, be in ruins
荒废、荒芜
đổ nát, bị tàn phá

しろ　　なが　　ねんげつ　あいだ　こうはい
城は長い年月の間に荒廃していた。
The castle has stood in ruins for a long time.
在漫长的岁月中，这座城堡一直荒废着。
Tòa lâu đài đổ nát theo năm tháng.

0170

こうひょう
好評
Favorable (response)
好评
được khen ngợi, được yêu thích

りゅうがくせい　　かいさい　　　　　　　　　　　こうひょう
留学生が開催したイベントは好評だった。
The event organized by the overseas students got a favorable response.
留学生举办的活动获得了好评。
Sự kiện do du học sinh tổ chức rất được khen ngợi.

ふ ひょう
⇔不評

0171

ごうりか
合理化 する
Streamline, rationalize
合理化
hợp lý hóa

ごうり か　　　　　　　　こうぎょうよう　　　　　　どうにゅう
合理化するために、工業用ロボットを導入した。
Industrial robots were introduced to rationalize operations.
为了提高效率，开始使用工业机器人。
Robot công nghiệp được đưa vào sử dụng nhằm hợp lý hóa sản xuất.

0172

こうりつ
効率
Efficiency
效率
hiệu quả, năng suất

な　　　　　さぎょう　　こうりつ　わる
慣れない作業で、効率が悪い。
I am not used to the work, so my efficiency is low.
因为还不习惯操作，效率很低。
Do anh ta chưa quen với công việc nên năng suất còn thấp.

こうりつ か　　　　　こうりつてき
❈効率化　❈効率的

0173

こくふく
克服 する
Overcome
克服
khắc phục

エーせんしゅ　　　せいしんめん　　よわ　　　こくふく　　　ゆうしょう
A選手は、精神面の弱さを克服して優勝した。
Player A overcame his mental weakness and triumphed.
A选手克服了自己精神上的弱点，夺得了冠军。
Tuyển thủ A đã chiến thắng nhờ khắc phục được điểm yếu về tinh thần.

0174

ここ
個々
One by one
各个、每个
từng thứ

しょうぼうしょ　　　ここ　　　かじ　　げんいん　　くわ　　ちょうさ
消防署は、個々の火事の原因を詳しく調査した。
The fire department closely investigated the cause of each fire.
消防局详细调查了每起火灾发生的原因。
Sở cứu hỏa đã điều tra kỹ lưỡng nguyên nhân của từng vụ cháy.

0175

こころあたり
心当たり
(Have no) idea, clue
头绪、线索
sự đoán chừng, sự hay biết

ひ がいしゃ　　　　はんにん　　こころ あ　　　　　　　　　　い
被害者は、犯人に心当たりはないと言った。
The defendant said he had no idea who the criminal was.
受害者说他对谁是犯人毫无头绪。
Nạn nhân nói không hay biết gì về hung thủ.

0176 **こころみ** **試み** Attempt, trial 尝试 cuộc thử nghiệm	介護にロボットを使う試みが広がっている。 There have been a growing number of trials using robots in care. 将机器人应用于看护领域的尝试越来越普遍了。 Người ta đang mở rộng thử nghiệm dùng robot chăm sóc con người.
0177 **こちょう** **誇張** する Exaggerate, boast 夸张 phóng đại	彼の話は多少の誇張はあるが、ほぼ事実だ。 What he says is slightly exaggerated, but basically true. 虽然他说的话多少有些夸张，但几乎都是事实。 Câu chuyện của anh ta có vài chỗ phóng đại nhưng đại khái vẫn đúng sự thực.
0178 **こつ** Knack, hang of 诀窍、窍门 mấu chốt	これは、こつを覚えれば案外簡単な作業だ。 This task is surprisingly simple when you get the hang of it. 掌握窍门之后，这项操作其实很简单。 Đây là công việc đơn giản bất ngờ một khi ta đã nắm được mấu chốt của nó.
0179 **こべつ** **個別** Individual 个别 riêng biệt	この塾は、授業後に個別の指導を行っている。 This cram school offers individual tuition after class. 这个补习班会在上完课之后对学生进行个别辅导。 Trung tâm luyện thi này nhận dạy kèm riêng sau giờ học. **✵個別的**
0180 **こゆう** **固有** Native, peculiar to 特有 bản địa, đặc trưng	この植物は北海道に固有のものだ。 This plant is native to Hokkaido. 这种植物是北海道特有的。 Đây là loài thực vật đặc trưng của Hokkaido.
0181 **こんてい** **根底** Basis, foundation 根本、深处 gốc rễ, nền tảng	A先生の教育の根底には、生徒への愛があった。 The foundation of teacher A's teaching was his love for the students. A老师教育的根本里，有他对学生的爱。 Trong nền tảng giáo dục của thầy A có tình yêu thương dành cho học trò.
0182 **こんどう** **混同** する Confuse, mix up 混淆 lẫn lộn	自由と勝手を混同してはいけない。 Freedom and arbitrary behavior must not be confused. 我们绝不能混淆自由与任性。 Không được lẫn lộn giữa tự do và tự tiện.
0183 **コントラスト** Contrast 对比 sự tương phản	この写真は光と影のコントラストが美しい。 In this photograph, the contrast between light and shadow is beautiful. 这张照片所展示的光影对比非常美。 Sự tương phản giữa ánh sáng và bóng tối trong bức ảnh này đẹp.

	0184	仕事が忙しくて、生活のサイクルが崩れがちだ。
サイクル Cycle 循环、周期 chu kỳ		He is so busy at work that his daily rhythm tends to break down. 工作忙到生活节奏都要被打乱了。 Công việc bận rộn làm chu kỳ sinh hoạt có xu hướng bị phá vỡ.

	0185	私をいじめた生徒を許すには、長い歳月が必要だった。
さいげつ **歳月** Years, time 岁月 năm tháng		It was a very long time before I could forgive the student who bullied me. 要原谅欺负我的学生，需要很长的岁月。 Mất bao năm tháng tôi mới tha thứ cho người học sinh đã bắt nạt mình.

	0186	この寺は、火事で焼けた後に再建されたものだ。
さいけん **再建** する Rebuild 重建 tái xây dựng		This temple is a replica rebuilt after the original burnt down in a fire. 这座寺庙，是在火灾中烧毁后重建的。 Ngôi chùa này đã được tái xây dựng sau khi bị lửa thiêu rụi.

	0187	博物館では昔の生活を再現して見せている。
さいげん **再現** する Reproduce, bring to life 再现 tái hiện		The museum shows through reproduction how life was in the past. 博物馆向人们再现了曾经的生活。 Cuộc sống thời xưa được tái hiện và trưng bày trong viện bảo tàng.

	0188	医師は現在の最善の方法で治療を行った。
さいぜん **最善** Best 最佳、最好 tối ưu		The doctor provided the treatment using the best methods currently available. 医生用目前最好的方法进行了治疗。 Bác sĩ đã chữa trị bằng phương pháp tối ưu nhất hiện nay.

	0189	運動の得意な弟は、上手に逆立ちをしてみせた。
さかだち **逆立ち** する Do a handstand 倒立 chống ngược người		My sporty brother showed off his skill at handstands. 擅长运动的弟弟，表演了一个漂亮的倒立。 Cậu em giỏi thể thao của tôi đã khéo léo biểu diễn màn chống ngược người.

	0190	花の盛りに、お花見に行った。
さかり **盛り** Prime, bloom 全盛状态、鼎盛时期 sự nở rộ, thời điểm mãn khai, thời hoàng kim		I went to view cherry blossoms in the flowering time. 我在花开得最好的时候去赏了花。 Tôi đi ngắm hoa vào lúc hoa mãn khai. **※～盛り（例：働き盛り）**

	0191	市は、職員を2割削減する案を議会に出した。
さくげん **削減** する Reduce 削减 cắt giảm		The municipal authority submitted a proposal to the assembly for reducing the number of members by around 20%. 市里向议会提出了裁减20%职员的议案。 Thành phố đã đệ trình dự án cắt giảm 20% số công chức lên Quốc hội.

0192

さくせん
作戦

Strategy
战略
chiến lược, chiến thuật

試合に勝つための作戦を練る。
We will thrash out a strategy for winning the match.
为了赢得比赛，我们苦心钻研战略。
Chúng tôi sẽ luyện chiến thuật để thắng trận đấu.

0193

さしず
指図 する

Order, command
吩咐、指示
chỉ dẫn

全て指図していると、子供は自分で考えなくなる。
Children will stop thinking for themselves if you always tell them what to do.
要是事事指示孩子，孩子就不会自己思考了。
Nếu ta cứ chỉ dẫn mọi việc thì trẻ con sẽ không biết tự suy nghĩ.

0194

ざせつ
挫折 する

Frustrate, thwart
挫折
(kế hoạch / công việc) đổ vỡ

就職試験に失敗して、人生の挫折を経験した。
When I failed the entrance examination for the job, I suffered a setback in my life plan.
求职考试的失败让我经历了人生的挫折。
Tôi đã từng trải qua đổ vỡ trong cuộc đời khi trượt kỳ thi tuyển nhân viên.

0195

さっかく
錯覚 する

Be under a false impression
错觉、误以为
bị ảo giác / nhìn nhầm

友達だと錯覚して、知らない人に声をかけた。
I called out to somebody I did not know after mistaking him for a friend.
错把陌生人当成朋友打了招呼。
Tôi cất tiếng gọi người lạ vì nhìn nhầm thành bạn mình.

0196

さっとう
殺到 する

Rush, flood, throng
蜂拥而至、纷至沓来
đổ dồn

新しいゲームの発売日に注文が殺到した。
We were flooded with orders the day the new computer game went on sale.
新游戏的发售日，订单纷至沓来。
Đơn đặt hàng đổ dồn về vào ngày trò chơi mới được bán ra.

0197

サポート する

Support
支撑、支持
hỗ trợ / cổ động

先輩として新人社員の仕事をサポートしている。
As a senior, I support new regular employees in their work.
我作为前辈，支持着新员工的工作。
Tôi hỗ trợ công việc cho nhân viên mới vào với tư cách người đi trước.

0198

さよう
作用 する

Act, function
作用
tác dụng

この薬は痛みを取るが、眠くなる作用がある。
This drug dulls pain, but has the effect of making you sleepy.
这个药在镇痛的同时，有催眠的作用。
Thuốc này làm giảm đau nhưng lại có tác dụng gây buồn ngủ.

※～作用（例：相互作用）

0199

シェア する

Share
共享
dùng chung

家を借りて、友達とシェアしている。
I have rented a house and am sharing it with friends.
我租了房子与朋友同住。
Tôi thuê nhà ở chung với bạn.

0200 **しえん** **支援** する Support 支援、帮助 giúp đỡ	この団体は、働きながら学ぶ人を支援している。 This group supports people who pursue studies while working. 这个团体帮助在职学习的人。 Tổ chức này chuyên giúp đỡ những người vừa học vừa làm. ❈ **支援者**
0201 **しかい** **視界** Field of vision 视界、视野 tầm nhìn	運転中、大雨で視界が悪くなった。 While driving, my field of vision was restricted by the heavy rain. 驾驶时，因为大雨视野变差了。 Tầm nhìn khi lái xe bị giới hạn do mưa lớn.
0202 **じかく** **自覚** する Be aware 自知 tự nhận thấy	自分に欠点が多いことは、自覚している。 I am aware that I have many failings. 我自知有很多缺点。 Tôi tự nhận thấy mình có nhiều khuyết điểm. ❈ **自覚症状**　❈ **自覚的**
0203 **しかけ** **仕掛け** Mechanism 机关、装置 thiết bị / cơ chế	この時計には1日に3回人形が踊る仕掛けがある。 This clock has a mechanism by which a dancing doll appears three times a day. 这个时钟装置了一天跳舞三次的人偶。 Chiếc đồng hồ này theo cơ chế 1 ngày 3 lần có búp bê ra múa.

わたしの単語 <ruby>単語<rt>たん ご</rt></ruby>

On this page, let's write down vocabulary items taken from daily life.
请在这一页写下日常生活中发现的单词吧。
Hãy viết vào trang này những từ vựng tìm thấy trong sinh hoạt.

読んでみよう1

「弱いロボット」とは？

　ここに1台のロボットがある。一見ゴミ箱のようだが、実はロボット。だが、移動はできるが、ゴミを拾うなどの機能はない。

　これを作ったのは、豊橋技術科学大学教授の岡田美智男さんたちだ。ロボットは空き缶が落ちていると、そこまで移動していく。しかし拾えないので、しばらくすると近くの人に近づき、お辞儀のような動作をする。人が空き缶を拾って入れると、ゴミ箱ロボットは再びお辞儀のような動作をして去っていく。

　岡田さんは、ロボットに対してより完全な機能を求めようとする方向性に疑問を感じた。なぜなら、人間は誰でも、人に依存しつつ同時に自分も他の人を支援して生きている。人とロボットにもそういう関係があっていいと考えたからだ。そのために、ゴミ箱ロボットに仕掛けをした。苦心したのは、いかにも拾えなくて困っているという動きだ。試みにロボットを人が通る所に置いてみると、指図や強制をしなくても人はゴミを拾って入れてくれる。ゴミ箱がお辞儀をするとお礼を言われたようで、ちょっとうれしい。

　ゴミ箱ロボットは、人間の労働を軽減したり合理化に役立ったりするというロボットの常識から外れている。ロボット開発の究極の目標は、人がいなくても働くロボットだと通常考えられている。だが私たちは、相手の気持ちや意図に想像力を働かせ、その人の役に立つことで、生きる意義を感じる。ロボットと人間の関係にも同様の共存関係を求めた岡田さんは、このようなアプローチで開発されたロボットを「弱いロボット」と呼び、さらにいろいろなロボットを作っている。

画像提供：豊橋技術科学大学　岡田研究室

What are "imperfect robots"?

There is a robot here. At first glance, it looks like a garbage bin. In actual fact, it is a robot. However, though it can move, it does not have the ability to pick up garbage.

This machine was created by Michio Okada, a professor at Toyohashi University of Technology, and his team. If the robot detects a discarded empty can, it will move over to it. But, having no pick-up mechanism, it will approach some person nearby, and prompt him or her by "bowing" to help out. The approached person picks up the garbage and throws it into the robot's bin area. Then the robot "bows" again and moves away.

Okada had come to feel doubts about the tendency to need comprehensive functionality in a robot. After all, all humans support others during their lives, while at the same time themselves depending on other people. He came to feel that it would be good if such relationships could exist between humans and robots. For that reason, he came up with the notion of the garbage robot. The hardest part was showing movement that indicated the robot was really in trouble with picking things up. In a trial, he put the robot in a place where people passed by and saw how they reacted. People picked up garbage without any command or compulsion. They were delighted that the robot seemed to have "bowed" to them in thanks for their cooperation.

The garbage-bin robot is a departure from conventional wisdom, which holds that the role of a robot is lightening and streamlining people's work burden. The ultimate aim of robot development is usually thought to be creating something that will work in the absence of people. However, we derive meaning in life by using our powers of imagination to divine other people's moods and intentions, and so help them. Okada, who sought to bring the same coexistential relations between robots and humans, calls the robots developed based on this approach "imperfect robots." Other kinds of robot are under development.

何为"不能干的机器人"

这里有这样一台机器人，乍一看像是垃圾筒，其实却是机器人。然而这台机器人能够移动，却没有拾取垃圾的功能。

研制出这台机器人的是丰桥技术科学大学的冈田美智男教授等人。这台机器人会移动到空罐掉落的地方。但是因为无法拾取，它等待一会儿之后，便会靠近周围的人，向他们做出类似鞠躬的动作。要是有人把空罐拾起来丢进去，这台垃圾筒机器人就会再次鞠躬并离去。

冈田教授对于机器人需要追求齐全功能的研发方向抱有怀疑。因为他认为，我们每一个人都是在与他人互相依存和帮助下生存的，人与机器人的关系也应该如此。因此，他才在垃圾筒机器人上做了这样的设计。其中最煞费苦心的就是机器人为怎么都捡不起垃圾而为难的动作。他们曾试验性地把机器人放在有人经过的地方，发现即使没有指示或强迫，人们也会把垃圾捡起来丢进去。垃圾筒机器人一鞠躬，他们就像被道谢了一样面露愉悦。

垃圾筒机器人与人们通常所认为的机器人应该减轻人类劳动、提高效率的常识是相悖的。我们通常认为研发机器人的终极目标是让机器人在没有人在场的情况下也能正常工作。但是我们人类却发挥想象力，了解对方的心意及意图，并通过帮助他人感知生命的意义。在机器人与人类的关系中，冈田教授寻求着同样的共存关系，并把以这种理念开发出来的机器人称之为"不能干的机器人"，而且他们还在进一步研制着各种机器人。

"Người máy yếu ớt" là gì?

Tại đây có một người máy. Thoạt nhìn giống thùng rác nhưng nó lại là người máy. Tuy vậy, nó chỉ cử động được chứ không có tính năng nhặt rác.

Làm ra nó là nhóm của giáo sư Okada Michio thuộc trường Đại học Khoa học Kỹ thuật Toyohashi. Khi có vỏ lon rơi xuống đất, người máy sẽ di chuyển đến nơi đó. Nhưng vì không thể nhặt lên được nên một lúc sau nó sẽ tiến đến người ở gần đó và làm động tác cúi chào. Khi người đó nhặt vỏ lon lên cho vào bên trong người máy thì người máy đựng rác này sẽ làm động tác cúi chào một lần nữa rồi rời đi.

Ông Okada thấy nghi ngờ trước khuynh hướng đòi hỏi người máy phải có những tính năng hoàn thiện hơn nữa. Lý do là, con người nào cũng cùng lúc vừa lệ thuộc, vừa giúp đỡ người khác để sinh tồn. Ông cho rằng giữa con người và người máy cũng nên có mối quan hệ như vậy. Vì thế, ông đã tạo nên cơ chế của người máy đựng rác. Phần tốn công sức nhất là tạo ra được cử chỉ khổ sở khi không thể nhặt được rác. Khi ông thử nghiệm đặt người máy ở chỗ mọi người qua lại thì người ta vẫn nhặt rác lên cho vào thùng đựng dù người máy không chỉ dẫn hay ép buộc gì. Khi thùng rác cúi chào thì mọi người cảm thấy vui như vừa được cảm ơn.

Người máy đựng rác đã đi chệch khỏi nhận thức thông thường rằng người máy là để giảm nhẹ công việc cho con người, để giúp hợp lý hóa. Người ta hay cho rằng mục tiêu tối hậu của việc phát triển người máy là những người máy tự thực hiện việc dù không có sự hiện diện của con người. Thế nhưng chúng ta sẽ cảm nhận được ý nghĩa cuộc sống bằng việc mường tượng ra tâm trạng hay ý muốn của đối phương và giúp đỡ họ. Vì mong muốn có được mối quan hệ cùng tồn tại nói trên giữa người máy và con người mà ông Okada đã gọi người máy được phát triển theo hướng tiếp cận này là "người máy yếu ớt" và vẫn đang chế tạo thêm nhiều loại người máy nữa.

接辞 1 (せつじ) — Prefixes and Suffixes 1 / 接头词／接尾词 1 / Phụ tố 1

#	接辞	意味	例
01	～下 (か)	Under / 在……下 / dưới ~	支配下 (しはいか)　占領下 (せんりょうか)
02	～観 (かん)	Viewpoint, perspective / ……观 / quan điểm về	価値観 (かちかん)　人生観 (じんせいかん)
03	～器 (き)	Device, machine / ……器 / dụng cụ ~, cơ quan ~	火災警報器 (かさいけいほうき)　呼吸器 (こきゅうき)
04	～圏 (けん)	Area, zone, sphere / ……圈 / vùng ~, khu vực ~	大気圏 (たいきけん)　首都圏 (しゅとけん)
05	～帯 (たい)	Band, belt, zone / ……带 / vành đai, khung (giờ)	火山帯 (かざんたい)　時間帯 (じかんたい)
06	～高 (だか)	Value, total (of) / ……额；……量 / mức, lượng, khoản	輸出高 (ゆしゅつだか)　預金高 (よきんだか)
07	～庁 (ちょう)	Office, agency / ……厅 / sở ~	文化庁 (ぶんかちょう)　警察庁 (けいさつちょう)
08	～等 (とう)	Et cetera / ……等 / các loại, vân vân	問題等 (もんだいとう)　方法等 (ほうほうとう)
09	～並み (なみ)	Average, up to the level of / 与……一样 / trình độ ~, mức ~	平年並み (へいねんなみ)　プロ並み (なみ)
10	～人 (にん)	Person, people, agent / ……人 / ~ (chỉ người)	保証人 (ほしょうにん)　料理人 (りょうりにん)

名詞　一般2

<ruby>名詞<rt>めいし</rt></ruby>　<ruby>一般<rt>いっぱん</rt></ruby>2

Nouns – General 2
名词 – 一般名词2
Danh từ – Thông dụng 2

0204

しき
指揮 (する)
Command, direct
指挥
chỉ đạo, chỉ huy

<ruby>職場<rt>しょくば</rt></ruby>で、<ruby>仕事<rt>しごと</rt></ruby>を<ruby>指揮<rt>しき</rt></ruby>する<ruby>立場<rt>たちば</rt></ruby>になった。

At my workplace, I was put in charge of the work activities.
在职场上，我成为指挥大家工作的角色。
Tôi được lên vị trí chỉ đạo công việc ở chỗ làm.

❈<ruby>指揮権<rt>しきけん</rt></ruby>　❈<ruby>指揮者<rt>しきしゃ</rt></ruby>

0205

しきち
敷地
Site, plot
用地、地皮
mảnh đất

<ruby>我<rt>わ</rt></ruby>が<ruby>家<rt>や</rt></ruby>は<ruby>敷地<rt>しきち</rt></ruby>は<ruby>広<rt>ひろ</rt></ruby>いが、<ruby>家<rt>いえ</rt></ruby>は<ruby>古<rt>ふる</rt></ruby>くて<ruby>小<rt>ちい</rt></ruby>さい。

My house occupies a large plot, but the building is old and small.
我家虽然宅基地很大，房子却又小又旧。
Nhà chúng tôi đất đai rộng rãi nhưng căn nhà thì vừa cũ vừa nhỏ.

❈<ruby>敷地内<rt>しきちない</rt></ruby>

0206

じく
軸
Axis
轴、中心轴；轴心(人物)、中枢
cái trục / lõi

モーターの<ruby>軸<rt>じく</rt></ruby>/チームの<ruby>軸<rt>じく</rt></ruby>となって<ruby>活躍<rt>かつやく</rt></ruby>する

The shaft of a motor / Serve as the pivot of a team.
马达的中心轴/作为团队的轴心人物大显身手
trục mô-tơ / Anh ấy là cái trục liên kết cả đội.

❈～<ruby>軸<rt>じく</rt></ruby>（<ruby>例<rt>れい</rt></ruby>：<ruby>回転軸<rt>かいてんじく</rt></ruby>）

0207

しくみ
仕組み
Mechanism
结构、构造
cấu trúc

この<ruby>機械<rt>きかい</rt></ruby>は<ruby>複雑<rt>ふくざつ</rt></ruby>な<ruby>仕組<rt>しく</rt></ruby>みになっている。

This machine has a complex mechanism.
这个机器的结构很复杂。
Cỗ máy này có cấu trúc phức tạp.

0208

じこ
自己
Self, own
自己、自身
cái tôi

<ruby>批判<rt>ひはん</rt></ruby>されても、<ruby>彼<rt>かれ</rt></ruby>は<ruby>自己<rt>じこ</rt></ruby>の<ruby>主張<rt>しゅちょう</rt></ruby>を<ruby>変<rt>か</rt></ruby>えなかった。

Despite the criticism, he would not change his assertions.
虽然受到了批判，但他没有改变自己的主张。
Dù bị phê bình nhưng ông ta vẫn không thay đổi tính tự đề cao mình.

❈<ruby>自己意識<rt>じこいしき</rt></ruby>　❈<ruby>自己満足<rt>じこまんぞく</rt></ruby>

0209

しこう
志向 (する)
Be intended to
志向
hướng đến

<ruby>安<rt>やす</rt></ruby>さより<ruby>質<rt>しつ</rt></ruby>の<ruby>良<rt>よ</rt></ruby>さを<ruby>志向<rt>しこう</rt></ruby>した<ruby>商品<rt>しょうひん</rt></ruby>が<ruby>売<rt>う</rt></ruby>れている。

Products intended to appeal more by quality than cheapness sell.
比起廉价更追求优质的商品很畅销。
Các sản phẩm hướng đến chất lượng tốt hơn là giá rẻ thường bán chạy.

❈～<ruby>志向<rt>しこう</rt></ruby>（<ruby>例<rt>れい</rt></ruby>：<ruby>健康志向<rt>けんこうしこう</rt></ruby>）

0210

じこう
事項
Item
事项
đề mục, điểm

<ruby>必要<rt>ひつよう</rt></ruby>な<ruby>事項<rt>じこう</rt></ruby>を<ruby>書類<rt>しょるい</rt></ruby>に<ruby>記入<rt>きにゅう</rt></ruby>した。

I filled in the mandatory fields in the form.
我填写了文件中的必要事项。
Tôi đã ghi những điểm quan trọng vào giấy tờ.

❈<ruby>注意事項<rt>ちゅういじこう</rt></ruby>　❈<ruby>必要事項<rt>ひつようじこう</rt></ruby>

0211

しこうさくご
試行錯誤 する
Take a trial and error approach
尝试错误、摸索尝试
thử nghiệm và sai lầm

この製品は試行錯誤の結果、生まれた。
This product came about as a result of trial and error.
这个产品是通过不断的摸索尝试而诞生的。
Sản phẩm này ra đời là kết quả của bao lần thử nghiệm và mắc sai lầm.

0212

しさ
示唆 する
Suggest
启示、启发
gợi ý, gợi mở

彼の話は、問題の解決方法に示唆を与えてくれた。
What he said suggested a way of solving this problem.
他的话给了我解决问题的启示。
Chuyện của anh ta đã gợi mở cho tôi phương hướng giải quyết vấn đề.

0213

しさつ
視察 する
Inspect
视察
thị sát

首相が災害の状況を視察した。
The Prime Minister inspected the scene of the disaster.
首相视察了灾情。
Thủ tướng đi thị sát tình hình thảm họa.

0214

ししょう
支障
Hindrance, obstacle
阻碍、妨碍
trở ngại

原料が不足して、生産に支障が出た。
The shortage of raw materials hindered production.
原料的不足阻碍了生产。
Nguyên liệu thiếu hụt gây trở ngại đến sản xuất.

0215

じぞく
持続 する
Continue, remain
持续
kéo dài

この予防注射は効果が5か月持続する。
This vaccination remains effective for five months.
这种预防针的效果会持续5个月。
Mũi tiêm phòng này có hiệu quả kéo dài trong 5 tháng.
❋持続可能

0216

じたい
事態
Situation
事态
tình hình

対策を強化したが、事態は全く改善しなかった。
Even though I responded, there was no improvement at all in the situation.
虽然加强了对策，但事态完全没有改善。
Dù tôi đã tăng cường đối sách nhưng tình hình vẫn hoàn toàn không cải thiện.
❋緊急事態

0217

じたい
辞退 する
Decline, turn down
谢绝、推辞
từ chối

彼はノーベル文学賞を辞退した。
He turned down the Nobel Prize in Literature.
他谢绝了诺贝尔文学奖。
Ông ấy đã từ chối nhận giải Nobel.

0218

したじ
下地
Groundwork, undercoat
底层
nền móng, lớp nền

鉄のドアに、下地としてさび止めを塗った。
The iron door was given an undercoat of anti-corrosion agent.
在铁门上涂了防锈底漆。
Người ta đã quét lớp sơn chống gỉ làm nền lên cánh cửa sắt này.

0219
したび
下火
Wane, abate
衰退
sự yếu đi, giảm đi

インフルエンザの流行はようやく下火になった。
The influenza epidemic has finally abated.
流感传播的势头终于减弱了。
Độ lây nhiễm của dịch cúm cuối cùng cũng đã giảm đi.

0220
しっかく
失格 (する)
Be disqualified
失去资格
bị loại

スケート競技で反則をした選手が失格になった。
In the contest, a skater who violated the rules was disqualified.
滑冰比赛中，违反规则的选手失去了比赛资格。
Vận động viên phạm luật trong cuộc thi trượt băng đã bị loại.

0221
じつざい
実在 (する)
Actually exist, be real
实际存在
có thực, có tồn tại

この小説の主人公は実在している。
The hero of this novel is a real person.
这部小说的主人公是真实存在的。
Nhân vật chính trong tiểu thuyết này có thực.

0222
じつじょう
実情
Facts, actual circumstances
实情
thực trạng

知事は公害被害の実情を直接住民に聞いた。
The prefectural governor directly interviewed residents regarding the pollution damage.
知事直接向居民了解了公害的受害情况。
Thống đốc trực tiếp hỏi các cư dân về thực trạng của thiệt hại do ô nhiễm môi trường.

0223
じっせん
実践 (する)
Put into practice
实践、实行
thực hành, luyện tập

早起きを実践している彼は、毎朝5時に起きる。
He is training himself to get up early, and arises at 5 o'clock every morning.
践行早起的他每天早晨五点起床。
Anh ấy thực hành dậy sớm bằng cách thức dậy lúc 5 giờ mỗi sáng.
❋実践的

0224
じったい
実態
Actual condition
实际状态、实况
tình hình thực tế

学校は子供の生活の実態を調査した。
The school investigated the actual living conditions of the children.
学校对孩子们的实际生活情况进行了调查。
Nhà trường khảo sát về tình hình sinh hoạt thực tế của trẻ.
❋実態調査

0225
してき
指摘 (する)
Point out
指出
chỉ ra

上司は、私の仕事の計画の甘さを指摘した。
My superior pointed out the lack of rigor in my work plan.
上司指出了我的工作计划中不成熟的地方。
Cấp trên đã chỉ ra điểm yếu trong kế hoạch công việc của tôi.

0226
してん
視点
Viewpoint
视点、角度
cách nhìn, quan điểm / tiêu điểm

データの結果をさまざまな視点から分析した。
I analyzed the findings from the data from a range of viewpoints.
从各种角度对数据结果进行了分析。
Chúng tôi đã phân tích kết quả dữ liệu từ nhiều quan điểm khác nhau.

0227

しぶつ
私物
Private property
私有物、个人的所有物
vật sở hữu riêng

会社では私物のパソコンを使ってはいけない。
You are not allowed to use your own PC within the company.
在公司不能使用个人电脑。
Không được dùng máy tính riêng trong công ty.
※ 私物化

0228

しめい
使命
Mission
使命
sứ mệnh

人の命を救うのは医者の使命だ。
It is a doctor's mission to save people's lives.
拯救生命是医生的使命。
Cứu người là sứ mệnh của bác sĩ.
※ 使命感

0229

しめい
指名 する
Appoint, name
指定、指名
bổ nhiệm, chỉ định / gọi tên

監督は、彼をキャプテンに指名した。
The director appointed him captain.
教练任命他为队长。
Huấn luyện viên đã chỉ định anh ấy làm đội trưởng.

0230

しや
視野
Field of view
視野；眼界、眼光
tầm nhìn / tầm hiểu biết

高いビルが視野を邪魔する/国際的な視野を持つ
High buildings obscure the field of view. / Have an international perspective
高层建筑阻挡视野/具备国际视野
Các cao ốc cản trở tầm nhìn. / có tầm hiểu biết mang tính quốc tế

0231

しゃだん
遮断 する
Block out, cut off
遮断、挡住
gián đoạn, cắt đứt

このカーテンは光をほぼ遮断できる。
These curtains can block out almost all light.
这条窗帘几乎可以遮挡所有光线。
Màn cửa này che được phần lớn ánh sáng.

0232

しゆう
私有 する
Own privately
私有、私人所有
tư hữu

この道はその家が私有していて、市の道路ではない。
This road is part of the house's grounds, and is not a public road.
这条路是那家人私有的，不是市属道路。
Con đường này thuộc sở hữu của nhà đó chứ không phải của thành phố.
※ 私有財産　※ 私有地

0233

しゅうけい
集計 する
Collate
汇总、总计
tổng hợp, tổng kết

アンケートの回答を集計してグラフにした。
The questionnaire answers were collated and made into a graph.
我把问卷调查的结果汇总起来制成了图表。
Tôi đã tổng hợp các câu trả lời khảo sát và thể hiện trên biểu đồ.

0234

しゅうしゅう
収集 する
Collect
收集
thu thập / sưu tầm

月曜と木曜はごみの収集の日だ。
Monday and Thursday are garbage collection days.
周一和周四是收垃圾的日子。
Thứ 2 và thứ 5 là ngày lấy rác.

0235

しゅうのう
収納 (する)

Store

收纳

cất giữ

このマンションは<ruby>収納<rt>しゅうのう</rt></ruby>のスペースが<ruby>多<rt>おお</rt></ruby>い。

This apartment has a lot of storage space.

这套公寓有很多收纳空间。

Căn hộ này có nhiều chỗ cất đồ.

0236

しゅうよう
収容 (する)

Accommodate, house

容纳

chứa

このホールは<ruby>約<rt>やく</rt></ruby>４千５<ruby>百人<rt>ひゃくにん</rt></ruby>の<ruby>観客<rt>かんきゃく</rt></ruby>を<ruby>収容<rt>しゅうよう</rt></ruby>できる。

This hall can accommodate about 4,500 spectators.

这个大厅可以容纳约4500名观众。

Đại sảnh này chứa được 4500 khách.

※<ruby>収容所<rt>しゅうようじょ</rt></ruby>

0237

じゅうらい
従来

Conventional, usual

过去、以前

có từ trước

<ruby>仕事<rt>しごと</rt></ruby>の<ruby>能率<rt>のうりつ</rt></ruby>を<ruby>上<rt>あ</rt></ruby>げるために、<ruby>従来<rt>じゅうらい</rt></ruby>の<ruby>方法<rt>ほうほう</rt></ruby>を<ruby>変<rt>か</rt></ruby>えた。

I changed my usual way of doing things to improve my work efficiency.

为了提高工作效率，我改变了以前的工作方法。

Tôi đã thay đổi cách làm trước nay nhằm nâng cao năng suất công việc.

※<ruby>従来型<rt>じゅうらいがた</rt></ruby>

0238

しゅえい
守衛

Security guard

门卫、保安

người gác cổng

ビルの<ruby>出入口<rt>でいりぐち</rt></ruby>に<ruby>守衛<rt>しゅえい</rt></ruby>が<ruby>立<rt>た</rt></ruby>っている。

There are guards posted at the entrance of the building.

大楼的门口站着保安。

Có người gác cổng đứng ở cửa ra vào tòa nhà.

0239

しゅさい
主催 (する)

Hold, arrange, sponsor, host

主办

đứng ra tổ chức, tổ chức chính

そのコンサートは<ruby>A社<rt>エーしゃ</rt></ruby>が<ruby>主催<rt>しゅさい</rt></ruby>している。

This concert has been organized by company A.

那场音乐会是A公司主办的。

Buổi hòa nhạc đó được công ty A đứng ra tổ chức.

※<ruby>主催者<rt>しゅさいしゃ</rt></ruby>

0240

しゅたい
主体

Main agent, main driver, core entity

主体；(团体或机器等的)主要部分

chủ thể / bộ phận chính

<ruby>動作<rt>どうさ</rt></ruby>の<ruby>主体<rt>しゅたい</rt></ruby>/<ruby>市民<rt>しみん</rt></ruby>が<ruby>主体<rt>しゅたい</rt></ruby>の<ruby>環境運動<rt>かんきょうんどう</rt></ruby>

The main agent of an action / An environmental campaign centered on citizens

动作主体/以市民为主体的环境运动

chủ thể của hành động / phong trào vì môi trường do cư dân thành phố phát động

※<ruby>主体性<rt>しゅたいせい</rt></ruby>

0241

しゅつげん
出現 (する)

Appear, emerge

出现

xuất hiện

<ruby>500万年以上前<rt>ごひゃくまんねんいじょうまえ</rt></ruby>に、<ruby>人類<rt>じんるい</rt></ruby>は<ruby>出現<rt>しゅつげん</rt></ruby>したらしい。

Mankind seems to have appeared on the scene over 5 million years ago.

似乎早在500万年以前，人类就已经出现了。

Loài người được cho là đã xuất hiện vào hơn 5 triệu năm trước.

0242

しゅどう
主導 (する)

Lead, initiate

主导

lãnh đạo

<ruby>市<rt>し</rt></ruby>の<ruby>主導<rt>しゅどう</rt></ruby>で、スピーチ<ruby>大会<rt>たいかい</rt></ruby>が<ruby>実施<rt>じっし</rt></ruby>される。

The speech competition is organized under municipal leadership.

将要召开由市里主导的演讲大赛。

Cuộc thi hùng biện được tổ chức dưới sự chỉ đạo của thành phố.

※<ruby>主導権<rt>しゅどうけん</rt></ruby>

0243

しゅにん
主任
Manager, head
主管、负责人

trưởng bộ phận

しょくひん う ば しゅにん はたら
食品売り場の主任として、働いている。
I work as manager of the food retail area.
我做着食品柜台主管的工作。
Tôi làm trưởng quầy thực phẩm.

0244

しゅほう
手法
Method
方法

kỹ thuật, kỹ năng

げんしゃちょう けいえい しゅほう いま じ だい あ
現社長の経営の手法は、今の時代に合わない。
The management methods of the current president are not in
keeping with the times.
现任社长的经营方法不符合当今时代。
Kỹ năng quản lý của vị giám đốc đương nhiệm không hợp với
thời đại hiện nay.

0245

しよう
仕様
Specification
规格

thiết kế, cấu tạo

ふゆ そな ゆきみち し よう か
冬に備えて、雪道仕様のタイヤを買った。
In preparation for the winter, I bought snow tires.
我买了雪地用规格的轮胎以备冬天之用。
Tôi đã mua lốp xe được thiết kế chạy trên đường có tuyết để
chuẩn bị cho mùa đông.
※ ～仕様（例：標準仕様）

0246

しよう
私用
For private use
私用

việc riêng, việc cá nhân

かいしゃ くるま しよう つか
会社の車は私用には使えない。
Company cars cannot be used privately.
公司的车不能私用。
Xe của công ty không thể dùng vào việc riêng.

0247

しょうげき
衝撃
Impact, shock
冲击；内心强烈的震动

chấn động / cú sốc

ばくはつ しょうげき こわ じ けん しょうげき う
爆発の衝撃でビルが壊れる/事件に衝撃を受ける
The office building hit by the bomb attack collapsed. /
Be shocked by the accident.
爆炸的冲击波毁坏了大楼/对案件感到震惊
Tòa nhà đổ sụp do chấn động từ vụ nổ. / bị sốc vì vụ việc
※ 衝撃的

0248

しょうごう
照合 する
Check by comparison
核对

đối chiếu

じゅけんしゃ な まえ めい ぼ しょうごう
受験者の名前を名簿と照合した。
The names of the examinees were checked against the roster.
将考生的名字与名册进行了核对。
Đối chiếu tên thí sinh với danh sách.

0249

じょうせい
情勢
Situation
情势、形势

thời thế, tình hình

せ かい じょうせい きび ま
世界の情勢は厳しさを増している。
The severity of the global situation has deepened.
世界形势愈发严峻。
Tình hình thế giới ngày càng trở nên khó khăn.
※ ～情勢（例：経済情勢）

0250

しょうたい
正体
Real nature, true colors
真面目、原形

chân tướng

ゆうれい おも もの しょうたい か き
幽霊だと思われた物の正体は、枯れ木だった。
What I took to be a ghost was actually a dead tree.
我以为是幽灵的东西，其真面目只是一段枯木。
Thứ mà tôi tưởng là ma hóa ra chỉ là cái cây khô.

0251

しょうだく
承諾 (する)
Agree, consent
承诺、应允
chấp thuận, chấp nhận

人気歌手が学園祭への出演を承諾してくれた。
The popular singer consented to perform at the school festival.
人气歌手答应在校园文化节的时候来演出。
Ca sĩ nổi tiếng đã chấp thuận đến biểu diễn tại lễ hội trường ta.

0252

じょうちょ/じょうしょ
情緒
Emotion
情绪；情趣、风情
cảm xúc / bầu không khí, khí chất

情緒が不安定だ/日本の情緒にあふれた町
Emotions are unstable. / A town with a very Japanese feel
情绪不稳定/充满日本风情的小镇
Cảm xúc không ổn định. / khu phố đậm chất Nhật
❈ 情緒的

0253

しょうちょう
象徴 (する)
Symbolize
象征
tượng trưng cho

王は、支配力の象徴として巨大な墓を造った。
The King built a huge tomb as a symbol of controlling power.
国王建造了作为权力象征的巨大陵墓。
Nhà vua cho xây lăng mộ thật to lớn như một biểu tượng cho
quyền lực cai trị của mình.
❈ 象徴的

0254

じょうほ
譲歩 (する)
Make concession, compromise
让步
nhượng bộ, thỏa hiệp

お互いが譲歩して、契約がまとまった。
The agreement was reached with both sides making concessions.
互相让步之后，合约谈妥了。
Hai bên thỏa hiệp với nhau và thống nhất được hợp đồng.

0255

しょうもう
消耗 (する)
Exhaust, use up
耗尽、疲惫
tiêu thụ, kiệt sức

一日中歩いたので、体力を消耗した。
I exhausted my strength walking all day.
走了一整天，精疲力尽。
Tôi đi bộ cả ngày trời nên bị kiệt sức.

0256

しょうれい
奨励 (する)
Incentivize
奖励、鼓励
khuyến khích

国は企業に障害者の採用を奨励している。
The state is incentivizing corporate employment of the disabled.
国家鼓励企业雇用残疾人。
Nhà nước khuyến khích các doanh nghiệp tuyển dụng người
khuyết tật.

0257

じょがい
除外 (する)
Exclude
排除在外
loại trừ, bỏ ra

買いたい新商品はバーゲンから除外されていた。
The new products I wanted to buy were excluded from the
bargains.
想买的新品不在优惠范围之内。
Sản phẩm mới mà tôi muốn mua bị bỏ ra khỏi danh mục hàng
giảm giá.

0258

しょざい
所在
Whereabouts
所在、(人或物)所在地
nơi ở

彼に出した手紙は、所在が不明で戻された。
The letter I sent to him was returned because his whereabouts
were unknown.
寄给他的信因为他下落不明被退了回来。
Thư tôi gửi anh ấy đã bị trả về do không rõ nơi ở.
❈ 所在地

0259

しょじ
所持 する
Own, possess
持有、携帯
sở hữu, có bên mình

はんにん 犯人はナイフのほかに銃も所持していた。
The criminal possessed not just a knife but also a gun.
罪犯除了小刀，还持有枪支。
Hung thủ mang theo người cả dao lẫn súng.

0260

しょち
処置 する
Treat
医疗处理、治疗
xử trí

びょういん 病院で、けがの処置をしてもらった。
At the hospital, I got my injuries treated.
在医院接受了伤口的治疗。
Tôi được xử trí vết thương ở bệnh viện.
☀ 応急処置

0261

しょてい
所定
Required, stated
规定
theo mẫu, được chỉ định

しょてい ようし きにゅう けっせきとどけ だ 所定の用紙に記入して、欠席届を出した。
I sent a non-attendance notice, by filling in the required form.
我填好规定的请假单，提交了申请。
Tôi đã điền vào mẫu giấy quy định và nộp đơn xin phép vắng tiết.

0262

しょぶん
処分 する
Dispose of, sanction
处理；处分
vứt bỏ / phạt

りょうしゅうしょ しょぶん がくせい たいがく しょぶん 領収書を処分する/学生を退学の処分にする
Dispose of the receipts / Punish the student with expulsion
处理收据/给学生退学处分
bỏ biên lai đi / phạt học sinh bằng cách đuổi học

0263

しょようじかん
所要時間
Time required
所需时间
thời gian cần thiết

もくてきち しょようじかん しら ネットで目的地までの所要時間を調べた。
I checked online how long it would take to reach the destination.
在网上查了到达目的地所需的时间。
Tôi tra trên mạng về thời gian cần để đến nơi.

0264

じりつ
自立 する
Become self-reliant
自立
tự lập

ことししゅうしょく おとうと いえ で じりつ 今年就職した弟は、家を出て自立した。
My brother, who took a job this year, has left home and established himself.
今年开始工作的弟弟离家开始了独立生活。
Em tôi năm nay đã tìm được việc làm nên rời nhà, sống tự lập.

0265

しれい
指令
Command, order
指令
mệnh lệnh

たいちょう しれい したが くんれん はじ 隊長の指令に従って、訓練を始めた。
Following the captain's orders, the unit began training.
大家听从队长的指令开始了训练。
Toàn đội bắt đầu tập luyện theo mệnh lệnh của đội trưởng.

0266

じれい
事例
Case
事例
vụ việc

かこ じれい さんこう もんだい かいけつ 過去の事例を参考にして、問題を解決した。
Referring to previous case studies, I solved the problem.
参照过去的事例，解决了问题。
Tôi tham khảo những vụ việc trong quá khứ và giải quyết được vấn đề.

0267

ジレンマ
Dilemma
进退维谷、两难
tình thế khó xử

自分の希望を通すか親に従うか、ジレンマだ。
It is a dilemma: Do I put my own hopes first, or do what my parents want me to do?
究竟是坚持自己的想法还是遵从父母，我陷入了两难境地。
Tôi gặp tình thế khó xử không biết nên đi theo nguyện vọng cá nhân hay vâng lời cha mẹ.

0268

しんがい
侵害 する
Infringe on
侵害、侵犯
xâm phạm

他人の権利や自由を侵害してはならない。
You must not infringe on other people's rights and freedoms.
不得侵害他人的权利与自由。
Chúng ta không có quyền xâm phạm tự do và quyền lợi của người khác.
☀人権侵害

0269

しんさ
審査 する
Review
审查、评审
xét tuyển, xem xét

私の絵はコンクールの最終の審査を通った。
My picture passed the final review in the competition.
我的画作通过了比赛的最终评审。
Bức tranh của tôi đã lọt vào vòng chung kết của cuộc thi.
☀審査員

0270

しんそう
真相
Truth, reality
真相
sự thật

裁判は終わったが、事件の真相は謎のままだ。
The trial is over, but the truth of the matter remains a mystery.
虽然审判已经结束了，但案件的真相仍旧是个谜。
Phiên tòa đã khép lại nhưng sự thật trong vụ án vẫn còn là bí ẩn.

0271

しんちく
新築 する
Newly build
新建
xây mới

父の援助で新築の家を買うことにした。
With the help of my father, I decided to buy a new-build home.
我决定用父亲的援助资金买一幢新建的房子。
Nhờ được cha hỗ trợ nên tôi quyết định mua nhà mới xây.

0272

しんてい
進呈 する
Present, give
赠送
biếu, tặng

野球大会の参加者には記念品を進呈します。
Commemorative gifts will be presented to participants in the baseball tournament.
我们会给棒球大赛的参赛者赠送纪念品。
Tặng quà kỷ niệm cho những người tham gia giải bóng chày.

0273

しんてん
進展 する
Proceed, develop
进展
tiến triển

2国間の貿易交渉が進展した。
Trade negotiations proceeded between the two countries.
两国间的贸易谈判有了进展。
Cuộc đàm phán về thương mại của 2 nước đã có tiến triển.

0274

しんどう
振動 する
Vibrate
震动
rung động

新型の車には振動を少なくする技術が用いられた。
In the new type of car, a technology that dampens vibrations was used.
新款汽车采用了减震技术。
Kỹ thuật giảm bớt rung động được sử dụng cho dòng xe hơi mới.

0275 **しんぴ** **神秘** Mystery, wonder 神秘 sự thần bí	せいめい たんじょう か てい しん ぴ かん **生命の誕生の過程に神秘を感じた。** I sensed the wonder of the process of birth. 我从生命诞生的过程中感受到了神秘。 Tôi cảm nhận được sự thần bí trong quá trình hình thành sự sống. しん ぴ てき ※ 神秘的
0276 **しんり** **真理** Truth 真理 chân lý	てつがくしゃ しん り もと つづ **その哲学者は真理を求め続けた。** That philosopher continued to search for truth. 那位哲学家坚持不懈地追求着真理。 Triết gia đó không ngừng tìm kiếm chân lý.
0277 **すいい** **推移** する Transition, change 推移、演变 thay đổi, biến động	じんこう すい い あらわ **人口の推移をグラフで表した。** Population changes were shown in the graph. 用图表展示了人口的演变。 Thể hiện sự biến động của dân số trong biểu đồ.
0278 **すいこう** **遂行** する Carry out, perform 落实、完成 hoàn thành	じ ぶん まか し ごと せきにん も すいこう **自分に任された仕事を責任を持って遂行した。** I performed the duties assigned to me with a sense of responsibility. 我尽心尽责地完成了交办给自己的工作。 Tôi chịu trách nhiệm về công việc được giao và hoàn thành nó.
0279 **すいしん** **推進** する Promote, encourage 推动 thúc đẩy	し さい り よう すいしん **市は、ごみの再利用を推進している。** The municipal authority is promoting the reuse of garbage. 市里不断推动着垃圾的重复利用。 Thành phố thúc đẩy việc tái sử dụng rác thải.
0280 **すいたい** **衰退** する Decay, decline 衰退 suy giảm	まち さんぎょう すいたい じんこう へ **この町の産業が衰退して、人口が減った。** The town has suffered industrial decline and the population has shrunk. 由于这座城镇的产业衰退，人口也减少了。 Ngành công nghiệp của thị trấn bị sụt giảm, dân số cũng giảm.
0281 **すいてい** **推定** する Estimate 推定、估计 dự đoán	ご ねん ご はっぴゃくまんにん ななじゅうごさい すいてい **5年後、800万人が75歳になると推定される。** It is estimated that 8 million people will have reached 75 within five years. 预计5年后会有800万人达到75岁。 Người ta dự đoán sau 5 năm sẽ có 8 triệu người lên 75 tuổi.
0282 **すいり** **推理** する Infer, deduce 推理、推断 suy luận	はんにん すい り しょうせつ よ **犯人を推理しながら小説を読んだ。** I read the novel trying to deduce who the villain was. 我一边推理犯人是谁，一边读小说。 Tôi vừa đọc tiểu thuyết vừa suy luận ra hung thủ. すい り しょうせつ ※ 推理小説

0283 すくい 救い Deliverance 救赎 sự cứu rỗi	彼は、心の救いを求めて宗教の道に入った。 Seeking to save his soul, he became religious. 他为了寻求心灵的救赎，开始信仰宗教。 Ông ấy đi theo con đường tôn giáo vì muốn tìm sự cứu rỗi cho tâm hồn.
0284 スケール Scale, ruler 尺；规模 cái cân / quy mô	スケールで家具を測る/スケールの大きい商業施設 Measure the furniture using a ruler / Large-scale commercial facilities 用尺测量家具的尺寸／规模很大的商业设施 cân đồ nội thất / cơ sở thương mại quy mô lớn
0285 ストック (する) Stock up 存储、贮存 dự trữ	災害に備えて1週間分の水をストックした。 I have stocked a week's supply of water for emergency use. 为防备灾害，我储备了够喝一周的水。 Họ đã dự trữ đủ nước cho 1 tuần phòng khi có thiên tai.
0286 ずぶぬれ Be soaked 全身湿透 ướt sũng	突然の大雨で、ずぶぬれになった。 I got soaked in the sudden downpour. 突如其来的大雨把我淋透了。 Tôi bị ướt sũng do cơn mưa lớn bất chợt.
0287 スリル Thrill 惊险、刺激 sự hồi hộp	カーレースを見る楽しみはスリルとスピードだ。 The fun in watching a car race is the thrill and the speed. 观看赛车的乐趣就在于它的惊险与速度。 Niềm vui thích khi xem đua xe nằm ở sự hồi hộp và tốc độ.
0288 せいか 成果 Result, benefit 成果 thành quả	川に魚が戻ったのは環境保護活動の成果だ。 The return of fish to the river is the result of environmental protection activities. 河里的鱼又回来了，这是环境保护运动的成果。 Cá quay về sống ở sông là thành quả của các hoạt động bảo vệ môi trường. **※成果主義**
0289 せいき 正規 Regular 正式、正规 chính quy, chính thức	今はアルバイトだが、正規の社員になりたい。 At the moment, I am doing a part-time job, but I want to become a regular employee. 虽然现在只是兼职，但我想成为正式职员。 Hiện giờ chỉ là làm thêm nhưng tôi muốn trở thành nhân viên chính thức. **※非正規**
0290 せいふく 征服 (する) Conquer 征服 chinh phục	王は周りの国を次々と征服した。 The King conquered one neighboring country after another. 国王挨个征服了周围的国家。 Nhà vua lần lượt chinh phục các nước lân bang.

	0291	宣伝に使えるお金には、予算の制約がある。
	せいやく	There are budgetary constraints on the amount of money that can be used for advertising.
	制約 する	用于宣传的费用，是有预算限制的。
	Constrain	Có sự hạn chế về mặt dự toán trong số tiền dùng cho quảng cáo.
	制约、限制	
	hạn chế	

	0292	選挙の結果、新党の勢力が拡大した。
	せいりょく	As a result of the election, the new party expanded its power.
	勢力	选举使新党扩大了势力。
	Power, sway	Kết quả của cuộc bầu cử là đảng phái mới nâng cao được quyền lực.
	勢力	
	quyền lực	

	0293	役所は会社に労働規則の是正を命令した。
	ぜせい	The government agency ordered the company to make corrective changes to its workplace rules.
	是正 する	政府命令公司修正劳动规则。
	Correct, rectify	Tòa Thị chính đã yêu cầu công ty phải chỉnh sửa các quy tắc lao động.
	改正、修正	
	chỉnh sửa	

	0294	服装の流行にも、その時代の世相が反映する。
	せそう	Clothing fashions also reflect social trends of the time.
	世相	服饰潮流也反映了那个时代的社会情况。
	Social conditions	Các mốt thời trang cũng phản ánh điều kiện xã hội của thời đại đó.
	世态、社会情况	
	điều kiện hoặc khía cạnh xã hội	

	0295	この病気は、患者と直接接触することで感染する。
	せっしょく	You get infected by this disease through direct contact with a sufferer.
	接触 する	这种病会通过与患者直接接触传染。
	Contact	Căn bệnh này lây truyền qua đường tiếp xúc trực tiếp với bệnh nhân.
	接触	
	tiếp xúc	

	0296	泥棒は、電話線を切断して逃げた。
	せつだん	The thief escaped by after cutting off the phone line.
	切断 する	小偷把电话线切断之后逃之夭夭了。
	Disconnect, cut off	Tên trộm cắt dây điện thoại rồi tẩu thoát.
	切断、隔断	
	cắt đứt	

	0297	市は全ての小中学校にエアコンを設置した。
	せっち	The municipal authority installed air conditioning in all elementary and junior high schools.
	設置 する	市里给所有的中小学都安装了空调。
	Install	Thành phố đã lắp đặt máy điều hòa ở các trường tiểu học và trung học cơ sở.
	設置、备置安装	
	lắp đặt	

	0298	友人と共に会社を設立した。
	せつりつ	I set up a company together with some friends.
	設立 する	我与朋友一起创办了公司。
	Establish	Tôi cùng người bạn mở công ty.
	設立、创办	
	lập ra	

0299

ぜんあく
善悪
Right and wrong
善恶
tốt xấu

小さい子供は善悪の区別がつかない。
Small children do not distinguish between right and wrong.
小孩子分不清善恶。
Trẻ nhỏ không phân biệt được tốt xấu.

0300

せんこう
先行 する
Precede, come first
先行
đi trước, dẫn trước, có trước

あの作家は実力より人気が先行している。
With that author, popularity takes precedence over ability.
那位作家的人气超过他自己的实力。
Nhà văn đó có tiếng tăm đi trước thực lực.

0301

せんこう
選考 する
Select, screen
选拔、权衡
tuyển chọn

この会社は面接試験の前に書類の選考がある。
This company screens candidates' documents before interviewing.
这家公司在面试之前会有简历筛选。
Công ty này tuyển chọn trên hồ sơ trước khi phỏng vấn.

0302

せんこく
宣告 する
Declare, sentence
宣告、告知
thông báo, tuyên bố

医者は、患者にあと1年の命だと宣告した。
The doctor told the patient that he could expect to live another year.
医生向患者宣告他只能再活一年。
Bác sĩ thông báo cho bệnh nhân biết ông ta chỉ còn sống được 1 năm nữa.

0303

ぜんせい
全盛
Peak, best days
鼎盛
hoàng kim, đỉnh cao

その選手は、全盛のときに引退を決めた。
That athlete decided to retire at his peak.
那位选手在他的鼎盛时期决定了退役。
Vận động viên đó quyết định giải nghệ khi đang ở đỉnh cao.
※ぜんせいき **全盛期**

0304

せんちゃく
先着
First (to arrive)
先到
đến trước

500円ランチは先着の10名様までです。
The ¥500 lunch is only for the first 10 people to arrive.
只有到店的前10名顾客可以享受500日元的午餐。
Bữa trưa 500 yen chỉ dành cho 10 vị khách đầu tiên.
※せんちゃくじゅん **先着順**

0305

ぜんてい
前提
Premise, assumption
前提
tiền đề, cơ sở

結婚を前提として、彼と付き合っている。
I am dating him in the assumption that he will marry me.
我与他以结婚为前提交往着。
Tôi hẹn hò với anh ta là để kết hôn.
※ぜんていじょうけん **前提条件**

0306

せんにゅうかん
先入観
Prejudice, preconception
先入之见、成见
định kiến

どんな人にも先入観を持たないで接したい。
I want to treat all people without prejudice.
无论与谁交往，我都希望自己能不抱成见。
Tôi muốn tiếp xúc với mọi người mà không giữ định kiến nào.

0307
せんねん
専念 (する)
Concentrate on
专心
tập trung, cống hiến

<ruby>仕事<rt>し ごと</rt></ruby>のことは<ruby>忘<rt>わす</rt></ruby>れて<ruby>当分<rt>とうぶん</rt></ruby><ruby>治療<rt>ち りょう</rt></ruby>に<ruby>専念<rt>せんねん</rt></ruby>する。
I will forget about my job and focus on the treatment for the moment.
暂时忘掉工作，专心治疗。
Tôi quên đi công việc để tập trung chữa bệnh trong lúc này.

0308
ぜんめつ
全滅 (する)
Annihilate
全灭
bị hủy diệt

<ruby>病気<rt>びょうき</rt></ruby>が<ruby>発生<rt>はっせい</rt></ruby>して、<ruby>畑<rt>はたけ</rt></ruby>の<ruby>作物<rt>さくもつ</rt></ruby>が<ruby>全滅<rt>ぜんめつ</rt></ruby>した。
A blight broke out, and the field's entire crop was destroyed.
病害爆发，田里作物全毁了。
Do sâu bệnh nên mùa màng bị hủy hoại toàn bộ.

0309
せんれん
洗練 (する)
Refine
洗练、考究
mài giũa, hoàn thiện

この<ruby>指輪<rt>ゆび わ</rt></ruby>のデザインはシンプルで<ruby>洗練<rt>せんれん</rt></ruby>されている。
The design of this ring is simple yet sophisticated.
这枚戒指的设计简洁考究。
Kiểu dáng chiếc nhẫn này vừa đơn giản vừa tinh tế.

0310
そうい
相違 (する)
Differ, vary
不同、分歧
khác biệt

<ruby>二人<rt>ふたり</rt></ruby>は<ruby>価値観<rt>か ち かん</rt></ruby>の<ruby>相違<rt>そう い</rt></ruby>が<ruby>原因<rt>げんいん</rt></ruby>で<ruby>離婚<rt>りこん</rt></ruby>した。
The pair divorced due to differences in values.
两个人因为价值观不同而离婚了。
Khác biệt về giá trị quan của 2 vợ chồng là nguyên nhân ly hôn.
❀ <ruby>相違点<rt>そう い てん</rt></ruby>

0311
ぞうきょう
増強 (する)
Strengthen
增强、加强
tăng cường, củng cố

<ruby>会社<rt>かいしゃ</rt></ruby>は<ruby>生産体制<rt>せいさんたいせい</rt></ruby>を<ruby>増強<rt>ぞうきょう</rt></ruby>して、<ruby>生産量<rt>せいさんりょう</rt></ruby>を<ruby>2倍<rt>に ばい</rt></ruby>にした。
The company expanded its production system and doubled its production volumes.
公司强化了生产体制，使产量翻了一番。
Công ty củng cố thể chế sản xuất nên đã gia tăng gấp đôi sản lượng.

0312
そうしつ
喪失 (する)
Lose
丧失、失去
đánh mất

<ruby>外国<rt>がいこく</rt></ruby>の<ruby>国籍<rt>こくせき</rt></ruby>を<ruby>取<rt>と</rt></ruby>ったことで、<ruby>日本国籍<rt>に ほんこくせき</rt></ruby>を<ruby>喪失<rt>そうしつ</rt></ruby>した。
Having taken the citizenship of a foreign country, I lost my Japanese nationality.
由于取得了外国国籍，我失去了日本国籍。
Tôi mất quốc tịch Nhật do nhập quốc tịch nước khác.
❀ ～<ruby>喪失<rt>そうしつ</rt></ruby>（<ruby>例<rt>れい</rt></ruby>：<ruby>記憶喪失<rt>き おくそうしつ</rt></ruby>）

0313
そうしょく
装飾 (する)
Decorate
装饰、装潢
trang hoàng

<ruby>城<rt>しろ</rt></ruby>の<ruby>内部<rt>ないぶ</rt></ruby>は<ruby>美<rt>うつく</rt></ruby>しく<ruby>装飾<rt>そうしょく</rt></ruby>してあった。
The interior of the castle was beautifully decorated.
城堡内部装饰华美。
Bên trong lâu đài được trang hoàng lộng lẫy.

0314
ぞうしん
増進 (する)
Improve
增进
gia tăng

<ruby>市<rt>し</rt></ruby>は、お<ruby>年寄<rt>とし よ</rt></ruby>りの<ruby>福祉<rt>ふく し</rt></ruby>と<ruby>健康<rt>けんこう</rt></ruby>の<ruby>増進<rt>ぞうしん</rt></ruby>に<ruby>努<rt>つと</rt></ruby>めている。
The municipal authority is committed to promoting the welfare and health of the elderly.
市里努力提高老年人的福利与健康水平。
Thành phố nỗ lực gia tăng phúc lợi và sức khỏe cho người già.
❀ <ruby>健康増進<rt>けんこうぞうしん</rt></ruby>

0315

そうぞう
創造 (する)
Create
创造
sáng tạo

新しい文化の創造には若者の力が必要だ。
You need the vigor of youth to create a new culture.
新文化的创造需要年轻人的力量。
Cần sự giúp sức của tuổi trẻ trong việc sáng tạo văn hóa mới.

❊創造性　❊創造的

0316

そうび
装備 (する)
Equip
装备、安装
trang bị

この漁船は最新のレーダーを装備している。
This fishing boat is equipped with the latest radar.
这艘渔船装有最新式的雷达。
Ngư thuyền này được trang bị máy ra-đa tối tân.

0317

そうりつ
創立 (する)
Establish
创立
sáng lập

この学校の創立は100年前だ。
This school was established 100 years ago.
这所学校是在100年前创立的。
Ngôi trường này được sáng lập vào 100 năm trước.

0318

そくしん
促進 (する)
Promote, facilitate
促进
xúc tiến

販売の促進のために、ネットの広告を使っている。
We use online advertising for sales promotion purposes.
为了促进销售，使用了网络广告。
Dùng hình thức quảng cáo trên mạng để xúc tiến việc bán hàng.

0319

そくばく
束縛 (する)
Curtail, restrict
束缚、限制
ràng buộc

恋人でも、相手の自由を束縛してはいけない。
You must not curtail your partner's freedom even if he or she is your lover.
即便是恋人，也不能限制对方的自由。
Dù là người yêu cũng không được ràng buộc tự do của đối phương.

0320

そざい
素材
Material, ingredient
原材料、原料
nguyên liệu

このレストランは新鮮な素材が自慢だ。
This restaurant prides itself on the freshness of its ingredients.
这家餐厅以新鲜食材为豪。
Nhà hàng này tự hào luôn dùng nguyên liệu tươi ngon.

0321

そし
阻止 (する)
Stop, prevent
阻止
ngăn chặn

テロを阻止するために、警備を強化した。
Security measures were strengthened to prevent terror acts.
为阻止恐怖事件的发生，加强了警备。
Tăng cường phòng bị nhằm ngăn chặn khủng bố.

0322

そしつ
素質
Predisposition
天分、天赋
tố chất

彼女には音楽の素質がある。
She has a predisposition for music.
她有音乐天赋。
Cô ấy có tố chất âm nhạc.

0323

そんぞく
存続 (する)
Keep going, stay in existence
存続、延続

tiếp tục tồn tại

会員が減って、サークルの存続が難しくなった。
With the decline in membership, it became difficult to keep the circle going.
因为会员减少，社团存续变得艰难。
Do hội viên giảm nên câu lạc bộ khó tiếp tục tồn tại.

0324

ターゲット
Target
目标、对象

mục tiêu

高齢者をターゲットにした犯罪が増えている。
The number of crimes targeting the elderly is increasing.
以老年人为目标的犯罪不断增多。
Số vụ tội phạm lấy mục tiêu là người cao tuổi ngày càng tăng.

0325

たいおう
対応 (する)
Respond to, deal with
应对

đối ứng

フロントは客の要求に適切に対応した。
The reception desk responded appropriately to customer requests.
前台人员妥善应对了顾客的要求。
Bộ phận tiếp tân đối ứng với yêu cầu của khách hàng một cách phù hợp.
☀対応策

0326

たいぐう
待遇
Treatment
待遇

đãi ngộ

社員とアルバイトでは、待遇に大きな差がある。
There's a big difference between the way regular employees and part-timers are treated.
正式职工与临时工的待遇有很大的差别。
Có chênh lệch lớn về đãi ngộ giữa nhân viên chính thức và làm thêm.

0327

たいけつ
対決 (する)
Clash, confront
对决、交锋

đối đầu, đối chất

国会討論で２つの政党のトップが対決した。
The heads of the two parties clashed in a Diet debate.
在国会讨论中，两个政党的首脑进行了交锋。
Lãnh đạo 2 đảng chính trị đối đầu nhau trong buổi tranh luận của Quốc hội.

0328

たいこう
対抗 (する)
Compete with, oppose
对抗、抗衡

cạnh tranh

ライバル会社に対抗して新製品を開発中だ。
We are developing new products to compete with rival companies.
为了与竞争对手公司相抗衡，正在开发新产品。
Công ty tôi đang phát triển sản phẩm mới để cạnh tranh với công ty đối thủ.

0329

だいさんしゃ
第三者
Third party
第三方、局外人

bên thứ ba

いじめ問題の調査は、第三者による委員会が行う。
The investigation into the bullying problem will be carried out by a third-party committee.
欺凌事件的调查，由第三方委员会进行。
Một hội đồng sẽ được thành lập bởi bên thứ 3 để điều tra về vấn đề bắt nạt.

0330

たいしょ
対処 (する)
Deal with, cope with
对付、处理

xử lý

説明書に故障した場合の対処の方法が書いてある。
The instructions include measures to deal with a breakdown.
说明书上写有发生故障时的处理方法。
Trong sách hướng dẫn sử dụng có ghi các cách xử lý khi bị hỏng hóc.
☀対処法

0331

たいしょう
対照 (する)

Contrast, compare

対照

so sánh

難_{むずか}しい英語_{えいご}の文章_{ぶんしょう}は、翻訳_{ほんやく}と対照_{たいしょう}しながら読_よむ。

You read difficult English sentences while referring to the translation.

艰涩的英语文章，就对照着翻译看。

Gặp câu tiếng Anh khó, tôi vừa đọc vừa so sánh bản dịch.

❋ 対照的_{たいしょうてき}

0332

たいせい
態勢

Condition, position

态势、阵势

trạng thái

兵隊_{へいたい}たちは、いつでも攻撃_{こうげき}できる態勢_{たいせい}を取_とった。

The unit was positioned to attack at any time.

士兵们采取了随时都能发动攻击的阵势。

Các binh sĩ ở trong trạng thái có thể tấn công bất cứ lúc nào.

0333

たいひ
対比 (する)

Contrast, compare

对比

so sánh

米_{こめ}の売_うり上_あげ額_{がく}を前年度_{ぜんねんど}との対比_{たいひ}で示_{しめ}した。

The sales prices for rice were displayed compared with the previous year.

通过与前一年度的对比，展示了大米的销售额。

Doanh thu từ việc bán gạo được thể hiện trong mối tương quan với năm trước.

0334

たいぼう
待望 (する)

Look forward to

期盼、期望

mong đợi

ファンは、彼_{かれ}の次_{つぎ}の作品_{さくひん}の発表_{はっぴょう}を待望_{たいぼう}している。

The fans are looking forward to the release of his next work.

粉丝们期盼着他下一部作品的发布。

Người hâm mộ đang mong đợi anh ta công bố tác phẩm tiếp theo.

0335

だいよう
代用 (する)

Substitute

代用、代替使用

thay thế

花瓶_{かびん}がなかったので、コップで代用_{だいよう}して花_{はな}を飾_{かざ}った。

Because I did not have any vases, I used a glass for flower decoration.

因为没有花瓶，所以用杯子代替，装点上了鲜花。

Không có bình hoa nên tôi thay bằng cốc để cắm hoa vào.

❋ 代用品_{だいようひん}

0336

だかい
打開 (する)

Break through, overcome

解决、打破(僵局)

phá vỡ, đột phá

困難_{こんなん}を打開_{だかい}して、両国_{りょうこく}は新_{あたら}しい関係_{かんけい}を作_{つく}った。

Overcoming the difficulties, the two countries set relations on a new course.

两个国家打破困境，建立了新的关系。

2 nước phá vỡ mọi khó khăn để xây dựng mối quan hệ mới.

0337

だきょう
妥協 (する)

Compromise

妥协

thỏa thuận

希望_{きぼう}の価格_{かかく}ではないが、妥協_{だきょう}して家_{いえ}を売_うった。

It was not the price I had sought, but by compromising, I managed to sell the house.

虽然不是理想的价格，但是我妥协了，把房子卖了。

Tuy không được mức giá như mong đợi nhưng chúng tôi cũng thỏa thuận và bán nhà.

0338

だげき
打撃

Blow, setback

打击

tổn thất, thiệt hại

円高_{えんだか}で輸出産業_{ゆしゅつさんぎょう}は打撃_{だげき}を受_うけた。

Exporting industries suffered a setback due to the high yen.

日元汇率升高使出口行业受到了打击。

Do đồng yên tăng giá nên xuất khẩu phải chịu thiệt hại.

0339

だっしゅつ
脱出 する

Escape, get out
逃脱、逃离
chạy thoát

かさい　きゃく　まど　だっしゅつ
ホテルの火災で客は窓から脱出した。

The guests escaped from the hotel fire through the window.
宾馆发生火灾，住客从窗口逃生。
Nhiều vị khách thoát khỏi đám cháy khách sạn qua lối cửa sổ.

0340

たっせい
達成 する

Achieve, reach
达成
đạt được

かれ　どりょく　こんげつ　はんばいもくひょう　たっせい
彼は努力して今月も販売目標を達成した。

By dint of his commitment, he met the sales target for this month as well.
他通过努力这个月也达成了销售目标。
Anh ấy đã nỗ lực nên tháng này cũng đạt được chỉ tiêu bán hàng.

たっせいかん
※達成感

0341

たてまえ
建前

Front, public position
场面话
xã giao ngoài mặt

かれ　い　たてまえ　げんじつ
彼の言うことは建前で、現実はそうはいかない。

What he says is just a front; in reality, things are different.
他说的只是场面话，实际上根本行不通。
Lời nói của anh ta chỉ là để xã giao chứ thực tế chưa chắc đã vậy.

ほんね
⇔本音

0342

タブー

Taboo
禁忌
điều kiêng kỵ

しゅうきょう
宗教によって、さまざまなタブーがある。

Religion has led to a range of taboos.
根据宗教的不同，有着各种各样的禁忌。
Tùy từng tôn giáo mà có những điều kiêng kỵ khác nhau.

0343

ダメージ

Damage
损失、重创
thiệt hại

たいふう　しま　おお　う
台風でこの島は大きなダメージを受けた。

This island sustained severe damage from the typhoon.
由于台风，这座岛屿受到了重创。
Do bão nên hòn đảo này phải hứng chịu thiệt hại nặng nề.

0344

たんけん
探検 する

Explore
探险
thám hiểm

なんきょく　たんけん　じゅうはっせいき　こうはん　はじ
南極の探検は18世紀後半に始まった。

Exploration of the Antarctic began in the second half of the 18th century.
18世纪后半叶，人们开始了南极探险。
Thám hiểm Nam cực đã bắt đầu từ nửa sau thế kỷ 18.

たんけんたい
※探検隊

0345

たんしゅく
短縮 する

Shorten
缩短
được rút ngắn

あたら　きかい　どうにゅう　さぎょうじかん　たんしゅく
新しい機械の導入で、作業時間が短縮した。

Introduction of new machinery shortened work times.
得益于新机器的导入，作业时间变短了。
Nhờ áp dụng máy móc mới mà thời gian làm việc được rút ngắn.

えんちょう
⇔延長

0346

だんぜつ
断絶 する

Sever, cut
断绝
cắt đứt

くに　たたか　こうりゅう　だんぜつ
その国とは戦いのあと、交流が断絶している。

Since the war with this country, all exchanges have been ended.
战后，与那个国家就断绝了交流。
Nước tôi đã cắt đứt quan hệ giao lưu với nước đó từ sau chiến tranh.

0347
だんりょく
弾力
Elasticity
弾力、弾性
độ đàn hồi

<ruby>赤<rt>あか</rt></ruby>ちゃんの<ruby>肌<rt>はだ</rt></ruby>は<ruby>柔<rt>やわ</rt></ruby>らかくて、<ruby>弾力<rt>だんりょく</rt></ruby>がある。
A baby's skin is soft and elastic.
婴儿的皮肤又柔软又有弹性。
Da trẻ sơ sinh vừa mềm mại vừa có độ đàn hồi.
✽<ruby>弾力的<rt>だんりょくてき</rt></ruby>

0348
ちくせき
蓄積 する
Accumulate, build up
積蓄、积累
tích lũy

<ruby>彼<rt>かれ</rt></ruby>は10<ruby>年間<rt>ねんかん</rt></ruby>、<ruby>営業<rt>えいぎょう</rt></ruby>の<ruby>経験<rt>けいけん</rt></ruby>を<ruby>蓄積<rt>ちくせき</rt></ruby>してきた。
He has built up 10 years' experience in sales.
在这10年中，他不断地积累营销经验。
Ông ấy đã tích lũy được kinh nghiệm kinh doanh trong 10 năm.

0349
ちゃくしゅ
着手 する
Start, launch
着手、开始
bắt đầu, triển khai

<ruby>市<rt>し</rt></ruby>は、<ruby>校舎<rt>こうしゃ</rt></ruby>の<ruby>安全調査<rt>あんぜんちょうさ</rt></ruby>にすぐに<ruby>着手<rt>ちゃくしゅ</rt></ruby>する<ruby>予定<rt>よてい</rt></ruby>だ。
The municipal authority plans to immediately launch a safety investigation into the school buildings.
市里打算立刻开展校舍安全调查。
Thành phố có kế hoạch sẽ triển khai điều tra ngay về độ an toàn của các trường học.

0350
ちゃくもく
着目 する
Focus on
着眼
chú ý tới

その<ruby>企業<rt>きぎょう</rt></ruby>は<ruby>地下資源<rt>ちかしげん</rt></ruby>に<ruby>着目<rt>ちゃくもく</rt></ruby>して<ruby>開発<rt>かいはつ</rt></ruby>を<ruby>進<rt>すす</rt></ruby>めた。
The company undertook development focusing on underground resources.
那家企业着眼于地下资源，推进开发。
Doanh nghiệp đó đã tiến hành phát triển sản phẩm có chú ý tới tài nguyên trong lòng đất.

0351
ちゃくよう
着用 する
Put on, wear
穿、戴
mặc, thắt, đeo vào

<ruby>車<rt>くるま</rt></ruby>に<ruby>乗<rt>の</rt></ruby>るときは、シートベルトを<ruby>着用<rt>ちゃくよう</rt></ruby>すること。
When you get in the car, put the seatbelt on.
乘车时，必须系好安全带。
Khi lên xe hơi phải thắt dây an toàn.

0352
ちゃっこう
着工 する
Start works
开工、动工
khởi công

<ruby>来月<rt>らいげつ</rt></ruby>、<ruby>高速道路<rt>こうそくどうろ</rt></ruby>の<ruby>建設<rt>けんせつ</rt></ruby>に<ruby>着工<rt>ちゃっこう</rt></ruby>する。
Next month, construction works will begin on the expressway.
下个月将开工建设高速道路。
Tháng tới sẽ khởi công xây dựng tuyến đường cao tốc.

0353
ちゅうだん
中断 する
Discontinue, stop
中断
trì hoãn, gián đoạn

<ruby>機械<rt>きかい</rt></ruby>が<ruby>故障<rt>こしょう</rt></ruby>して、<ruby>作業<rt>さぎょう</rt></ruby>を<ruby>中断<rt>ちゅうだん</rt></ruby>した。
Works were stopped by a machinery breakdown.
由于机器故障，作业中断了。
Máy móc hư hỏng nên sản xuất bị gián đoạn.

0354
ちょうえつ
超越 する
Transcend
超越
vượt lên trên

<ruby>名作<rt>めいさく</rt></ruby>と<ruby>呼<rt>よ</rt></ruby>ばれるものは、<ruby>時代<rt>じだい</rt></ruby>を<ruby>超越<rt>ちょうえつ</rt></ruby>している。
Works considered masterpieces transcend the ages.
所谓名作，是超越时代的。
Những tác phẩm được gọi là danh tác đều vượt lên trên thời đại.

0355
ちょうこう
兆候
Sign
征兆、迹象
triệu chứng

高熱と激しいせきは肺の病気の兆候だ。
A high temperature and severe coughing are a sign of a lung ailment.
高烧与剧烈咳嗽是肺部疾病的征兆。
Sốt cao và ho dữ dội là triệu chứng của bệnh về phổi.

0356
ちょうせん
挑戦 する
Take up a challenge
挑战
thách thức

その水泳選手は世界記録に挑戦した。
The swimmer took up the challenge of breaking the world record.
那名游泳选手挑战了世界纪录。
Vận động viên bơi lội đó đã thách thức kỷ lục thế giới.
✻ 挑戦的

0357
ちょくめん
直面 する
Be faced with
直面
đối mặt

日本は少子化の問題に直面している。
Japan is faced with the issue of a declining birth-rate.
日本面临着少子化的问题。
Nhật Bản hiện đang đối mặt với vấn đề tỉ lệ sinh giảm.

0358
ちょぞう
貯蔵 する
Store
储藏、储存
bảo quản, cất trữ

この店は地下の倉庫にワインを貯蔵している。
This store keeps wine in the basement.
这家店在地下仓库里储藏着葡萄酒。
Cửa hàng này cất trữ rượu ở nhà kho dưới tầng hầm.

0359
ちょっかん
直感
Intuition, gut-feeling
直觉
trực giác

直感で競馬の券を買ったら、大当たりだった。
I bought a horse-racing ticket on gut-feeling and had a big win.
我凭直觉买了一张赛马彩票，中了大奖。
Tôi đặt cược vào đua ngựa theo trực giác và đã trúng đậm.
✻ 直感的

0360
ちんぎん
賃金
Wage
工资、薪水
tiền lương

労働組合は賃金をもっと上げろと要求した。
The labor union demanded a further increase in wages.
工会要求提高工资。
Liên đoàn lao động đã yêu cầu tăng lương.
✻ 最低賃金

0361
ちんもく
沈黙 する
Be silent
沉默
im lặng

返事に困った彼は、しばらく沈黙した。
Unable to answer easily, he fell silent for a while.
他不知作何回答，陷入了短暂的沉默。
Không biết phải trả lời sao nên anh ta im lặng mất một lúc.

0362
ついきゅう
追及 する
Pursue, hold to account
追究
truy cứu

医師は患者から医療事故の責任を追及された。
The doctor was held accountable by the patient for the medical accident.
医生被患者追究了医疗事故的责任。
Bác sĩ bị bệnh nhân truy cứu trách nhiệm về sự cố trong điều trị.

0363

ついきゅう
追求 (する)
Seek, pursue
追求
theo đuổi, mưu cầu

彼は小説で、理想の生き方を追求しようとした。
In the novel, he was seeking the ideal way of living.
他尝试在小说中追求理想的生活方式。
Ông ấy cố gắng theo đuổi cách sống lý tưởng qua tiểu thuyết.

0364

つかいみち
使い道
Use, application
用途、用法
cách sử dụng

「ボーナスの使い道は?」「家のローンだよ」
"What are you going to do with your bonus?" "Pay off the mortgage."
"奖金怎么用?""还房贷呗。"
"Tiền thưởng dùng làm gì đây?" "Để trả nợ mua nhà kìa."

0365

つじつま
Consistency
逻辑、条理
đầu đuôi

つじつまの合わない話だから、それはうそだろう。
That story doesn't add up, so it is a lie.
这么不合逻辑的事, 应该是假的吧。
Câu chuyện này đầu đuôi không thống nhất nên chắc là xạo rồi.

0366

つや
艶
Gloss, sheen
光泽
sự bóng bẩy

彼女の髪は艶があってきれいだ。
Her hair is glossy and beautiful.
她的头发很有光泽, 非常漂亮。
Tóc chị ấy bóng và đẹp ghê!

0367

ていき
提起 (する)
Raise, cite
提出
nêu lên

この本で著者は農薬の害の問題を提起した。
In this book, the author raised issues of damage caused by agricultural chemicals.
作者在这本书里提出了农药危害的问题。
Tác giả đã nêu lên vấn đề tác hại của hóa chất nông nghiệp trong cuốn sách này.
※問題提起

0368

ていぎ
定義 (する)
Define
定义
định nghĩa

点とは位置があって部分がないものと定義される。
A point is defined as something lacking a physical presence but occupying a defined position.
点被定义为只有位置而没有部分的东西。
Điểm được định nghĩa là vật có vị trí nhưng không có bộ phận.

0369

ていきょう
提供 (する)
Provide
提供
cung cấp

この団体は留学生に安く部屋を提供している。
This group provides accommodation cheaply to overseas students.
这个团体向留学生提供廉价住房。
Tổ chức này chuyên cung cấp nhà thuê giá rẻ cho du học sinh.
※提供者　※情報提供

0370

ていさい
体裁
Appearance, looking decent
形态、外观；体面
hình dạng / thể diện

庭の木の体裁を整える/近所に体裁が悪い
Smarten up the garden trees / I am not fit to be seen by neighbors.
修剪庭院的树木/没脸见邻居
chỉnh sửa hình dạng cây trong vườn / mất thể diện trước hàng xóm

0371

ていじ
提示 する
Present, show
提示、出示
xuất trình

チケットを提示し、コンサート会場に再入場した。

By presenting the ticket, I re-entered the concert venue.

我出示了音乐会门票，再次入场。

Tôi xuất trình vé và được vào hội trường buổi hòa nhạc trở lại.

0372

ていせい
訂正 する
Correct, amend
订正、修正
sửa

記入の間違いに気づいて、申請書を訂正した。

I corrected the application form after noticing an error in the information I had filed.

我注意到填错了，修改了申请表。

Nhận ra mình ghi lỗi nên tôi sửa lại đơn.

0373

ていたい
停滞 する
Stagnate
停滞
trì trệ

消費税が上がって、消費が停滞している。

With the rise in the consumption tax, consumption stagnated.

由于消费税上涨，消费停滞了。

Do thuế tiêu thụ tăng nên sức tiêu thụ bị trì trệ.

0374

ていちゃく
定着 する
Take root
固定、扎根
trụ vững, bám chắc

男性の育児休暇制度はなかなか定着しない。

The paternity leave system is not really taking root.

男性的产假难以固定落实。

Chế độ nghỉ chăm con dành cho nam giới mãi vẫn không trụ vững được.

0375

ていぼう
堤防
Embankment
堤坝
con đê, bờ kè

大雨で堤防が崩れた。

The levee collapsed in the heavy rains.

大雨冲垮了堤坝。

Mưa lớn làm lở đê.

0376

てがかり
手掛かり
Clue
线索
manh mối, chỗ bám

警察は足跡を手掛かりにして犯人を特定した。

The police were able to identify the criminal from his footprints.

警察以足迹为线索，锁定了犯人。

Cảnh sát đã xác định được hung thủ nhờ manh mối từ dấu chân.

0377

てきおう
適応 する
Adapt
适应
thích ứng

この植物は環境に適応する力が強い。

This plant has a strong ability to adapt to the environment.

这种植物的环境适应能力很强。

Loài thực vật này có khả năng thích nghi với môi trường rất tốt.

※適応性

0378

てきちゅう
的中 する
Hit home, get it right
猜中
đoán trúng, trúng đích

問題の予想が的中して、試験は高得点だった。

My exam scores were high because I was able to predict questions correctly.

我押中试题，取得了高分。

Tôi đoán trúng đề thi nên được điểm cao.

0379	彼は仕事の手際が非常に良い。
てぎわ	He is very skilled at his job.
手際	他的工作方法非常好。
Skill	Tay nghề làm việc của anh ấy rất cao.
(処理事務的)方法、技巧	
tay nghề, kỹ năng	

0380	高度な写真撮影のテクニックを学んだ。
	I studied sophisticated photography techniques.
テクニック	我学习了高级摄影技巧。
Technique	Tôi học được kỹ thuật chụp ảnh chuyên nghiệp.
技巧、技術	
kỹ thuật	

0381	先輩に作業の手順を説明してもらった。
てじゅん	My superior explained operational procedures to me.
手順	前辈向我说明了操作步骤。
Procedure	Tôi được người đi trước giải thích về trình tự công việc.
順序、步骤	
trình tự	

0382	お手数をおかけして、申し訳ありません。
てすう/てかず	I'm sorry for the inconvenience caused.
手数	给您添麻烦了，真对不起。
Bother, inconvenience	Tôi rất xin lỗi đã làm phiền ông.
麻烦、费事	
sự làm phiền	

0383	県は住民の反対で、病院の移転計画案を撤回した。
てっかい	In the face of opposition from residents, the prefecture withdrew
撤回 (する)	its plan to relocate the hospital.
Withdraw, revoke	因居民反对，县里撤回了迁移医院的计划。
撤回、撤销	Tỉnh đã rút lại đề án di dời bệnh viện do bị dân phản đối.
rút lại	

0384	秘書は社長に迎えの車を手配した。
てはい	The secretary arranged for a car to pick up the President.
手配 (する)	秘书安排好了车去接社长。
Arrange	Thư ký chuẩn bị xe để đón giám đốc.
安排、筹备	
sắp xếp, chuẩn bị	

0385	泥棒は仲間に手引きされた/初心者用の手引き
てびき	The thief was guided by accomplices. / Guidance for beginners.
手引き (する)	小偷受到了同伴的指点/新手的入门书
Guide	Tên trộm bị đồng bọn chỉ điểm. / sách hướng dẫn dành cho
引路、向导；引导、启蒙、入门书	người mới bắt đầu
chỉ điểm / hướng dẫn	

0386	火山が噴火するというデマが流れた。
	There were rumors that the volcano would erupt.
デマ	火山喷发的谣言四起。
Rumor	Đã có tin đồn thất thiệt rằng núi lửa sắp phun trào.
谣言	
tin đồn thất thiệt	

0387

てもと
手元
At hand
手头
bên mình

息子は食事中も手元に携帯を置いている。

My son keeps his cellphone at hand even during meals.
即便在吃饭时，儿子也在手边放着手机。
Con trai tôi để di động bên mình kể cả khi ăn.

0388

てわけ
手分け する
Divide work up
分头、分工
chia ra

皆で手分けして迷子の子供を捜した。

Everybody was assigned a role in looking for the lost child.
大家分头寻找迷路的孩子。
Mọi người chia nhau ra tìm đứa bé bị lạc.

0389

でんえん
田園
Countryside
田园
nông thôn

祖父は、畑が続く田園の風景が好きだった。

My grandfather loved rural scenery, with fields fanning out.
祖父喜欢农田连绵不绝的田园风景。
Ông tôi rất thích phong cảnh nông thôn bạt ngàn ruộng đồng.

※田園風景

0390

てんかん
転換 する
Convert, transform
转变
thay đổi, chuyển đổi

明治時代、日本の社会は大きく転換した。

In the Meiji era, Japanese society was greatly transformed.
明治时代，日本的社会发生了剧变。
Vào thời Meiji, xã hội Nhật Bản có sự thay đổi lớn lao.

※～転換（例：気分転換）

0391

てんけん
点検 する
Inspect
逐一检查
kiểm tra

エレベーターは安全のために点検の義務がある。

Elevators are subject to mandatory safety inspections.
为了安全起见，有义务对电梯逐一检查。
Thang máy phải được kiểm tra để đảm bảo an toàn.

0392

てんぼう
展望 する
Have a view of
瞭望、眺望
ngắm nhìn

このビルの最上階から富士山が展望できる。

You have a view of Mt Fuji from the highest floor of the office building.
从这栋大楼的顶层可以眺望富士山。
Có thể ngắm núi Phú Sĩ từ tầng thượng của tòa nhà này.

※展望台

0393

とう
棟
Block, wing
屋脊长的建筑
tòa nhà, dãy nhà

あの10階建ての棟が実験棟だ。

That ten-story wing is an experimental building.
那栋10层大楼就是实验楼。
Tòa nhà 10 tầng kia là khu thí nghiệm.

※～棟（例：研究棟）

0394

どうい
同意 する
Consent, agree
同意
đồng ý

個人情報の利用には、本人の同意が必要だ。

Consent of the person involved is necessary for use of personal information.
要使用个人信息，必须取得本人的同意。
Muốn sử dụng thông tin cá nhân cần có sự đồng ý của chủ nhân.

0395

とうごう

統合 する

Integrate, amalgamate

统一、合并

kết hợp, hợp nhất

市は、児童数が減った学校の統合を検討している。

The municipal authority is considering amalgamating schools where numbers of children have fallen.

市里正在探讨入学儿童数量减少的学校的合并问题。

Thành phố đang xem xét hợp nhất các trường có ít học sinh với nhau.

0396

どうこう

動向

Trend

动向

xu thế

経済の動向を見ながら株を売買している。

I buy and sell shares while monitoring economic trends.

根据经济动向，进行股票的买入与卖出。

Tôi vừa theo dõi xu thế kinh tế vừa mua bán cổ phiếu.

0397

とうせい

統制 する

Bring under control

协调一致

kiểm soát

メンバーの統制がとれたチームが優勝した。

The team that pulled its members together won.

成员们团结一致的队伍夺冠了。

Đội kiểm soát tốt các thành viên đã chiến thắng.

0398

とうたつ

到達 する

Reach, attain

抵达、到达

đến nơi, đạt được

探検隊は30日かけて北極点に到達した。

The expedition team took 30 days to reach the North Pole.

探险队花了30天时间抵达北极点。

Đội thám hiểm đã đến được Bắc cực sau 30 ngày.

☀到達点

0399

とうにゅう

投入 する

Invest

投入

đổ vào

工場の安全整備に3千万円が投入された。

¥30 million was invested in factory safety facilities.

工厂在安全配置上投入了3000万日元。

Công ty đã đổ 30 triệu yên vào việc đảm bảo an toàn cho nhà máy.

0400

どうふう

同封 する

Enclose, include

附在信内、随函

gửi kèm

手紙に写真を同封して、祖母に送った。

I included a photograph in the letter, and sent it to my grandmother.

我把照片附在信内，一并寄给了祖母。

Tôi gửi thư kèm hình chụp cho bà xem.

0401

どうよう

動揺 する

Be shaken

动摇、不安

dao động

倒産のうわさが流れて、社員たちは動揺した。

Staff were shaken by the bankruptcy rumors flying around.

公司倒闭的流言四起，员工们都心生不安。

Tin đồn phá sản lan truyền làm nhân viên công ty dao động.

0402

どくじ

独自

Unique, distinctive

独特

bản sắc, cá nhân, đặc hữu

その島は今も独自の文化を守っている。

That island has retained its unique culture to the present.

直到现在，那座岛屿仍然保留着独特的文化。

Hòn đảo đó đến giờ vẫn giữ được nền văn hóa mang bản sắc riêng.

0403

とくはいん
特派員
Correspondent
特派记者
đặc phái viên

<ruby>特<rt>とく</rt></ruby><ruby>派<rt>は</rt></ruby><ruby>員<rt>いん</rt></ruby>が<ruby>現地<rt>げんち</rt></ruby>の<ruby>様子<rt>ようす</rt></ruby>をテレビで<ruby>報告<rt>ほうこく</rt></ruby>した。

A correspondent reported on TV about the situation on the ground.

特派记者通过电视报道了当地的情况。

Phóng viên đặc phái đã tường thuật tình trạng hiện trường trên truyền hình.

0404

とくゆう
特有
Distinctive
特有
đặc trưng

<ruby>銅<rt>どう</rt></ruby>は<ruby>特有<rt>とくゆう</rt></ruby>の<ruby>青<rt>あお</rt></ruby>い<ruby>炎<rt>ほのお</rt></ruby>で<ruby>燃<rt>も</rt></ruby>える。

Copper burns with a distinctive blue flame.

铜在燃烧时，会产生特有的蓝色火焰。

Kim loại đồng khi cháy tạo ngọn lửa xanh đặc trưng.

❋ 〜<ruby>特有<rt>とくゆう</rt></ruby>（<ruby>例<rt>れい</rt></ruby>：<ruby>日本<rt>にほん</rt></ruby><ruby>特有<rt>とくゆう</rt></ruby>）

0405

とじょう
途上
On the way
中途
trên đường, đang

この<ruby>病気<rt>びょうき</rt></ruby>の<ruby>治療薬<rt>ちりょうやく</rt></ruby>は、まだ<ruby>開発<rt>かいはつ</rt></ruby>の<ruby>途上<rt>とじょう</rt></ruby>だ。

Therapeutic drugs for this disease are still under development.

治疗这种疾病的药物还在研发。

Phương thuốc điều trị căn bệnh này vẫn đang được phát triển.

❋ <ruby>発展<rt>はってん</rt></ruby><ruby>途上国<rt>とじょうこく</rt></ruby>

0406

どだい
土台
Foundation(s)
地基；根基、基础
nền móng / nền tảng

<ruby>家<rt>いえ</rt></ruby>の<ruby>土台<rt>どだい</rt></ruby>を<ruby>作<rt>つく</rt></ruby>る／<ruby>事業<rt>じぎょう</rt></ruby>の<ruby>土台<rt>どだい</rt></ruby>を<ruby>固<rt>かた</rt></ruby>める

Build foundations for a house / Consolidate the foundations of a business

打地基／夯实事业基础

đổ móng xây nhà / củng cố nền tảng sự nghiệp

0407

とっけん
特権
Privilege, special right
特权
đặc quyền

<ruby>会員<rt>かいいん</rt></ruby>の<ruby>特権<rt>とっけん</rt></ruby>で<ruby>優先的<rt>ゆうせんてき</rt></ruby>にチケットが<ruby>買<rt>か</rt></ruby>えた。

I was able to buy a ticket on special terms through membership perks.

我以会员特权，优先买到了票。

Tôi được ưu tiên mua vé nhờ đặc quyền của hội viên.

0408

とっぱ
突破 する
Break through
冲破、突破；超额、超量
đột phá / tăng vọt

<ruby>敵<rt>てき</rt></ruby>の<ruby>守<rt>まも</rt></ruby>りを<ruby>突破<rt>とっぱ</rt></ruby>する／<ruby>人口<rt>じんこう</rt></ruby>が１０<ruby>億<rt>おく</rt></ruby>を<ruby>突破<rt>とっぱ</rt></ruby>した

Break through the defenses of the enemy / The population broke through the 1 billion threshold.

突破敌人的防线／人口超过了10亿

đột phá phòng tuyến của địch / Dân số đã tăng vọt lên 1 tỉ người.

わたしの<ruby>単語<rt>たん ご</rt></ruby>

On this page, let's write down vocabulary items taken from daily life.
请在这一页写下日常生活中发现的单词吧。
Hãy viết vào trang này những từ vựng tìm thấy trong sinh hoạt.

読んでみよう2

外国人に住みやすい街づくり

　ふじ市は、多様な文化の人々が共存できる社会を目指しています。昨年行った外国人居住者実態調査の集計結果をもとにして、現状と課題をまとめました。

〈現状〉

　ふじ市に住む外国人の割合は、2015年までは人口の10 ％前後を推移していましたが、最近急増して昨年は15 ％になりました。国籍はアジアが多く、年齢は20〜30代が圧倒的です。しかし、義務教育年齢の子供も増え、このうち半分近くが学校へ行っていないと推定されます。

　「困っていること」を尋ねたところ、「回覧板が読めなくて、生活に支障がある」「医者の説明が分からない」など言葉の問題、「ごみの処分が複雑だ」「災害のときが不安だ」など生活の問題、「職場の待遇が日本人と違う」などの差別が挙げられました。

　「ふじ市のいいところ」は、「やさしい日本語で話してくれる人が多い」「保育園に入りやすい」などでした。

〈課題〉

・「やさしい日本語」（注）の普及

　多様な言語を話す外国人が住む現状から、市では「やさしい日本語」の普及を推進してきました。その成果は上がってきていますが、まだ途上です。長期的な視点で日本人向けの講座や市職員の研修にさらに取り組むことが重要です。

・外国人と日本人の**接触**機会を増やす

　日本人住民の中には、外国人が増えることを理由なく恐れる人も多いのが**実情**です。お互いがどうしたら理解できるか、まだ**試行錯誤**の段階です。今回の調査で「日本文化体験よりも生活の場で地域住民と交流することのほうがもっと大切だ」という**指摘**があり、生活の場での交流**促進**を持続的に進める必要があります。

(注)「やさしい日本語」とは、初級の文法と1500語ぐらいの単語を使う、外国人に分かりやすい日本語のこと。全てを多様な言語で翻訳することは難しい。むしろやさしい日本語のほうが情報が伝わりやすいと考えられており、地域の日本人、職員などにそれを教えている市町村が増えている。

Creating a community that foreigners feel at home in

Fuji City aims to create a community in which people from diverse backgrounds can live together harmoniously. A report on current progress and issues has been compiled, based on answers collated in a survey into the circumstances of foreign residents that was carried out on the previous year.

<The current situation>

The percentage of foreigners residing in Fuji was around 10% of the total population up to 2015. But this figure had jumped to 15% last year. Most of these people are from elsewhere in Asia, and the vast majority are in their 20s and 30s. However, though the number of children at compulsory education age has increased, it is estimated that nearly one-half do not go to school.

When asked what troubles they have, they cited language issues – inability to read circular notices, creating obstacles to daily life, and inability to understand doctors' explanations — and daily life issues cited included the complexity of garbage-sorting and unease about provisions for emergencies. They also mentioned discrimination, such as being treated differently in the workplace to Japanese.

When asked if Fuji is a good place, they replied that many people are kind enough to use simplified Japanese, and it is easy to get children into the kindergarten.

<Issues>

- The spread of simplified Japanese (see Note): Due to the fact that foreign residents currently speak a variety of languages, the authorities have been promoting the use of simplified Japanese. This initiative is still under development, though some benefits have already been achieved. It is important to take further measures from a long-term perspective to educate Japanese people through courses and train municipal employees.

- Increasing the opportunities for contact between foreigners and Japanese: The fact remains that there are many people among the Japanese residents who for no good reason are worried about the increase in the number of foreigners. The city is still at the trial-and-error stage, finding out how the two sides view each other. It was pointed out in this survey that "it is more important to arrange exchanges with people in daily life than provide experience of Japanese culture", and it is necessary to continuously promote exchange in daily life.

Note   Using basic grammar and a vocabulary of around 1,500 words, simplified Japanese is Japanese modified to enable foreigners to understand it better. It is difficult to translate all information in Japanese into the various languages. It was accordingly deemed that it would be better to use simplified Japanese to get information across. The number of municipal and lower-level authorities teaching this approach to local residents and municipal employees is increasing.

建设外国人宜居城市

富士市旨在建设多元文化人群和谐共存的社会。我们根据去年实施的外籍居民实况调查统计结果，归纳了现状与课题。

<现状>

截至 2015 年，居住在富士市的外籍居民人口比例始终徘徊在 10% 左右。而这个比例最近急剧增加，去年增至 15%。大部分人国籍为亚洲国家，年龄集中在 20 ～ 39 岁。然而，义务教育适龄儿童也增加了，可以推断这些孩子中有近一半没有去上学。

当被问到"困扰的事情"时，有人提出"看不懂传阅板报，生活很不便""听不懂医生的解释"等语言问题，有人提出"垃圾处理太复杂了""遇灾时很不安"等生活问题，也有人提出"职场待遇与日本人不一样"等歧视问题。

当被问到"富士市的优点"时，他们给出了"用简单日语与我们说话的人很多""孩子入托方便"等回答。

<课题>

- "简单日语"（注）的普及：鉴于多语种外国人居住的现状，富士市不断推进着"简单日语"的普及。虽已取得一定成果，但仍有很长的路要走。从长远来看，进一步开展面向日本人的讲座及市公务员的培训是很重要的。

- 增加外国人与日本人接触的机会：实际情况是，在日本居民中，有很多人对外籍居民的增加抱有一种无端的恐惧。如何才能互相理解，尚处于试错阶段。在本次调查中有人指出，"比起体验日本文化，在生活场景中与当地居民的交流才更为重要"，我们有必要持之以恒地促进双方在日常生活中的交流。

注：" 简单日语 "是指使用初级语法与约 1500 个词汇，让外国人容易理解的日语。把一切都翻译成多种语言是很困难的，反倒是简单日语容易传递信息。基于这种考虑，向当地居民、公务员教授简单日语的市町村越来越多了。

Xây dựng thành phố dễ sống đối với người nước ngoài

Thành phố Fuji hiện đang hướng đến xây dựng một cộng đồng nơi nhiều người đến từ các nền văn hóa khác nhau có thể cùng chung sống. Dựa vào kết quả tổng hợp từ cuộc khảo sát về tình hình thực tiễn của các cư dân ngoại quốc được thực hiện vào năm trước, thành phố đã đúc kết được những hiện trạng và vấn đề như sau.

<Hiện trạng>

Tỉ lệ người ngoại quốc sinh sống tại thành phố Fuji cho đến năm 2015 chỉ biến động trong khoảng 10% tổng dân số nhưng gần đây đã tăng vọt và đạt 15% vào năm ngoái. Phần lớn là người châu Á và độ tuổi 20-30 chiếm ưu thế. Tuy nhiên, số trẻ em trong độ tuổi giáo dục bắt buộc cũng tăng và dự đoán trong số này có gần một nửa là chưa đến trường.

Khi được hỏi về "những khó khăn", các vấn đề về ngôn ngữ như "không đọc được thông báo nên sinh hoạt bị ảnh hưởng", "không hiểu khi bác sĩ giải thích" v.v, vấn đề về sinh hoạt như "cách phân loại rác phức tạp", "lo lắng khi gặp thiên tai" v.v, về phân biệt đối xử như "chế độ đãi ngộ tại nơi làm việc khác với người Nhật" đã được nêu lên.

Câu hỏi về "ưu điểm của thành phố Fuji" nhận được các câu trả lời như "nhiều người nói tiếng Nhật đơn giản", "dễ được nhận vào nhà trẻ" v.v.

<Vấn đề>

- Phổ biến "tiếng Nhật đơn giản" (xem chú thích): Thành phố đã khuyến khích việc phổ biến "tiếng Nhật dễ hiểu" dựa trên thực trạng sống của người nước ngoài vốn sử dụng nhiều ngôn ngữ. Việc này đã gặt hái được nhiều thành quả nhưng vẫn đang trong quá trình hoàn thiện. Trên quan điểm lâu dài, rất cần tổ chức các khóa đào tạo dành cho công chức thành phố và các buổi học cho người Nhật.

- Tăng cơ hội tiếp xúc giữa người nước ngoài và người Nhật: Có một thực trạng là nhiều cư dân người Nhật trong thành phố lo ngại vô cớ trước việc số người nước ngoài tăng lên. Chúng ta vẫn đang ở bước thử nghiệm và thất bại nhằm tìm ra làm thế nào để hiểu nhau. Trong khảo sát lần này, đã có người chỉ ra rằng "việc giao lưu với cư dân cùng khu vực trong đời sống hàng ngày quan trọng hơn nhiều so với việc trải nghiệm văn hóa Nhật Bản", do đó cần duy trì xúc tiến giao lưu trong sinh hoạt.

Chú thích: "tiếng Nhật đơn giản" là tiếng Nhật sử dụng khoảng 1500 từ vựng và ngữ pháp sơ cấp, dễ hiểu với người nước ngoài. Rất khó phiên dịch mọi từ vựng ra các thứ tiếng khác nhau. Thay vào đó, người ta cho rằng tiếng Nhật đơn giản sẽ truyền đạt thông tin dễ dàng hơn và số đô thị dạy vẽ nó cho cư dân người Nhật, viên chức trong khu vực v.v đang tăng lên.

	せつ じ **接辞2**	Prefixes and Suffixes 2 接头词／接尾词2 Phụ tố 2	

11	~派 (は)	Clique, group, circle ……派 phái ~	かいかく は　　はんたい は 改革派　反対派
12	非~ (ひ)	Negating word. Non-, un- 非……、不…… phi ~	ひ げんじつてき　　ひ せいさんてき 非現実的　非生産的
13	~網 (もう)	Network ……网 mạng lưới ~	つうしんもう　　どう ろ もう 通信網　道路網
14	~元 (もと)	Source, origin ……源 nguồn ~	じょうほうもと　　はつばいもと 情報元　発売元

	じょすう し **助数詞**	Counter Words 数量词 Số từ	

01	~画 (かく)	Counter for *kanji* strokes ……笔（表示汉字笔画） ~ nét
02	~次 (じ)	~ times. Counter for frequency, sequence, etc 第……次 lần, đợt
03	~そう	Counter for boats and ships ……艘 ~ con tàu, ~ chiếc thuyền
04	まい じ 毎時~ (km)(~(km)/h)	kilometers per hour 时速……（千米）（……千米／时） ~ km mỗi giờ, (~km/h)

名詞　一般3 めいし　いっぱん	Nouns – General 3 名词 – 一般名词3 Danh từ – Thông dụng 3

0409

どわすれ
度忘れ する

Have a lapse of memory
一时蒙住、突然忘记
quên béng

自分の電話番号を度忘れしてしまった。

I just forgot my own telephone number.
我一下子忘了自己的电话号码。
Tôi quên béng số điện thoại của mình.

0410

ないしょ
内緒

Confidential
保密
bí mật

「内緒よ」と言われたのに、人に話してしまった。

I told people about it even though I was told that it was confidential.
别人拜托了我保密，但我不小心就给说出去了。
Đã được dặn giữ bí mật mà tôi lại lỡ nói cho người khác.

❀ 内緒話

0411

ながもち
長持ち する

Last a long time
经久、耐用
lâu bền

この鍋は、値段は高いが丈夫で長持ちする。

This pot is expensive, but it will last a long time.
这口锅虽然价格昂贵，但是结实耐用。
Cái nồi này giá mắc nhưng vừa tốt vừa bền.

0412

なごり
名残

Remains
余波、余韵
tàn tích

この辺りには昔別荘地だった名残がある。

In this area, there are remains of a former holiday home area.
这一带曾经是别墅区，现在还能感受到一些当时留下的余韵。
Khu vực này vẫn còn tàn tích của một trang viên thời xưa.

0413

なりゆき
成り行き

Outcome
发展、演变
diễn tiến

多くの人が裁判の成り行きに注目している。

A lot of people are watching how this trial plays out.
很多人都非常关注审判的发展。
Rất nhiều người theo dõi diễn tiến của phiên tòa.

0414

なれ
慣れ

Practice, familiarity
习惯化、惯性
sự quen với

仕事の慣れから油断して、ミスをしてしまった。

I made a mistake because I was complacent due to over-familiarity with the job.
由于工作的惯性，疏忽大意，出了错。
Tôi bất cẩn do đã quen việc nên mắc lỗi.

0415

にゅうしゅ
入手 する

Obtain
入手、取得
có được, lấy được

事故直後の情報の入手は、困難だった。

It was difficult to get hold of information in the immediate aftermath of the accident.
要立刻获取事故发生后的信息，是很难的。
Rất khó lấy được thông tin ngay sau vụ tai nạn.

0416

にんしき
認識 する
Recognize, be aware of
认知、理解
nhận thức

仕事内容の認識が甘いと、上司に叱られた。
I was told off by my boss for being lax about my job.
上司斥责我对工作内容的理解太肤浅了。
Tôi bị sếp khiển trách là chưa nhận thức được nội dung công việc.

0417

にんたい
忍耐
Patience
忍耐
sự nhẫn nại

彼らの成功の裏には、忍耐と努力があった。
Underpinning their success were patience and commitment.
他们成功的背后，是忍耐与努力。
Phía sau thành công của họ có sự nỗ lực và nhẫn nại.
※ 忍耐力

0418

にんてい
認定 する
Certify, acknowledge
认定
thừa nhận, công nhận

この大学はボランティア活動を単位に認定する。
This university recognizes volunteer activities as study units.
这所大学将参加志愿活动也认定为获得学分的一种方式。
Đại học này công nhận hoạt động tình nguyện làm tín chỉ.

0419

ねうち
値打ち
Value
价值
giá trị, sự xứng đáng

この絵画展は混んでいても見に行く値打ちがある。
Even if this exhibition is crowded, it is worth seeing.
这个画展即使拥挤不堪，也值得去看。
Triển lãm hội họa này dù đông người nhưng rất đáng đi xem.

0420

ねん
念
Care, attention
注意
sự cẩn trọng

提出するまえに、念を入れて作文の見直しをした。
Before submission, I very carefully revised the text.
我在提交前，仔细地重新看了一遍作文。
Tôi cẩn thận đọc lại bài văn trước khi nộp.

0421

ねんりょう
燃料
Fuel
燃料
nhiên liệu

水素を燃料とした車が開発された。
A car using hydrogen as fuel has been developed.
以氢为燃料的车已经开发出来了。
Người ta đã phát triển được loại xe hơi chạy bằng nhiên liệu hydro.
※ 燃料電池 ※ ~燃料（例：核燃料）

0422

ノルマ
Quota
指标
hạn mức, chỉ tiêu

これ以上、販売のノルマを増やさないでほしい。
I do not want sales quotas to be increased above this level.
我希望不要再提高销售指标了。
Tôi mong công ty đừng tăng chỉ tiêu bán hàng cao hơn nữa.

0423

はあく
把握 する
Grasp
把握、充分理解
nắm bắt

市はまだ洪水被害の現状が把握できていない。
The municipal authority is still unable to grasp the extent of flood damage.
市里还无法充分掌握洪水受灾情况。
Thành phố vẫn chưa nắm bắt được hiện trạng thiệt hại do lũ lụt.

0424 **ハードル** Hurdle, obstacle 难度、困难 rào cản	あの大学に入るのは、私にはハードルが高い。 The obstacles to my entering that university are high. 要进入那所大学，对我来说很难。 Vào học trường đại học đó với tôi vô cùng khó khăn.
0425 **はいき** **廃棄** する Discard, scrap 废弃 thanh lý, vứt bỏ	大型の家具の廃棄は有料です。 Disposal of large items of furniture is subject to a charge. 大型家具的废弃处理是收费的。 Vứt bỏ đồ nội thất kích thước lớn sẽ tốn phí. **※廃棄物**
0426 **はいじょ** **排除** する Get rid of, remove 排除、除掉 dẹp bỏ, loại bỏ	警察は交通妨害をするとしてデモ隊を排除した。 The police dispersed the protestors because they were a traffic obstruction. 警察以妨碍交通为由，把游行队伍驱散了。 Cảnh sát đã dẹp đoàn biểu tình gây cản trở giao thông.
0427 **はいすい** **排水** Waste water 排水 thoát nước	トイレの排水の管が詰まって、使えなくなった。 The drainage piping is blocked, and the toilet can no longer be used. 厕所的排水管堵住无法使用了。 Ống thoát nước trong nhà vệ sinh bị tắc nên không dùng được nữa.　**※排水管**
0428 **ばいたい** **媒体** Media 媒体、媒介 vật hoặc phương tiện truyền dẫn	テレビやネットは宣伝に効果的な媒体だ。 Television and the Internet are effective media for advertising. 电视及网络是很有宣传效果的媒体。 Truyền hình và internet là các phương tiện quảng cáo hiệu quả.
0429 **はいち** **配置** する Arrange, deploy 布置、布局 sắp đặt, bài trí	気分転換に家具の配置を換えてみた。 I rearranged the furniture to change my mood. 为了转换心情，我试着改变了一下家具的布局。 Tôi thử thay đổi cách bài trí đồ nội thất để làm mới tâm trạng.
0430 **はいぶん** **配分** する Distribute, allocate 分配、分布 phân phối, phân chia	工事内容に合わせて、予算の配分を考えた。 They tailored the budget allocation to the nature of the works. 结合工程内容，考虑了预算的分配情况。 Nghĩ cách phân chia ngân sách cho phù hợp với nội dung công trình.
0431 **はいぼく** **敗北** する Lose, be defeated 败北、战败 thua, bại trận	決勝戦で去年の優勝チームに敗北した。 We lost in the final to the team that won last year. 我们在决赛中败给了去年的冠军队。 Chúng tôi đã thua đội đương kim vô địch ở trận chung kết.

0432

はいりょ
配慮 (する)

Consider, take account of
关怀、照料

quan tâm, nghĩ đến

この施設は高齢者に配慮して造ってある。
This facility was built taking account of the needs of the elderly.
这个设施是为关怀老年人而建造的。
Người ta có nghĩ đến người cao tuổi khi xây dựng cơ sở này.

0433

はかい
破壊 (する)

Destroy
破坏

phá hủy

人間の歴史は、自然を破壊してきた歴史でもある。
The history of mankind is also the history of the destruction of nature.
人类的历史，也是破坏自然的历史。
Lịch sử nhân loại cũng là lịch sử phá hủy tự nhiên.
※破壊的　※環境破壊

0434

はき
破棄 (する)

Destroy, annul
撕毁；毁约、废除

tiêu hủy / hủy bỏ

要らない資料を破棄する/契約を破棄する
Destroy unneeded materials / Tear up a contract
销毁不需要的资料/废除合同
tiêu hủy tài liệu hết giá trị sử dụng / hủy bỏ hợp đồng

0435

はくし
白紙

Blank sheet, white paper
白纸；原状

giấy trắng / từ ban đầu

答案を白紙で出す/契約を白紙に戻す
Hand in a blank answer sheet / Return the contract to a tabula rasa state.
交白卷/契约作废
nộp giấy làm bài thi để trống / đưa hợp đồng về lại lúc đầu

0436

はくりょく
迫力

Power
感染力、打动人心

sức mạnh

その映画の野外コンサートシーンは迫力があった。
The outdoor concert scenes in that film were impressive.
那部电影中露天音乐会的场景很有感染力。
Cảnh hòa nhạc ngoài trời của bộ phim đó gây ấn tượng mạnh.

0437

ばくろ
暴露 (する)

Expose, reveal
揭露

phơi bày

新聞記者が政治家の汚職を暴露した。
The newspaper reporter exposed the corruption of the politicians.
报纸记者揭露了政治家的贪污行为。
Nhà báo đã phơi bày nạn tham nhũng của các chính trị gia.

0438

はけん
派遣 (する)

Dispatch, send
派遣

phái cử

政府は、地震があったA国に医師を派遣した。
The government sent doctors to Country A after it suffered an earthquake.
政府向发生了地震的A国派遣了医生。
Chính phủ đã cử bác sĩ đến nước A vừa trải qua trận động đất.

0439

はっかく
発覚 (する)

Be detected, be discovered
暴露

bị phát hiện

選挙の不正が発覚して、大臣が辞職した。
Following the discovery of electoral improprieties, the minister resigned.
由于选举中的不正当行为暴露了，大臣引咎辞职。
Vụ gian lận bầu cử bị phát hiện, một thành viên nội các đã từ chức.

0440

はっき
発揮 (する)
Bring to bear
发挥
phát huy

彼が実力を発揮すれば、優勝できるだろう。
If he brings his ability to bear, I think he can win.
他要是把实力发挥出来，应该能夺冠。
Chỉ cần cậu ấy phát huy được thực lực ắt sẽ giành chiến thắng.

0441

はっくつ
発掘 (する)
Unearth, uncover
挖掘、发掘
khai quật

調査団は2万年前の住居の跡を発掘した。
The research team uncovered relics of habitations from 20,000 years ago.
考察团队挖掘出了2万年前的居住遗迹。
Đoàn nghiên cứu đã khai quật được tàn tích của một ngôi nhà 2 vạn năm tuổi.

0442

はっさん
発散 (する)
Emit, give off
发散
thoát ra, bốc hơi

汗は体内の熱を発散させる働きをする。
Sweat has the function of dissipating heat in the body.
汗有散发体热的作用。
Mồ hôi có tác dụng làm thoát nhiệt trong cơ thể.
※ストレス発散

0443

はっそう
発送 (する)
Ship, send
发送、寄出
gửi đi

お客様のご注文の品は、明日発送の予定です。
We plan to ship the item ordered by the customer tomorrow.
您订购的产品，预计明天发货。
Sản phẩm quý khách đặt sẽ được gửi đi vào ngày mai.

0444

はつみみ
初耳
News (to someone)
初次听到
mới nghe lần đầu

彼が私と同じ出身地だったとは初耳だ。
It was the first time I had heard that he came from the same place as me.
我还是头一回听说他跟我来自同一个地方。
Tôi mới nghe lần đầu rằng anh ta và tôi là đồng hương.

0445

はへん
破片
Debris, fragments
碎片
mảnh vỡ

割れたガラスの破片で手を切った。
I cut my hand on broken glass fragments.
玻璃碎片把手割破了。
Tôi bị mảnh kiếng vỡ làm đứt tay.

0446

はめつ
破滅 (する)
Ruin
破灭、毁灭
hủy hoại

酒が彼の人生を破滅させた。
Drinking ruined his life.
酒毁了他的人生。
Rượu đã hủy hoại cuộc đời của ông ta.

0447

バリアフリー
Barrier-free
无障碍式
không có rào cản

このトイレはバリアフリーで、誰でも利用できる。
This toilet is barrier-free, so anyone can use it.
这间厕所是无障碍式的，谁都能用。
Nhà vệ sinh này không có rào chắn nên ai cũng dùng được.
※バリアフリー化

0448

はれつ
破裂 (する)
Burst
破裂
nổ, vỡ

思い切り膨らませたら、風船が破裂した。
The balloon burst when it was over-inflated.
一个劲儿地吹气球，结果它破了。
Vì tôi thổi quá căng nên bong bóng vỡ.

0449

はん
班
Group, team
组
tổ, nhóm

調査団は、5つの班に分かれて被害の調査をした。
The damage investigation team went to work after being divided into five groups.
调查团分成五个小组进行了受害调查。
Đội khảo sát chia làm 5 nhóm để điều tra về thiệt hại.

0450

はんえい
繁栄 (する)
Flourish
繁荣
phát đạt, khởi sắc

この町は外国との交易で繁栄した。
This town prospered from commerce with foreign countries.
这座城镇是通过对外贸易繁荣起来的。
Thị trấn này phát đạt nhờ giao thương với nước ngoài.

0451

はんかん
反感
Antipathy
反感、不满
mối ác cảm, sự phản đối

部長の強引なやり方に皆が反感を持った。
Everybody reviled the forceful approach of the department chief.
大家对部长强硬的做法很不满。
Mọi người đều ác cảm với cách làm kiểu cưỡng ép của trưởng phòng.

0452

はんきょう
反響 (する)
Echo
回响；反响
âm vang / tạo tiếng vang

音がホールに反響する/映画が反響を呼ぶ
The sound echoes around the hall. / The film causes a stir.
声音在大厅里回响/电影引起反响
Âm thanh vang dội trong sảnh. / Bộ phim tạo tiếng vang.

0453

はんげき
反撃 (する)
Counterattack
反击
phản công

負けていたＡチームが反撃に出た。
Team A, which had been losing, mounted a counterattack.
处于劣势的A队开始了反击。
Đội A vốn bị dẫn trước đã vùng lên phản công.

0454

はんてい
判定 (する)
Judge, deem
判定
phán quyết

審判は選手の行為を反則だと判定した。
The referee judged the behavior of the athlete to be against the rules.
裁判判定选手的行为违反规则。
Trọng tài ra phán quyết rằng vận động viên đã phạm luật.

0455

ばんのう
万能
All-round talent
全能
toàn năng, đa tài

兄は勉強ができるうえにスポーツも万能だ。
My brother is good not only at study, but is also an all-rounder at sports.
哥哥不仅学习好，体育也全能。
Anh tôi vừa học giỏi vừa đa tài về thể thao.

0456 **はんめい** **判明** する Be identified, be ascertained 弄清、判明 được xác định, được làm rõ	さつじん じ けん　ひ がいしゃ　み もと　はんめい 殺人事件の被害者の身元が判明した。 The murder victim has been identified. 杀人案中的受害者的身份弄清楚了。 Danh tính của nạn nhân trong vụ án mạng đã được xác định.
0457 **はんらん** **氾濫** する Overflow 泛滥；充斥、蔓延 chảy tràn / tràn lan	かわ　はんらん　　　じょうほう　はんらん 川が氾濫する/情報が氾濫する The river overflows. / Information abounds. 河水泛滥/信息泛滥 Nước sông tràn bờ. / Thông tin tràn lan.
0458 **ひかえ** **控え** Backup copy 备份、副本、凭条 bản sao	かきとめ　だ　　　　　　　かなら　ひか　　う　と 書留を出すときは、必ず控えを受け取ること。 Be sure to take a copy when you send a registered letter. 寄挂号信的时候，一定要拿凭条。 Khi gửi thư bảo đảm nhớ nhận lại bản sao.
0459 **ひかえしつ** **控室** Waiting room 等候室 phòng chờ	しき　はじ　　　　　　　ひかえしつ　　　　ま 式が始まるまで、控室でお待ちください。 Please remain in the waiting room until the ceremony starts. 仪式开始前，请在等候室等待。 Vui lòng ngồi trong phòng chờ cho đến khi buổi lễ bắt đầu.
0460 **ひごろ** **日頃** Every day 平时、平素 luôn luôn, thường ngày	ひ ごろ　　　でんき　　し ようりょう　せつやく 日頃から電気の使用量の節約をしている。 Every day, I seek to reduce the amount of electricity I use. 平时就节约用电。 Nhà tôi luôn tiết kiệm khi sử dụng điện.
0461 **ビジョン** Vision 前景、未来的构想 triển vọng	し　　　あたら　　　と し けいかく　　　　　　し みん　しめ 市は、新しい都市計画のビジョンを市民に示した。 The municipal authority publicly unveiled its new urban planning vision. 市里向市民展示了新城市计划的前景。 Thành phố đã trình bày cho cư dân xem triển vọng về một kế hoạch xây dựng đô thị mới.　※～ビジョン（例：経営ビジョン）
0462 **びちく** **備蓄** する Stockpile 储备 dự trữ	と　　さいがい じ　　　　　　しょくりょう　もう ふ　　び ちく 都は、災害時のための食糧や毛布を備蓄している。 Tokyo Metropolitan Government has stockpiled food and blankets for emergencies. 东京都为灾害时刻储备了食物和毛巾。 Thủ đô Tokyo cho dự trữ lương thực và chăn mền phòng khi có thiên tai.
0463 **ひつぜん** **必然** Inevitable 必然 tất yếu	なま　　　かれ　　し けん　お　　　　　ひつぜん　けっ か 怠けた彼が試験に落ちたのは必然の結果だ。 Failing the exam is the inevitable result of his laziness. 懒散的他落榜是必然的结果。 Anh ta lười nhác nên thi trượt là chuyện tất yếu. ※必然性　※必然的

0464
ひってき
匹敵 する
Rival, be equal to
匹敵、比得上
xứng tầm

彼のゴルフの腕前はプロに匹敵する。
His skills at golf bear comparison with those of professionals.
他的高尔夫水平可与专业人士相匹敌。
Kỹ năng đánh gôn của ông ta xứng tầm chuyên nghiệp.

0465
ヒット する
Be a hit
大获成功、大受欢迎
thắng lớn, thành công vang dội

この映画は、今世界中でヒットしている。
This film is a worldwide hit at the moment.
这部电影现在全世界热映。
Bộ phim này thành công vang dội trên toàn thế giới.
※ ヒット～（例：ヒット曲）　※ 大ヒット

0466
ひといき
一息
A single gulp or breath / A breather
一口气(干)；(歇)一口气
một hơi / một lần nghỉ

一息で飲む/仕事の途中で一息をつく
Take a draught / Take a breather from work
一口气喝掉/工作中途歇口气
uống hết một hơi / nghỉ 1 lần giữa giờ làm

0467
ひとかげ
人影
Human figure
人影
bóng người

休日になると、このオフィス街は人影がなくなる。
On holidays, this office district becomes a ghost town.
一到假日，这个办公街区就没了人影。
Cứ đến ngày nghỉ là khu phố các văn phòng này lại vắng bóng người.

0468
ひとけ
人け
Sign of life
有人的样子
dấu hiệu có người

人けのない教室から物音が聞こえた。
I heard a noise from the empty classroom.
从无人的教室里传来声响。
Tôi nghe thấy tiếng động từ phòng học không người.

0469
ひところ
一頃
Once, formerly
曾有一时、以前
một thời, một thuở

年を取って、一頃の体力はない。
As I grow older, I find I don't have the same strength that I used to have.
上了年纪后，就没有像以前那样的体力了。
Tuổi đã cao nên không giữ được thể lực thuở nào nữa.

0470
ひとめ
人目
Public attention
世人的注目
ánh nhìn của người khác

彼女は人目を引くファッションが好きだ。
She likes eye-catching fashions.
她喜欢吸引眼球的时装。
Cô ta thích kiểu thời trang thu hút ánh nhìn.

0471
ひなん
非難 する
Reproach
谴责
chỉ trích

観客は、試合中に何度も反則する選手を非難した。
Fans booed the player who repeatedly commited fouls during the match.
观众谴责了在比赛中多次违规的选手。
Khán giả chỉ trích cầu thủ nhiều lần phạm lỗi trong suốt trận đấu.

0472	
ひばな **火花** Spark （放电时产生的）火花、火星 tia lửa	コンセントにプラグを差したら、火花が出た。 When I inserted the plug into the socket, sparks flew out. 我刚把插头插进插座，就冒出火花。 Tôi cắm phích điện vào ổ thì tia lửa xẹt ra.

0473	
ひび Crack 裂痕 vết nứt	地震で壁にひびが入ってしまった。 Due to the earthquake, cracks appeared in the wall. 因为地震，墙壁上出现了裂痕。 Do động đất nên tường bị nứt.

0474	
ひび **日々** Every day 天天、每天 hàng ngày	試合に備えて、日々練習を重ねている。 In preparation for the match, I am doing exercises daily. 为迎接比赛，每天都训练。 Chúng tôi miệt mài luyện tập hàng ngày để chuẩn bị cho trận đấu.

0475	
ひめい **悲鳴** Scream 悲鸣、尖叫 tiếng hét	夜中にキャーという悲鳴が聞こえた。 During the night, I heard a scream. 半夜听到"啊"的尖叫。 Tôi nghe thấy tiếng hét giữa đêm khuya.

0476	
ひやく **飛躍** する Make rapid progress 飞跃、突飞猛进／飞跃、不经顺序 nháy vọt／có kẽ hở	世界的な選手へと飛躍する／話が飛躍する Develop quickly into a world-class player / The talk flitted about illogically. 向世界级选手跃进／话题跳跃 vươn lên thành vận động viên tầm cỡ quốc tế / Câu chuyện có kẽ hở. **※飛躍的**

0477	
ひょうじ **表示** する Display 表示、标示 biểu thị, thể hiện	衣類には洗濯の方法が表示してある。 The method of washing is displayed on the clothing. 衣服上标有洗涤方法。 Trên quần áo có thể hiện cách giặt.

0478	
ひょうめい **表明** する Express 表明 bày tỏ, biểu lộ	総理大臣は国際会議で経済協力の意向を表明した。 At the international conference, the Prime Minister expressed his willingness for economic co-operation. 总理大臣在国际会议中，表明了经济合作的意向。 Thủ tướng đã bày tỏ mong muốn hợp tác kinh tế tại hội nghị quốc tế.

0479	
ピリオド Period 句号；结束 dấu chấm câu / sự kết thúc	文にピリオドを付ける／選手生活にピリオドを打つ Put a period after the sentence / Bring a sports career to a close 给文章加上句号／结束选手生涯 đặt dấu chấm ở cuối câu / kết thúc cuộc sống của vận động viên (= giải nghệ)

0480

ひろう
披露 （する）
Show off
披露、公布
biểu diễn, công bố

彼はみんなの前で得意のダンスを披露した。

He showed everybody his dancing, his specialty.

他在大家面前展示了擅长的舞姿。

Anh ấy đã biểu diễn điệu nhảy sở trường trước mọi người.

0481

ひん
品
Grace
品格、品位
phẩm chất, nhân phẩm

彼女は品のいい言葉遣いをする。

She words things in a graceful way.

她的言辞很有品位。

Chị ấy ăn nói lịch thiệp.

0482

ピンチ
Crisis
危机、困境
tình thế khó khăn, nghịch cảnh

ピンチをチャンスに変えて頑張れ、と弟を励ました。

I cheered up my brother, telling him to work hard to turn setbacks into opportunities.

我鼓励弟弟要化危机为机遇，继续加油。

Tôi động viên em trai hãy cố gắng biến khó khăn thành cơ hội.

0483

ふうさ
封鎖 （する）
Close, shut
封锁
phong tỏa

台風接近のため、施設の出入口を一時封鎖した。

The entrance to the facility was temporarily closed due to the incoming typhoon.

因台风临近，这座设施的出入口暂时封锁了。

Do bão tới gần nên cửa ra vào cơ sở tạm thời bị phong tỏa.

0484

ふうしゃ
風車
Windmill
风车
cối xay gió

花畑の中に風車が３つ並んで立っている。

Three windmills stand side-by-side in the flower garden.

花田中并排立着三架风车。

Giữa cánh đồng hoa có 3 cối xay gió đứng cạnh nhau.

0485

フォーム
Form
姿势；形式
tư thế / mẫu

ランニングのフォーム／書類のフォーム

Running form / Forms to fill in

跑步的姿势／文件的格式

tư thế chạy / mẫu giấy tờ

0486

ふくごう
複合 （する）
Combine
复合
kết hợp

児童館と高齢者施設が複合した会館ができた。

They built a hall, combining the children's wing with the facilities for the elderly.

合并了儿童馆与老年人设施的会馆建成了。

Người ta đã xây hội trường kết hợp nhà thiếu nhi với viện dưỡng lão.

❊ 複合的

0487

ふくしゅう
復しゅう （する）
Avenge yourself
报仇
báo thù

娘を殺されて、彼は復しゅうを誓った。

After the killing of his daughter, he vowed revenge.

他发誓要为被杀害的女儿报仇。

Con gái bị sát hại nên ông ta đã thề sẽ báo thù.

❊ 復しゅう心

0488

ふっかつ
復活 する

Revive, reinstate
复活
được khôi phục, hồi sinh

市民の願いによって、今年から祭りが復活した。

The festival has been revived from this year at the behest of the citizens.

顺应市民的愿望，从今年开始又办起了庆典。

Từ năm nay lễ hội sẽ được khôi phục lại theo nguyện vọng của cư dân thành phố.

0489

ふっき
復帰 する

Return, revert
复归、恢复
quay lại

病気が治って、今日から職場に復帰した。

He returned to his workplace today, having recovered from his illness.

病已经痊愈了，从今天开始重返职场。

Tôi đã khỏi bệnh nên quay lại làm việc từ hôm nay.

0490

ふっきゅう
復旧 する

Restore
修复
phục hồi

台風による停電は、夜までに復旧する見込みだ。

The power supply cut by the typhoon will likely be restored by nightfall.

台风造成的停电，预计在晚上之前修复。

Điện bị cúp do bão dự kiến sẽ được phục hồi trước đêm nay.

❊ 復旧工事

0491

ふっこう
復興 する

Reconstruct
复兴、重振
kiến thiết lại, xây dựng lại

被災地の復興を支援する活動に参加した。

I took part in reconstruction support activities in the disaster zone.

我参加了振兴灾区的支援活动。

Tôi tham gia hoạt động hỗ trợ việc xây dựng lại vùng chịu ảnh hưởng của thiên tai.

❊ 経済復興

0492

ぶっし
物資

Supplies, goods
物资
hàng hóa, vật tư

週に3回、生活用の物資は船で島へ運ばれる。

Daily goods are shipped to the island three times a week.

生活物资每周三次，通过船舶运到这座岛上。

Cứ 1 tuần 3 lần, hàng hóa phục vụ sinh hoạt được đem ra đảo bằng thuyền.

0493

ぶったい
物体

Object
物体
vật thể

空を飛ぶ謎の物体が目撃された。

Witnesses saw the mysterious object flying across the sky.

有人目击到了飞过天空的神秘物体。

Người ta thấy một vật thể bí ẩn bay trên bầu trời.

0494

ふはい
腐敗 する

Rot, go bad
腐败
hư hỏng

塩は食品の腐敗を防ぐ。

Salts stops food from rotting.

盐可以防止食物腐坏。

Muối ngăn thực phẩm hư hỏng.

0495

ふひょう
不評

Unpopular
评价不好、恶评
bị chê, không được lòng

せっかく作った料理は家族に不評だった。

The family did not much like the meal I went to such trouble preparing.

特意做的饭菜，家里人却说不好吃。

Món ăn tôi kỳ công làm lại không được lòng cả nhà.

⇔ 好評

0496

ぶもん
部門
Department
门类、组
thể loại, lĩnh vực, khu vực

彼女は美術展の写真の部門で入賞した。

She won a prize in the photography category of the art exhibition.

她在美术展摄影组获了奖。

Bà ấy thắng giải ở thể loại ảnh chụp tại triển lãm mỹ thuật.

☀〜部門（例：営業部門）

0497

プロジェクト
Project
项目、规划
dự án

県は森林保護のプロジェクトを進めている。

The prefecture is engaged in a woodland protection project.

县里正在推进森林保护项目。

Tỉnh đang xúc tiến dự án bảo vệ rừng.

0498

プロセス
Process
过程、工序
quá trình

効率を上げるために、製造のプロセスを見直した。

They overhauled the manufacturing process to improve efficiency.

为了提高效率，重新评估了制造工序。

Chúng tôi đã xem xét lại quá trình sản xuất nhằm nâng cao năng suất.

0499

ブロック する
Block
（体育运动中）阻挡；街区
cản trở / khối nhà

敵をブロックする／銀行は次のブロックにある

Block the enemy / The bank is on the next block.

阻挡敌人/银行在下一个街区

cản trở đối phương / Ngân hàng nằm ở khối nhà tiếp theo.

0500

ぶんかつ
分割 する
Divide, segment
分割、瓜分
chia ra

授業料は2回に分割して払うこともできます。

You can also pay the tuition fees in two instalments.

学费也可以分两次支付。

Có thể chia học phí ra để trả 2 lần.

☀分割払い

0501

ぶんさん
分散 する
Disperse, decentralize
分散
phân bổ

首都に集中している政府の機関を地方に分散する。

Government agencies concentrated in the capital will be dispersed to the regions.

把集中在首都的政府机关分散到各个地方。

Phân bổ các cơ quan chính phủ vốn tập trung tại thủ đô ra các địa phương.

0502

ふんしつ
紛失 する
Lose, mislay
遗失、丢失
làm mất

診察カードを紛失して、再発行してもらった。

Having lost my clinical registration card, I got another one issued.

不小心遗失了诊疗卡，补办了一张。

Tôi làm mất thẻ khám bệnh nên đã được cấp lại.

0503

ぶんたん
分担 する
Share (a burden)
分担
chia sẻ

うちでは夫婦で家事を分担している。

At home, we share household chores as a couple.

我们家是夫妻一同分担家务的。

Vợ chồng tôi chia sẻ công việc nhà.

☀役割分担

0504 ぶんぱい **分配** する Distribute 分配 phân phát, phân chia	<ruby>企業<rt>きぎょう</rt></ruby><ruby>利益<rt>りえき</rt></ruby>の<ruby>労働者<rt>ろうどうしゃ</rt></ruby>への<ruby>分配<rt>ぶんぱい</rt></ruby>は、<ruby>減<rt>へ</rt></ruby>る<ruby>傾向<rt>けいこう</rt></ruby>にある。 There is a decreasing tendency for corporate profits to be passed on to the workers. 企业分配给劳动者的利益，有减少的趋势。 Việc phân chia lợi nhuận của doanh nghiệp cho người lao động có xu hướng giảm.
0505 ぶんぷ **分布** する Be distributed, be found 分布 phân bố	この<ruby>植物<rt>しょくぶつ</rt></ruby>はアジアに<ruby>広<rt>ひろ</rt></ruby>く<ruby>分布<rt>ぶんぷ</rt></ruby>している。 This plant is widely distributed throughout Asia. 这种植物广泛分布在亚洲。 Loài thực vật này phân bố rộng rãi khắp châu Á.
0506 ふんまつ **粉末** Powder 粉末 chất bột	<ruby>粉末<rt>ふんまつ</rt></ruby>のスープに<ruby>熱湯<rt>ねっとう</rt></ruby>を<ruby>注<rt>そそ</rt></ruby>いで、<ruby>飲<rt>の</rt></ruby>んだ。 I poured hot water on the soup powder and drank it. 往速溶汤粉里冲上热水，喝掉了。 Tôi đổ nước sôi vào bột súp rồi húp.
0507 ぶんり **分離** する Separate 分离 phân tách	<ruby>水<rt>みず</rt></ruby>と<ruby>油<rt>あぶら</rt></ruby>を<ruby>混<rt>ま</rt></ruby>ぜると、すぐに<ruby>分離<rt>ぶんり</rt></ruby>する。 When you mix water and oil, they immediately separate. 水和油一混合，就会马上分离。 Cứ đổ nước với dầu với nhau là chúng sẽ phân tách ra ngay.
0508 ぶんれつ **分裂** する Split up 分裂 chia rẽ	<ruby>活動方針<rt>かつどうほうしん</rt></ruby>に<ruby>違<rt>ちが</rt></ruby>いが<ruby>出<rt>で</rt></ruby>て、その<ruby>政党<rt>せいとう</rt></ruby>は<ruby>分裂<rt>ぶんれつ</rt></ruby>した。 That political party split when differences over their action plan emerged. 由于在行动方针上产生分歧，那个政党分裂了。 Do có khác biệt về phương châm hoạt động nên đảng chính trị đó đã bị chia rẽ.　※<ruby>核分裂<rt>かくぶんれつ</rt></ruby>
0509 へいがい **弊害** Downside 弊端、危害 thiệt hại	<ruby>少子化<rt>しょうしか</rt></ruby>による<ruby>弊害<rt>へいがい</rt></ruby>の１つに<ruby>労働力不足<rt>ろうどうりょくぶそく</rt></ruby>がある。 One of the downsides of the declining birth rate is a shortage of labor. 劳动力缺乏是少子化的弊端之一。 Một trong những hậu quả của tình trạng tỉ lệ sinh giảm là thiếu hụt lực lượng lao động.
0510 へいこう **並行** する Act in parallel 同时进行 song song	２つの<ruby>作業<rt>さぎょう</rt></ruby>を<ruby>並行<rt>へいこう</rt></ruby>して<ruby>進<rt>すす</rt></ruby>めた。 I was doing two tasks in parallel. 同时推进两种作业。 2 công việc được tiến hành song song với nhau.
0511 へいさ **閉鎖** する Close, shut down 关闭 đóng cửa	<ruby>客<rt>きゃく</rt></ruby>が<ruby>減<rt>へ</rt></ruby>り、その<ruby>遊園地<rt>ゆうえんち</rt></ruby>は<ruby>閉鎖<rt>へいさ</rt></ruby>された。 The amusement park was closed down after the number of customers dropped. 由于客流量减少，那个游乐场关门了。 Do vắng khách nên công viên giải trí này đã bị đóng cửa. ※<ruby>閉鎖性<rt>へいさせい</rt></ruby>　※<ruby>閉鎖的<rt>へいさてき</rt></ruby>

0512
へいじょう
平常
Normal
平常、平时
bình thường

連休中、この店は平常の２倍の売り上げがある。
During the long seasonal holidays, sales at this store double from normal levels.
长假期间，这家店的营业额比平时翻了一番。
Trong kỳ nghỉ lễ dài ngày, doanh thu của cửa hàng này đã tăng gấp đôi bình thường.
☀平常心

0513
ベース
Base
基础、基本
tiêu chuẩn, nền

新しい情報をベースにして計画を修正した。
The plan was revised based on new information.
根据最新消息修改了计划。
Lấy thông tin mới làm tiêu chuẩn để sửa đổi kế hoạch.

0514
べんかい
弁解 する
Explain, justify
辩解
giải thích, biện minh

彼は今回のミスは防ぎようがなかったと弁解した。
Explaining the mistake, he said it could not have been prevented.
他辩称这次的失误是无法预防的。
Anh ta biện minh rằng lỗi lần này là không thể tránh khỏi.

0515
へんかく
変革 する
Overhaul
变革、改革
cải cách

知事は県庁の組織の変革に取り組んでいる。
The governor is taking measures to overhaul the prefectural authority organization.
知事正致力于县政府组织机构的改革。
Ngài tỉnh trưởng đang tiến hành cải cách cấu trúc của văn phòng tỉnh.
☀～変革（例：社会変革）

0516
へんかん
返還 する
Return, give back
返还、退还
hoàn lại

去年の優勝チームが、優勝カップを返還した。
The team that won last year returned the victors' cup.
去年夺冠的队伍把奖杯还回来了。
Đội vô địch năm ngoái đã hoàn lại cúp vô địch.
☀返還請求

0517
へんきゃく
返却 する
Return
归还
trả lại

図書館で借りた本を返却した。
I returned the book I borrowed from the library.
我归还了在图书馆借的书。
Tôi trả sách đã mượn lại cho thư viện.

0518
へんどう
変動 する
Fluctuate
变动、变化
biến đổi

気候の変動で作物の収穫量に影響が出た。
Change in the climate has had an impact on the volume of crops harvested.
气候的变化影响了农作物的收成。
Do biến đổi khí hậu nên sản lượng thu hoạch của mùa vụ cũng bị ảnh hưởng.
☀～変動（例：気候変動）

0519
ボイコット する
Boycott
联合抵制
tẩy chay

大学の不正に怒った学生たちが、授業をボイコットした。
Students angry at the university's unfairness boycotted class.
对大学的不正当行为感到气愤的学生们联合抵制上课。
Những sinh viên giận dữ trước sự bất chính của trường đại học đã tẩy chay giờ giảng.

0520
ほうかい
崩壊 (する)
Collapse
崩溃、倒塌
đổ sập

地<ruby>震<rt>じ しん</rt></ruby>でたくさんの<ruby>建物<rt>たてもの</rt></ruby>が<ruby>崩壊<rt>ほうかい</rt></ruby>した。
Many buildings collapsed in the earthquake.
因为地震，很多建筑物倒塌了。
Nhiều tòa nhà bị đổ sập do động đất.

0521
ぼうがい
妨害 (する)
Obstruct
妨害、妨碍
cản trở

<ruby>競争<rt>きょうそう</rt></ruby><ruby>相手<rt>あい て</rt></ruby>に<ruby>店<rt>みせ</rt></ruby>の<ruby>営業<rt>えいぎょう</rt></ruby>を<ruby>妨害<rt>ぼうがい</rt></ruby>された。
The business of the store was hindered by the tactics of competitors.
竞争对手妨碍了商店正常的经营。
Bị đối thủ cạnh tranh cản trở hoạt động của cửa hàng.

0522
ほうき
放棄 (する)
Abandon, renounce
放弃
từ bỏ

<ruby>兄<rt>あに</rt></ruby>は<ruby>相続<rt>そうぞく</rt></ruby>の<ruby>権利<rt>けんり</rt></ruby>を<ruby>放棄<rt>ほうき</rt></ruby>した。
My brother gave up his rights of inheritance.
哥哥放弃了继承权。
Anh tôi đã từ bỏ quyền thừa kế.

0523
ぼうぎょ
防御 (する)
Defend
防御
phòng vệ

<ruby>発熱<rt>はつねつ</rt></ruby>は、<ruby>感染症<rt>かんせんしょう</rt></ruby>に<ruby>対<rt>たい</rt></ruby>する<ruby>体<rt>からだ</rt></ruby>の<ruby>防御<rt>ぼうぎょ</rt></ruby>の<ruby>反応<rt>はんのう</rt></ruby>だ。
Fever is the defensive reaction of the body against infectious disease.
发烧是身体对抗感染的防御反应。
Sốt là phản ứng phòng vệ của cơ thể để chống lại bệnh truyền nhiễm.

0524
ほうさく
方策
Measure, policy
对策
phương án, kế sách

<ruby>国<rt>くに</rt></ruby>は<ruby>男女平等<rt>だんじょびょうどう</rt></ruby>の<ruby>実現<rt>じつげん</rt></ruby>のための<ruby>方策<rt>ほうさく</rt></ruby>を<ruby>提案<rt>ていあん</rt></ruby>した。
The country proposed measures to bring about gender equality.
国家为实现男女平等，提出了对策。
Nhà nước đã đề xuất phương án hiện thực hóa bình đẳng nam nữ.
⊕〜<ruby>策<rt>さく</rt></ruby>（<ruby>例<rt>れい</rt></ruby>：<ruby>解決策<rt>かいけつさく</rt></ruby>）

0525
ほうし
奉仕 (する)
Serve
服务、奉献
phục vụ

<ruby>公園<rt>こうえん</rt></ruby>の<ruby>掃除<rt>そう じ</rt></ruby>は、<ruby>社会<rt>しゃかい</rt></ruby>に<ruby>奉仕<rt>ほう し</rt></ruby>する<ruby>活動<rt>かつどう</rt></ruby>の１つだ。
The cleaning up of parks is one of the activities that serves the public good.
打扫公园是服务社会的行动之一。
Dọn dẹp công viên là một trong những hoạt động phục vụ xã hội.

0526
ほうしき
方式
Method
方式
thể thức, hình thức

<ruby>日本語能力試験<rt>に ほん ご のうりょく し けん</rt></ruby>の<ruby>方式<rt>ほうしき</rt></ruby>はマークシートだ。
The Japanese Language Proficiency Test is a computer-graded test.
日语能力考试采用在答题卡上作答的方式。
Hình thức kỳ thi năng lực Nhật ngữ là chọn trắc nghiệm.
※〜<ruby>方式<rt>ほうしき</rt></ruby>（<ruby>例<rt>れい</rt></ruby>：<ruby>生産方式<rt>せいさんほうしき</rt></ruby>）

0527
ほうしゅつ
放出 (する)
Discharge, release
放出、释放、喷出
giải phóng

<ruby>地球<rt>ち きゅう</rt></ruby>は<ruby>太陽<rt>たいよう</rt></ruby>から<ruby>受<rt>う</rt></ruby>けた<ruby>熱<rt>ねつ</rt></ruby>を<ruby>宇宙<rt>う ちゅう</rt></ruby>に<ruby>放出<rt>ほうしゅつ</rt></ruby>している。
The Earth releases into space the warmth it gets from the sun.
地球把从太阳那里接收到的热量释放到宇宙中。
Trái đất giải phóng nhiệt nhận từ Mặt trời ra vũ trụ.

0528

ほうち
放置 (する)
Leave
置之不顾、乱放
bỏ mặc

道に放置された自転車は、通行の邪魔だ。
Bicycles left in the way are an obstruction to passers-by.
道路上随意停放的自行车会阻碍通行。
Xe đạp bị bỏ trên đường gây cản trở việc đi lại.

0529

ほうふ
抱負
Aspiration, hopes
抱负
hoài bão, ước vọng

お正月に家族一人一人が自分の抱負を述べた。
At New Year, each member of the family expressed hopes for the future.
正月里，家里人挨个谈了自己的抱负。
Vào dịp năm mới, từng người trong gia đình kể về hoài bão của bản thân.

0530

ほうわ
飽和 (する)
Saturate
饱和
bão hòa, quá tải

都市に人が集中して、人口が飽和した状態だ。
People are concentrated in the cities, causing population saturation.
大量人员涌入都市，致使都市人口达到了饱和状态。
Đây là tình trạng quá tải dân số do đông người tập trung về đô thị.

0531

ほかん
保管 (する)
Keep in custody
保管
cất giữ

父は遺言書を銀行の金庫に保管していた。
Father kept his will in a bank safe.
父亲把遗书放在银行的保险柜里保管。
Cha tôi đã cất giữ di chúc trong két sắt ngân hàng.

0532

ほきゅう
補給 (する)
Supply, replenish
补给、补充
bổ sung, cung cấp

熱があるときは、水分の補給も大切だ。
When you have a fever, it is important to ensure you have enough water too.
发烧时，水分的补给也很重要。
Khi bị sốt thì việc bổ sung nước rất quan trọng.

✳～補給（例：水分補給）

0533

ほきょう
補強 (する)
Reinforce
增强、加固
gia cố

地震に備えて、我が家の補強をした。
I reinforced the house in readiness for an earthquake.
为防震，对家里进行了加固。
Chúng tôi gia cố lại căn nhà để phòng khi động đất.

0534

ポジション
Position
位置、职位
vị trí, vai trò

彼は部下をまとめるポジションで苦労をしている。
He struggled to master his brief of managing his subordinates.
他在统筹管理下属的岗位上操劳。
Anh ấy làm việc vất vả trong vai trò đoàn kết cấp dưới.

0535

ほじゅう
補充 (する)
Refill, replenish
补充
làm đầy, bổ sung

3日に1回、この自動販売機の商品は補充される。
The stock in the vending machine is replenished once every three days.
这台自动贩卖机每三天补一次货。
Cứ 3 ngày 1 lần, các món hàng trong máy bán hàng tự động này lại được bổ sung.

0536 **ほしょう** **保障** (する) Guarantee 保障 bảo đảm	自由権は憲法で保障された権利だ。 The right of freedom is a right guaranteed in the constitution. 自由权是受到宪法保障的权利。 Quyền tự do là quyền được bảo đảm trong Hiến pháp. ※〜保障（例：安全保障）
0537 **ほそく** **補足** (する) Supplement 补充、补足 bổ sung	先ほどの説明に２点補足いたします。 I'm adding two points to the explanation I just gave. 对于刚才的说明，我再补充两点。 Tôi xin bổ sung 2 điểm cho phần giải thích vừa rồi.
0538 **ぼっしゅう** **没収** (する) Confiscate 没收 tịch thu	税関で、持ってきた海外の果物を没収された。 At customs, the fruit I had brought from abroad was confiscated. 海关没收了我从国外带回来的水果。 Tôi bị hải quan tịch thu trái cây đem từ nước ngoài vào.
0539 **ほっそく/はっそく** **発足** (する) Launch, inaugurate 开始、成立 khai mạc, khởi đầu	若い国会議員が集まって、勉強会を発足させた。 The young Dietmembers gathered and set up a study caucus. 年轻的国会议员们聚在一起，成立了学习会。 Các nghị sĩ Quốc hội trẻ tập trung lại, bắt đầu khóa học.
0540 **ほり** **堀** Moat 濠、护城河 hào nước	この城は深い堀に囲まれている。 This castle is surrounded by a deep moat. 这座城堡被深深的护城河包围着。 Tòa lâu đài được bao quanh bởi một hào nước sâu.
0541 **ほんき** **本気** Serious, in earnest 认真、当真 sự nghiêm túc, đứng đắn	「会社を辞めるの？　冗談よね？」「いや、本気だよ」 "You're quitting? Are you joking?" "No, I'm serious." "你要辞职？开玩笑的吧？""不，我是认真的。" "Cậu nghỉ việc sao? Nói giỡn hả?" "Không, nghiêm túc đó"
0542 **ほんしつ** **本質** Essence, nature 本质 bản chất	現象ではなく、問題の本質を見る必要がある。 It is necessary to look at the nature of the problem rather than the phenomenon itself. 我们要看问题的本质，而不是表象。 Cần nhìn nhận bản chất của vấn đề chứ không phải bề mặt của nó.　　　　　　　※本質的
0543 **ほんたい** **本体** Main unit 主体、主要部分 bộ phận chính (máy móc)	パソコンの本体を修理に出した。 I sent the main PC unit to the repair shop. 我把电脑主机拿去修了。 Tôi đã gửi thùng CPU của máy vi tính đi sửa.

0544

ほんね
本音
Honest opinion, true intent
真心话、真实想法
nội tâm, nỗi lòng, thật lòng

仕事に不満があるか、後輩に本音を聞いた。
I asked my subordinates to state honestly whether they felt any dissatisfaction with the job.
我向后辈打听了他是否对工作有不满的真实想法。
Tôi đã hỏi thật lòng đàn em xem có bất mãn với công việc không.

⇔建前

0545

ほんば
本場
Home, origin
正宗产地、发源地
nơi sinh ra, cái nôi (nghĩa bóng)

パスタの本場はイタリアだ。
Italy is the home of pasta.
正宗的意面在意大利。
Cái nôi của nui và mì ống là nước Ý.

0546

まいぞう
埋蔵 する
Bury
埋藏
chôn giấu

この山には250tの金が埋蔵されている。
In these mountains, 250 tons of gold lie buried.
这座山里埋藏着250吨金子。
Ở ngọn núi này có 250 tấn vàng được chôn giấu.

❈埋蔵量

0547

み
身
Body, oneself
自身
bản thân mình

台風のため、身の安全を考えて早めに避難した。
With a typhoon coming, I was evacuated early for my safety.
由于台风袭来，考虑到自身安全，我及早地去避难了。
Tôi mau chóng đi tránh bão vì nghĩ tới sự an toàn của bản thân.

0548

みち
未知
Unknown
未知
chưa biết tới

旅の楽しみの1つは、未知の経験ができることだ。
One of the joys of traveling is that you can have new experiences.
旅行的乐趣之一就是可以体验未知。
Một trong những niềm vui khi đi du lịch là được trải nghiệm những điều mình chưa biết.

0549

みっしゅう
密集 する
Be concentrated
密集
dồn đống, tập trung đông

この辺りは住宅が密集している。
There is a concentration of housing in this area.
这一带住宅很密集。
Khu vực này nhà cửa tập trung đông đúc.

0550

みとおし
見通し
Prospect, outlook
视野；指望、预期
tầm nhìn xa / triển vọng

見通しがいい道/工事終了の見通しが立つ
A road with good views / There are good prospects for completion of the works.
视野良好的道路/工程有望完工
con đường có tầm nhìn xa tốt / Công trình đã có triển vọng kết thúc.

0551

みなもと
源
Source
源、起源
nguồn gốc, cội rễ

海は生命の源だ。
The sea is the origin of life.
海是生命之源。
Biển là nguồn gốc của sự sống.

0552

みはらし
見晴らし
View, vista
远望、眺望
tầm nhìn

この丘は見晴らしがよくて、町全体が見える。
This hill gives good views; you can see the whole town.
从这座小山坡能眺望到很远，整个城镇尽收眼底。
Ngọn đồi này có tầm nhìn đẹp, thấy được toàn cảnh thị trấn.

0553

みぶり
身ぶり
Gesture
姿势、形体动作
cử chỉ, điệu bộ

言葉が通じないので、身ぶりで示した。
I could not communicate with words, so I gestured.
因为语言不通，我就用形体动作来表示了。
Vì không biết tiếng nên tôi giao tiếp bằng cử chỉ.

0554

む
無
Nothing
无
hư không, không có

実験が失敗して、長年の研究が無になった。
The experiment failed, and many years of research were lost.
实验失败，多年的研究都白费了。
Thử nghiệm thất bại, công trình nghiên cứu bao năm trở thành công cốc.

0555

ムード
Mood
气氛、气氛
bầu không khí, tâm trạng

照明を変えたら、部屋のムードも大きく変わった。
When we changed the lighting, we greatly changed the mood in the room.
改变了照明之后，房间的氛围也大不一样了。
Khi đổi ánh sáng thì bầu không khí của căn phòng cũng thay đổi hẳn.

0556

むごん
無言
Speechless
无言、沉默
không nói gì, im lặng

怒った彼は、無言でその場から去った。
Furious, he left the scene without a word.
愤怒的他一言不发地离开了。
Tức giận, anh ta rời khỏi nơi đó mà không nói một lời.

0557

めいさん
名産
Specialty product
名产、特产
đặc sản

毎年、名産のぶどうを友達に送っている。
Every year, I send grapes, a local specialty, to friends.
我每年都会把这里特产的葡萄寄给朋友。
Năm nào tôi cũng gửi loại nho đặc sản cho bạn.

0558

めいしょう
名称
Name
名称、名字
tên gọi, danh xưng

市は新しい児童館の名称を募集している。
The city is inviting people to suggest names for the new children's facility.
市里在征集新建的儿童馆的名字。
Thành phố đang tuyển tên gọi cho nhà thiếu nhi mới xây.

0559

めいちゅう
命中 する
Hit, strike
命中
trúng

警官が撃った弾が、犯人の足に命中した。
The bullet shot by the policeman hit the criminal in the leg.
警官的子弹射中了犯人的腿。
Viên đạn người cảnh sát bắn ra đã trúng chân tên tội phạm.

0560 **メカニズム** Mechanism 机制 cơ chế	<ruby>台風<rt>たいふう</rt></ruby>が<ruby>発生<rt>はっせい</rt></ruby>するメカニズムの<ruby>説明<rt>せつめい</rt></ruby>を<ruby>聞<rt>き</rt></ruby>いた。 I listened to an explanation of the mechanism of typhoons. 听了关于台风产生机制的解释。 Tôi nghe giải thích về cơ chế tạo thành bão.
0561 **めぐみ** **恵み** Grace, bounty 恩惠、馈赠 sự ưu đãi, ân huệ	<ruby>季節<rt>きせつ</rt></ruby>の<ruby>野菜<rt>やさい</rt></ruby>を<ruby>味<rt>あじ</rt></ruby>わいながら<ruby>自然<rt>しぜん</rt></ruby>の<ruby>恵<rt>めぐ</rt></ruby>みに<ruby>感謝<rt>かんしゃ</rt></ruby>した。 I gave thanks for the bounty of nature, while enjoying vegetables of the season. 我品尝着当季的蔬菜，感谢自然的馈赠。 Tôi vừa thưởng thức rau quả từng mùa vừa biết ơn sự ưu đãi của thiên nhiên.
0562 **めど** Prospect, likelihood 着落、眉目 triển vọng	<ruby>失業中<rt>しつぎょうちゅう</rt></ruby>で<ruby>借金<rt>しゃっきん</rt></ruby>を<ruby>返<rt>かえ</rt></ruby>すめどが<ruby>立<rt>た</rt></ruby>たない。 There is no likelihood my repaying the borrowed money due to my unemployment. 处于失业中的我根本无力偿还借款。 Vì đang thất nghiệp nên tôi chẳng có cơ may trả được nợ.
0563 **めやす** **目安** Standard 标准、大致目标 tiêu chuẩn, mục tiêu	<ruby>1日<rt>いちにち</rt></ruby>に<ruby>5千円<rt>ごせんえん</rt></ruby>を<ruby>目安<rt>めやす</rt></ruby>に、<ruby>滞在費<rt>たいざいひ</rt></ruby>の<ruby>予算<rt>よさん</rt></ruby>を<ruby>立<rt>た</rt></ruby>てた。 I set a budget of ¥5,000 per day in board and lodging costs. 我以每天5000日元的标准，计算了逗留期间的预算。 Tôi lập ngân sách cho khoản ở trên tiêu chuẩn 1 ngày 5 ngàn yen.
0564 **めんじょ** **免除** する Exempt 免除 miễn	<ruby>成績優秀者<rt>せいせきゆうしゅうしゃ</rt></ruby>は<ruby>授業料<rt>じゅぎょうりょう</rt></ruby>が<ruby>免除<rt>めんじょ</rt></ruby>される<ruby>制度<rt>せいど</rt></ruby>がある。 We have a system in which those with the best scores are exempt from tuition fees. 有成绩优秀者可免除学费的制度。 Có chế độ miễn học phí cho cá nhân đạt thành tích xuất sắc.
0565 **メンテナンス** する Send off for maintenance 保养、维持 bảo dưỡng	<ruby>半年<rt>はんとし</rt></ruby>ごとに<ruby>車<rt>くるま</rt></ruby>のメンテナンスをする。 Sent off for maintenance, maintain every six months. 每半年给车做一次保养。 Tôi bảo dưỡng xe hơi 6 tháng 1 lần.
0566 **めんぼく／めんもく** **面目** Face, prestige 脸面 thể diện	<ruby>将棋<rt>しょうぎ</rt></ruby>のプロの<ruby>私<rt>わたし</rt></ruby>が<ruby>素人<rt>しろうと</rt></ruby>に<ruby>負<rt>ま</rt></ruby>けて、<ruby>面目<rt>めんぼく</rt></ruby>がない。 I am a professional shogi chess player, and I lost face losing to the amateur. 作为职业将棋手的我居然输给了业余爱好者，真丢脸。 Kỳ thủ chuyên nghiệp như tôi mà lại để thua dân nghiệp dư thì quá là mất mặt.
0567 **もくげき** **目撃** する Witness 目击 chứng kiến	<ruby>事件<rt>じけん</rt></ruby>の<ruby>現場<rt>げんば</rt></ruby>で、<ruby>男<rt>おとこ</rt></ruby>が<ruby>逃<rt>に</rt></ruby>げるのを<ruby>目撃<rt>もくげき</rt></ruby>した。 I witnessed a man running away from the scene of the accident. 我在事发现场目击到有个男子逃走了。 Tôi đã chứng kiến một người đàn ông chạy trốn khỏi hiện trường vụ án. ❋<ruby>目撃者<rt>もくげきしゃ</rt></ruby>

0568 **もけい** **模型** Model 模型 mô hình	弟は飛行機の模型を作るのに夢中だ。 My brother is a devotee of model airplane-building. 弟弟痴迷于制作飞机模型。 Em tôi say mê làm mô hình máy bay.
0569 **もさく** **模索** する Search for 摸索、探索 mò mẫm, dò dẫm	教師たちは、いじめをなくす教育を模索している。 The teachers are trying to find a way of eliminating bullying from the classroom. 教师们在探索能够消除欺凌的教育。 Các giáo viên đang dò dẫm tìm hướng giáo dục triệt tiêu nạn bắt nạt.
0570 **モニター** する Monitor 监视、监视器；评论、评论员 máy giám sát / giám sát	モニターの画面/新製品のモニターをする The screen of the monitor / Monitor a new product 监控画面/做新产品的测试员 màn hình máy giám sát / làm giám sát viên sản phẩm mới
0571 **もはん** **模範** Model, example 模范、榜样 hình mẫu, tấm gương tốt	彼は優秀で、ほかの学生の模範になる。 He is talented, and will be a model for other students. 他十分优秀，是其他学生的榜样。 Cậu ta rất xuất sắc nên trở thành hình mẫu cho các học sinh khác.
0572 **もほう** **模倣** する Imitate 模仿 mô phỏng, bắt chước	子供は友達や大人の模倣によって成長する。 Children develop by imitating their friends and parents. 孩子是通过对朋友与成人的模仿成长的。 Trẻ em trưởng thành nhờ bắt chước bạn bè và người lớn.
0573 **モラル** Morals, ethics 道德、伦理 đạo đức	不良品のデータを隠した会社のモラルが疑われる。 Questions are being asked about the ethics of the company which hid data about defective products. 隐瞒次品数据的公司的商业道德令人质疑。 Đạo đức của công ty bị nghi ngờ do che giấu dữ liệu về sản phẩm lỗi.
0574 **やがい** **野外** Outdoors 野外、户外 ngoài trời	研修の最後の日に野外でキャンプを行った。 On the last day of the training course, we went on a field trip camping. 在培训的最后一天，我们去野外露营了。 Vào ngày cuối của khóa đào tạo, chúng tôi đã tổ chức cắm trại ngoài trời. ※野外〜（例：野外活動）
0575 **やみ** **闇** The dark 黑暗 bóng tối	停電の闇の中で懐中電灯を探した。 I looked for a torch in the blackout. 我在停电的黑暗中寻找手电筒。 Tôi tìm đèn pin trong bóng tối do bị cúp điện.

0576
ゆうどう
誘導 (する)
Induce, guide
引导
chỉ dẫn / xui khiến

非常のときは、係員がお客様を誘導します。
In an emergency, staff members will lead customers out.
紧急时刻，工作人员会引导顾客。
Khi gặp tình huống khẩn cấp, người phụ trách sẽ chỉ dẫn cho quý khách.
※避難誘導

0577
ゆうわく
誘惑 (する)
Seduce, tempt
诱惑、引诱
dụ dỗ, rủ rê

友達に誘惑されて、試験の前に遊びに出掛けた。
Tempted away by friends, I went out to enjoy myself before the examination.
考试前，我被朋友引诱着出去玩了。
Bị bạn bè rủ rê, tôi đã ra ngoài đi chơi ngay trước kỳ thi.

0578
よういん
要因
Factor, cause
要因、主要原因
nguyên nhân

その事故の要因は複数あった。
The causes of this accident were multiple.
那起事故发生的原因有好几个。
Có nhiều nguyên nhân dẫn đến vụ tai nạn đó.

0579
ようけん
用件
Matter
应办的事·
công việc, công chuyện

大事な用件なので、会って話したい。
I would like to meet and talk, as this is a major matter.
这是至关重要的事，我想跟你当面谈。
Vì là chuyện quan trọng nên tôi muốn gặp anh để bàn.

0580
ようご
擁護 (する)
Defend, support
拥护
bảo vệ

彼を悪く言う人もいるが、擁護する人も多い。
A lot of people speak badly about him, but he has many supporters too.
说他坏话的人有也，然而拥护他的人也很多。
Có người nói xấu nhưng cũng có nhiều người bảo vệ cậu ta.

0581
ようしき
様式
Form
格式
phong cách, mẫu nhất định

住所の変更届は、指定の様式で提出のこと。
Notifications of change of address are to be submitted using the designated form.
住址变更的申请书，请按照指定格式提交。
Đơn xin đổi địa chỉ cần được làm theo mẫu để nộp.
※生活様式

0582
ようせい
要請 (する)
Ask for
请求
thỉnh cầu

山で迷った人が救助を要請してきた。
Someone who got lost in the mountains asked for emergency help.
一个在山里迷了路的人向我们请求救助。
Người đi lạc trong núi đã cầu cứu về.

0583
ようそう
様相
Aspect, air
形势、情况
khía cạnh

ネット上の一言が広がり、大議論の様相を示した。
The online comments spread around and took on the air of major debate.
网上的一句发言经扩散，引发了激烈的讨论态势。
Câu nói trên mạng đã lan rộng và cho thấy khía cạnh gây tranh cãi lớn.

0584

ようぼう
要望 (する)

Request, demand
要求、强烈希望
yêu cầu

親は先生に、いじめをなくすことを要望した。
The parents demanded that the teacher prevent bullying.
父母强烈希望老师消除欺凌。
Phụ huynh yêu cầu giáo viên xóa bỏ nạn bắt nạt.
✳ 要望書

0585

ようりょう
要領

Point, gist, knack
要领、要点
cách xử lý hiệu quả, bí quyết

彼は仕事の要領をすぐに覚えた。
He immediately got the hang of the job.
他很快就掌握了工作要领。
Anh ta học ngay được bí quyết của công việc.

0586

よき
予期 (する)

Expect
预期
dự đoán

予期した通り、店の移転で売り上げが伸びた。
As predicted, the relocation of the shop led to growth in sales.
跟预期的一样，店铺通过迁址实现了营业额的上涨。
Nhờ dời địa điểm mà doanh thu của cửa hàng đã tăng đúng như dự đoán.

0587

よく
欲

Desire, urge
欲望、贪心
tham vọng

彼には出世しようという欲はない。
He has no desire to get on in life.
他并没有出人头地的欲望。
Ông ấy không có tham vọng thăng quan tiến chức.

0588

よくあつ
抑圧 (する)

Suppress, repress
压制、压迫
đàn áp, áp chế

その大統領は国民の思想の自由を抑圧した。
That President repressed the people's freedom of thought.
那位总统压制了国民思想的自由。
Vị tổng thống đó đã áp chế tự do về tư tưởng của nhân dân.

0589

よくせい
抑制 (する)

Suppress, curb
抑制
kiềm hãm, ức chế

A国は日本からの輸入を抑制しようとしている。
Country A seeks to curb imports from Japan.
A国意欲抑制从日本的进口。
Nước A đang tìm cách kiềm hãm việc nhập khẩu từ Nhật Bản.

0590

よげん
予言 (する)

Predict
预言
tiên đoán

災害が起こるという彼の予言は当たらなかった。
His prediction that a disaster would occur did not come true.
他预言会发生灾害，但没说中。
Lời tiên đoán sẽ xảy ra thiên tai của ông ta đã không trở thành hiện thực.
✳ 予言者

0591

よち
余地

Room, scope
余地
chỗ, thì giờ

十分議論したから、再度議論する余地はない。
This has been amply discussed, and there is no scope for further deliberation.
已经充分讨论过了，无可再议。
Chúng ta đã bàn bạc kỹ càng rồi nên không có chỗ để đem ra bàn lần nữa.

0592
よふかし
夜更かし する
Stay up late
熬夜、到很晚还不睡
thức khuya

ゲームに夢中になって、夜更かししてしまった。
Becoming obsessed with computer games, I found myself staying up late.
我沉迷于游戏之中，一不留神就熬夜了。
Vì mải mê chơi điện tử nên tôi lỡ thức khuya.

0593
ライフライン
Vital services, "life-line" supplies
生命线
đường dây thiết yếu (nước, điện, ga...)

地震で全てのライフラインがストップした。
In the earthquake, all essential services were cut off.
地震导致所有的生命线都中断了。
Do động đất nên mọi đường dây thiết yếu đều bị cắt.

0594
らっか
落下 する
Fall
落下
rơi xuống

台風で道路に大きな石が落下してきた。
Due to the typhoon, large stones fell into the highway.
台风把大石头刮落到了道路上。
Một hòn đá to đã rơi xuống đường do bão.

0595
ラベル
Label
标签
nhãn hiệu

調味料の名前を書いたラベルを瓶に貼った。
I stuck a label onto the bottle listing the seasonings.
我把写有调料名称的标签贴到了瓶子上。
Tôi đã dán nhãn có ghi tên gia vị lên lọ.

0596
らんよう
乱用 する
Abuse
滥用
lạm dụng, dùng sai cách

睡眠薬の乱用は体に悪影響を及ぼす。
Abuse of sleeping pills can have adverse bodily affects.
安眠药的滥用会给身体带来不良影响。
Lạm dụng thuốc ngủ gây ảnh hưởng xấu đến cơ thể.

0597
リーダーシップ
Leadership
领导能力、统率力
khả năng lãnh đạo

委員長になる人にはリーダーシップが必要だ。
Leadership is required to become a committee chair.
成为委员长的人必须具备领导能力。
Người sẽ trở thành trưởng ban rất cần có khả năng lãnh đạo.

0598
リクエスト する
Request
点播
yêu cầu

ラジオ番組に好きな曲をリクエストした。
I requested a tune I liked on the radio program.
我在广播节目中点播了自己喜欢的歌曲。
Tôi đã yêu cầu ca khúc yêu thích đến đài phát thanh.

0599
りくつ
理屈
Pretext
道理、理论
lý thuyết

彼は理屈ばかり言って、何もしようとしない。
He only comes out with excuses, and does not actually try to do anything.
他只会讲大道理，什么也不做。
Ông ta chỉ toàn nói lý thuyết mà không làm gì.

0600

リサイクル する

Recycle
回収利用、再利用
tái chế

飲料水の容器は、服にリサイクルされる。
Drinking water bottles are recycled into clothing.
矿泉水瓶会被回收，再利用于衣物。
Chai lọ đựng nước uống được tái chế thành trang phục.

☀ リサイクルショップ

0601

リスク

Risk
危险、风险
nguy cơ

たばこは肺がんになるリスクを高める。
Cigarettes increase the risk of developing lung cancer.
抽烟会增加患肺癌的风险。
Thuốc lá làm tăng nguy cơ dẫn đến ung thư phổi.

0602

りてん
利点

Advantage
优点
ưu thế, ưu điểm

このホテルの利点は駅に近いことだ。
The advantage of this hotel is that it is close to the station.
这家宾馆的优点是离车站很近。
Ưu điểm của khách sạn này là nằm gần nhà ga.

0603

りょうしょう
了承 する

Accept, understand
了解、谅解
thông cảm, chấp nhận

会議の日程変更の件は、了承いたしました。
I agreed to the change of schedule for the meeting.
有关会议日程变更一事，我已知晓。
Chúng tôi rất thông cảm về việc thay đổi ngày giờ của cuộc họp.

0604

るいじ
類似 する

Be similar to
类似、相似
tương tự nhau

韓国語と日本語の文法が類似している。
Korean and Japanese have similar grammar systems.
韩语与日语的语法很相似。
Ngữ pháp tiếng Hàn và tiếng Nhật tương tự nhau.

☀ 類似点

0605

レギュラー

Regular
通常；正式
thông thường / (thành viên) thường xuyên

レギュラーのサイズ/レギュラーの選手
Regular size / Regular players
通常的尺寸/正式选手
kích cỡ thông thường / cầu thủ chơi thường xuyên

0606

レッテル

Put a label on
标签
nhãn hiệu, sự đánh giá

彼はすぐに人にレッテルを貼りたがる。
He has an urge to immediately label people.
他总喜欢马上给人贴标签。
Ông ta có xu hướng đánh giá con người một cách nóng vội.

0607

れんけい
連携 する

Team up
合作
hợp tác

企業と大学が連携して研究を進めている。
The university and company are carrying out research in partnership.
企业与大学合作开展研究。
Doanh nghiệp và trường đại học cùng hợp tác tiến hành nghiên cứu.

0608	
れんたい	祭りによって地域住民の連帯が強まった。
連帯 (する)	The cooperative bonds among the local people were strengthened by the festival.
Act together	通过节日庆典，当地居民增进了团结。
连带、团结	Nhờ lễ hội mà mối đoàn kết của cư dân trong vùng được tăng cường.
mối đoàn kết	連帯感

0609	
ろうりょく	このアニメ制作には多くの時間と労力がかけられた。
労力	It took a lot of time and labor to make this anime.
Toil, effort	在这部动画制作中，我们投入了大量的时间与精力。
劳力	Bộ phim hoạt hình này đã cần đến rất nhiều thời gian và công
công sức	sức để thực hiện.

0610	
わざ	料理人には優れた技と敏感な舌が必要だ。
技	To be a cook, you need excellent skills and a sensitive tongue.
Skills	一名优秀的厨师需要有高超的技艺与敏锐的味觉。
技艺、技术	Đầu bếp cần có tay nghề tốt và vị giác nhạy bén.
kỹ thuật, tay nghề	

0611	
わざわい	神社で災いを防ぐお守りを買った。
災い	At the shrine, I bought an amulet to prevent disasters.
Disaster	我在神社买了防灾避险的护身符。
灾难	Tôi mua bùa phòng tai ương ở đền thờ.
tai ương	

わたしの単語

たんご

On this page, let's write down vocabulary items taken from daily life.
请在这一页写下日常生活中发现的单词吧。
Hãy viết vào trang này những từ vựng tìm thấy trong sinh hoạt.

読んでみよう3

シリーズ　防災　「市の物資の準備は？」

　大災害が起きると、**ライフライン**は止まり、**物資**の輸送もストップします。「シリーズ　防災」の2回目は、市による**物資**の備蓄について、市の防災担当主任の田中さんに聞きました。

——第1回では、私たちが**日頃**から家庭で水や食料を用意しておく必要があるというお話でした。でも用意しておいても、災害時に職場にいたりして、帰宅できないこともありますよね。

田中「はい。また、緊急に避難するときには、重い飲料水などは持っていけません。ですから、市では指定避難所に非常食*、飲料水、生活必需品、薬、**燃料**などを備蓄しています。**ライフライン**が復旧し、救援**物資**が届くまでの1週間分を備蓄したいのですが、**保管**する場所が足りず、現在は3日分です。」

——ちょっと不安ですね。

田中「はい、10年前に防災会議が**発足**してから、大災害を生き抜く*方策を議論してきましたが、**保管**場所の確保は難しい問題です。現在、スーパーやコンビニと**連携**して、災害時に商品を提供していただくことも**模索**しています。」

——協力していただけると、ありがたいですね。食品や水は消費期限がありますが……。

田中「はい。以前は期限が来た物は**廃棄**していたのですが、今は、消費期限が来る少し前にいろいろな所で利用していただくようにして、新しい物を**補充**しています。」

——いろいろな**配慮**や工夫をされているんですね。今日はありがとうございました。

* 非常食　Emergency food supplies　应急食品　lương thực khẩn cấp
　生き抜く　Survive（挣扎着）活下去、求生　sống sót qua

Series: Disaster prevention. What has the city stockpiled?

When disaster strikes, essential services are cut off and transportation of supplies is interrupted. In this second part of Series: Disaster Prevention, we interview municipal disaster prevention officer Tanaka about what items the city has stockpiled.

In the first part, we spoke about the necessity of holding daily household water and food supplies in reserve. But even when you have supplies stockpiled, victims are sometimes caught at their workplace during emergencies and are unable to return home.

Tanaka: Yes, that is the case. Furthermore, in emergency evacuations, you cannot carry heavy items like drinking water. Therefore, the municipal authority has stockpiled items including emergency food supplies, drinking water, daily necessities, drugs and fuel, at designated evacuation points. We aim to ensure supplies cover a week, until essential services are restored and emergency supplies get through. However, we can only cover three days at the moment, due to the lack of storage space.

That is a bit worrying, isn't it?

Tanaka: Yes. Since we launched our disaster prevention committee 10 years ago, we have discussed policies for surviving major disasters, but securing storage locations has proved a difficult issue. At the moment, we are also exploring options for supplying products in partnership with supermarkets and convenience stores.

Such cooperation is commendable. However, food and water have shelf lives, don't they?

Tanaka: Yes, they do. In the past we would simply throw away items that had reached the end of their shelf life. Today, we replenish them with new supplies as soon as they are about to reach their expiry date, and distribute the old stuff to various places for use before expiry.

You are giving a lot of thought to these issues and working out measures. Thank you for answering these questions.

防灾系列 "本市物资准备情况"

一旦发生重大灾害，生命线就会被切断，物资运输也会停滞。在"防灾系列"第二集中，我们就本市的物资储备情况对担任市防灾主任的田中先生进行了采访。

提问：在第一集中，我们讲到了平时在家中预备水和食物的必要性。但即便如此，当灾害来临时，会存在人在单位，无法回家的情况。

田中：是的。另外在紧急避难时，像很重的饮用水之类的没法带。因此，本市在指定的避难所储备了应急食品、饮用水、生活必需品、药品、燃料等。我们原本计划储备从生命线恢复到救援物资抵达所需的一周的量。但是碍于存储场地不足，现在只储备了三天的量。"

提问：那有些让人担忧啊。

田中：确实如此。自从10年前防灾会议成立以来，我们讨论过很多重大灾害的求生对策，但确保物资存储场所始终是难题。现在，我们也在探索与超市、便利店合作，请他们在灾害时提供物资。

提问：要是他们愿意合作的话那真是太好了。食物、水都有保质期……

田中：是的。以前总是把到期的东西扔掉。而现在则是尽量把快到期的东西在各种地方利用起来，然后补充新的物资。

提问：真的是做了很多考虑，下了很多功夫呢。今天非常感谢您接受我们的采访。

Loạt bài Phòng chống thiên tai "Chuẩn bị vật tư cho thành phố như thế nào?"

Khi thảm họa xảy ra, các đường dây thiết yếu sẽ bị gián đoạn, việc vận chuyển vật tư cũng vì thế mà tạm ngưng. Trong kỳ 2 của loạt bài "Phòng chống thiên tai" này, chúng tôi đã có cuộc phỏng vấn ông Tanaka – Trưởng ban Phòng chống thiên tai của thành phố - về việc dự trữ vật tư do thành phố thực hiện.

— Kỳ 1 đã bàn về chuyện chúng ta luôn cần dự trữ sẵn nước uống và thực phẩm trong gia đình. Nhưng dù làm vậy đi nữa vẫn sẽ có trường hợp khi thiên tai xảy ra, chúng ta lại đang ở nơi làm việc và không thể về nhà, đúng không ạ?

Tanaka: Đúng vậy. Ngoài ra, khi đi sơ tán khẩn cấp, chúng ta không thể mang theo những vật nặng như nước uống v.v. Cho nên, thành phố đã dự trữ lương thực khẩn cấp, nước uống, nhu yếu phẩm sinh hoạt, thuốc men, nhiên liệu v.v tại các nơi trú ẩn chỉ định. Chúng tôi muốn dự trữ đủ lượng dùng cho 1 tuần để kịp cho các đường dây thiết yếu phục hồi và hàng cứu trợ được chuyển đến nhưng lại thiếu không gian cất giữ nên hiện tại chỉ trữ được lượng hàng cho 3 ngày.

— Cũng hơi đáng lo ngại nhỉ?

Tanaka: Vâng. Từ khi bắt đầu các hội nghị phòng chống thiên tai vào 10 năm trước, các phương án nhằm sống sót qua thảm họa do thiên tai đã được mang ra bàn thảo nhưng việc bảo đảm nơi cất trữ luôn là vấn đề khó khăn. Hiện tại, chúng tôi đang tính đến việc liên kết với các siêu thị và cửa hàng tiện lợi để nhờ cung cấp hàng hóa khi có thiên tai.

— Nếu được họ hỗ trợ thì còn gì bằng. Nhưng thực phẩm và nước uống đều có hạn sử dụng...

Tanaka: Đúng vậy. Lúc trước chúng tôi đem tiêu hủy những thứ đã đến hạn nhưng bây giờ thì mang cho nhiều nơi sử dụng trước khi chúng hết hạn và bổ sung hàng mới.

— Thật chu đáo và có nhiều sáng kiến quá. Xin cảm ơn ông rất nhiều!

名詞　社会
めいし　しゃかい

Nouns – Society
名詞 – 社会
Danh từ – XÃ HỘI

0612

アリバイ
Alibi
不在场证明
bằng chứng ngoại phạm

彼はアリバイがあるから、犯人ではない。
かれ　　　　　　　　　　　はんにん

He has an alibi, so he is not the criminal.
他有不在场证明，所以不是犯人。
Anh ta có bằng chứng ngoại phạm nên không phải là hung thủ.

0613

あんさつ
暗殺 する
Assassinate
暗杀
ám sát

大統領が暗殺されたという緊急ニュースが流れた。
だいとうりょう　あんさつ　　　　　　　　きんきゅう　　　　　　なが

It was reported in a newsflash that the President had been assassinated.
电视播放了总统被暗杀的紧急新闻。
Tin khẩn cấp về việc tổng thống bị ám sát được lan truyền.

☀暗殺者
あんさつしゃ

0614

いどう
異動 する
Move, relocate
调动、变动
thay đổi (về nhân sự)

４月から営業部に異動する。
しがつ　　　えいぎょうぶ　いどう

I will be transferred to the sales department in April.
从4月份开始，调职到营销部。
Tôi sẽ chuyển sang phòng kinh doanh từ tháng 4.

☀人事異動
じんじいどう

0615

おしょく
汚職
Corruption
贪污
tham nhũng

市役所の職員が汚職の疑いで逮捕された。
しやくしょ　しょくいん　おしょく　うたが　　　たいほ

A city official was arrested on suspicion of corruption.
市政府的职员因贪污的嫌疑而被逮捕了。
Công chức của tòa thị chính đã bị bắt do bị tình nghi tham nhũng.

0616

かいこ
解雇 する
Dismiss, lay off
解雇
sa thải

社長は、経営が赤字でも社員を解雇しなかった。
しゃちょう　　けいえい　あかじ　　しゃいん　かいこ

The President did not dismiss any employees even when the business was making a loss.
即便经营赤字，社长也没有解雇员工。
Dù kinh doanh thua lỗ nhưng giám đốc vẫn không sa thải nhân viên.

0617

かいてい
改定 する
Revise
重新规定
điều chỉnh

市はバス料金の改定を発表した。
し　　　　りょうきん　かいてい　はっぴょう

The municipal authority announced a revision of bus fares.
市里公布了调整公交收费的决定。
Thành phố đã tuyên bố điều chỉnh giá vé xe buýt.

0618

かいやく
解約 する
Cancel
解约
hủy hợp đồng

今のスマホを解約して、料金が安いのに替える。
いま　　　　　　かいやく　　　りょうきん　やす　　　　か

I will cancel my current smartphone contract and switch to one with a cheap rate.
我要解约现在的手机，换成了费用更便宜的。
Tôi sẽ hủy hợp đồng điện thoại thông minh đang dùng và chuyển sang cái rẻ hơn.

0619

かがいしゃ
加害者
Culprit, assailant
加害者
thủ phạm

<ruby>老人<rt>ろうじん</rt></ruby>がけがをした<ruby>事件<rt>じけん</rt></ruby>の<ruby>加害者<rt>かがいしゃ</rt></ruby>は、<ruby>少年<rt>しょうねん</rt></ruby>だった。
The culprit in the incident in which a senior citizen got hurt was a youth.
老人受伤一案的加害者，是一个少年。
Thủ phạm của vụ hành hung người già là một cậu con trai.
⇔ <ruby>被害者<rt>ひがいしゃ</rt></ruby>

0620

かしつ
過失
Mistake
过失、过错
lỗi, sơ suất

<ruby>火事<rt>かじ</rt></ruby>の<ruby>原因<rt>げんいん</rt></ruby>は、コックの<ruby>過失<rt>かしつ</rt></ruby>だった。
The cause of the fire was a mistake by the cook.
火灾是由一名厨师的过失导致的。
Vụ cháy xảy ra do sơ suất của đầu bếp.

0621

かそ
過疎
Depopulation
(人口)过疏、过度稀少
sự suy giảm (về dân số)

この<ruby>村<rt>むら</rt></ruby>は<ruby>過疎化<rt>かそか</rt></ruby>が<ruby>進<rt>すす</rt></ruby>んで、<ruby>若者<rt>わかもの</rt></ruby>がほとんどいない。
With ongoing depopulation, there are almost no young people in this village.
这个村子的人口过疏问题不断深化，村子里几乎没有年轻人了。
Làng này bị suy giảm về dân số nên hầu như không có thanh niên.
⇔ <ruby>過密<rt>かみつ</rt></ruby>　❋<ruby>過疎化<rt>かそか</rt></ruby>　❋<ruby>過疎地域<rt>かそちいき</rt></ruby>

0622

かんぶ
幹部
Leader, cadre
首脑、团体中的核心人物
thành viên cốt cán

<ruby>警察<rt>けいさつ</rt></ruby>は、<ruby>詐欺<rt>さぎ</rt></ruby>を<ruby>指示<rt>しじ</rt></ruby>した<ruby>暴力団<rt>ぼうりょくだん</rt></ruby>の<ruby>幹部<rt>かんぶ</rt></ruby>を<ruby>逮捕<rt>たいほ</rt></ruby>した。
The police arrested the leader of the criminal gang that ordered the fraud.
警察逮捕了指使诈骗的黑社会组织的核心人物。
Cảnh sát đã bắt giữ thành viên cốt cán của băng nhóm tội phạm điều khiển vụ lừa đảo.

0623

かんよ
関与 する
Be involved in
参与
tham gia, tham dự

<ruby>捕<rt>つか</rt></ruby>まった<ruby>男<rt>おとこ</rt></ruby>は<ruby>事件<rt>じけん</rt></ruby>への<ruby>関与<rt>かんよ</rt></ruby>を<ruby>認<rt>みと</rt></ruby>めた。
The arrested man admitted his involvement in the matter.
被逮捕的男子承认参与了这起案件。
Người đàn ông bị bắt giữ đã thú nhận có tham gia vào vụ án.

0624

きがい
危害
Harm
危害
nguy hại

この<ruby>動物<rt>どうぶつ</rt></ruby>は<ruby>人<rt>ひと</rt></ruby>に<ruby>危害<rt>きがい</rt></ruby>を<ruby>与<rt>あた</rt></ruby>えない。
This animal will not harm people.
这种动物对人没有危害。
Loài động vật này không gây nguy hại đến con người.

0625

ききん
Famine, drought
饥荒
nạn đói

<ruby>昔<rt>むかし</rt></ruby>は、ききんで<ruby>数十万人<rt>すうじゅうまんにん</rt></ruby>が<ruby>死<rt>し</rt></ruby>ぬこともあった。
In the past, several hundred thousand people died of famine.
以前曾发生过导致几十万人死亡的饥荒。
Đã từng có hàng trăm ngàn người chết vì nạn đói vào thời xưa.

0626

ぎぞう
偽造 する
Counterfeit
伪造
làm giả

<ruby>偽造<rt>ぎぞう</rt></ruby>した1<ruby>万円札<rt>まんえんさつ</rt></ruby>が<ruby>見付<rt>みつ</rt></ruby>かった。
A counterfeit ¥10,000 bill was found.
1万日元假币被发现了。
Đã xuất hiện tờ 10 ngàn yên giả.

0627

きはん
規範
Norm
规范
tiêu chuẩn, quy phạm

価値観が多様化して、社会の規範が崩れている。
As the values of society diversify, its norms disintegrate.
由于价值观的多样化，社会行为规范日益崩坏。
Tiêu chuẩn xã hội đang dần sụp đổ do việc đa dạng hóa các giá trị quan.

※規範的

0628

ぎゃくたい
虐待 する
Mistreat
虐待
ngược đãi

児童相談所は虐待を受けている子供を保護した。
The child consultation center protected children who had suffered abuse.
儿童保护中心对受到虐待的儿童提供保护。
Văn phòng tư vấn về trẻ em đã bảo trợ đứa trẻ bị ngược đãi.

0629

きゅうさい
救済 する
Relieve, remedy
救济
trợ giúp

公害の被害者は国に救済を求めた。
The pollution victims sought relief at the state level.
公害的受害者向国家请求救济。
Những nạn nhân của ô nhiễm môi trường đã yêu cầu Nhà nước trợ giúp.

0630

きよ
寄与 する
Contribute
贡献
đóng góp

彼は、科学の発展に寄与して賞をもらった。
He was awarded a prize in recognition of his contribution to the development of science.
他对科学的发展做出了贡献，因而获奖。
Ông ta được tặng thưởng vì đã đóng góp cho sự phát triển của khoa học.

0631

きょうい
脅威
Threat, danger
威胁
mối đe dọa

豪雨による被害に自然の脅威を感じた。
Through the damage caused by heavy rains, I understood the dangers posed by natural forces.
从暴雨引发的灾害中感受到了来自大自然的威胁。
Mưa lớn làm tôi cảm nhận được mối đe dọa từ thiên nhiên.

0632

きょうてい
協定
Agreement
协定
hiệp định

2国間で資源開発に協力する協定を結んだ。
The two countries signed an agreement on cooperation over resource development.
两国缔结了合作开发资源的协定。
Hai nước đã ký kết hiệp định hợp tác khai thác tài nguyên.

0633

きょうはく
脅迫 する
Threaten
恐吓、胁迫
đe dọa, dọa nạt

男は「金を出さないと、殺すぞ」と脅迫した。
The man threatened me, saying "I will kill you if you do not give me your money."
男子恐吓道：“你要是不把钱交出来，我就杀了你。”
Gã đàn ông đe dọa "Không đưa tiền là ta giết".

※脅迫状

0634

ぎょうむ
業務
Business, service, operations
业务、工作
công việc

大きい郵便局は、夜も受付の業務をやっている。
The large post office is open for business at night as well.
规模比较大的邮局，晚上也受理业务。
Các bưu điện lớn nhận gửi hàng vào cả buổi tối.

0635

きんろう
勤労 (する)

Work, labor
劳动
lao động

職場に差別があると、勤労の意欲が低下する。

If there is discrimination at the workplace, work morale is lowered.

职场中一旦有歧视现象，员工的劳动热情就会下降。

Nếu có nạn phân biệt đối xử ở chỗ làm thì ham muốn lao động sẽ giảm.

※勤労者

0636

ぐんしゅう
群衆

Crowd, mass
群众
đám đông

新年を祝う群衆が広場を埋めた。

The square was filled by a crowd of people celebrating the New Year.

庆贺新年的人群挤满了广场。

Đám đông mừng năm mới kéo đến chật kín cả quảng trường.

0637

けい
刑

Sentence, penalty
刑罚
hình phạt

裁判でその男の刑が確定した。

The man's sentence was confirmed at the trial.

通过审判确定了对那名男子的刑罚。

Hình phạt dành cho người đàn ông đó đã được phán quyết tại tòa.

※〜刑（例：罰金刑）

0638

けいばつ
刑罰

Punishment, penalty
刑罚
hình phạt

日本の法律では、死刑が最も重い刑罰だ。

In Japanese law, death is the severest penalty.

在日本法律中，死刑是最重的刑罚。

Theo luật pháp Nhật Bản, tử hình là hình phạt cao nhất.

0639

げんこう
現行

Current, existing
现行、现在正在施行
hiện hành

現行の法律は、古くて社会の状況に合わない。

Current laws are outdated and no longer meet the needs of society.

现行的法律太旧，已经不符合社情了。

Pháp luật hiện hành đã lạc hậu và không còn phù hợp với tình hình xã hội.

※現行法

0640

けんじ
検事

Prosecutor
检察官
công tố viên

裁判で検事が求めたのは、死刑だった。

What the prosecutor demanded in the trial was the death penalty.

检察官在审判中要求判处死刑。

Bản án công tố viên đề nghị tại tòa là tử hình.

0641

こうそく
拘束 (する)

Bind, detain
羁押
giam giữ

警察は犯人を空港で拘束した。

The police detained the criminal at the airport.

警察在机场羁押了犯人。

Cảnh sát đã giam giữ tên tội phạm tại sân bay.

0642

こうふ
交付 (する)

Issue, grant
交付、发给
cấp

試験に受かって、運転免許証の交付を受けた。

After taking an examination, I was issued a driver's license.

我考试合格，拿到了驾照。

Do thi đậu nên tôi được cấp giấy phép lái xe.

0643

ごえい
護衛 する
Escort
护卫
bảo vệ, hộ tống

数名の警官が大統領を護衛している。
Several police officers escort the President.
数名警官为总统保驾护航。
Một vài cảnh sát viên làm nhiệm vụ bảo vệ Tổng thống.

0644

こよう
雇用 する
Employ, hire
雇用
tuyển dụng

この会社は女性を積極的に雇用している。
This company proactively hires women.
这家公司积极地雇用女性。
Công ty này tích cực tuyển dụng nhân viên nữ.
※ 雇用者

0645

さんきゅう(さんぜんさんごきゅうぎょう)
産休(産前産後休業)
Maternity leave
产假(产前产后休业)
nghỉ thai sản (nghỉ trước và sau sinh)

法律では、出産後8週間の産休が取れる。
Under the law, women may take maternity leave for eight weeks after giving birth
根据法律，女性产后有八周的产假。
Luật pháp cho phép được nghỉ thai sản 8 tuần sau khi sinh.

0646

じえい
自衛 する
Protect yourself
自卫
tự bảo vệ

万引きが増えたので、書店は自衛の方法を考えた。
The increase in shoplifting prompted the bookshop to think of ways of protecting itself.
因偷盗增多，书店考虑了自我防范措施。
Do nạn trộm đồ trong cửa hàng gia tăng nên nhà sách đã suy nghĩ phương pháp tự bảo vệ mình.
※ 自衛隊

0647

じしゅ
自首 する
Hand yourself in
自首
đầu thú

殺人事件の犯人は交番に自首してきた。
The murderer gave himself up at a police station.
杀人案的犯人来派出所自首了。
Hung thủ đã ra đầu thú tại đồn cảnh sát.

0648

じひょう
辞表
Resignation
辞呈
đơn từ chức

問題を起こした大臣は辞表を出した。
The minister who caused this problem announced his resignation.
惹出麻烦的大臣递交了辞呈。
Bộ trưởng đã nộp đơn từ chức do để xảy ra vấn đề.

0649

しゃくほう
釈放 する
Release
释放
phóng thích

警察は彼を釈放したが、まだ疑っているようだ。
The police released him, but suspicions seem to have persisted.
警察虽然释放了他，但好像还是有所怀疑。
Cảnh sát đã phóng thích hắn ta nhưng có vẻ vẫn còn nghi ngờ.

0650

しゅうぎょう
就業 する
Start work, gain employment
就业
bắt đầu đi làm

市内で就業を希望する人向けの会社説明会に出た。
I went to a company briefing for people wishing to find work within the city.
我参加了一场针对希望在市区就业者的公司说明会。
Tôi đã tham dự buổi giới thiệu các doanh nghiệp dành cho người có nguyện vọng đi làm trong thành phố.
※ 就業者数

0651	突然、敵が襲撃してきた。
しゅうげき **襲撃** する Attack 袭击、偷袭 đột kích	とつぜん、てき しゅうげき The enemy suddenly attacked. 突然，敌人发动了袭击。 Quân địch đột kích quân ta.

0652	国は福祉に従事する人の労働条件を検討している。
じゅうじ **従事** する Be engaged in 从事 làm việc liên quan đến	くに ふくし じゅうじ ひと ろうどうじょうけん けんとう The state is discussing working conditions for people in the welfare sector. 国家正在探讨从事福利事业者的劳动条件。 Nhà nước đang xem xét điều kiện lao động của những người làm việc trong lĩnh vực phúc lợi.

0653	彼は来年の春から学長に就任する。
しゅうにん **就任** する Take office 就任、就职 nhận chức	かれ らいねん はる がくちょう しゅうにん He will be take office as principal of the college in spring next year. 他从明年春季开始就任大学校长一职。 Ông ấy sẽ nhận chức Hiệu trưởng từ mùa xuân năm sau.

0654	火事が起きて、消防車が出動した。
しゅつどう **出動** する Be dispatched 出动 xuất quân	かじ お しょうぼうしゃ しゅつどう A fire broke out and the fire engine was sent out. 火灾发生后，消防车出动了。 Có vụ cháy xảy ra nên xe cứu hỏa đã được cử đi.

0655	彼はその時間、部屋にいなかったという証言がある。
しょうげん **証言** する Testify 证词 làm chứng	かれ じかん へや しょうげん There is evidence that he was not in the room at the time. 有证言说他那时不在房间里。 Có lời chứng rằng anh ta không ở trong phòng vào khoảng thời gian đó.

0656	この春、父が部長に昇進した。
しょうしん **昇進** する Be promoted, be elevated 晋升 được thăng chức	はる ちち ぶちょう しょうしん In spring, father was promoted to department chief. 这个春天，父亲晋升为部长。 Mùa xuân vừa rồi bố tôi đã được thăng chức.

0657	裁判では、証人はうそを言ってはならない。
しょうにん **証人** Witness 证人 nhân chứng	さいばん しょうにん い At a trial, witnesses must not lie. 在审判中，证人不能说谎。 Nhân chứng không được nói dối trước tòa.

0658	書記は、全ての発言を記録する。
しょき **書記** Secretary (会议等的)记录人员 thư ký	しょき すべ はつげん きろく The secretary records everything that is stated. 记录人员要把所有发言记录下来。 Thư ký sẽ ghi lại mọi lời nói.

0659 **しょくむ** **職務** Duties 职务 công việc, phần việc	同じ職務なら勤務条件は同じにするべきだと思う。 If the duties are the same, then I think the working conditions should be the same. 我认为，既然职务相同，工作条件也应该一样。 Tôi cho rằng nên tạo điều kiện lao động giống nhau cho những công việc giống nhau.
0660 **しょたい** **所帯** Household 家庭 hộ gia đình	20年前、我が家は11人の大きな所帯だった。 Twenty years ago, our household was large with 11 people. 20 年前, 我家是有着11个人的大家庭。 20 năm trước, nhà tôi là một hộ gia đình đông đúc với 11 người.
0661 **しょばつ** **処罰** (する) Punish, sanction 处罚 xử phạt	彼は暴力事件を起こして、処罰された。 He was punished after an act of violence. 他因引发暴力案件, 受到了处罚。 Anh ta đã bị xử phạt vì hành hung người khác.
0662 **しょみん** **庶民** Ordinary people 平民、普通人 thường dân	物価の上昇が庶民の生活を圧迫している。 The rise in prices is putting pressure on livelihoods of ordinary people. 物价的上涨加重了普通百姓的生活负担。 Vật giá tăng đang tạo áp lực lên cuộc sống của thường dân. **⁑庶民的**
0663 **しんこく** **申告** (する) Declare, state 申报 khai báo	入国するとき、持ち物などの申告が必要だ。 When entering the country, you have to declare your belongings. 入境时, 有必要对携带品进行申报。 Khi nhập cảnh cần khai báo về hàng hóa mang theo.
0664 **しんさい** **震災** Earthquake disaster 震灾 thảm họa động đất	震災で水も電気も止まった。 Water and power supplies were cut off in the earthquake. 由于震灾, 停水又断电。 Do động đất nên cả nước lẫn điện đều bị cắt.
0665 **しんじゅう** **心中** (する) Commit double suicide 殉情、情死 cùng nhau tự sát	この芝居は男女が心中する場面で終わる。 This play ends with the lovers' double suicide. 这出戏剧是以男女主人公殉情的场景结束的。 Vở kịch này kết thúc với cảnh đôi nam nữ cùng nhau tự sát.
0666 **ストーカー** Stalker 跟踪狂 kẻ bám đuôi	彼女は警察にストーカーによる被害を届けた。 She reported to the police the harm done by the stalker. 她向警察报告受到了跟踪狂的跟踪。 Cô ấy đã trình báo cảnh sát về những tổn hại do kẻ bám đuôi gây ra.

0667

そうかい
総会
General assembly
大会、全会

đại hội

こくれん　そうかい　しんぎちょう　えら
国連の総会で新議長が選ばれた。
A new chairman was elected at the General Assembly of the United Nations.
在联合国大会上选举产生了新的主席。
Chủ tịch mới đã được bầu ra tại đại hội của Liên Hiệp Quốc.

0668

そうさ
捜査 する
Investigate, probe
搜查、调查

điều tra

けいさつ　ごうとうじけん　そうさ
警察は強盗事件を捜査している。
The police are investigating a robbery.
警察在调查抢劫案件。
Cảnh sát đang điều tra vụ cướp.

0669

そうさく
捜索 する
Investigate, search
搜索、搜寻

khám xét

けいさつ　さつじんじけん　はんにん　いえ　そうさく
警察は殺人事件の犯人の家を捜索した。
The police investigated the home of the criminal who committed the murder.
警察搜查了杀人案犯人的家。
Cảnh sát đã khám xét nhà của hung thủ.

0670

そうどう
騒動
Disturbance
闹事、骚动

vụ ồn ào, vụ huyên náo

せいじんしき　わかもの　そうどう　お
成人式で若者たちが騒動を起こした。
At the coming-of-age ceremony, the young people caused a disturbance.
在成人仪式上，年轻人发生了骚乱。
Đám thanh niên đã gây ồn ào tại Lễ Thành nhân.

0671

そうなん
遭難 する
Get into trouble
遇难

gặp nạn

ふぶき　なか　ごめい　とざんしゃ　そうなん
吹雪の中で５名の登山者が遭難した。
In the blizzard, five climbers got into trouble.
有五名登山者在暴风雪中遇难了。
5 người leo núi đã gặp nạn trong cơn bão tuyết.

0672

そしょう
訴訟
Lawsuit
诉讼

vụ tố tụng, vụ kiện

しゃっきん　かえ　あいて　そしょう　お
借金を返さない相手に訴訟を起こした。
I filed a lawsuit against my partner for not repaying loans.
我起诉了借钱不还的人。
Tôi đã kiện người không trả nợ cho mình.

0673

たいしゅう
大衆
The public, the masses
大众

đại chúng

うた　なが　たいしゅう　あい
その歌は、長く大衆に愛されてきた。
That song has long been a favorite with the public.
那首歌一直为大众所喜爱。
Ca khúc đó được đại chúng yêu thích suốt một thời gian dài.

※**大衆的**　※**一般大衆**

0674

たいのう
滞納 する
Be late with (payment), be in arrears
滞纳、拖欠

trễ hạn chi trả

じゅぎょうりょう　たいのう　もの　ただ　おさ
授業料を滞納している者は直ちに納めること。
Those who are late with their tuition fee payments should pay immediately.
拖欠学费者请立即缴纳。
Những sinh viên trễ hạn đóng học phí cần đóng gấp.

0675

だけつ
妥結 (する)
Reach agreement
谈妥、达成妥协
thỏa thuận

かいしゃ　ろうどうくみあい　げつがく に せんえん　きゅうよ かいぜん　　だけつ
会社と労働組合は月額２千円の給与改善で妥結した。
The company and labor unions agreed that monthly wages should rise by ¥2,000.
公司与工会以每月提高2000日元工资为条件达成了妥协。
Công ty và Công đoàn đã thỏa thuận tăng trợ cấp thêm 2000 yen mỗi tháng.

0676

だったい
脱退 (する)
Leave, quit
脱离、退出
rút khỏi, rời khỏi

こくみんとうひょう　けっか　　くに　こくれん　　だったい
国民投票の結果、その国は国連を脱退した。
As a result of the referendum, the country left the United Nations.
基于国民投票的结果，那个国家退出了联合国。
Quốc gia đó đã rút khỏi Liên Hiệp Quốc thể theo kết quả trưng cầu dân ý.

0677

ちょうしゅう
徴収 (する)
Levy, collect
征收
thu (thuế, phí)

しゃかい ほ けんりょう　にゅうしゃ　つぎ　つき　ちょうしゅう
社会保険料は入社の次の月から徴収される。
Salary deductions for social security begin the month after the employee joins the company.
社会保险费会在入职后的第二个月开始征收。
Phí bảo hiểm xã hội được thu từ tháng tiếp theo thời điểm vào làm.

0678

ちょうてい
調停 (する)
Mediate
调停、调解
hòa giải, điều đình

さいばんしょ　ちょうてい　　りこん　せいりつ
裁判所の調停によって離婚が成立した。
The divorce was arranged under court mediation.
通过法院的调解，他们达成了离婚协议。
Vụ ly hôn đã được chấp thuận theo phán quyết hòa giải của tòa.

0679

ついせき
追跡 (する)
Track, chase
追踪
truy đuổi, theo dấu

けいさつけん　にお　お　　はんにん　ついせき
警察犬は臭いを追って犯人を追跡した。
The police dog tracked down the criminal by scent.
警犬根据气味追踪犯人。
Cảnh khuyển đã đánh hơi và theo dấu tên tội phạm .

0680

つうほう
通報 (する)
Report
通报、通知
thông báo, báo cáo

か じ　き　　しょうぼうしょ　つうほう
火事に気づいて、消防署に通報した。
I noticed a fire and reported it to the fire department.
发现火灾之后，我通知了消防局。
Thấy cháy, tôi báo cho sở cứu hỏa.

0681

DV
（ドメスティックバイオレンス）
Domestic violence
受到丈夫或者恋人的暴虐
bạo lực gia đình

さくねん　やくななまんけん　ディーブイ　そうだん　けいさつ　よ
昨年、約７万件のDVの相談が警察に寄せられた。
Last year, about 70,000 domestic violence consultation cases were referred to the police.
去年，警察接到了约7万起家暴咨询。
Năm ngoái đã có khoảng 70,000 vụ bạo lực gia đình được trình báo cảnh sát.

0682

てきよう
適用 (する)
Apply
适用
áp dụng

げんいん　　ほ けん　てきよう　　ば あい
けがの原因により保険が適用されない場合がある。
Health insurance may not apply depending on cause of injury.
根据受伤原因的不同，也有不适用于保险的情况。
Có trường hợp bảo hiểm không được áp dụng tùy vào nguyên nhân thương tật.

0683
てんさい
天災
Natural disaster
天灾
thiên tai

日本は昔から地震や洪水などの天災が多い。
Throughout its history, Japan has suffered from earthquakes, floods and other natural disasters.
日本自古以来地震、洪水等天灾就很多。
Từ xưa Nhật Bản đã chịu nhiều thiên tai như động đất hay lũ lụt.

0684
てんしょく
転職 (する)
Change job
转职、跳槽
chuyển việc

条件の良い会社に転職した。
I changed to a company with good working conditions.
我跳槽到了待遇比较好的公司。
Tôi chuyển sang làm công ty có điều kiện tốt hơn.

0685
てんらく
転落 (する)
Fall
滚落、跌落
lăn xuống, rơi xuống

深い霧で、車が山道から転落する事故が起きた。
In the dense mist, an accident occurred in which a car fell off a mountain road.
因为浓雾，发生了汽车从山道跌落的事故。
Đã xảy ra một vụ tai nạn xe hơi lăn từ đường đèo xuống do sương mù dày đặc.

0686
とうじしゃ
当事者
Party or person involved
当事人
người có liên quan, người trong cuộc

事故のトラブル解決のために、当事者と話し合った。
To sort out the dispute after the accident, we discussed things with the parties involved.
为解决事故纠纷，我跟当事人谈了谈。
Tôi đã nói chuyện với người trong cuộc nhằm giải quyết rắc rối của vụ tai nạn.

0687
とうそう
逃走 (する)
Run away, flee
逃走
đào thoát

警察は現場から逃走した犯人を追っている。
The police are pursuing the criminal who fled the scene.
警察正在追捕从事发现场逃走的犯人。
Cảnh sát đang truy đuổi tên tội phạm đã đào thoát khỏi hiện trường.

0688
とうぼう
逃亡 (する)
Run away, escape
逃亡
chạy trốn

犯人は国外に逃亡しようとした。
The criminal tried to flee abroad.
犯人想逃亡到国外去。
Tên tội phạm đã cố chạy trốn ra nước ngoài.

0689
にんか
認可 (する)
Authorize, approve
许可、批准
cấp phép

5か所の保育所が新しく知事の認可を受けた。
Five nursery schools were newly approved by the prefectural governor.
五家托儿所刚刚获得了知事的许可。
Có 5 cơ sở giữ trẻ vừa được Thị trưởng cấp phép.

0690
にんき
任期
Term of service
任期
nhiệm kỳ

この団体の役員の任期は2年だ。
The term of office of executives at that group is two years.
这个团体的管理层任期是两年。
Nhiệm kỳ của lãnh đạo tổ chức này là 2 năm.

0691

にんむ
任務
Mission, duty
任务
nhiệm vụ

警官は来日した国王をガードする任務に就いた。

The policemen were in charge of guarding the King during his Japan visit.

警官开始执行保护访日国王的任务。

Viên cảnh sát được giao nhiệm vụ làm vệ sĩ cho vị Quốc vương vừa đến Nhật.

0692

にんめい
任命 する
Appoint
任命
bổ nhiệm

首相は彼を環境大臣に任命した。

The Prime Minister appointed him Environment Minister.

首相任命他为环境大臣。

Thủ tướng đã bổ nhiệm ông ta làm Bộ trưởng Bộ Môi trường.

0693

のうぜい
納税 する
Pay tax
纳税
nộp thuế

納税するのは国民の義務だ。

Payment of taxes is a public obligation.

纳税是国民的义务。

Nộp thuế là nghĩa vụ của công dân.

0694

ばいしょう
賠償 する
Compensate
赔偿
bồi thường

その患者は医療ミスの賠償を病院に求めた。

Those patients sought compensation from the hospital for the medical error.

那名患者向医院索要医疗失误的赔偿。

Bệnh nhân đó đã yêu cầu bệnh viện bồi thường do sai phạm trong điều trị.

※賠償責任　※損害賠償

0695

はくがい
迫害 する
Persecute
迫害
bức hại

その政治家は迫害を受けて、他国へ逃げた。

That politician was persecuted, and fled abroad.

那名政治家受到迫害，逃到其他国家去了。

Chính trị gia đó bị bức hại nên đã trốn sang nước khác.

0696

はくじょう
白状 する
Admit, confess
坦白、招认
thú nhận

弟は自分が窓ガラスを割ったと白状した。

My brother confessed that he had broken the window.

弟弟坦白了是他把窗玻璃打破的。

Em tôi đã thú nhận mình làm vỡ kính cửa sổ.

0697

ばくは
爆破 する
Blow up
爆破、炸毁
làm nổ

新しい橋を作るため、古い橋を爆破した。

The old bridge was blown up to make way for a new one.

为了建新桥，炸毁了旧桥。

Người ta cho nổ sập cây cầu cũ để xây cầu mới.

0698

はんけつ
判決
Sentence, judgment
判决
phán quyết

最高裁判所で、彼には死刑の判決が出た。

He received the death sentence at the Supreme Court.

最高法院对他作出了死刑的判决。

Tòa án tối cao đã ra phán quyết tử hình hắn ta.

0699

ひこう
非行
Misconduct, delinquency
不良行为
hành vi sai trái

地域で協力して、青少年の非行を防止する。

With the cooperation of the local community, we are trying to stop juvenile delinquency.

各地区人们齐心协力，防止青少年的不良行为。

Cả địa phương hợp lực ngăn chặn những hành vi sai trái ở lứa tuổi vị thành niên.

💥 非行少年

0700

ひさい
被災 [する]
Be a victim of
受灾
hứng chịu (thiên tai)

被災した人々を励ますコンサートが開かれた。

A morale-boosting concert was organized for disaster victims.

举办了以鼓励受灾群众为目的的音乐会。

Một buổi hòa nhạc được tổ chức nhằm khích lệ những nạn nhân thiên tai.

💥 被災地　💥 被災者

0701

ひとじち
人質
Hostage
人质
con tin

犯人は、子供を人質にして1億円を要求した。

Taking the children hostage, the criminal demanded a ransom of 100 million yen.

犯人将孩子作为人质，勒索了1亿日元。

Tên tội phạm đã bắt đứa bé làm con tin để đòi 100 triệu yen.

0702

ふくめん
覆面
Mask
蒙面
mặt nạ, sự che mặt

コンビニ強盗は黒い上下の服で覆面もしていた。

The convenience store thieves were dressed from head to foot in black and wore masks.

便利店强盗一身黑衣黑裤，还蒙了面。

Kẻ cướp cửa hàng tiện lợi mặc đồ đen từ đầu đến chân và còn đeo cả mặt nạ.

0703

ふにん
赴任 [する]
Be appointed
上任
chuyển công tác

新しく赴任した校長は、この学校の卒業生だ。

The newly appointed principal is a graduate of the school.

新上任的校长是这所学校的毕业生。

Hiệu trưởng mới chuyển công tác tới là cựu học sinh của trường này.

0704

ふんそう
紛争
Dispute, conflict
纷争
giao tranh

この国では宗教対立から紛争が起きている。

In this country, conflicts have arisen from religious confrontation.

这个国家发生了因宗教对立而导致的纷争。

Đất nước này xảy ra giao tranh do mâu thuẫn tôn giáo.

0705

へんけん
偏見
Prejudice, bias
偏见
thành kiến

差別や偏見のない社会を目指して活動している。

Activities are geared towards bringing about a society free of discrimination and prejudice.

以实现没有歧视与偏见的社会为目标活动着。

Chúng tôi hoạt động hướng tới một xã hội không thành kiến hay phân biệt đối xử.

0706

ぼうえい
防衛 [する]
Defend
保卫，防卫
phòng vệ

給料が減っているから、生活の防衛が必要だ。

I have to safeguard my livelihood now that my wage has been reduced.

因为工资减少了，所以必须设法维持生活。

Do lương giảm nên phòng vệ sinh hoạt là rất cần thiết.

💥 正当防衛

0707

ほうか
放火 する
Commit arson
放火、纵火
phóng hỏa

火事の原因は放火だった。
Arson was the cause of the fire.
火灾的原因是有人蓄意纵火。
Nguyên nhân vụ cháy là do có người phóng hỏa.

0708

ほうてい
法廷
Court
法庭
pháp đình, tòa án

ドアが開いて、3人の裁判官が法廷に入ってきた。
The door opened and three judges entered the court.
大门打开，三位法官步入法庭。
Cửa mở, 3 vị thẩm phán bước vào tòa án.

0709

ほしょう
補償 する
Compensate
补偿
đền bù

交通事故の損害を保険会社が補償してくれた。
The insurance company paid compensation for the damage caused in the traffic accident.
保险公司会补偿交通事故中的损失。
Công ty bảo hiểm đã đền bù thiệt hại do vụ tai nạn giao thông gây ra.

✳～補償（例：災害補償）

0710

ポスト
Post, position
职位、岗位
vị trí, chức vụ

彼は4月から社長のポストに就いた。
He took up the post of President in April.
他从4月份起就任社长一职。
Ông ấy đã lên chức giám đốc từ tháng 4.

0711

むざい
無罪
Innocence
无罪
sự vô tội

弁護士は彼の無罪を主張した。
The lawyer claimed the man was innocent.
律师主张他无罪。
Luật sư đã khăng khăng rằng anh ta vô tội.

⇔有罪

0712

やきん
夜勤
Night shift
值夜班
ca đêm

姉は看護師で、週に1回夜勤がある。
My sister, a nurse, does one night shift a week.
姐姐是护士，每周要值一次夜班。
Chị tôi làm y tá, 1 tuần trực đêm 1 lần.

0713

ゆうかい
誘拐 する
Kidnap, abduct
诱拐
bắt cóc (do dụ dỗ)

子供を誘拐する事件が起きた。
There has been a case of child abduction.
发生了诱拐小孩的案件。
Đã xảy ra một vụ bắt cóc trẻ em.

0714

ゆうざい
有罪
Guilt
有罪
sự có tội

彼は会社の金を盗んだ罪で有罪になった。
He was found guilty of the crime of stealing the company's money.
他因偷盗公司钱财被判有罪。
Hắn ta bị tuyên có tội trước tội danh biển thủ ngân quỹ công ty.

⇔無罪

0715 **ようぎしゃ** **容疑者** Suspect 犯罪嫌疑人 kẻ tình nghi	事件の容疑者は、普段はおとなしい男だそうだ。 They say that the suspect in the case is usually a mild-mannered man. 听说这起案件的嫌疑人，平常是个老实的男人。 Nghe nói kẻ tình nghi trong vụ án ngày thường vốn là một người đàn ông trầm lặng.
0716 **らち** **拉致** する Kidnap, abduct 劫持、绑架 bắt cóc (do cưỡng ép)	A国の大統領がホテルから拉致された。 The President of Country A was kidnapped from his hotel. A国的总统被人从宾馆绑架了。 Tổng thống nước A đã bị bắt đi từ khách sạn.
0717 **リストラ** する Restructure 裁员 tái cấu trúc	不景気で会社は大規模なリストラを実施した。 The recession-hit company launched large-scale restructuring. 因经济不景气，公司实施了大规模裁员。 Công ty đã tiến hành tái cấu trúc trên quy mô lớn do suy thoái.
0718 **りゃくだつ** **略奪** する Loot, plunder 掠夺、抢夺 cướp bóc	興奮した市民たちが、店を破壊して食料を略奪した。 The angry citizens smashed up shops and looted food. 激动的市民破坏商店，抢夺食品。 Đám thị dân khích động đã đập phá cửa hiệu, cướp bóc thực phẩm.
0719 **れんごう** **連合** する Ally, unite 联合、团结 liên kết	2か国の軍隊が連合して共に戦った。 The armies of the two countries allied and fought together. 两国的军队团结起来一同作战。 Quân đội 2 nước đã liên kết lại cùng nhau chiến đấu. ✲〜連合（例：国際連合）
0720 **れんめい** **連盟** Federation, league 联盟、联合会 liên đoàn, liên minh	市内のスポーツ少年団体が連盟を組織した。 Young people's sports clubs in the city formed a league. 市内的体育少年团体组成了联盟。 Các tổ chức thể thao lứa tuổi thiếu niên trong thành phố đã thành lập một liên đoàn. ✲〜連盟（例：将棋連盟）

名詞　政治	Nouns – Politics 名詞 – 政治 Danh từ – CHÍNH TRỊ

0721

いみん
移民
Immigration, emigration
移民
dân nhập cư

アメリカは多くの移民を受け入れてきた。
America has accepted many immigrants.
美国接收了很多移民。
Hoa Kỳ đã đón nhận rất nhiều dân nhập cư.

0722

がいしょう
外相
Minister of Foreign Affairs
外务大臣
Ngoại trưởng

外相は民間出身で、海外勤務の経験が豊富だ。
The Foreign Minister has a private sector background, and has deep experience of working overseas.
外务大臣出身平民，海外工作经验很丰富。
Ngài Ngoại trưởng xuất thân là dân thường và có nhiều kinh nghiệm làm việc ở nước ngoài.
⊗ 外務大臣

0723

かいにゅう
介入 する
Intervene
介入
can thiệp

２国間の争いに大国が介入した。
A great power intervened in the dispute between the two countries.
大国介入了两国间的纷争。
Cường quốc đã can thiệp vào cuộc tranh chấp giữa 2 nước.

0724

かんこく
勧告 する
Advise, urge
劝告
khuyến cáo, khuyên bảo

洪水警報が出て、市は住民に避難を勧告した。
A flood alert was issued, and citizens were advised to evacuate.
洪水警报发出之后，市里劝告居民避难。
Cảnh báo lũ lụt đã được đưa ra nên thành phố khuyến cáo người dân đi lánh nạn.
☀ ～勧告（例：避難勧告）

0725

かんりょう
官僚
Bureaucrat
官员、国家公务员
công chức

副総理は元は官僚で、経済政策に詳しい。
The Deputy Prime Minister has detailed knowledge of economic policy, having served as a bureaucrat.
副总理原先是高级官员，对经济政策很熟悉。
Phó Thủ tướng vì trước kia là công chức nên nắm rõ các chính sách kinh tế.
☀ 官僚制

0726

ぎあん
議案
Bill
议案
chương trình nghị sự, vấn đề (đem ra bàn tại hội nghị)

国会に選挙制度改正の議案が提出された。
A bill for amendment of the electoral system was submitted to the Diet.
国会中有人提出了修改选举制度的议案。
Chương trình nghị sự về việc sửa đổi chế độ bầu cử đã được trình lên Quốc hội.

0727

ぎけつ
議決 する
Decide, pass a resolution
决议、表决
quyết định (sau hội nghị)

労働組合はストを行うことを議決した。
The labor unions passed a resolution to launch a strike.
工会决议举行罢工。
Công đoàn đã quyết định tổ chức đình công.

0728

きけん
棄権 <small>する</small>
Abstain
弃权
từ bỏ quyền lợi

<ruby>若者<rt>わかもの</rt></ruby>の<ruby>棄権<rt>きけん</rt></ruby>が<ruby>投票率<rt>とうひょうりつ</rt></ruby>を<ruby>低下<rt>ていか</rt></ruby>させている。
The non-participation of young people has caused voter turnout to fall.
年轻人的弃权导致投票率下降。
Việc giới trẻ không đi bầu đang làm giảm tỉ lệ bầu cử xuống.

0729

きこう
機構
Mechanism, organ, agency
机构
cơ cấu / tổ chức

<ruby>文部科学省<rt>もんぶかがくしょう</rt></ruby>は<ruby>日本<rt>にほん</rt></ruby>の<ruby>行政<rt>ぎょうせい</rt></ruby>の<ruby>機構<rt>きこう</rt></ruby>の<ruby>1<rt>ひと</rt></ruby>つだ。
The Ministry of Education, Culture, Sports, Science and Technology is one of the administrative agencies of Japan.
文部科学省是日本行政机构之一。
Bộ Giáo dục là một tổ chức chính phủ của Nhật Bản.
❖<ruby>～機構<rt>きこう</rt></ruby>（<ruby>例<rt>れい</rt></ruby>：<ruby>国家機構<rt>こっかきこう</rt></ruby>）

0730

きせい
規制 <small>する</small>
Regulate
管制、限制
quy định / hạn chế

<ruby>マラソン大会当日<rt>たいかいとうじつ</rt></ruby>は、<ruby>車<rt>くるま</rt></ruby>の<ruby>通行<rt>つうこう</rt></ruby>が<ruby>規制<rt>きせい</rt></ruby>される。
On the date of the marathon, traffic flow will be regulated.
马拉松大赛当日，车辆限制通行。
Vào ngày diễn ra cuộc thi chạy đường trường, xe cộ sẽ bị hạn chế lưu thông.
❖<ruby>規制緩和<rt>きせいかんわ</rt></ruby>　❖<ruby>～規制<rt>きせい</rt></ruby>（<ruby>例<rt>れい</rt></ruby>：<ruby>交通規制<rt>こうつうきせい</rt></ruby>）

0731

ぐん
軍
Army
军队
quân đội

この<ruby>戦争<rt>せんそう</rt></ruby>でＡ<ruby>国<rt>こく</rt></ruby>の<ruby>軍<rt>ぐん</rt></ruby>は<ruby>多数<rt>たすう</rt></ruby>の<ruby>死者<rt>ししゃ</rt></ruby>を<ruby>出<rt>だ</rt></ruby>した。
In this war, many were killed in the army of Country A.
在这场战争中，A国军队死了很多人。
Quân đội của nước A có nhiều binh sĩ thiệt mạng trong cuộc chiến này.
❖<ruby>～軍<rt>ぐん</rt></ruby>（<ruby>例<rt>れい</rt></ruby>：<ruby>国連軍<rt>こくれんぐん</rt></ruby>）

0732

ぐんかん
軍艦
Warship
军舰
tàu chiến

<ruby>爆弾<rt>ばくだん</rt></ruby>を<ruby>落<rt>お</rt></ruby>とされて、<ruby>軍艦<rt>ぐんかん</rt></ruby>は<ruby>海<rt>うみ</rt></ruby>に<ruby>沈<rt>しず</rt></ruby>んだ。
Bombs were dropped and the warship sank below the waves.
被炸弹击中，军舰沉入海里。
Bị đánh bom nên tàu chiến đã chìm xuống biển.

0733

ぐんじ
軍事
Military matters
军事
quân sự

それは<ruby>軍事<rt>ぐんじ</rt></ruby>に<ruby>関<rt>かん</rt></ruby>する<ruby>情報<rt>じょうほう</rt></ruby>なので、<ruby>公開<rt>こうかい</rt></ruby>できない。
This is a military matter, so the information cannot be made public.
那是军事信息，所以无法对外公开。
Đó là thông tin quân sự nên không được công bố.
❖<ruby>軍事的<rt>ぐんじてき</rt></ruby>

0734

くんしゅ
君主
Monarch
君主
vua chúa, người cai trị đất nước

<ruby>17世紀前後<rt>じゅうななせいきぜんご</rt></ruby>は<ruby>君主<rt>くんしゅ</rt></ruby>に<ruby>権力<rt>けんりょく</rt></ruby>がほぼ<ruby>集中<rt>しゅうちゅう</rt></ruby>していた。
Around the 17th century almost all power was concentrated on the King or Queen.
17世纪前后，权力几乎都集中于君主手上。
Khoảng thế kỷ 17, quyền lực chủ yếu tập trung vào vua chúa.
❖<ruby>君主制<rt>くんしゅせい</rt></ruby>

0735

ぐんび
軍備
Military readiness
军备
quân bị

Ａ<ruby>国<rt>えーこく</rt></ruby>の<ruby>軍備<rt>ぐんび</rt></ruby>の<ruby>拡張<rt>かくちょう</rt></ruby>は、<ruby>周<rt>まわ</rt></ruby>りの<ruby>国<rt>くに</rt></ruby>に<ruby>不安<rt>ふあん</rt></ruby>を<ruby>与<rt>あた</rt></ruby>えた。
Country A's military build-up unsettled surrounding countries.
A国的军备扩张，使周边国家惶恐不安。
Việc nước A tăng cường quân bị đã gây bất an cho các nước xung quanh.

0736

けつぎ
決議 する

Pass a resolution
决议、表决
ra nghị quyết

こくれん じょせい さ べつ ぼうりょく けつ ぎ
国連は、女性への差別や暴力をなくす決議をした。

The United Nations passed a resolution to end discrimination and violence against women.

联合国决议，要消除对女性的歧视与暴力。

Liên Hiệp Quốc đã ra nghị quyết xóa bỏ nạn bạo lực và kỳ thị đối với nữ giới.

0737

けんりょく
権力

Authority, power
权力
quyền lực

この国は大統領が大きな権力を持っている。

The President of this country has great power.

在这个国家，总统有着很大的权力。

Ở quốc gia này, Tổng thống nắm giữ quyền lực to lớn.

けんりょくしゃ こっ か けんりょく
※権力者　※国家権力

0738

げんろん
言論

Speech, expression
言论
ngôn luận

くに げんろん じ ゆう い けん い
この国には言論の自由がなく、意見も言えない。

This country has no freedom of speech; you cannot state your opinions.

这个国家没有言论自由，也无法表达个人意见。

Ở đất nước này không có tự do ngôn luận nên không ai dám có ý kiến gì.

0739

こうほう
広報

Public relations
宣传、宣传资料
thông báo, bản thông cáo

けいさつ こうつう じ こ ぼうし こうほう おこな
警察は交通事故防止の広報を行った。

Police launched a traffic accident prevention campaign.

警察为防止交通事故的发生进行了宣传。

Cảnh sát đã ra thông cáo về việc ngăn ngừa tai nạn giao thông.

こうほうかつどう こうほうし
※広報活動　※広報誌

0740

こうむ
公務

Public service
公务
công vụ

びょうき なお しゅしょう こう む もど
病気が治って、首相は公務に戻った。

After recovering from his illness, the Prime Minister returned to public service.

疾病治愈，首相又回来处理公务了。

Đã khỏi bệnh nên Thủ tướng quay lại với công vụ.

0741

こくど
国土

National territory
国土
lãnh thổ

に ほん こく ど やくななじゅうごパーセント やま
日本の国土の約７５％は山だ。

Approximately 75% of Japan's land area is mountains.

日本国土约75%都是山。

Lãnh thổ Nhật Bản có khoảng 75% là núi.

0742

こくぼう
国防

National defense
国防
quốc phòng

こくさいじょうせい ふ あんてい くに こくぼう ちから い
国際情勢が不安定になり、国は国防に力を入れた。

As the international situation became less stable, the state stepped up its defense measures.

由于国际形势不稳定，国家加大了国防投入。

Tình hình quốc tế trở nên bất ổn nên Nhà nước đã đầu tư vào quốc phòng.

0743

こくゆう
国有

State-owned
国有
của Nhà nước

どう ろ こくゆう かんり くに
この道路は国有なので、管理は国がする。

This highway is owned, and hence managed, by the state.

因为这条道路是国有的，所以由国家管理。

Con đường này của Nhà nước nên do Nhà nước quản lý.

こくゆうか こくゆう き ぎょう
※国有化　※国有企業

0744
こっこう
国交
Diplomatic relations
邦交
quan hệ ngoại giao

国交の回復を目指して、両国は交渉を始めた。
The two countries launched negotiations aimed at re-establishing diplomatic relations.
以恢复邦交为目标，两国开始交涉。
Hai nước đã bắt đầu thương lượng nhằm phục hồi quan hệ ngoại giao.

0745
さいけつ
採決 する
Vote on
表决
biểu quyết

ご意見はありませんか。では、採決をします。
Does anybody have anything to say? Then let us vote.
大家有什么意见吗? 那么我们就投票表决吧。
Các vị có ý kiến gì không? Vậy chúng ta biểu quyết.

0746
さいたく
採択 する
Adopt
选定、采纳
thông qua / chọn lựa

市議会は平和都市宣言を採択した。
The municipal assembly adopted a "Peace City" declaration.
市议会采纳了和平都市的宣言。
Hội nghị thành phố đã thông qua tuyên bố về đô thị hòa bình.

0747
しこう/せこう
施行 する
Enforce, put into effect
实行、施行
thi hành, thực thi

大気汚染防止法が決まり、今月から施行された。
The air pollution prevention act was approved and went into effect this month.
大气污染防治法已确立，并于本月起实行。
Luật phòng chống ô nhiễm không khí đã được thông qua và sẽ được thi hành từ tháng tới.

0748
じち
自治
Autonomy
自治
sự tự trị

政府は正式にその州の自治を認めた。
The government has officially recognized the autonomy of that state.
政府正式承认了那个州的自治。
Chính phủ đã chính thức công nhận quyền tự trị của bang đó.

❈地方自治

0749
じちたい（ちほうじちたい）
自治体（地方自治体）
Local government
自治体
chính quyền địa phương

国と自治体が、共同で防災に当たる。
National and local authorities tackle disaster prevention jointly.
国家与自治体共同防灾。
Nhà nước và các chính quyền địa phương cùng nhau phòng chống thiên tai.

0750
しっきゃく
失脚 する
Lose your position
失势、下台
mất chức

大統領は法律に違反して、失脚した。
The President lost his position because he broke the law.
总统因违反法律而下台了。
Tổng thống vì phạm pháp luật nên đã bị mất chức.

0751
しゅけん
主権
Sovereignty
主权
chủ quyền

日本国憲法では主権は国民にある。
In the Constitution of Japan, sovereignty resides with the people.
根据日本宪法，主权在民。
Trong hiến pháp Nhật Bản có ghi chủ quyền thuộc về nhân dân.

0752

しゅのう
首脳
Leader
首脑
người lãnh đạo

７か国の首脳が集まって会談した。
The leaders of seven countries gathered for a meeting.
七个国家的首脑齐聚一堂，举行了会谈。
Lãnh đạo 7 quốc gia đã nhóm họp lại.
☀ 首脳会談

0753

じゅりつ
樹立 する
Establish
树立、建立
thành lập

A国は憲法に基づいた政府を樹立した。
In Country A a government was established based on the constitution.
A国根据宪法，建立了政府。
Nước A đã thành lập chính phủ dựa theo Hiến pháp.

0754

じょうやく
条約
Treaty, convention
条约
hiệp ước

多くの国が子供の権利を守る条約に署名している。
Many countries have signed the convention protecting the rights of children.
很多国家都在维护儿童权利的条约上签了字。
Nhiều nước đã ký vào hiệp ước bảo vệ quyền trẻ em.
☀ ～条約（例：平和条約）

0755

しょくみんち
植民地
Colony
殖民地
thuộc địa

その国は５０年前までA国の植民地だった。
That country was a colony of Country A until 50 years ago.
那个国家到50年前为止，一直是A国的殖民地。
Quốc gia đó trước là thuộc địa của nước A cho đến 50 năm trước.
☀ 植民地化　☀ 植民地支配

0756

しょこく
諸国
Various countries
诸国、各国
các nước

首相はアジアの諸国との会議に向かった。
The Prime Minister set off for meetings with various Asian countries.
首相前去与亚洲诸国开会了。
Thủ tướng đã lên đường đến dự hội nghị với các nước thuộc châu Á.

0757

しんぎ
審議 する
Deliberate, discuss
审议
bàn thảo, bàn luận

今、国会では予算について審議している。
The budget is under deliberation at the Diet at the moment.
现在，国会在就预算进行审议。
Hiện tại, Quốc hội đang bàn thảo về dự toán ngân sách.

0758

しんりゃく
侵略 する
Invade
侵略
xâm lược

外国による日本への侵略を、海が防いできた。
The seas protected Japan from invasion by foreign powers.
一直以来，大海都保护了日本不受他国侵略。
Biển đã ngăn chặn các nước khác xâm lược Nhật Bản.
☀ 侵略者

0759

せいけん
政権
Administration, government
政权
chính quyền

A党が選挙で勝って、政権を取った。
Party A won the election and took power.
A党在选举中获胜，取得了政权。
Đảng A đã thắng trong cuộc bầu cử và lên nắm chính quyền.

0760

せいさい

制裁

Sanction

制裁

trừng phạt

こくれん　　へいわ　まも　　　　エーこく　　せいさい　き
国連は、平和を守るためにA国への制裁を決めた。

The United Nations decided to impose sanctions on Country A in the interests of maintaining peace.

联合国为了维护和平，决定了对A国的制裁。

Liên Hiệp Quốc đã quyết định trừng phạt nước A để bảo vệ hòa bình.

けいざいせいさい
❋経済制裁

0761

せいてい

制定 する

Enact

制定

ban hành

こっかい　　　　　　　　ぼうし　　　ほうりつ　せいてい
国会は、いじめを防止する法律を制定した。

The Diet enacted a law for prevention of bullying.

国会制定了防止欺凌的法律。

Quốc hội đã ban hành đạo luật ngăn chặn nạn bắt nạt.

0762

せいめい

声明

Statement, declaration

声明

tuyên bố

かんきょうもんだいかいぎ　　　　　さんかこく　きょうどう　せいめい　だ
環境問題会議のあと、参加国は共同で声明を出した。

After the confab on environmental issues, participating countries issued a joint statement.

环境问题会议后，与会国共同发表了声明。

Sau Hội nghị về vấn đề môi trường, các nước tham gia đã ra tuyên bố chung.

きょうどうせいめい
❋共同声明

0763

せんさい

戦災

War damage

战祸

nạn chiến tranh

そぼ　　せんさい　りょうしん　な
祖母は戦災で両親を亡くした。

My grandmother lost her parents in the war.

祖母在战祸中失去了双亲。

Bà tôi trở thành mồ côi do nạn chiến tranh.

0764

せんしゅつ

選出 する

Elect

选出、选拔

bầu ra

しゅっせきしゃ　ぜんいんいっち　　かれ　ぎちょう　せんしゅつ
出席者は全員一致で彼を議長に選出した。

Attendees were united in electing him as chair.

出席者全体一致同意选他为主席。

Toàn thể những người có mặt đều nhất trí bầu ông ấy làm chủ tịch.

0765

せんじゅつ

戦術

Tactics

战术

chiến thuật

たいちょう　　いがい　せんじゅつ　つか　　さくせん　せいこう
隊長は、意外な戦術を使って作戦を成功させた。

The captain adopted unconventional tactics, and the operation was successful.

队长使用出其不意的战术作战获得了成功。

Chỉ huy áp dụng chiến thuật bất ngờ nên chúng tôi đã giành thắng lợi trong chiến dịch quân sự.

0766

せんとう

戦闘

Combat, fighting

战斗

cuộc chiến, trận đánh

とつぜんじゅう　おと　　　　まち　なか　せんとう　はじ
突然銃の音がして、町の中で戦闘が始まった。

There was a sudden sound of gunfire, and fighting broke out in the town.

突然传来一声枪响，镇上的战斗就此开始了。

Trận đánh trong thành phố đã bắt đầu với một tiếng súng đột ngột.

せんとうき
❋戦闘機

0767

せんりゃく

戦略

Strategy

战略

chiến lược

えいぎょうぶ　　しんせいひん　はんばい　せんりゃく　ね
営業部は新製品の販売の戦略を練った。

The sales division developed a marketing strategy for new products.

营销部筹划了新产品的销售战略。

Phòng kinh doanh đã xây dựng chiến lược bán sản phẩm mới.

せんりゃく　れい　けいえいせんりゃく
❋〜戦略（例：経営戦略）

0768

せんりょう
占領 する

Occupy

占领

chiếm đóng, chiếm lĩnh

はんせい ふ ぐん しゅ と しゅうへん せんりょう
反政府軍が首都とその周辺を占領した。

The rebel army occupied the capital and surrounding areas.

反政府军占领了首都及其周边地区。

Quân nổi loạn đã chiếm đóng thủ đô và vùng lân cận.

☀ せんりょう か
占領下

0769

そち
措置 する

Take measures

措施

biện pháp

せい ふ さいがいふっきゅう たい きんきゅう そ ち と
政府は災害復旧に対して緊急の措置を取った。

The government took emergency disaster recovery measures.

政府就灾后重建采取了紧急措施。

Chính phủ đã thực hiện biện pháp khẩn cấp để phục hồi sau thiên tai.

☀ そ ち れい たいこう そ ち
～措置（例：対抗措置）

0770

ちあん
治安

Public peace and order

治安

an ninh, an toàn (xã hội)

に ほん ち あん い
日本は治安がいいと言われている。

Japan is considered a country with good public order.

日本被评价治安很好。

Nhật Bản được xem là một quốc gia an toàn.

☀ ち あん い じ
治安維持

0771

ちつじょ
秩序

Public order

秩序

trật tự

しゃかい ちつじょ たも はんざい へ ひつよう
社会の秩序を保つためには犯罪を減らす必要がある。

It is necessary to reduce crime to uphold public order.

要维护社会秩序必须减少犯罪。

Cần giảm tỉ lệ tội phạm để bảo đảm trật tự xã hội.

☀ しゃかいちつじょ
社会秩序

0772

ちゅうすう
中枢

Pivot, core

中枢、中心

trụ cột, trung tâm

せい ふ ちゅうすう せい じ か か がいこうせいさく へん か
政府の中枢の政治家が代わり、外交政策も変化した。

Key figures in the government were replaced, and so diplomatic policy changed too.

随着政府核心政治家的更迭，外交政策也发生了变化。

Các chính trị gia trụ cột của chính phủ thay đổi nên chính sách ngoại giao cũng thay đổi theo.

0773

ちゅうとう
中東

Middle East

中东

Trung Đông

に ほん ながねん ちゅうとう せき ゆ ゆ にゅう
日本は長年、中東から石油を輸入してきた。

Japan has imported oil from the Middle East for a long time.

日本长久以来都是从中东进口石油的。

Bẩy lâu nay Nhật Bản vẫn nhập khẩu dầu mỏ từ Trung Đông.

0774

ちょういん
調印 する

Sign, seal

盖印、签字

ký vào

りょうこくだいひょう かんきょう ほ ご かん きょうどうせんげん ちょういん
両国代表は、環境保護に関する共同宣言に調印した。

Delegates of the two countries signed a joint statement on environmental protection.

两国代表在关于环境保护的共同宣言上签了字。

Đại diện hai nước đã ký vào bản tuyên bố chung về bảo vệ môi trường.

0775

ついほう
追放 する

Banish, drive out

驱逐

đuổi đi, trục xuất

じゅうみん ぼうりょくだん まち ついほう
住民は暴力団を町から追放した。

The residents drove the gangsters out of town.

居民们把黑社会组织从镇上驱逐了出去。

Cư dân đã đuổi băng nhóm tội phạm ra khỏi thị trấn.

0776

とうそう
闘争 (する)
Struggle
斗争
đấu tranh

選挙権は激しい闘争によって獲得された。
The right to vote was only gained after an intense struggle.
选举权是通过激烈的斗争才获得的。
Họ đã giành được quyền bầu cử nhờ đấu tranh quyết liệt.
❀ 〜闘争（例：権力闘争）

0777

とうち
統治 (する)
Govern, rule
统治
cai trị

若い王には国を統治する能力がなかった。
The young king lacked the ability to govern the country.
年轻的国王没有统治国家的能力。
Vị vua trẻ không đủ năng lực cai trị đất nước.
❀ 統治権

0778

どうめい
同盟
Alliance
同盟
đồng minh

数か国が集まって、経済協力の同盟を結んだ。
The countries came together and formed an economic cooperation alliance.
几个国家聚在一起，结成了经济合作同盟。
Một số nước đã hợp lại, kết thành đồng minh nhằm hợp tác kinh tế.
❀ 同盟国

0779

どくさい
独裁
Dictatorship
独裁
chế độ độc tài

長年独裁を続けた政権が、ついに倒された。
The dictatorship, which had persisted for many years, was finally overthrown.
长久以来的独裁政权终于被推翻了。
Chính quyền theo chế độ độc tài lâu năm cuối cùng cũng đã sụp đổ.
❀ 独裁者

0780

ないかく
内閣
Cabinet
内阁
Nội các

新しい内閣に5人の女性の大臣が入った。
Five women have joined the new cabinet as ministers.
有五名女性大臣进入了新内阁。
Trong Nội các mới có 5 nữ Bộ trưởng.
❀ 内閣改造

0781

ないせん
内戦
Civil war
内战
nội chiến

内戦が続き、住民の多くが隣の国に逃げた。
The civil war continued, and many people fled to neighboring countries.
由于持续的内战，很多居民逃到了邻国。
Nội chiến tiếp diễn khiến phần lớn nhân dân chạy trốn sang nước láng giềng.

0782

ないらん
内乱
Civil strife
内乱
nổi loạn trong nước

政府に不満を持つ軍隊が、内乱を起こした。
The army, which was dissatisfied with the government, triggered civil strife.
对政府不满的军队挑起了内乱。
Quân đội bất mãn với chính phủ nên đã gây ra nổi loạn trong nước.

0783

なんみん
難民
Refugee
难民
dân tị nạn

戦争や災害によって難民が増えている。
The number of refugees has increased due to war and disasters.
因为战争以及灾害，难民不断增加。
Số dân tị nạn tăng lên do chiến tranh và thiên tai.

0784

はいせん
敗戦
Defeat
战败
sự bại trận

にっぽんけいざい　はいせん　やくにじゅうねん ご　た　なお
日本経済は敗戦から約２０年後に立ち直った。
The Japanese economy recovered from defeat in the war within
around 20 years.
日本经济在战败后20年左右重新恢复。
Kinh tế Nhật Bản đã hồi phục vào khoảng 20 năm sau khi bại
trận.

0785

はんらん
反乱
Rebellion
叛乱、反叛
cuộc nổi loạn

たいぐう　おこ　へいし　はんらん　お
ひどい待遇に怒った兵士が、反乱を起こした。
Soldiers angry at their ill-treatment mutinied.
被严苛的待遇激怒的士兵，发动了叛乱。
Các binh lính căm phẫn vì chế độ đãi ngộ tồi tệ nên đã nổi loạn.

はんらんぐん
☀反乱軍

0786

ひょう
票
Vote
票、选票
phiếu bầu

かれ　わかもの　たいりょう ひょう あつ　とうせん
彼は若者から大量に票を集めて当選した。
He was elected by attracting many votes from the young.
他从年轻人那里获得了大量选票从而当选了。
Ông ấy đắc cử nhờ nhận được nhiều phiếu bầu từ giới trẻ.

0787

ぶそう
武装 する
Arm yourself
武装
vũ trang

ぶ そう　くうこう　じけん お
武装したグループが空港でテロ事件を起こした。
An armed group launched a terrorist attack on the airport.
武装团伙在机场进行了恐怖袭击。
Một nhóm vũ trang đã gây ra vụ khủng bố tại sân bay.

ぶ そうかいじょ
☀武装解除

0788

ぶりょく
武力
Armed force
武力
vũ lực

ぶりょく　しょうとつ こっきょうふ きん　つづ
武力による衝突が国境付近で続いている。
Armed forces continue to clash near the border.
武装冲突在国界线附近接连发生。
Các cuộc xung đột bằng vũ lực vẫn tiếp diễn ở khu vực biên
giới.

0789

へいき
兵器
Weapon
兵器
vũ khí

どく　つか　へいき　ひがい しんこく
毒ガスを使った兵器の被害は深刻だ。
The harm caused by weapons using poison gas is severe.
化学武器的危害很深重。
Tổn hại do vũ khí sử dụng khí độc là rất nghiêm trọng.

へいき　れい　かくへいき
☀〜兵器（例：核兵器）

0790

へいたい
兵隊
Soldier
士兵、军人
đội quân

きゅうでん　もん まえ　へいたい た
宮殿の門の前に兵隊が立っている。
Soldiers stand in front of the palace gates.
宫殿的门前站着士兵。
Một đội quân đứng trước cổng cung điện.

0791

ほうあん
法案
Bill
法案
dự luật

エーとう　せんきょせいど かいせい　ほうあん こっかい ていしゅつ
A党は選挙制度改正の法案を国会に提出した。
Party A submitted to the Diet a bill for an amendment of the
electoral system.
A党在国会中提出了修改选举制度的法案。
Đảng A đã trình dự luật sửa đổi chế độ bầu cử lên Quốc hội.

0792

ぼうどう

暴動

Rioting

暴动

bạo động

政府に対する不満から暴動が起きた。

Dissatisfaction with the government led to the outbreak of rioting.

对政府的不满引发了暴动。

Bạo động diễn ra do bất mãn với chính phủ.

0793

ぼこく

母国

Mother country

祖国

tổ quốc

長い間海外に住んでも、母国の言葉は忘れない。

However long you may live overseas, you never forget your mother tongue.

虽然长年住在海外，但母语是忘不了的。

Dù sống lâu năm ở nước ngoài, tôi vẫn không quên tiếng mẹ đẻ.

❋母国語

0794

ほりょ

捕虜

Prisoner

俘虏

tù nhân chiến tranh

祖父は、戦争で捕虜になってつらかったそうだ。

My grandfather seems to have suffered greatly from being taken prisoner in the war.

听说祖父曾在战争中成为俘虏，受尽磨难。

Ông tôi kể đã từng khổ sở do trở thành tù nhân trong chiến tranh.

0795

めつぼう

滅亡 **する**

Go extinct, vanish

灭亡

diệt vong, sụp đổ

その国はＡ国との戦いに敗れて滅亡した。

That country vanished from the map after losing a war against Country A.

那个国家在战争中输给了A国，就此灭亡了。

Nước đó đã diệt vong khi thua trong cuộc chiến với nước A.

0796

やとう

野党

Opposition party

在野党

đảng đối lập

複数の野党が集まって新しい党を作った。

Some opposition parties gathered together and formed a new party.

几个在野党聚在一起，成立了一个新党。

Nhiều đảng đối lập đã sáp nhập thành một đảng mới.

⇔与党

0797

ゆうけんしゃ

有権者

Voter

有选举权的人

cử tri đủ điều kiện

調査では、有権者の７割が選挙に行くと答えた。

In the survey, 70% of those eligible to vote said that they would take part in the election.

根据调查，有选举权者中的七成回答会去参加选举。

Theo khảo sát, 70% cử tri đủ điều kiện trả lời sẽ đi bỏ phiếu.

0798

よとう

与党

Ruling party

执政党

đảng cầm quyền

首相の政策には与党の内部にも批判がある。

Within the ruling party too, there are criticisms of the leader's policies.

执政党内部也存在对首相政策的批判。

Trong nội bộ đảng cầm quyền vẫn có chỉ trích đối với chính sách của Thủ tướng.

⇔野党

0799

りょうかい

領海

Territorial waters

领海

lãnh hải, hải phận

領海の中では、ほかの国の船は漁業ができない。

Vessels of other countries cannot fish in our territorial waters.

他国的渔船不允许在本国领海捕渔。

Thuyền nước khác không được đánh bắt trong hải phận nước ta.

❋領土

0800 りょうど **領土** Territory 领土 lãnh thổ, lãnh địa	せんそう ま りょうど はんぶん **戦争に負けて、領土が半分になった。** After losing the war, their territory decreased by half. 在战争中战败，只剩下一半领土。 Do thua trận nên lãnh thổ bị chia đôi. ㊝領海　㊉～領（例：イギリス領）
0801 れんぽう **連邦** Federation 联邦 liên bang	れんぽう すうじゅう ち いき みんぞく こうせい **この連邦は数十の地域と民族で構成されている。** The federation comprises several dozen regions and peoples. 这个联邦是由几十个地区和民族构成的。 Nhà nước liên bang này được thành lập từ hàng chục khu vực và dân tộc.

わたしの単語

On this page, let's write down vocabulary items taken from daily life.
请在这一页写下日常生活中发现的单词吧。
Hãy viết vào trang này những từ vựng tìm thấy trong sinh hoạt.

読んでみよう4

お年寄りの運転をどう考えますか

お年寄りの運転による交通事故が急増し、社会的関心が集まっています。先日も、７８歳の男性が運転する車が歩道の中に突っ込むという事故が起きました。この問題についての意見が寄せられています。

☆先日の事故では死亡者も出ており、**過失**では済まされない。私は、危険と知りつつお年寄りの運転を放置していた家族にも責任があると思うので、その家族にも**刑罰**を与えるべきだと思う。そうすれば、**刑**を恐れて、家族も真剣に考えるのではないか。（５０代男性）

☆運転している本人もなかなか運転をやめる決心がつかないケースもある。だから、**現行**の法律を変えて、７５歳以上には免許を**交付**しないというふうにするしかない。国はすぐにでも**法案**を検討してほしい。（４０代女性）

☆７６歳の私は足が悪いので、買い物や病院、趣味のサークル活動に毎日車を使っています。でも、事故を起こせば一瞬で**加害者**になってしまいます。自動ブレーキ付きの車に替えるための補助金が国の予算から出せないでしょうか。年齢に関係なく補助金を出すなら、**納税者**の賛成も得られると思います。（７０代女性）

☆車があることでお年寄りの活動範囲が広がり、認知症*の予防にもなるという話を聞いた。現在、コミュニティバス（注）などの交通手段を充実させている**自治体**が増えている。単にお年寄りの運転を**規制**するだけでなく、このような工夫を国が並行してやっていくべきだ。（３０代男性）

（注）コミュニティバス 地域住民の移動手段のために走らせるバス。市町村が費用の一部を負担することが多い。

* 認知症 Dementia 阿尔兹海默症 Bệnh mất trí nhớ

Senior citizens behind the wheel: what do you think?

The rapid increase in incidents caused by the elderly driving has become a matter of public concern. Recently, a car driven by a 78-year-old man plowed onto a sidewalk. Here are some opinions about this issue.

☆　The recent accident, which caused deaths, cannot simply be dismissed as negligence. I think that families which knowingly allow older people to drive are partly responsible for this problem. So I think that families of geriatric drivers should also be punished in the same way. If they were fearful of sanction, I think they would give this matter serious thought too. (Man, 50s)

☆　There have been cases where the drivers themselves cannot bring themselves to give up the wheel. Therefore, all you can do is change the current law and stop issuing driving licences to people at 75 or over. I would like to see a bill on this debated as soon as possible. (Woman, 40s)

☆　I am 76, and I have a bad leg, so I use the car every day, to go shopping, visit the hospital and participate in my hobby group. However, if I have accident, I will immediately become a perpetrator. Couldn't the state budget provide subsidies for switching to automatic-brake-type cars? If a subsidy was allocated regardless of age, I think that would be acceptable to taxpayers as well. (Woman, 70s)

☆　It has also been said that cars enable older people to broaden their range of activities, which also helps prevent dementia. The number of local authorities expanding transit services by offering community bus (see Note) and similar transportation is increasing. The government should not merely restrict driving by elderly people, but also take other such initiatives in tandem. (Man, 30s)

Note　Community bus: Bus that runs as a means of transit for local residents. Often part of the cost is paid by local authorities.

如何看待老年人驾驶

由老年人驾驶导致的交通事故陡增，引发了社会关注。前不久，就又发生了一起78岁男性驾车冲进人行道的事故。有关这个问题，我们收到了如下看法。

☆　前几天的交通事故已造成人员死亡，不能一句过失就了事。我认为，明知危险还放任老年人驾驶的家人也负有责任，所以他们的家人也该受到刑罚。这样一来，畏于刑罚，家人也会认真考虑了吧。(50多岁男性)

☆　有时连驾驶者本人也很难下定决心不再开车。所以必须修改现行的法律，规定不向75岁以上的人发放驾照。我希望国家能尽快探讨这个法案。(40多岁女性)

☆　我今年76岁。因为腿脚不便，每天都得开车去购物、上医院或参加同好会。然而一旦发生事故，不知者就成为加害者了。我瞬间就成为加害者。不知道政府预算中拨出一部分作为补助金，把汽车换成带自动刹车的。我想如果补助金的发放不与年龄挂钩的话，也能得到纳税者们的赞成。(70多岁女性)

☆　据说汽车可以扩大老年人的活动范围，预防阿尔茨海默症。现在，越来越多的自治组织在完善社区公交(注)等交通方式。我认为国家不应该只是禁止老年人驾驶，还应该同时考虑类似的做法。(30多岁男性)

注：社区公交是指作为当地居民出行方式而运行的巴士。很多情况下，市町村会承担一部分的费用。

Bạn nghĩ gì về việc người cao tuổi lái xe?

Số tai nạn giao thông do người cao tuổi lái xe tăng nhanh đang là vấn đề được cả xã hội quan tâm. Cách đây vài hôm cũng xảy ra một vụ xe hơi do một người đàn ông 78 tuổi lái đâm vào lề đường. Chúng tôi đã tập hợp nhiều ý kiến liên quan đến vấn đề này.

☆　Vụ tai nạn hôm trước có cả người chết nên không thể chỉ nói là sơ suất được. Theo tôi, bản thân các gia đình dù biết nguy hiểm nhưng vẫn để mặc cho người già lái xe cũng có trách nhiệm, cho nên cần phải xử phạt cả những gia đình kể trên. Khi đó, sợ bị phạt thì các gia đình này sẽ suy nghĩ nghiêm túc thôi. (nam, 50-59 tuổi)

☆　Có trường hợp đương sự cứ dùng dằng không muốn dừng việc điều khiển xe. Cho nên chỉ còn cách thay đổi luật hiện hành, không cấp giấy phép lái xe cho người trên 75 tuổi nữa mà thôi. Để nghị Nhà nước nhanh chóng xem xét phương án luật đó. (nữ, 40-49 tuổi)

☆　Tôi đã 76 tuổi nên chân yếu, hàng ngày đi mua sắm, khám bệnh hay tham gia câu lạc bộ đều phải dùng đến xe hơi. Thế nhưng chỉ cần gây ra tai nạn là bỗng chốc trở thành người có lỗi ngay. Nhà nước có thể xuất ngân sách, hỗ trợ chúng tôi đổi sang xe có hệ thống phanh tự động được không? Tôi nghĩ nếu Nhà nước hỗ trợ tất cả mọi người không phân biệt độ tuổi thì người đóng thuế cũng sẽ đồng tình thôi. (nữ, 70-79 tuổi)

☆　Tôi từng nghe kể rằng nhờ có xe hơi mà phạm vi hoạt động của người cao tuổi được mở rộng, giúp ngăn ngừa chứng mất trí nhớ. Hiện nay số chính quyền địa phương đang hoàn thiện các phương tiện giao thông như xe buýt cộng đồng (xem chú thích) đang tăng lên. Nhà nước nên tiến hành song song cả hai thay vì chỉ đơn thuần hạn chế người cao tuổi lái xe. (nam, 30-39 tuổi)

Chú thích: xe buýt cộng đồng là xe buýt hoạt động để phục vụ nhu cầu đi lại của cư dân trong khu vực. Nhiều trường hợp xe buýt được trợ giá bởi hội đồng địa phương.

「王様の夢」

　ある所に、夢と現実の区別がつかない王様がいた。ある晩のこと、夜中に目を覚ました王様は大声で大臣を呼んで言った。「大変だ！宇宙人が攻めて来るぞ！　このままでは、我が国土は侵略されて、植民地となってしまう。いや、滅亡してしまうかもしれない！　すぐに軍を出動させて国を防衛させよう。」

　大臣は落ち着いて言った。「何をおっしゃいますか、王様。我が国は若者が減り、軍も年寄りばかりなのをお忘れですか。新兵器を操作できる兵隊もおらず、周りの諸国からも老人軍と笑われております。宇宙人と戦うのは絶対に無理です。」

　「ああ、そうだった。では、どうすればいいのだ。」と王様が聞くと、大臣は「王様、宇宙人が戦闘を好むというのは全くの偏見でございます。我々が脅威ではないことを示せば、危害を加えることはないと存じます。」と言った。

　それを聞いた王様は「そうなのか。知らなかった。では、おまえを宇宙人大臣に任命する。宇宙人と平和協定が結べるように、交渉するのだ。全ては任せた。」と言って、さっさとまた寝てしまった。

　翌朝、いつもと同じ時間に目を覚ました王様は、夢のことも昨夜の話もすっかり忘れたようで、大好きな卵のサンドイッチをおいしそうに食べてから、日課の老人ホーム訪問に出掛けた。

The King's dream

There was once a king in a far-off land who could not distinguish between dreams and reality. One day, he woke up in the middle of the night and called loudly for his minister. "Oh dear, aliens are going to attack us! If we don't do anything, our country will be invaded and will become a colony. In fact, it might even vanish completely from the map. Send out the army immediately, and have them defend the country."

"What are you saying, your Highness?" the minister calmly replied. "Have you forgotten that our country has fewer young people, and the army is made up entirely of old men? We do not have soldiers capable of operating modern weapons, and the countries around us laugh at us, calling us the army of old men. We are in absolutely no position to fight off aliens."

"Oh yes, you're right." the King said. "So what are we going to do?" "Your Highness, the idea that the aliens want to fight us is completely prejudiced. If we show them that we are not a threat, I believe no harm will come of this," the minister replied.

"Really? I did not know about that. So I will appoint you as the Minister for Alien Affairs. You will sign a peace treaty with the aliens and negotiate with them. I put you in charge of everything." And then the King promptly fell asleep again.

He awoke next morning at the same time as usual. He seemed to have completely forgotten what he said in his dream. After eating his favorite egg sandwiches with relish, he went out on his daily visit to the home for the aged.

国王的梦

在某个地方，有个分不清梦境与现实的国王。一天晚上，他半夜惊醒，大声唤来大臣并说道：
"糟了！外星人打过来了！这样下去，我的国土就会被侵略而沦为殖民地。不，还可能会灭亡！快出
动军队保卫国家。"

大臣镇定地说道："您在说什么呢，陛下。难道您忘了吗？我们国家因为年轻人减少，连军队
里也净是老年人了。没有会操作新式武器的士兵，周围的国家也都嘲笑我们是老年军。跟外星人
作战是绝对办不到的。"

"啊，这样啊。那该怎么办才好呢？"国王问道。大臣回答说："陛下，外星人喜欢战争的说
法完全是偏见。依我看，只要向他们表示我们没有威胁，他们就不会加害于我们。"

国王听了之后说："原来如此，我才知道。那我就任命你为外星人大臣，去跟外星人谈判，签
订和平条约。一切拜托你了。"说完，他就马上又睡了。

第二天早晨，与往常同一时间醒来的国王好像已经把昨晚的梦以及昨晚的对话都忘得一干二
净了。他津津有味地吃完最喜欢的鸡蛋三明治，就出发去访问每日必去的老人之家了。

Giấc mơ của nhà vua

Ở nơi nọ có một vị vua không phân biệt được mơ và thực. Một đêm, đang giữa khuya, nhà vua
bỗng tỉnh giấc và lớn tiếng thét gọi tể tướng: "Không xong rồi! Người ngoài hành tinh tấn công tới
nơi rồi! Cứ thế này thì vương quốc của ta sẽ bị chúng xâm lược và biến thành thuộc địa mất thôi.
Không chừng còn bị diệt vong nữa! Mau cho xuất quân bảo vệ đất nước!"

Tể tướng bình tĩnh đáp: "Bệ hạ đang nói gì vậy ạ? Bệ hạ quên rằng nước chúng ta do số thanh niên
giảm nên quân đội chỉ toàn người già hay sao ạ? Không binh sĩ nào biết sử dụng vũ khí hiện đại nên
chúng ta toàn bộ các nước lân bang chê cười là đội quân già yếu. Như thế làm sao chúng ta địch nổi
người ngoài hành tinh ạ."

"Ừ, ta quên. Vậy khanh bảo ta phải làm thế nào đây?", nghe nhà vua hỏi vậy, tể tướng bèn trả lời:
"Thưa bệ hạ, chuyện người ngoài hành tinh thích đánh nhau hoàn toàn chỉ là định kiến. Thần nghĩ
nếu chúng ta cho họ thấy rằng ta không phải là mối đe dọa thì họ cũng chẳng gây hại gì cho ta đâu ạ."

Nghe thế, nhà vua bảo: "Ra vậy! Thế mà ta không nghĩ ra. Vậy ta phong khanh làm đại sứ người
ngoài hành tinh, có nhiệm vụ đi thương lượng để ký kết hiệp ước hòa bình với họ. Ta giao cả cho
khanh đấy.", vừa nói xong vua lăn ra ngủ tiếp.

Sáng hôm sau, vua thức dậy vào giờ lệ thường và dường như đã quên sạch cả giấc mơ lẫn cuộc nói
chuyện đêm qua, vua lại ăn ngon lành món bánh mì kẹp trứng yêu thích rồi đi thăm viện dưỡng lão
theo lịch trình.

名詞 人と生活1

名詞 人<ruby>人<rt>ひと</rt></ruby><ruby>生活<rt>せいかつ</rt></ruby>1

Nouns – People and Daily Life 1
名词 – 人与生活 1
Danh từ – CON NGƯỜI VÀ CUỘC SỐNG 1

0802

あいそう／あいそ
愛想

Friendliness
待人亲切、和蔼的态度
sự dễ mến, sự thân thiện

その<ruby>店員<rt>てんいん</rt></ruby>さんは、にこにこしていて<ruby>愛想<rt>あいそう</rt></ruby>がいい。

That store clerk is smiling and friendly.
那名店员笑眯眯的，感觉很亲切。
Cô nhân viên đó luôn tươi cười, dễ mến.

0803

あいだがら
間柄

Relations
关系
quan hệ

<ruby>私<rt>わたし</rt></ruby>と<ruby>彼<rt>かれ</rt></ruby>とは、<ruby>高校<rt>こうこう</rt></ruby>の<ruby>先輩<rt>せんぱい</rt></ruby>と<ruby>後輩<rt>こうはい</rt></ruby>の<ruby>間柄<rt>あいだがら</rt></ruby>だ。

He and I have the relations of high-school juniors and seniors.
我跟他是高中时期学长与学弟的关系。
Quan hệ giữa tôi với anh ta là quan hệ giữa đàn anh và đàn em ở trung học.

0804

いいぶん
言い分

Argument, case
说法、意见
điều muốn nói

けんかでは<ruby>両方<rt>りょうほう</rt></ruby>の<ruby>言<rt>い</rt></ruby>い<ruby>分<rt>ぶん</rt></ruby>をよく<ruby>聞<rt>き</rt></ruby>くべきだ。

In a quarrel, you should listen closely to the arguments of both sides.
调解吵架需要认真听取双方的说法。
Khi tranh cãi, ta nên lắng nghe điều muốn nói của cả hai bên.

0805

いかり
怒り

Anger
愤怒
cơn giận

<ruby>課長<rt>かちょう</rt></ruby>の<ruby>差別<rt>さべつ</rt></ruby>がひどいので、<ruby>怒<rt>いか</rt></ruby>りが<ruby>爆発<rt>ばくはつ</rt></ruby>した。

Anger broke out because of the severity of the discrimination of the section head.
由于课长的歧视太过分了，我大发雷霆。
Trưởng nhóm quá phân biệt đối xử nên cơn giận của tôi đã bùng ra.

0806

いきどおり
憤り

Indignation
愤慨
sự phẫn nộ

<ruby>戦争<rt>せんそう</rt></ruby>で<ruby>子供<rt>こども</rt></ruby>が<ruby>死<rt>し</rt></ruby>んでいることに、<ruby>憤<rt>いきどお</rt></ruby>りを<ruby>感<rt>かん</rt></ruby>じる。

I feel indignation at the death of children during wars.
战争剥夺了幼小孩子的生命，对此我感到很愤怒。
Tôi cảm thấy phẫn nộ trước việc trẻ em bị thiệt mạng trong chiến tranh.

0807

いせい
異性

Opposite sex
异性
giới tính khác

<ruby>中学生<rt>ちゅうがくせい</rt></ruby>ごろから<ruby>異性<rt>いせい</rt></ruby>に<ruby>関心<rt>かんしん</rt></ruby>を<ruby>持<rt>も</rt></ruby>つようになる。

Boys and girls first become interested in the opposite sex in their junior high school years.
从中学时代起，开始对异性有所关注。
Con người có sự quan tâm đến giới tính khác từ độ tuổi trung học cơ sở.

0808

うぬぼれ

Conceit
自负
tính tự phụ

<ruby>彼<rt>かれ</rt></ruby>は、うぬぼれが<ruby>強<rt>つよ</rt></ruby>くて<ruby>自慢<rt>じまん</rt></ruby>ばかりしている。

He is very conceited and proud.
他很自负，总是自吹自擂。
Anh ta rất tự cao và hay khoe khoang.

0809

うわき
浮気 する
Philander
用情不专，轻浮
ngoại tình

もう二度と浮気はしない。許してくれ。
I will not have an affair again. Please forgive me.
我再也不会用情不专了，原谅我吧。
Anh sẽ không ngoại tình lần nữa đâu. Hãy tha thứ cho anh!

0810

うんめい
運命
Fate, destiny
命运
vận mệnh

努力で自分の運命を変えられるのだろうか。
I wonder, can you change your destiny through your own efforts?
自己的命运能够通过努力改变吗?
Chúng ta có thể thay đổi được vận mệnh của mình nhờ vào sự nỗ lực.
※運命的

0811

えん
縁
Chance / Ties
缘分
cái duyên

財布を拾ってあげたのが縁で、彼と知り合った。
I got to know him by chance after picking up his dropped wallet.
因为捡到他的钱包而结缘，由此认识了他。
Tôi quen anh ấy nhờ cái duyên nhặt dùm ví tiền.

0812

えんだん
縁談
Offer to arrange a marriage partner
说媒
hôn ước, cuộc nói chuyện về cưới hỏi

姉は親が勧める縁談に応じた。
My sister consented to the marriage that had been arranged by my parents.
姐姐答应了父母劝说的婚事。
Chị tôi đã đồng ý với hôn ước do cha mẹ sắp đặt.

0813

おこない
行い
Deed, action
行为
hành động, việc làm

良い行いをすると、一日気分がいい。
If you do a good deed, you feel good all day.
做了好事，一天的心情就会很好。
Cứ làm được việc tốt là cả ngày sẽ thấy khoan khoái.

0814

おどろき
驚き
Surprise
震惊，吃惊
sự kinh ngạc

実力者が敗れて、試合は驚きの結果になった。
The game ended on a surprising note, as the stronger team lost.
比赛的结果让人很吃惊，有实力的选手居然输了。
Bên có ưu thế lại để thua nên trận đấu đã mang đến một kết quả kinh ngạc.

0815

おふくろ
Mother (familiar)
妈妈 (母亲的昵称)
mẹ của mình (cách gọi thân mật)

兄は友達の前では母のことを「おふくろ」と言う。
My brother uses a vulgar term for my mother, "おふくろ", in front of my friends.
哥哥在朋友面前称母亲为"おふくろ"。
Trước mặt bạn bè, anh tôi gọi mẹ là "おふくろ".
⇔おやじ

0816

おやじ
Father (familiar)
爸爸 (父亲的昵称)
cha của mình (cách gọi thân mật)

「おやじも年を取ったなあ」と兄が言った。
My brother said, "The old man is getting on, isn't he?"
哥哥说"老爸也上年纪了啊。"
Anh tôi nói: "Tía cũng già luôn rồi!"
⇔おふくろ

0817
おんじん
恩人
Benefactor, life-saver
恩人
ân nhân

「手術は成功しました」「先生は命の恩人です」
"The operation was a success." "Doctor, you are a life-saver."
"手术成功了。""医生，您真是我的救命恩人。"
"Cuộc phẫu thuật đã thành công" "Bác sĩ là ân nhân của chúng tôi".

0818
かたおもい
片思い
One-sided affection
单相思
tình yêu đơn phương

片思いばかりで、なかなか恋人ができない。
My affection is never returned; I cannot find a lover.
总是单相思，怎么也找不到恋人。
Tôi chỉ toàn yêu đơn phương nên mãi vẫn chưa có người yêu.

0819
かんせい
歓声
Cheer, shout in joy
欢声，欢呼声
tiếng reo hò

チームが得点すると、ファンは歓声をあげた。
When the teams scored, the fans cheered.
队伍一得分，粉丝们就大声欢呼。
Mỗi khi đội nhà ghi điểm là người hâm mộ lại reo hò.

0820
かんゆう
勧誘 (する)
Invite
劝诱、邀请
rủ rê, mời mọc

大学のサークルに後輩を勧誘した。
I invited the juniors to the university circle.
我邀请学弟学妹来参加大学的社团。
Tôi rủ rê đàn em gia nhập câu lạc bộ của trường đại học.

0821
きがね
気兼ね (する)
Feel constrained
顾虑、顾及
giữ ý, ngại

隣の住民に気兼ねして、ピアノが弾けない。
I cannot play the piano, as I worry about disturbing the neighbors.
因顾及周围邻居，无法弹钢琴。
Ngại láng giềng nên tôi chẳng dám chơi piano.

0822
きせい
帰省 (する)
Go back to your home area
探亲、返乡探亲
về quê nhà

正月に帰省して、久しぶりに父母に会った。
At New Year, I went back to my home town and met my parents for the first time in a while.
正月时返乡探亲，见到了好久不见的父母。
Tôi về quê ăn tết, gặp lại cha mẹ sau bao năm.

0823
きひん
気品
Dignity, elegance
优雅、风度
sự cao quý

絵画の中の女王は、気品にあふれていた。
The queen as portrayed in the picture was full of grace.
这幅画中的女王，非常优雅。
Nữ hoàng trong bức họa trông thật cao quý.

0824
きょうかん
共感 (する)
Sympathize
同感
đồng cảm

映画を見て、主人公の気持ちに共感した。
Seeing the film, I sympathized with the hero.
看了电影，我对影片中主人公的心情感同身受。
Tôi đồng cảm với nhân vật chính khi xem phim.

0825

きょうしゅく
恐縮 (する)
Feel obliged, feel indebted
对不起、过意不去
thấy áy náy, biết ơn, có lỗi

わざわざ来ていただいて、恐縮しております。
Thank you for taking the trouble to come over.
让您特地跑一趟，真对不住。
Tôi thật áy náy khi được bác cất công đến tận nơi thế này.

0826

きょうちょう
協調 (する)
Be cooperative
协调
hợp tác

自分を主張しつつ、協調することが大切だ。
While asserting yourself, it is important to compromise.
重要的是既坚持自己的主张，又能与他人相协调。
Vừa khẳng định mình, vừa sẵn lòng hợp tác là điều cần thiết.
❉協調性

0827

きょうど
郷土
Home area
乡土、故土
quê hương

どうぞ、私の郷土の料理を味わってください。
Go ahead, please have a taste of food from my home area.
来，尝尝我家乡的饭菜。
Xin mời thưởng thức món ăn của quê hương tôi.
❉郷土～（例：郷土料理）

0828

きょうめい
共鳴 (する)
Resonate, sympathize
共振、共鸣；同感、共鸣
cộng hưởng / đồng tình

楽器が共鳴する/彼の考え方に共鳴する
The instrument resonates. / I sympathize with his ideas.
乐器产生了共振/我对他的想法产生了共鸣
Nhạc cụ cộng hưởng với nhau. / Tôi đồng tình với suy nghĩ của anh ấy.

0829

ぎり
義理
Obligation
情理；人情、情面
đạo nghĩa / việc phải làm để giữ quan hệ

お世話になった義理がある/義理で出席する
I am obliged to you. / I will attend out of a sense of obligation.
有照顾过我的情分/碍于礼数出席
có ơn nghĩa vì được giúp đỡ / tham dự để giữ mối quan hệ

0830

きりょく
気力
Vigor
精力、气力
năng lượng, sức sống

健康が回復したら、気力も湧いてきた。
When I recovered my health, my vigor also returned.
身体恢复健康之后，感觉精力充沛。
Sức khỏe hồi phục, tôi lại tràn đầy năng lượng.
❉無気力

0831

ぐち
愚痴
Complaint
抱怨、牢骚
sự phàn nàn

友人に会社の愚痴を言ったら、すっきりした。
When I complained to my friend about the company, I felt much better.
向朋友抱怨完公司的事情之后，心情痛快多了。
Tôi phàn nàn về công ty với bạn xong thì thấy nhẹ nhõm hẳn.

0832

くのう
苦悩 (する)
Be troubled
苦恼、烦恼
đau khổ

その小説家は、近代の人間の苦悩を書き続けた。
That novelist continued to write about people's travails in modern times.
那位小说家一直在写近代人的烦恼。
Tiểu thuyết gia đó vẫn tiếp tục viết về nỗi đau khổ của con người thời hiện đại.

136

0833
けいべつ
軽蔑 する
Despise, disdain
蔑视、轻蔑
khinh bỉ

平気で不正をする彼を、私は軽蔑した。
I despised him as he does not think twice about behaving unjustly.
我很蔑视他这种面不改色干坏事的人。
Tôi khinh bỉ kẻ thản nhiên làm điều xấu như anh ta.

0834
げきれい
激励 する
Encourage
激励
khích lệ

仲間の激励を受けて、海外試合に出発した。
I set off for the overseas match with the encouragement of friends.
受到朋友的激励，我启程去参加国外的比赛。
Được bạn bè khích lệ, tôi lên đường sang nước ngoài thi đấu.

0835
けっそく
結束 する
Band together, unite
团结
đoàn kết, đồng lòng

決勝戦に向けて、チームの結束が強まった。
Ahead of the final, the team pulled together more.
为迎战决赛，整个队伍更加团结了。
Sự đoàn kết toàn đội tăng cao, hướng đến trận chung kết.

0836
けつだん
決断 する
Make a decision
決断、果断下定决心
quyết định

彼は、仕事を辞めて故郷に戻る決断をした。
He resolved to give up his job and return to his home area.
他决定辞去工作，回家乡去。
Anh ấy đã quyết định nghỉ việc về quê.
☀ 決断力

0837
けんそん
謙遜 する
Be modest
謙虚
tỏ ra khiêm tốn

部下を褒めたら、彼は皆のおかげだと謙遜した。
When I praised my subordinate, he humbly said it had been a group effort.
我表扬了下属，他谦虚地说多亏了大家。
Tôi khen cấp dưới thì cậu ta chỉ khiêm tốn nói "là nhờ mọi người".

0838
けんやく
倹約 する
Economize
节俭
tiết kiệm

祖父はぜいたくを嫌い、倹約に努めていた。
My grandfather disliked luxury and tried to live frugally.
祖父不喜铺张浪费，厉行节俭。
Ông tôi ghét sự xa hoa và luôn cố gắng tiết kiệm.

0839
こうい
好意
Goodwill
好感
thiện cảm

初めて会ったときから、彼に好意を持った。
I have felt goodwill towards him since our first meeting.
初次见面起，我就对他抱有好感。
Tôi đã có thiện cảm với anh ta ngay từ lần đầu gặp gỡ.
☀ 好意的

0840
こくはく
告白 する
Confess
坦白、忏悔
thú nhận

父は、戦争中の自分の罪を私に告白した。
My father confessed to me crimes he had committed during the war.
父亲向我忏悔他在战争中犯下的罪行。
Cha đã thú nhận với tôi về tội ác của mình trong chiến tranh.

0841

ここち
心地
Feeling, mood
心情、感覚
cảm giác, tâm trạng

暖かい春の風が吹いて、心地がいい。
A warm spring wind is blowing, and it feels good.
暖洋洋的春风拂面，舒适惬意。
Gió xuân ấm áp thổi về làm tâm trạng dễ chịu.

❉〜心地（例：寝心地）

0842

こころがまえ
心構え
Attitude, mental readiness
思想准备、思想觉悟
sự chuẩn bị về tinh thần

医者は、人の命を預かるという心構えが必要だ。
Doctors need to accept that they have human lives in their care, and always be mentally prepared.
医生要有被托付性命的思想觉悟。
Bác sĩ cần có sự chuẩn bị về tinh thần rằng mình nắm giữ sinh mạng con người.

0843

こころざし
志
Aim, ambition
志向
ý chí, sự quyết tâm

社会に貢献するという志を持って政治家になった。
I became a politician with the aim of contributing to the public good.
我秉着奉献社会的志向，成为一名政治家。
Tôi trở thành chính trị gia với quyết tâm cống hiến cho xã hội.

0844

こじ
孤児
Orphan
孤儿
trẻ mồ côi

戦争で多くの子供が孤児になった。
In the war, many children were orphaned.
战争使很多孩子成了孤儿。
Nhiều trẻ em bị mồ côi do chiến tranh.

0845

こりつ
孤立 する
Be isolated
孤立
bị cô lập

わがままばかり言う彼は、クラスで孤立した。
He always spoke selfishly and became isolated in the class.
任性的他在班级中被孤立了。
Cậu ta ăn nói ích kỷ nên bị cô lập trong lớp.

0846

こんき
根気
Perseverance
耐性、毅力
sự kiên trì, sự bền chí

語学の上達には、練習を繰り返す根気が必要だ。
To excel at languages, it is necessary to assiduously repeat exercises.
学好外语需要有坚持反复练习的毅力。
Để tiến bộ trong việc học ngoại ngữ cần kiên trì luyện tập thường xuyên.

0847

こんわく
困惑 する
Be bewildered
困惑、不知所措
bối rối

80歳の母に突然離婚すると言われて、困惑した。
I was bewildered to learn of my 80-year-old mother's sudden divorce dicision.
80岁的母亲突然跟我说她要离婚，让我不知所措。
Tôi bối rối khi nghe người mẹ 80 tuổi đột ngột nói sẽ ly hôn.

0848

さいかい
再会 する
Meet again
再会、重逢
gặp lại

10年ぶりに学生時代の友人と再会した。
After a gap of 10 years, I met a friend from my student days.
我跟学生时代的朋友在阔别10年后重逢了。
Đã 10 năm rồi tôi mới gặp lại bạn bè thời sinh viên.

☐ 0849 **ししゅんき** **思春期** Puberty 青春期 tuổi dậy thì	_{おとうと}弟 は_{ししゅん き}思春期で、_{こうはい}後輩の_{じょ し}女子が_き気になるようだ。 My brother has reached puberty, and is now showing interest in a slightly younger girl at school. 弟弟正处于青春期，似乎对学妹很在意。 Em trai tôi đang tuổi dậy thì nên có vẻ chú ý đến các nữ sinh lớp dưới.
☐ 0850 **しせん** **視線** Line of sight 视线 ánh nhìn	_{だれ}誰かの_{し せん}視線を_{せ なか}背中に_{かん}感じて、_{ふ かえ}振り返った。 I sensed somebody staring at my back, and turned round. 我感觉到身后的视线，转过了头。 Cảm thấy ai đó đang nhìn mình từ phía sau nên tôi quay lại.
☐ 0851 **じそんしん** **自尊心** Self-esteem, self-regard 自尊心 lòng tự trọng	_{じ そんしん}自尊心が_{つよ}強い_{かれ}彼は、ミスを_{みと}認めたがらない。 He has high self-regard, and does not like to admit his mistakes. 他自尊心很强，不愿承认自己的过失。 Anh ta có lòng tự trọng cao nên không muốn nhận sai lầm.
☐ 0852 **したごころ** **下心** Ulterior motive 用心、企图 ý đồ	_{かれ}彼は_{じゅんすい}純粋な_{ひと}人で、_{げんどう}言動に_{まった}全く_{したごころ}下心がない。 He is a pure-hearted person, and has no ulterior motives in anything he says or does. 他很单纯，言行中毫无城府。 Ông ấy là người chân thật nên chẳng có ý đồ gì trong hành động và lời nói cả.
☐ 0853 **じっか** **実家** Parental home 娘家、生身父母家 nhà cha mẹ ruột	_{じっか}実家は_{か し や}菓子屋だが、_{わたし}私は_{あま}甘いものが_{にが て}苦手だ。 My family runs a confectionery shop, but I do not like sweet things. 我老家是经营糕点铺的，但我不喜欢吃甜食。 Nhà cha mẹ tôi là cửa hàng bánh kẹo nhưng tôi lại không thích đồ ngọt.
☐ 0854 **しっと** **嫉妬** (する) Be jealous 嫉妒 ganh tị	_{かれ}彼は、_{おな}同じ_か課の_{こうはい}後輩の_{しゅっ せ}出世を_{しっと}嫉妬した。 He was jealous of the social success of a subordinate in the same section. . 他很嫉妒同课室的后辈的成功。 Anh ta ganh tị với sự thăng chức của đàn em cùng nhóm.
☐ 0855 **しゃざい** **謝罪** (する) Apologize 谢罪、道歉 tạ lỗi	_{かいしゃ}会社は_{ふ りょうひん}不良品を_う売ったことを_{しゃざい}謝罪した。 The company apologized for selling defective products. 公司为销售次品道了歉。 Công ty đã tạ lỗi vì bán sản phẩm kém chất lượng.
☐ 0856 **しゅうと** Father-in-law 公公、岳父 cha chồng, cha vợ	しゅうとは_{まご}孫に_{あま}甘くて、_{しか}叱ったことがない。 My father-in-law is very sweet to the grandchild and has never scolded him. 公公很溺爱孙子，从没有骂过他。 Bố chồng tôi chiều cháu nên chẳng la mắng chúng bao giờ. ⇔しゅうとめ

0857

しゅうとめ

Mother-in-law

婆婆、岳母

mẹ chồng, mẹ vợ

しゅうとめから夫の子供のころの話を聞いた。

I heard the story of my husband's childhood days from my mother-in-law.

我从婆婆那里了解到了丈夫小时候的事情。

Tôi nghe mẹ chồng kể chuyện chồng tôi hồi nhỏ.

⇔しゅうと

0858

しゅくふく
祝福 する

Bless, wish well

祝福

chúc phúc

友達の大学合格を心から祝福した。

I sincerely wished my friends well on passing the university entrance exam.

我衷心祝福朋友可以考上大学。

Tôi thật lòng mừng cho bạn vì đã đậu đại học.

0859

しゅくめい
宿命

Fate

宿命

số phận

二人は「結ばれない宿命だ」と結婚を諦めた。

The couple decided not to marry because "our fate is never to connect."

两人感叹命中无缘，断了结婚的念头。

Hai người từ bỏ việc kết hôn vì nghĩ "chúng ta không có số nên duyên vợ chồng".

0860

じょげん
助言 する

Advise

忠告、建议

khuyên bảo

後輩から相談を受けて、彼に助言した。

I gave advice to my subordinate after he approached me for help.

后辈来找我商量，我给他提了一些建议。

Được đàn em nhờ tư vấn, tôi đã khuyên bảo cậu ta.

0861

じんかく
人格

Character

人格

nhân cách

彼は皆に尊敬される立派な人格の持ち主だ。

He has a splendid character and is respected by all.

他有着受大家尊敬的高尚人格。

Ông ấy là người có nhân cách cao quý, được mọi người nể trọng.

0862

しんきんかん
親近感

Sense of affinity

亲近感

cảm giác gần gũi

中学が同じだと知って、彼に親近感を持った。

I had a sense of affinity with him on learning that he attended the same junior high school.

得知曾就读于同一所中学之后，我对他产生了亲近感。

Tôi thấy gần gũi với anh ta khi biết chúng tôi học chung cấp 2.

0863

しんこん
新婚

Newly married

新婚

mới cưới

姉夫婦は新婚で、どこに行くときも一緒だ。

My sister is newly married, and the couple are always together wherever they go.

姐姐姐夫刚结婚，去哪儿都是一起。

Vợ chồng chị tôi mới cưới nên đi đâu cũng có nhau.

※新婚旅行

0864

しんじょう
心情

Feelings, state of mind

心情

nỗi lòng

裁判で被害者は自分の心情を述べた。

At the trial, the victim described his state of mind.

在审判中，受害者陈述了自己的心情。

Người bị hại đã bày tỏ nỗi lòng trước tòa.

0865 **しんぞく** **親族** Relatives 亲属 họ hàng	めいの結婚式で、親族がお互いに挨拶をした。 At my niece's wedding, members of the two families greeted each other. 在外甥女的婚礼上，亲属们互相问候。 Trong lễ thành hôn của cháu gái tôi, họ hàng chúc tụng lẫn nhau.
0866 **しんねん** **信念** Belief, conviction 信念 niềm tin	困難なときでも、諦めないという信念を持つ。 I have a firm belief that you should not give up even in the face of difficulties. 要抱有即使遇到困难也不放弃的信念。 Tôi giữ niềm tin mình sẽ không bỏ cuộc dù gặp khó khăn.
0867 **しんぼう** **辛抱** する Be patient 忍耐、含辛茹苦 chịu đựng gian khổ, chịu khó	20年辛抱して働いて、彼は自分の店を持った。 After working patiently for 20 years, he acquired his own store. 辛勤工作了20年，他终于拥有了属于自己的店铺。 20 năm chịu khó làm việc, ông ấy đã mở được cửa hiệu của riêng mình.
0868 **じんみゃく** **人脈** Personal connection 人脉 sự kết nối trong nhóm người	学生時代の人脈を利用して、客を増やした。 I increased the number of customers by using the connections formed in my student days. 利用学生时代的人脉，招徕了顾客。 Nhờ tận dụng các mối quan hệ từ thời sinh viên nên tôi có nhiều khách hàng.
0869 **せいい** **誠意** Sincerity, good faith 诚意 thành ý	会社は、事故の被害者に対して誠意を示した。 The company acted in good faith with regard to the accident victim. 公司对事故的受害者表示了诚意。 Công ty đã bày tỏ thành ý với nạn nhân của vụ tai nạn.
0870 **せいじゅく** **成熟** する Mature 成熟 trưởng thành	娘は、留学して一段と成熟したようだ。 After studying overseas, my daughter seems to have matured considerably. 女儿留学之后似乎越发成熟了。 Con gái tôi có vẻ trưởng thành hẳn sau khi du học.
0871 **せっきょう** **説教** する Lecture, scold 训诫、教诲 thuyết giáo	父は娘に帰りが遅いと説教した。 My father scolded his daughter for getting back home late. 父亲训诫了晚归的女儿。 Cha thuyết giáo con gái vì tội về nhà muộn.
0872 **ぜつぼう** **絶望** する Despair 绝望 tuyệt vọng	彼は、仕事も家族も失って絶望した。 He was in despair, having lost his job and his family. 他失去了工作与家庭，陷入了绝望。 Anh ấy tuyệt vọng vì mất cả công việc lẫn gia đình. ※ 絶望的

0873

ぜんい
善意
Good intentions
好意、善心

thiện ý

善意から彼に注意したが、怒らせてしまった。
I warned him in good faith, but it just made him angry.
我出于好意提醒他，却把他惹怒了。
Tôi nhắc nhở cậu ta vì thiện ý nhưng lại bị cậu ta giận.

0874

ちせい
知性
Intelligence
智慧、思考能力

trí tuệ

彼は思考を重ねて、知性を磨いてきた。
By thinking ever more deeply, he honed his intelligence.
他不断思考，磨炼智慧。
Anh ta siêng năng tư duy để rèn luyện trí tuệ.

0875

ちゅうしょう
中傷 する
Slander
中伤、毁谤

vu khống, phỉ báng

雑誌にその政治家を中傷する記事が出た。
An article that slandered that politician appeared in the magazine.
杂志上刊登了毁谤那名政治家的文章。
Trong tạp chí có đăng bài viết vu khống chính trị gia đó.

0876

どうかん
同感
Feeling the same way
同感、赞同

đồng cảm, đồng ý

旅は人生を豊かにする、という彼の意見に同感だ。
I sympathize with his opinion that travel is a life-enriching experience.
我赞同他所说的旅行可以丰富人生。
Tôi đồng tình với ý kiến của anh ấy rằng những chuyến đi sẽ làm đời người phong phú hơn.

0877

どうし
同志
Fellow
志同道合的人、同志

người cùng chí hướng, đồng chí

同じ考えを持つ同志たちと新しい政党を作った。
With like-minded fellows, they created a new political party.
与志同道合的同志们建立了新政党。
Tôi đã cùng những người có cùng chí hướng lập ra một chính đảng.

0878

どうし
Fellow, comrade　…们
(theo sau danh từ, biểu thị ý có cùng quan hệ, cùng loại)

試験のあとで、友達どうしで結果を見せ合った。
After the examination, my friends showed each other their results.
考完试后，朋友们对了一下答案。
Sau kỳ thi, bạn bè cho nhau xem kết quả của mình.

0879

とまどい
戸惑い
Confusion
困惑、不知所措

lạc lối, lúng túng

日本での新生活に不安と戸惑いを感じている。
I feel uneasy and confused about my new life in Japan.
我对在日本的新生活感到不安与困惑。
Tôi thấy lo lắng và lúng túng trước cuộc sống mới ở Nhật.

0880

ないしん
内心
内心

trong lòng

国を離れるとき、笑顔でいたが内心は悲しかった。
When I was away from my homeland, I kept smiling, but in my heart I was sad.
离开祖国时，虽然微笑着，内心却很悲伤。
Khi rời xa đất nước mình, tôi tuy ngoài mặt tươi cười nhưng trong lòng lại buồn bã.

0881 にくしみ **憎しみ** Hatred 憎恶、憎恨 lòng căm ghét	弱い者に対する暴力に憎しみを感じる。 I feel hatred for violence against the weak. 我憎恶那些施加于弱者的暴力行为。 Tôi căm ghét đối xử bạo lực với kẻ yếu.
0882 にくしん **肉親** Blood relation 血亲、骨肉亲 người có quan hệ ruột thịt	重体の患者には、肉親しか面会できない。 Only close relatives can meet a seriously ill patient. 垂危的病患只能见血亲。 Chỉ những người có quan hệ ruột thịt mới được vào thăm bệnh nhân đang nguy kịch.
0883 にせい **二世** Second-generation　第二代人、二世；第二代(在日本指移居国外者的子女中已获居住国公民权的人) đời thứ 2 / người nước ngoài gốc ~	エリザベス二世／日系二世 Elizabeth II / Second-generation Japanese(-American) 伊丽莎白二世／第二代日本移民 Elizabeth Đệ Nhị / người nước ngoài gốc Nhật
0884 にんじょう **人情** Humanity, empathy 人情、情义；人之常情 tình cảm / bản tính con người	人情がある町／楽をしたいのは人情だ A town with empathy / It is a human trait to seek comfort. 有人情味的城镇／想走捷径是人之常情 thị trấn giàu tình người / Muốn được nhàn hạ là bản tính con người.
0885 ねつい **熱意** Enthusiasm 热情 sự nhiệt tình	彼は環境保護について熱意を持って語った。 He talked enthusiastically about environmental protection. 他满腔热情地讲述了环境保护。 Cậu ấy nhiệt tình nói về việc bảo vệ môi trường.
0886 **パートナー** Partner 伙伴、搭档；配偶 cộng sự, đối tác / vợ hoặc chồng	仕事のパートナー／結婚生活のパートナー Work partner / Partner in married life 工作伙伴／生活伙伴的配偶 đối tác trong công việc / bạn đời trong hôn nhân
0887 はいぐうしゃ **配偶者** Spouse 配偶 người phối ngẫu	この会社は、配偶者がいると月１万円の手当が出る。 At this company, if you have a spouse, you get a monthly allowance of ¥10,000. 这家公司给有配偶的员工发放每月1万日元的补贴。 Ở công ty này, nếu đã kết hôn thì sẽ được nhận trợ cấp 10,000 yen một tháng.
0888 はじ **恥** Shame 耻辱 nỗi xấu hổ, nỗi nhục nhã	彼はプライドが高くて、小さい失敗も恥だと思う。 He is a very proud person and feels ashamed even at small failures. 他自尊心很强，小小的失败都觉得是耻辱。 Ông ấy rất tự hào về bản thân nên xem một thất bại nhỏ là nỗi nhục nhã.

0889

ばつ
罰
Punishment
惩罚
hình phạt

約束を破ったら、罰として昼飯をおごれよ。
Anybody breaking their word can buy lunch as punishment.
作为惩罚，违约的人要请吃午饭哦。
Nếu thất hứa sẽ bị phạt đãi ăn trưa nhé!

0890

ばんねん
晩年
Late years, later life
晚年
năm tháng cuối đời

その有名な画家は、晩年を故郷で暮らした。
That famous painter spent his last years in his home area.
那位著名的画家在故乡过了他的晚年。
Danh họa đó đã về quê nhà sống những năm tháng cuối đời.

0891

はんぱつ
反発 する
Resist, rebel
顶撞、反抗
chống đối

希望の進路を反対されて、弟は親に反発した。
My brother rebelled against his parents because they opposed him in his chosen course in life.
弟弟因为父母反对他的志愿而顶撞了他们。
Do bị phản đối nguyện vọng cho tương lai nên em trai tôi đã chống đối cha mẹ.

0892

ひかん
悲観 する
Be pessimistic
悲观
suy nghĩ bi quan

1度失敗しただけで人生を悲観する必要はない。
You do not have to be pessimistic about your life because of one single failure.
才失败一次，没必要对人生这么悲观。
Chỉ thất bại một lần thì không nhất thiết phải suy nghĩ bi quan về cuộc sống.

※悲観的

0893

ひとがら
人柄
Personality
为人、人品
tính cách

彼女は明るい人柄で、みんなに人気がある。
She has an outgoing personality and is popular with everybody.
她为人开朗，很受大家喜欢。
Chị ấy tính tình vui vẻ nên rất được lòng mọi người.

0894

ぶじょく
侮辱 する
Insult
侮辱
xúc phạm

その選手は、審判を侮辱して退場処分になった。
That player was sent off the field for insulting the referee.
那名选手因为侮辱裁判，受到了退场处分。
Cầu thủ đó xúc phạm trọng tài nên bị phạt đuổi ra sân.

0895

ふり
Pretense, feint
姿态、样子
sự giả vờ

勉強しているふりをして漫画を読んでいた。
I was reading a comic book while pretending to be studying.
我佯装学习，其实在看漫画。
Giả vờ đang học để đọc truyện tranh.

0896

ふんがい
憤慨 する
Get angry
愤慨
tức giận, phẫn nộ

悪口を言われたのを知って、彼は憤慨した。
He was indignant on learning that somebody had bad-mouthed him.
得知有人说他坏话，他气愤极了。
Ông ấy phẫn nộ khi biết mình bị nói xấu.

0897
べんご
弁護 (する)
Defend, plead for
辩护、辩解
biện hộ, bênh vực

課長はミスをした部下を弁護した。
The section chief defended the subordinate who had made a mistake.
课长为有过失的下属做了辩护。
Trưởng nhóm đã bênh vực cho cấp dưới khi người đó mắc sai phạm.

☀弁護士

0898
まごころ
真心
Sincerity
真心、诚心
chân tình

真心を込めて客に料理を作った。
I put my heart into preparing meals for the guests.
用心为客人做菜。
Tôi nấu món ăn cho khách bằng cả tấm chân tình.

0899
みうち
身内
Family member
亲属
thân quyến

祖母の葬式は身内だけで済ませた。
Only family members attended my grandmother's funeral.
祖母的葬礼只有亲属参加。
Đám tang của bà tôi chỉ trong vòng thân quyến.

0900
みのうえ
身の上
One's circumstances
身世、境遇
câu chuyện cuộc đời

彼は、苦労続きだった自分の身の上を語った。
He talked about himself and the continuing hardships he faced.
他讲述了自己充满艰辛的身世。
Ông ấy đã kể về chuyện đời đầy khổ ải của mình.

0901
めいよ
名誉
Honor
名誉、荣誉
danh dự

若い作家が名誉のある文学賞を取った。
The young writer won the prestigious literary prize.
年轻的作家获得了享有盛誉的文学奖。
Nhà văn trẻ đã giành được giải thưởng danh dự về văn học.

0902
モチベーション
Motivation
动力
động lực

目標を持つと、仕事のモチベーションが上がる。
If you have a target, then your work motivation is strengthened.
一旦有了目标，工作就会有动力。
Khi có mục tiêu thì động lực làm việc sẽ tăng cao.

0903
やしん
野心
Ambition
野心、雄心
tham vọng

彼は会社のトップになるという野心を抱いた。
He was consumed by an ambition to become the boss of the company.
他怀有成为公司最高管理者的雄心。
Ông ta nuôi tham vọng trở thành lãnh đạo công ty.

0904
やるき
やる気
Motivation
干劲
ý muốn (làm gì đó)

勉強嫌いだった娘が、突然やる気を見せた。
Having previously disliked study, my daughter suddenly showed enthusiasm for it.
不爱学习的女儿突然有了干劲。
Cô con gái vốn chán ghét học hành của tôi đột nhiên tỏ vẻ muốn học.

0905
ゆいごん
遺言
Will
遺言
di chúc, lời trăng trối

父の遺言で、骨は故郷の墓に入れた。

Following my father's last request, his remains were interred in his home area.

遵从父亲的遗言，他的骨灰埋入了故乡的坟墓。

Nghe theo lời trăng trối của cha, tôi mang hài cốt của ông về quê chôn.

※遺言書

0906
ゆうえつかん
優越感
Sense of superiority
优越感
cảm giác vượt trội

優秀な兄より出世して、優越感を感じている。

I feel a sense of superiority at doing better in life than my talented brother.

比优秀的哥哥更加出人头地，这使我产生了优越感。

Tôi thăng tiến nhanh hơn người anh vốn học giỏi nên thấy mình vượt trội hơn.

⇔劣等感

0907
ようし
養子
Foster child
养子
con nuôi

姉夫婦は子供がいないので、養子を迎えた。

Having no children of their own, my sister and her husband adopted a child.

姐姐姐夫因为没有孩子，就收养了一个。

Vợ chồng chị tôi không có con nên nhận con nuôi.

0908
よくぼう
欲望
Desire. appetite
欲望
lòng ham muốn

彼は金に対する欲望が誰よりも強い。

Nobody has a stronger craving for money than he.

他对金钱的欲望比谁都强烈。

Hắn ta ham tiền hơn bất kỳ ai.

0909
りせい
理性
Reason, sense
理性
lý trí

彼はいつも冷静で理性を失わない。

He always reacts calmly, without losing his head.

他总是很冷静而不失理性。

Anh ấy luôn bình tĩnh và hành động theo lý trí.

※理性的

0910
りょうしき
良識
Good sense
正确的判断力、卓越的见识
lương tri

彼には何が正しいかを判断する良識がある。

He has the good sense to be able to judge when something is right.

他有分辨正误的判断力。

Ông ấy là người có lương tri, biết phân biệt phải trái.

0911
りょうしん
良心
Conscience
良心
lương tâm

どんなときも、自分の良心に従って行動する。

At all times, I act in accordance with my conscience.

无论何时，都要遵循自己的良心行动。

Tôi luôn hành động theo lương tâm trong mọi hoàn cảnh.

※良心的

0912
れっとうかん
劣等感
Sense of inferiority
自卑感
cảm giác yếu kém, sự tự ti

頭がいい姉に私は劣等感を抱いた。

I felt a sense of inferiority compared with my smart sister.

我对聪明的姐姐抱有自卑感。

Tôi cảm thấy tự ti trước người chị thông minh.

⇔優越感

0913

ろうひ
浪費 (する)
Waste
浪费、糟蹋
phung phí

派手好きな兄は浪費して、借金を抱えた。
My flashy brother wasted money and got into debt.
喜欢铺张的哥哥很浪费，因而负债累累。
Anh tôi thích xa hoa nên sống phung phí để rồi phải mang nợ.

0914

わかい
和解 (する)
Settle, reconcile
和解
hòa giải

加害者が被害者に百万円払って、和解した。
The perpetrator settled with the victim by paying him ¥1 million.
加害者赔偿给受害者100万日元，双方达成了和解。
Hung thủ đã trả 1 triệu yen và hòa giải với nạn nhân.

名詞　人と生活2	Nouns – People and Daily Life 2 名词 - 人与生活 2 Danh từ – CON NGƯỜI VÀ CUỘC SỐNG 2

0915

あかり
明かり
Light (source)
灯、灯火
ánh sáng, ngọn đèn

夜の電車から家々の窓の明かりが見えた。
From the train at night, I could see the lights in the windows of people's homes.
晚上，从电车里望出去，可以看到万家灯火。
Từ con tàu đêm tôi thấy được ánh đèn trên khung cửa sổ từng ngôi nhà.

0916

アクセル
Accelerator
油门
chân ga (xe hơi)

アクセルを踏んでスピードを上げた。
I stepped on the accelerator and increased speed.
踩油门加速。
Tôi đạp chân ga và tăng tốc.
⇔ブレーキ

0917

あし
脚
(Lower) leg, foot
腿
chân (bàn ghế)

このいすは、脚のデザインに特徴がある。
This chair is notable for the design of its legs.
这把椅子的椅子腿设计很独特。
Cái chân ghế này có kiểu dáng đặc biệt.

0918

いさん
遺産
Legacy, estate
遗产
gia tài

父の遺産はわずかな貯金だけだった。
My father's estate only amounted to some paltry savings.
父亲的遗产只有一点存款。
Gia tài của cha tôi chỉ vỏn vẹn một khoản tiết kiệm nhỏ.
❈遺産相続　❈世界遺産

0919

いしょう
衣装
Costume
服装、戏装
trang phục

主役の女優が豪華な衣装で舞台に現れた。
The leading actress appeared on the stage in a splendid costume.
女主角穿着华丽的服装，出现在了舞台上。
Nữ diễn viên chính xuất hiện trên sân khấu trong trang phục lộng lẫy.
❈民族衣装

0920
いちどう
一同
Everyone, the whole team
全体、大家
cả tập thể

これは、課の一同からの結婚のお祝いです。

This is a wedding present from the whole department team.
这是课室全体成员的结婚贺礼。
Đây là quà mừng đám cưới của toàn nhóm.

※ ～一同 (例：卒業生一同)

0921
インターフォン
Intercom
内线电话
máy liên lạc nội bộ

インターフォンを押したが、返事がなかった。

I pressed the intercom button, but got no answer.
我按了内线电话，但是没有回音。
Tôi đã ấn nút máy liên lạc nội bộ nhưng không ai trả lời.

0922
うつわ
器
Receptacle
容器
thùng, lọ chứa đồ

ガラスの器の中で、小さな魚が泳いでいる。

Small fish are swimming in the glass bowl.
小鱼在玻璃缸中游来游去。
Trong lọ thủy tinh có chú cá nhỏ đang bơi.

0923
え
柄
Handle
柄、把手
tay cầm, cán cầm

風で傘が飛ばないように、柄をしっかり握った。

I held firmly onto the handle of the umbrella to ensure that the wind did not carry it off.
我紧紧握住伞柄，不让风把伞吹跑。
Tôi nắm chặt cán để dù không bị gió thổi bay.

0924
エキスパート
Expert
专家
chuyên gia

新社長は経営立て直しのエキスパートだ。

The new president is an expert in business restructuring.
新任社长是重整经营的专家。
Giám đốc mới là chuyên gia cải tổ quản lý.

0925
エリート
Elite
精英
người ưu tú

彼は有名大学を出たエリートで、出世も早い。

He is an elite graduate from a famous university, and rose quickly in his job.
他是出身名校的精英，很快就能出人头地。
Cậu ấy là sinh viên ưu tú tốt nghiệp đại học nổi tiếng nên mau thăng tiến.

※ エリート教育

0926
えんかい
宴会
Banquet
宴会
bữa tiệc

祭りのあとの宴会は盛り上がった。

The banquet after the festival was a great success.
节日庆典之后的宴会气氛很热烈。
Bữa tiệc sau lễ hội rất náo nhiệt.

0927
えんげい
園芸
Gardening
园艺
nghề làm vườn

母は草花が好きで、園芸が趣味です。

My mother likes flowers, and gardening is her hobby.
母亲喜欢花草，业余爱好是园艺。
Mẹ tôi yêu thích hoa cỏ và có sở thích làm vườn.

0928

おび
帯, band
Belt, band
(和服的)腰带
thắt lưng (kimono)

この着物には明るい色の帯が合う。
A brightly-colored belt would suit this kimono.
这件和服适合颜色明亮的腰带。
Bộ kimono này hợp với thắt lưng màu sáng.
☀帯状

0929

かおつき
顔つき
Look, looks
表情；容貌
vẻ mặt / khuôn mặt

真剣な顔つき/顔つきの似た２人
A serious countenance / Two people with similar looks
认真的表情/容貌相似的两个人
vẻ mặt nghiêm trọng / Hai người có khuôn mặt giống nhau.

0930

かくい
各位
All concerned
各位
các vị

関係者各位のご協力で、大会は大成功でした。
The meeting was a great success, thanks to the co-operation of all involved.
多亏各位相关人士的协助，大会取得了圆满成功。
Nhờ sự hỗ trợ của các vị có liên quan mà hội nghị đã thành công rực rỡ.

0931

かたがき
肩書き
Title
头衔、身份
chức vị, danh hiệu

彼の名刺には「部長」と肩書きが書いてあった。
The title "Department Chief" was written on his business card.
他的名片上写着"部长"头衔。
Trên danh thiếp của ông ấy có ghi chức vụ "trưởng phòng".

0932

きき
機器
Equipment
器材、器械
thiết bị, máy móc

オフィスに新しい事務用の機器を導入した。
New equipment was introduced in the office.
办公室引进了新的办公器材。
Một thiết bị văn phòng mới đã được đưa vào sử dụng.
☀電子機器

0933

ぎしき
儀式
Ceremony
仪式
nghi lễ

収穫を祝う儀式が神社で行われた。
The ceremony to celebrate the harvest was held at the shrine.
在神社举行了庆祝丰收的仪式。
Nghi lễ mừng vụ mùa đã được tổ chức ở đền Thần đạo.

0934

キャラクター
Character, personality; fictional character
性格、人格；人物、角色
tính cách / nhân vật

ユニークなキャラクター/漫画のキャラクター
A unique character / A manga character
性格独特/漫画角色
tính cách độc đáo / nhân vật truyện tranh

0935

キャリア
Career
经历、经验
sự nghiệp

彼女は、この仕事では２０年のキャリアがある。
She has had a 20-year career in this position.
她在这份工作上有20年的经验了。
Bà ấy đã có 20 năm sự nghiệp trong công việc này.

0936 **ギャンブル** Gambling 赌博 cờ bạc	彼_{かれ}はギャンブルで全財産_{ぜんざいさん}を失_{うしな}った。 He lost all his assets through gambling. 他因为赌博倾家荡产。 Hắn ta tán gia bại sản vì cờ bạc.
0937 **きれ** Cloth, fabric 布、布料 mảnh vải	きれいなきれで袋_{ふくろ}を縫_ぬった。 She sewed the bag from a pretty piece of fabric. 我用一块漂亮的布料缝了个袋子。 Tôi khâu cái túi bằng một mảnh vải đẹp.
0938 **けいれき** **経歴** Career 经历 lý lịch	Ａ医師_{エーいし}は元刑事_{もとけいじ}で、珍_{めずら}しい経歴_{けいれき}の持_もち主_{ぬし}だ。 Being a former detective, Dr. A has an unusual career history. A医生曾经是刑警，职业经历很罕见。 Bác sĩ A là cựu thanh tra nên sở hữu một lý lịch hiếm có.
0939 **げんえき** **現役** Being still active 在职、现役 vẫn đang làm việc	彼_{かれ}は５０歳_{ごじゅっさい}だが、現役_{げんえき}の野球選手_{やきゅうせんしゅ}だ。 He is 50 years old, but is still active as a baseball player. 他虽然50岁了，但仍是现役棒球选手。 Ông ấy đã 50 tuổi nhưng vẫn đang là một cầu thủ bóng chày.
0940 **こうしんりょう** **香辛料** Spice 香辛料 gia vị	アジアの料理_{りょうり}には多様_{たよう}な香辛料_{こうしんりょう}が使_{つか}われている。 In Asian cooking, a wide range of spices is used. 亚洲菜使用多种香辛料。 Các món ăn châu Á sử dụng nhiều loại gia vị.
0941 **こうれい** **高齢** Old age 高龄 cao tuổi	高齢_{こうれい}になっても働_{はたら}き続_{つづ}ける人_{ひと}が増_ふえている。 The number of people who continue working after reaching their senior years is increasing. 上了年纪还继续工作的人正在增加。 Số người tiếp tục làm việc dù đã cao tuổi đang gia tăng. ✵高齢化_{こうれいか}　✵高齢者_{こうれいしゃ}
0942 **こじん** **故人** Deceased person 死去的人、故人 người đã khuất	葬式_{そうしき}のあと、皆_{みな}が故人_{こじん}の思_{おも}い出_でを語_{かた}った。 After the funeral, everybody recounted their memories of the deceased. 葬礼之后，大家讲述了对故人的追忆。 Sau đám tang, mọi người kể về những kỷ niệm với người đã khuất.
0943 **こせき** **戸籍** Family register 户籍 hộ tịch	結婚_{けっこん}のため、戸籍_{こせき}の証明書_{しょうめいしょ}を取_とった。 I obtained a family register certificate for marriage purposes. 为了结婚，我去拿了户籍证明。 Tôi xin giấy chứng nhận hộ tịch để kết hôn.

0944

さく
柵
Fence
围栏、栅栏
hàng rào

牧場は、牛が逃げないように柵で囲んである。

To prevent the cattle from wandering away, the dairy farm is fenced in.

牧场上围着防止牛逃跑的栅栏。

Nông trại được rào xung quanh để ngăn trâu bò chạy rông.

0945

ざっか
雑貨
Sundries
杂货、日用小商品
vật dụng gia đình

この店はキッチンで使う雑貨を売っている。

This store sells miscellaneous kitchen items.

这家店售卖厨房日用小商品。

Cửa hiệu này có bán vật dụng dùng trong nhà bếp.

0946

さほう
作法
Manners, etiquette
礼法
cách ứng xử, nghi thức

作法の通りに手を洗ってから、神社にお参りした。

After washing my hands in accordance with etiquette, I visited the shrine.

按礼法洗完手后，去参拜了神社。

Theo nghi thức, tôi rửa tay rồi mới vào viếng đền.

❋礼儀作法

0947

ざんきん
残金
Balance
余额
số tiền còn lại, số dư

社員旅行会費の残金は１５万円だ。

The balance of payments to the employees' company trip kitty is ¥150,000.

员工旅行会费的余额还有15万日元。

Số dư của khoản hội phí dành cho du lịch là 150 ngàn yen.

0948

シート
Seat
座位
ghế ngồi

夜行バスのシートを少し倒して眠った。

I tipped back the seat a little and slept on the night bus.

我把夜间巴士的座椅靠背向后调了些，睡下了。

Tôi ngả ghế ngồi chuyến xe buýt đêm ra sau để ngủ.

0949

しきじょう
式場
Venue for ceremony
会场、举行仪式的场所
nơi làm lễ

結婚式の日程と式場を両親と相談して決めた。

I decided on the date and venue of the wedding after consulting my parents.

跟父母商量后决定了婚礼的日程安排与会场。

Tôi bàn bạc với cha mẹ về ngày giờ và nơi tổ chức lễ kết hôn rồi mới quyết định.

❋～式場（例：結婚式場）

0950

しきたり
Tradition
惯例、习俗
phong tục

門に松を飾るのが日本の正月のしきたりだ。

It is a tradition at New Year in Japan to decorate doorways with pine sprigs.

在门前装饰松树是日本正月的习俗。

Trang hoàng cây tùng trước cửa là phong tục đầu năm mới của Nhật.

0951

しゅっしょう/しゅっせい
出生 する
Be born
出生
chào đời, ra đời

子供の出生の届けを区役所に出した。

I submitted a notification of birth of the child to the ward office.

我向区政府提交了孩子的出生证明。

Tôi nộp đơn khai sinh cho con ở Ủy ban quận.

❋出生届

0952

しょうがい
生涯
Life, lifetime
终生、一生
cả đời

かのじょ しょうがい どくしん とお
彼女は生涯を独身で通した。
She was single all her life.
她单身了一辈子。
Bà ấy sống độc thân cả đời.

0953

しょうそく
消息
News
情况、音信
tin tức

そつぎょう ご かれ しょうそく だれ し
卒業後の彼の消息を誰も知らない。
Nobody has had any news of him since his graduation.
谁也不知道他毕业后的情况。
Không ai biết tin tức gì của anh ta sau khi tốt nghiệp.

0954

すそ
裾
Hem of dress, bottom of pants
下摆
gấu quần, gấu váy

あめ すそ よご
ひどい雨でズボンの裾が汚れた。
The bottoms of my pants got dirty in the heavy rain.
遇上大雨，裤脚都脏了。
Mưa lớn làm bẩn gấu quần tôi.

0955

スペシャリスト
Specialist
专家
nhà chuyên môn

かれ えいようがく
彼はスポーツ栄養学のスペシャリストだ。
He is a specialist in sports nutrition studies.
他是运动营养学的专家。
Ông ấy là nhà chuyên môn về dinh dưỡng học trong thể thao.

0956

せいけい
生計
Living, livelihood
生计
kế sinh nhai

わたし いえ のうぎょう せいけい た
私の家は農業で生計を立てている。
My family makes its living from farming.
我家以农业维持生计。
Gia đình tôi lấy nghề nông làm kế sinh nhai.

0957

せいめい
姓名
Full name
姓名
họ tên

わたし ともだち せいめい うらな しん
私の友達は、姓名による占いを信じている。
My friend believes in fortune-telling based on names.
我的朋友很相信姓名占卜。
Bạn tôi tin vào chuyện xem bói qua họ tên.

0958

せたい
世帯
Household
家庭
hộ gia đình

しょうにんずう せたい おお
このマンションは少人数の世帯が多い。
In this apartment block, there are a lot of small households.
这栋公寓住着很多小家庭。
Trong chung cư này phần lớn là những hộ gia đình ít người.

0959

せんい
繊維
Fiber
纤维
sợi vải

も せんい
このカーテンは燃えにくい繊維でできている。
These curtains are made of fiber that does not burn easily.
这条窗帘是用不易燃的纤维制成的。
Màn cửa này làm từ loại sợi khó bắt lửa.

せんい れい ごうせいせんい
※〜繊維（例：合成繊維）

0960 **せんぽう** **先方** Counterpart, other person 对方 đối phương, đối tác	せんぽう つごう き かいごう にちじ き **先方の都合を聞いて、会合の日時を決めた。** After asking my counterpart about his schedule, we decided on a time and date for the meeting. 询问了对方的时间安排之后，决定了会面的日期。 Chúng tôi hỏi lịch của đối tác rồi chọn ngày giờ cho cuộc họp.
0961 **そうほう** **双方** Both people 双方 hai phía	そうほう はなし き **けんかした双方から話を聞いた。** I listened to what both had to say after their quarrel. 向吵架双方询问了事情原委。 Tôi nghe chuyện từ cả hai phía vừa cãi nhau.
0962 **たんしん** **単身** Single, alone 单身，只身 một mình	かれ こうこうせい たんしん りゅうがく **彼は、高校生のとき単身でテニス留学した。** During his high school days, he went overseas alone to study tennis. 他在高中的时候，为学网球只身去留学。 Anh ấy đã một mình đi nước ngoài học về tennis khi còn là học sinh cấp 3.
0963 **ちり** Dust 尘埃 bụi	くうきちゅう め み う **空気中には目に見えないちりが浮かんでいる。** Dust particles that you cannot see float around in the air. 空气中漂浮着肉眼不可见的尘埃。 Có những hạt bụi ta không thể nhìn thấy đang bay lơ lửng trong không khí.
0964 **つつ** **筒** Cylinder 筒 ống	たけ つつ はな い かざ **竹の筒に花を入れて飾った。** I decorated (the room) by putting flowers inside cylinders of bamboo. 我在竹筒里装饰了鲜花。 Tôi cắm hoa vào ống tre để trang trí. つつじょう ❈筒状
0965 **てきせい** **適性** Aptitude 适合做某项工作的资质或才能 năng lực, tố chất	じぶん てきせい こうりょ しょくぎょう せんたく **自分の適性を考慮して職業を選択した。** I chose an occupation taking due account of my aptitudes. 考虑自己适合与否后，做了职业选择。 Tôi đã cân nhắc năng lực bản thân để lựa chọn nghề nghiệp.
0966 **てんきょ** **転居** (する) Move, relocate 迁居、搬家 chuyển nơi ở	はる した か じゅうしょ てんきょ **この春、下に書いた住所に転居いたしました。** This spring, I moved to the address given below. 今年春天，我迁居至如下地址。 Mùa xuân năm nay chúng tôi đã chuyển đến sống tại địa chỉ bên dưới.
0967 **どうき** **同期** Year-on-year / Same grade 同一时期；入学、进公司等的年度相同 cùng thời điểm / cùng khóa	さくねん どうき うりあげだか こ どうき なかま **昨年の同期の売上高を超えた/同期の仲間** Sales were up year-on-year. / A friend from the same grade. 超过了去年同期营业额/同期的朋友 vượt doanh thu cùng thời điểm của năm trước / bạn cùng khóa

0968	とうにん 当人 Person in question 当事人、本人 người được đề cập đến	<ruby>当人<rt>とうにん</rt></ruby>より<ruby>親<rt>おや</rt></ruby>のほうが<ruby>彼<rt>かれ</rt></ruby>の<ruby>将来<rt>しょうらい</rt></ruby>を<ruby>心配<rt>しんぱい</rt></ruby>している。 His parents are more worried about his future than he is himself. 父母比他本人更担心他的将来。 Cha mẹ lo lắng cho tương lai của anh ta còn hơn cả chính anh ta.

0969	としごろ 年頃 Age, time of life / Of marriageable age 大约……的年龄；妙龄 độ tuổi / tuổi cập kê	<ruby>親<rt>おや</rt></ruby>に<ruby>反抗<rt>はんこう</rt></ruby>したい<ruby>年頃<rt>としごろ</rt></ruby>/<ruby>年頃<rt>としごろ</rt></ruby>の<ruby>娘<rt>むすめ</rt></ruby> An age at which you rebel against your parents / A marriageable girl 正是要反抗父母的年纪/妙龄少女 độ tuổi muốn chống đối cha mẹ / cô gái tuổi cập kê

0970	とびら 扉 Door 门 cánh cửa	その<ruby>教会<rt>きょうかい</rt></ruby>の<ruby>扉<rt>とびら</rt></ruby>は、<ruby>天井<rt>てんじょう</rt></ruby>に<ruby>届<rt>とど</rt></ruby>くほど<ruby>高<rt>たか</rt></ruby>かった。 The doors of that church almost reached the ceiling. 那座教堂的大门，高得差不多到天花板。 Cánh cửa của nhà thờ đó cao gần như chạm mái.

0971	は 刃 Blade 刃 lưỡi dao	<ruby>新<rt>あたら</rt></ruby>しいかみそりの<ruby>刃<rt>は</rt></ruby>は、よく<ruby>切<rt>き</rt></ruby>れる。 The new razor cuts well. 新剃刀的刀刃十分锋利。 Lưỡi dao cạo râu mới rất bén.

0972	バッテリー Battery 蓄电池 ắc quy	<ruby>車<rt>くるま</rt></ruby>のバッテリーを<ruby>交換<rt>こうかん</rt></ruby>した。 I replaced the car batteries. 我更换了汽车的蓄电池。 Tôi đã thay ắc quy xe hơi.

0973	はもの 刃物 Edged tool 刀具 dao kéo	<ruby>飛行機内<rt>ひこうきない</rt></ruby>に<ruby>刃物<rt>はもの</rt></ruby>を<ruby>持<rt>も</rt></ruby>ち<ruby>込<rt>こ</rt></ruby>むことはできません。 You cannot carry edged tools inside planes. 刀具不得带入飞机舱内。 Không được mang dao kéo lên máy bay.

0974	ヒーロー Hero 英雄 người anh hùng	<ruby>悪<rt>あく</rt></ruby>と<ruby>戦<rt>たたか</rt></ruby>うアニメのヒーローは、<ruby>子供<rt>こども</rt></ruby>の<ruby>憧<rt>あこが</rt></ruby>れだ。 Anime heroes who fight evil are children's heroes. 动画中与邪恶斗争的英雄，是孩子的憧憬。 Người anh hùng chiến đấu với cái ác trong phim hoạt hình là thần tượng của trẻ em.

0975	ひどり 日取り Date 日期 ngày tháng	<ruby>婚約者<rt>こんやくしゃ</rt></ruby>と<ruby>結婚式<rt>けっこんしき</rt></ruby>の<ruby>日取<rt>ひど</rt></ruby>りを<ruby>決<rt>き</rt></ruby>めた。 I and my fiancee decided the date of the wedding ceremony. 与未婚夫(妻)决定了婚礼的日期。 Tôi cùng hôn phu quyết định ngày tháng cử hành hôn lễ.

0976

フィルター
Filter
过滤装置
bộ lọc

エアコンのフィルターを掃除した。
I cleaned the air-conditioning filter.
我清洗了空调的过滤片。
Tôi đã làm vệ sinh bộ lọc của máy điều hòa.

0977

ふう
封
Seal
封、封闭
dấu niêm phong

現金書留の封筒は二重に封をする。
Registered mail containing cash is double-sealed.
现金挂号信封了两层口。
Phong bì chứa tiền mặt gửi bảo đảm được đóng dấu niêm phong 2 lần.

0978

ふよう
扶養 する
Support
抚养
nuôi dưỡng, phụng dưỡng

彼は妻と３人の子供を扶養している。
He supports his wife and three children.
他与妻子抚养着三个孩子。
Anh ấy đang nuôi vợ và 3 đứa con.

☀扶養家族

0979

ふろく
付録
Appendix, supplement
附录、增刊
phụ lục

この雑誌の１１月号の付録はカレンダーだ。
The supplement to the November edition of this magazine is a calendar.
这本杂志11月号的附录是日历。
Phụ lục ấn bản tháng 11 của tạp chí này là tờ lịch.

0980

まと
的
Target
目标、靶子
đích ngắm, mục tiêu

選手は的を狙って、銃を撃った。
The athlete aimed at the target and fired his gun.
选手瞄准靶子，扣下了扳机。
Xạ thủ ngắm mục tiêu rồi bắn súng.

0981

マンホール
Manhole
窨井
lỗ cống

ガスが爆発して、マンホールのふたが飛んだ。
The gas explosion caused the manhole cover to go flying.
瓦斯爆炸，把窨井盖炸飞了。
Khí ga nổ làm nắp cống bắn tung lên.

0982

みぞ
溝
Groove, furrow
沟、水沟
cái mương

自転車のタイヤが溝に、はまってしまった。
My bicycle tire got stuck in the groove.
自行车的轮胎不小心嵌进了水沟。
Bánh xe trượt xuống mương nước.

0983

みちばた
道端
Roadside
道旁、路边
ven đường

近くに駐車場がなくて、道端に車を止めた。
As there was no parking area close by, I stopped the car at the side of the road.
附近没有停车场，我就把车停在了路边。
Gần đó không có bãi đậu xe nên tôi đậu xe ven đường.

0984 みなり **身なり** Appearance 衣着打扮，装束 ngoại hình, trang phục	出^で掛^かけるまえに、鏡^{かがみ}で身^みなりをチェックした。 Before going out, I checked my appearance in a mirror. 出门前，我对着镜子检查了一下自己的衣着打扮。 Trước khi ra ngoài, tôi xem lại ngoại hình của mình trước gương.
0985 めつき **目つき** Look in one's eyes 眼神 ánh mắt	目^めつきの悪^{わる}い男^{おとこ}が家^{いえ}の周^{まわ}りをうろうろしている。 There is a man with a suspicious look in his eyes wandering around outside the house. 一个眼神凶恶的男子在房子附近转来转去。 Một gã có ánh mắt dữ tợn đang rảo quanh nhà tôi.
0986 もふく **喪服** Mourning attire 丧服 tang phục	喪^も服^{ふく}を着^きて葬式^{そうしき}に出^でた。 I went to the funeral in mourning attire. 我穿着丧服出席了葬礼。 Mặc tang phục đi dự tang lễ.
0987 や **矢** Arrow 箭 mũi tên	博物館^{はくぶつかん}に昔^{むかし}の武器^{ぶき}として矢^やが展示^{てんじ}されている。 In the museum section on weapons of the past, arrows are on display. 博物馆里展示着曾经作为武器的箭。 Trong viện bảo tàng có trưng bày những mũi tên là vũ khí thời xưa.
0988 やしき **屋敷** House, residence 宅邸 dinh thự	あの大^{おお}きな屋敷^{やしき}は有名^{ゆうめい}な作家^{さっか}の家^{いえ}だ。 That big house is the home of a famous writer. 那座大宅邸是著名作家的家。 Dinh thự đó là nhà của một nhà văn nổi tiếng.
0989 やつ **やつ** Guy, fellow 家伙，小子 hắn	俺^{おれ}が出世^{しゅっせ}できなかったのは、やつのせいだ。 The reason that I could not get on in life was that guy. 我没能出人头地，都怪那个家伙。 Tôi không thăng tiến được là do lỗi của hắn.
0990 ゆとり **ゆとり** Leeway, freedom from pressure 宽裕，余裕 sự sung túc	収入^{しゅうにゅう}が増^ふえて、生活^{せいかつ}にゆとりができた。 My income rose, and my life became comfortable. 收入增加后，生活就宽裕了。 Nhờ thu nhập tăng nên cuộc sống trở nên sung túc hơn.
0991 ゆみ **弓** Bow 弓 cánh cung	空^{そら}を飛^とぶ鳥^{とり}に向^むけて弓^{ゆみ}を引^ひいた。 I drew the bow, aiming at the flying birds. 我对着天空中飞翔的鸟拉弓。 Tôi giương cung hướng về con chim đang bay trên trời.

0992
ようひん
用品
Supplies, accessories
用品、必需的物品
vật dụng

紙やインクなどのコピー用品を注文した。
I ordered copying accessories including paper and ink.
我订购了纸、墨之类的复印用品。
Tôi đã đặt mua các vật dụng cho máy photo như giấy và mực.
☀〜用品（例：スポーツ用品）

0993
ようもう
羊毛
Wool
羊毛
len

羊毛のセーターを洗ったら、縮んでしまった。
After washing, the woollen sweater shrank.
羊毛衫洗完之后缩水了。
Tôi giặt cái áo len xong thì nó bị co lại.

0994
よか
余暇
Leisure, free time
闲暇
thời gian rảnh

余暇を利用して英会話の勉強をしている。
I use my free time to take English conversation classes.
我在利用闲暇学习英语口语。
Tận dụng thời gian rảnh, tôi học tiếng Anh giao tiếp.

0995
よくしつ
浴室
Bathroom
浴室
phòng tắm

帰宅するとすぐ、浴室でシャワーを浴びる。
As soon as I get back home, I go into the bathroom and have a shower.
回家之后，立刻去浴室洗澡。
Cứ về tới nhà là tôi vào tắm ngay.

0996
らいきゃく
来客
Visitor, guest
来客、来访的客人
khách đến nhà

来客があるので、部屋を丁寧に掃除した。
I cleaned the room up thoroughly, as I had a guest coming.
因为有客人要来，我把家里仔细打扫了一番。
Sắp có khách đến nên tôi đã dọn dẹp sạch sẽ phòng ốc.

0997
れんちゅう
連中
Group of people, company
伙伴、同伙
đám người

僕は遊んでばかりいる連中とは付き合わない。
I do not mix with people who spend all their time playing around.
我不跟整天游手好闲的人交朋友。
Tôi không muốn giao du với đám người chỉ toàn ăn chơi.

0998
ろじ
路地
Alley
小巷、胡同
con hẻm

家の前の路地を通って、表の通りに出た。
Passing through the alleyway at the front of the house, I came out on the main street.
穿过家门前的小巷，就来到了大路上。
Tôi đi hết con hẻm trước nhà để ra đường cái.

わたしの単語
たん ご

On this page, let's write down vocabulary items taken from daily life.
请在这一页写下日常生活中发现的单词吧。
Hãy viết vào trang này những từ vựng tìm thấy trong sinh hoạt.

読んでみよう5

「お悩み相談室」 人の意見を受け入れない会社の先輩

　人に言えない悩みを抱えていませんか。このコーナーでは、悩み相談の**エキスパート**があなたの悩みにお答えします。

Q. 職場の先輩のことで悩んでいます。今、**同期**の3名とその先輩でチームを組んで、あるプロジェクトに取り組んでいます。入社して3年目で初めてプロジェクトに参加しました。ところが、チームの取り組みなのに、**エリート**意識の塊のような彼は我々を軽蔑していて、意見を聞こうとしません。先日は連絡の単なる行き違いだったのにこちらの**言い分**を全く聞いてもらえず、1時間ぐらいお**説教**されました。この会社で働くことに**絶望**して、辞めようかとさえ思います。どうしたらいいでしょうか。

A. 初めて参加したプロジェクトで、仕事への意欲を奪われてしまったのですね。でも、辞めるまえにやることがあります。ほかの**同期**の人はどう思っているのでしょうか。同じように感じているのなら、3名で**結束**してきちんと先輩と話し合ってみてはどうでしょうか。

　ただ、その先輩は、後輩からの意見を認めると、自分が**侮辱**されたように感じてしまう人かもしれません。もし**当人**がそういう性格なら、逆に**反発**されるだけになりそうです。

　ほかの先輩の中に信頼して相談できる人はいませんか。あるいは今、多くの会社には、仕事や人間関係での悩みを相談する窓口があると思います。会社も最近は社員の心の健康維持に配慮しています。**内心**で嫌だと思いつつ**辛抱**していたら、心の病気になりかねません。一人で悩まず、ぜひ会社内の信頼できる人に相談してください。

Counseling Office: Corporate superiors who do not listen to other people's opinions

Do you have any worries that you cannot talk to other people about? In this consultation corner, experts in dealing with such worries will respond to your concerns.

Q. My issue concerns a superior at my workplace. At the moment, a team has been set up with four of us, three peers who joined the company at the same time and a superior, and we are working on a project. This is the first time that I have participated in a project in the three years since I joined. However, although this is a team endeavor, this guy, who thinks he is some kind of elite spirit, looks down on us, and does not listen to our opinions. The other day, although it was a simple mistake over methods of contacting, he did not pay any attention at all to what we had to say. We were lectured for about an hour. I despair of this company, and may even quit. What should I do?

A. If this is the first project that you have participated in, this has undermined your job motivation, hasn't it? However, there is one thing you can do before quitting. What do your peers think about this? If they feel the same way, what about you three banding together, and trying to properly thrash things out with this superior in a meeting?

However, he sounds like he might be the kind of person who feels that he has been affronted by having to acknowledge the opinions of people below him. If the guy in question has this kind of personality, then it is likely that he will only be antagonized.

Is there any other superior that you trust and can consult with? Alternatively, I think many companies have offices where you can get advice about concerns and issues in your work and human relationships. Recently, companies have been giving consideration to upholding the mental health of employees. If you are patiently enduring the situation but remain full of resentment in your heart, this could lead to mental problems. Do not worry alone over this. Please be sure to consult with somebody you trust within the company.

"烦恼咨询室"：独断专行的公司前辈

您是否有无法与他人言说的烦恼呢? 在这里, 烦恼咨询专家将为您排忧解难。

Q. 我因为公司里一位前辈而烦恼。现在, 我们三个同一时期进入公司的职员与那位前辈组成小组, 负责着某个项目。我进入公司三年第一次参加项目。然而, 明明是小组负责的, 那位前辈却自以为是, 不把我们放在眼里, 根本不听我们的意见。前些日子, 他就因为联络上的一点小差错而教训了我们一个小时, 完全不听我们的想法。我对在这家公司工作已经绝望了, 甚至想辞职。我该怎么办才好呢?

A. 在初次参加的项目中, 你的工作积极性受到了打击对吧。但是, 在辞职之前你还有件事要做。另外几个跟你同一时期进入公司的人是怎么想的呢? 如果大家都有同样的感受, 何不试着三人一起跟前辈好好谈谈呢。

不过, 那位前辈可能觉得接受后辈的意见, 对他来说是一种侮辱。如果当事人真是那样的性格, 你们直接去说恐怕反而会使他更反感。

你有没有其他值得信赖、可以商量的前辈呢? 或者, 我想现在很多公司都设有咨询工作以及人际关系烦恼的窗口。最近公司也开始关心员工的心理健康了。内心不满却压抑着, 可能会得心病。不要独自烦恼, 一定要和公司里值得信赖的人商量。

GÓC TƯ VẤN: Khi đàn anh đàn chị trong công ty không tiếp nhận ý kiến của người khác

Bạn đang có mối bận tâm không thể bày tỏ cùng ai? Tại góc này, chuyên gia tư vấn các nỗi sầu muộn sẽ giải đáp cho bạn.

Hỏi: Tôi đang đau đầu về chuyện một đàn anh ở nơi làm việc. Hiện tại tôi cùng 2 người khác vào cùng thời điểm với mình và một đàn anh lập nhóm làm dự án. Đây là năm thứ 3 từ khi tôi vào công ty nhưng là lần đầu tiên tôi tham gia một dự án. Tuy là công việc chung của cả nhóm nhưng đàn anh kia tự cho mình là thành phần ưu tú nên xem thường và không thèm nghe ý kiến của chúng tôi. Hôm trước chỉ xảy ra mỗi việc liên lạc không thông suốt mà anh ta không thèm nghe lời phân trần của tôi, bắt tôi ngồi nghe anh ta thuyết giáo gần 1 tiếng đồng hồ. Tôi chán làm ở công ty này và đang tính thôi việc. Tôi phải làm sao đây?

Đáp: Tôi thấy có vẻ bạn bị tước mất ham muốn làm việc ngay trong dự án đầu tiên mình tham gia nhỉ? Nhưng trước khi bạn thôi việc, có một việc phải làm. Những người vào làm cùng thời điểm với bạn suy nghĩ thế nào? Nếu họ cũng có cùng cảm nhận như bạn thì sao 3 người không thử đoàn kết lại, đi nói chuyện với đàn anh kia xem sao?

Có điều, không chừng đàn anh đó là người cảm thấy nhục nhã khi thừa nhận ý kiến của đàn em. Nếu anh ta có tính cách đó thì các bạn chỉ chuốc lấy sự phản bác mà thôi.

Có đàn anh đàn chị nào khác mà bạn có tin cậy giải bày không? Hoặc, tôi nghĩ hiện giờ ở nhiều công ty đã có phòng chuyên tư vấn về các nỗi khổ hoặc tâm tư giải tỏa công việc hay các mối quan hệ. Gần đây các công ty cũng quan tâm đến việc duy trì sức khỏe tâm thần cho nhân viên. Nếu trong lòng chán ghét mà cứ cố chịu đựng thì sẽ dễ mắc các bệnh về tâm lý. Bạn đừng lo buồn một mình mà hãy tâm sự với người mình có thể tin tưởng trong công ty nhé!

結婚式に招待されたら　―結婚式総合情報サイト―

結婚式に招待されるのはうれしいものですね。でも、初めてなので心配……という人のために、よくある質問にお答えします。

Q. 服装で気を付けることはありますか。

A. 結婚式には、きちんとした**身なり**で出席したいものです。派手すぎる服、肌が出すぎている服はよくありません。また、白は花嫁の**衣装**の色なので、避けるのが礼儀です。黒は**喪服**の色なので、全身黒の服装にならないようにしましょう。

Q. お祝いのお金はどのくらいがいいでしょうか。

A. 金額は結婚する**当人**たちとの関係によって異なります。**親族**や上司などの場合は金額が上がりますが、友人などの**間柄**なら３万円が多いようです。２で割れる数字は「仲が割れる＝別れる」を意味するとされ、２万円や４万円などは避けるのが一般的です。お祝いは**式場**で受付をしている人に渡します。会費制の場合は、お祝いのお金は必要ありません。

Q. プレゼントも用意したほうがいいですか。

A. 結婚式に出る場合は必要ありませんが、親しい相手の場合は、**祝福**の気持ちを込めて何かを贈ることもあります。ペアの**器**など二人で使える物や、**新婚**生活に必要な物をよく贈ります。包丁などの**刃物**は、「**縁**が切れる」ことを連想するため、避けましょう。

これらは一般的な結婚式の場合で、最近は会費制などのカジュアルな**様式**も増えています。気になることがある場合は、前もって確認しておくとよいでしょう。

When a wedding invite comes: General website about nuptials

To be invited to a wedding is a delight, isn't it? However, if this is your first time and you are a bit worried, here are some answers to frequently asked questions.

Q: Is there any aspect of attire that you have to be aware of?

A: At a wedding, you are expected to get your appearance exactly right. It is not good if you dress too ostentatiously or leave too much skin exposed. Also, it is good manners to avoid white, since this is the color of the bride's dress. You should also try to avoid dressing entirely in black, as this is the color of mourning.

Q: How much money should I give as a gift?

A: The sum varies depending on the relationship you have with the people getting married. It rises for close family and bosses and others, but for friends and other acquaintances, 30,000 yen is a popular sum for many people. It is usual to avoid 20,000 yen, 40,000 yen and so on, since any even-number sum that is neatly divisible by two implies splitting in half, or separation. The gift is handed to the receptionist at the ceremony. When guests are paying attendance costs out of their own pockets, there is no need to give gift money.

Q: Should I prepare presents as well?

A: If you are attending the wedding, then no such needs exist. If you are close to the couple, a gift is sometimes given as a token of hope for their future happiness. You give things that can be used by both newlyweds, or daily essentials such as a set of tableware for married life. You should avoid kitchen knives and other bladed items, which evoke a sense of severance of ties.

The advice here applies to ordinary weddings. Recently, there has also been an increase in less formal weddings, in which costs are covered by guests paying out of their own pockets to attend. If there is anything you are worried about, you may want to ask somebody beforehand.

如果受邀参加婚礼—婚礼综合信息网—

受邀参加婚礼是一件令人高兴的事情。但是也有人因为第一次参加而感到不安。针对这些人，下面提供一些常见问题的解答。

Q．在着装上有什么需要注意的吗？

A．出席婚礼，需要穿戴得整洁得体。太过张扬或太过暴露都不合适。另外，因为白色是新娘服装的颜色，出于礼貌应该避免。而黑色则是丧服的颜色，所以也要避免穿一身黑。

Q．礼金给多少比较合适呢？

A．礼金根据与新人关系的不同而有所差别。如果是新人的亲戚或者上司之类的话，就要多给一些。但如果是朋友之类的关系，给3万日元就算多了。能被2整除的数字被认为寓意着"能分成两半＝分手"，所以一般要避免送2万日元、4万日元这样的金额。礼金交给现场的迎宾人员就可以了。不过如果是会费制婚礼的话，就不需要送礼金了。

Q．是否最好再准备一些礼物呢？

A．如果出席婚礼的话就没必要准备了，但如果关系亲密的话，也有送礼物以表祝福的。常送的是像成对的碗碟等双人用的物件，或者是新娘生活的必需品。而菜刀之类的刀具易使人联想到"断绝缘分"，所以要避免。

以上是关于常规婚礼的疑难解答。而最近会费制等休闲式婚礼也在增加。如果您有什么疑问之处，建议事先确认为好。

Khi được mời dự lễ cưới: Trang thông tin tổng hợp về cưới hỏi

Được mời dự lễ cưới là điều đáng mừng đúng không? Chúng tôi sẽ giải đáp các câu hỏi mà những người đang lo lắng vì lần đầu được mời cưới hay thắc mắc.

Hỏi: Có cần lưu ý gì về trang phục không?

Đáp: Ta nên đến dự lễ cưới trong trang phục chỉnh tề. Trang phục lòe loẹt hay quá hở hang đều không tốt. Bên cạnh đó, màu trắng là màu trang phục của cô dâu nên sẽ lịch sự hơn nếu ta tránh mặc nó. Màu đen là màu dành cho đám tang nên cũng cần tránh mặc màu đen từ trên xuống dưới.

Hỏi: Tiền mừng cưới khoảng bao nhiêu là vừa?

Đáp: Khoản tiền này sẽ tùy thuộc vào mối quan hệ giữa bạn và cô dâu chú rể. Nếu là họ hàng hoặc cấp trên thì số tiền sẽ cao hơn nhưng nếu chỉ là quan hệ bạn bè thì 30,000 yen là được rồi. Các con số chia hết cho 2 mang ý nghĩa "mối quan hệ bị chia cắt = chia tay" nên thông thường cần tránh số tiền 20,000 hay 40,000 yen. Tiền mừng sẽ được đưa cho người tiếp khách tại địa điểm tổ chức lễ. Trường hợp khách mời tự đóng phí tham dự thì không cần tặng tiền mừng.

Hỏi: Có nên tặng quà không?

Đáp: Điều này không cần thiết khi đi đám cưới nhưng nếu thân thiết với cô dâu chú rể thì chúng ta có thể tặng cái gì đó với mong muốn chúc phúc cho họ. Các món thường được tặng là những vật dụng theo cặp để hai người cùng sử dụng, hoặc vật dụng cần thiết cho cuộc sống mới sau kết hôn. Cần tránh dao kéo (như dao làm bếp) vì gây liên tưởng đến "mối duyên bị cắt đứt".

Trên đây là trường hợp lễ cưới thông thường, nhưng gần đây hình thức lễ cưới giản tiện theo kiểu khách đóng phí tham dự ngày càng phổ biến. Nếu có thắc mắc, bạn nên hỏi trước cho yên tâm nhé!

0999	このインターから５km先まで渋滞しています。
インター（インターチェンジ） Interchange 高速公路出入口 nút giao thông	There is a traffic jam along the 5 kilometers after this interchange. 从这个高速公路出入口开前面5千米都处于拥堵状态。 Kẹt xe từ nút giao thông này tới 5km phía trước.

1000	インフレなのに給料は上がらず、生活が苦しい。
インフレ（インフレーション） Inflation 通货膨胀、物价上涨 sự lạm phát	It is difficult getting by, because my wages have not risen despite inflation. 物价上涨的同时，工资却不上涨，因而生活相当拮据。 Đang lạm phát mà lương lại không tăng nên chúng tôi sống chật vật.

1001	昔はこの運河を利用して荷物を運んだ。
うんが **運河** Canal 运河 kênh đào	In the past, this canal was used for the transport of goods. 过去，人们利用这条运河来运输货物。 Ngày xưa người ta dùng kênh đào này để vận chuyển hàng hóa. ※〜運河（例：スエズ運河）

1002	貨物の運送にはトラックが主に使われる。
うんそう **運送** Transportation, delivery 运送、搬运物品 sự chuyển chở	Trucks are the main means of transportation of goods. 货物的运送主要是靠卡车。 Xe tải được dùng chủ yếu để chuyển chở hàng hóa. ※運送業

1003	A鉄道は旅客の運輸で収入が大きく伸びた。
うんゆ **運輸** Transportation 运输，运送旅客或货物 sự vận chuyển	Railway company A expanded its revenue significantly through passenger transportation. A铁路通过客运服务实现了收入的大幅提高。 Tuyến đường sắt A đã tăng doanh thu nhờ vận chuyển hành khách.

1004	彼は、財産を外貨に換えて預金した。
がいか **外貨** Foreign currency 外币 ngoại tệ	He converted his assets into foreign currency and put them in bank deposits. 他把财产兑换成外币存了起来。 Ông ta đã chuyển tài sản ra ngoại tệ để gửi tiết kiệm.

1005	祖父は、荒れた土地を開拓して畑を広げた。
かいたく **開拓** する Develop, cultivate 开垦、开拓 khai khẩn, khai thác	My grandfather increased the farm acreage by cultivating wasteland. 祖父通过开垦荒地扩大了自己的田地。 Ông tôi đã khai khẩn đất hoang, mở rộng ruộng nương. ※開拓者

1006

かいどう
街道
Highway
大道、街道
đường chính, đường lớn

昔旅人が通った道が、今も街道として残る。

The road that was used by travelers of old remains today as a highway.

以前旅人走过的路，现在仍然作为街道延续着。

Con đường khách bộ hành ngày xưa qua lại giờ là đường chính.

☀〜街道（例：日光街道）

1007

かけい
家計
Household budget
家计、家庭生计
ngân sách gia đình, việc chi tiêu gia đình

いろいろな物が値上がりして、家計が苦しい。

Many things have risen in price, and so it is hard to balance the household budget.

因为很多东西的价格都上涨了，生活拮据。

Vật giá tăng khiến chi tiêu gia đình chật vật.

1008

かちく
家畜
Livestock
家畜、牲畜
gia súc

父母は畑仕事と家畜の世話で忙しい。

My parents are busy working in the fields and looking after the livestock.

父母又要干农活，又要照顾牲畜，非常忙碌。

Cha mẹ tôi bận rộn với công việc đồng áng và chăn nuôi gia súc.

1009

がっぺい
合併 する
Merge
企业合并
sáp nhập

資本金が1位と2位の銀行が合併を発表した。

The two leading banks by share capital announced their merger.

资金排名第一与第二的银行宣布了合并。

Hai ngân hàng đứng thứ 1 và thứ 2 về số vốn đã công bố sáp nhập.

☀〜合併（例：企業合併）

1010

かへい
貨幣
Money, currency
货币
tiền tệ

昔、中国やインドでは貝を貨幣にしていた。

In the past, China and India used shells as currency.

曾经，在中国和印度，贝壳被当作货币使用。

Ngày xưa, ở Trung Quốc hay Ấn Độ, người ta dùng vỏ sò làm tiền tệ.

1011

かんせん
幹線
Trunk route
干线、主要线路
tuyến chính

連休で幹線の道路はひどい渋滞になっている。

During the holiday periods, dreadful traffic jams form along trunk expressways.

时值长假，一些主干道的拥堵情况很严重。

Vào kỳ nghỉ lễ dài ngày, các tuyến đường chính đều bị kẹt xe nghiêm trọng.

☀幹線道路

1012

きかく
規格
Standard
规格
quy cách

製品が規格に合っているか、全て検査される。

All products are examined to check that they meet the standards.

所有的产品都会检查是否符合规格。

Tất cả sản phẩm đều được kiểm định xem có đúng quy cách hay không.

1013

きぎょう
起業 する
Start a business
创业
khởi nghiệp

彼は学生時代に起業し、会社をトップ企業に育てた。

He launched his own business during his student days, and built it up into a leading enterprise.

他在学生时代就创业，并将公司发展为顶尖企业。

Anh ấy khởi nghiệp từ thời sinh viên và đã xây dựng công ty thành doanh nghiệp hàng đầu.

☀起業家

1014 **ききん** **基金** Fund 基金 quỹ	し　　　けんきゅうしゃ　　えんじょ　　き きん 市には研究者を援助する基金がある。 In the city, there is a fund that supports researchers. 市里设有用于援助研究者的基金。 Thành phố có quỹ hỗ trợ các nhà nghiên cứu.
1015 **ぎじゅつかくしん** **技術革新** Technological innovation 技术革新 cải tiến kỹ thuật	ぎ じゅつかくしん　　　　わたし　　　　せいかつ　　おお　　　か 技術革新は、私たちの生活を大きく変えた。 Technological innovation has brought great change to our daily lives. 技术革新使我们的生活发生了翻天覆地的变化。 Cải tiến kỹ thuật đã làm thay đổi đời sống của chúng ta.
1016 **ぎょうしゃ** **業者** Tradesman 业者 người chuyên làm một việc nào đó	いた　　やね　　しゅうり　　ぎょうしゃ　　いらい 傷んだ屋根の修理を業者に依頼した。 I asked a builder to fix the damaged roof. 我委托了专业人员来修理受损的屋顶。 Tôi đã nhờ chỗ chuyên nghiệp đến sửa mái nhà bị hư. ☀～業者 (例：引っ越し業者)
1017 **きんせん** **金銭** Money 金钱 tiền bạc	さつじん　　どうき　　きんせん 殺人の動機は金銭のトラブルだった。 The motive of the murder lies in a quarrel over money. 杀人动机是金钱上的纠纷。 Động cơ vụ sát nhân là vấn đề liên quan đến tiền bạc. ☀金銭的
1018 **きんゆう** **金融** Finance 金融 tài chính (dùng cho ngân hàng và các tổ chức tài chính)	ぎんこう　　ほ けんがいしゃ　　きんゆう　　かんけい　　しごと　　つ 銀行や保険会社など金融の関係の仕事に就きたい。 I would like to take a job in banking, insurance or some other financial company. 我想去银行、保险公司等从事与金融相关的工作。 Tôi muốn làm việc liên quan đến tài chính như ở ngân hàng hay công ty bảo hiểm. ☀金融～(例：金融機関) ☀金融業
1019 **クレーン** Crane 起重机、吊车 cần cẩu	さ ぎょういん　　　ふね　　　　　　　　　にもつ　　ひ　　あ 作業員が、船からクレーンで荷物を引き上げた。 The workers lifted the goods from the ship by crane. 作业人员用吊车把货物从船上吊起来。 Người công nhân dùng cần cẩu nâng hàng hóa từ con tàu.
1020 **けいひ** **経費** Expenses 经费、开销 chi phí	みせ　　やちん　　でんきだい　　けいえい　　ひつよう　　けいひ 店の家賃や電気代は、経営に必要な経費だ。 The rent and electrical charges of the store are necessary operational expenses. 店铺的租金、电费等，都是经营上必要的费用。 Tiền thuê mặt bằng và tiền điện là những chi phí cần thiết để điều hành cửa hàng. ☀必要経費
1021 **けいろ** **経路** Route 过程、途径 quá trình, lộ trình	ほ けんじょ　　しょくちゅうどく　　かくだい　　けいろ　　ちょうさ 保健所は食中毒が拡大した経路を調査した。 The health center examined the routes through which the food-poisoning bug spread. 保健所调查了食物中毒扩大的途径。 Trung tâm y tế đã điều tra về quá trình lan truyền của vụ ngộ độc thực phẩm. ☀～経路 (例：感染経路)

1022
けっさん
決算
Settlement of accounts, financial statement
決算、结算
quyết toán

かいしゃ まいとしけっさん けっか ほうこくしょ だ
会社は毎年決算の結果の報告書を出す。
The company issues a report with annual business results every year.
公司每年都会出一份决算结果的报告。
Mỗi năm công ty đều nộp báo cáo về kết quả quyết toán.

けっさんしょ
❋決算書

1023
げらく
下落 する
Fall, decline
下降
sụt giá

せき ゆ か かく げ らく けいこう
石油の価格は下落する傾向にある。
Oil prices are declining.
石油价格趋于下降。
Giá dầu có khuynh hướng sụt giảm.

1024
けんぎょう
兼業 する
Have a side job
（从事）副业
làm cùng lúc 2 công việc

のう か か はんすう し ごと けんぎょう
農家の過半数が、ほかの仕事を兼業している。
Over half of the farmers have other jobs.
过半数的农户都从事副业。
Quá nửa số nông dân đều làm thêm công việc khác.

1025
げんゆ
原油
Crude oil
原油
dầu thô

に ほん げんゆ ゆ にゅう
日本は原油を輸入している。
Japan imports crude oil.
日本进口原油。
Nhật Bản chuyên nhập khẩu dầu thô.

1026
こうえき
交易 する
Engage in trading
交易、贸易
giao thương

みなと じゅうろくせい き ちゅうごく こうえき さか
この港は、16世紀に中国との交易で栄えた。
This port flourished in the 16th century through trade with China.
这座港口在16世纪与中国的贸易往来中繁荣了起来。
Vào thế kỷ 16, bến cảng này thịnh vượng nhờ giao thương với Trung Quốc.

1027
こうかい
航海 する
Go on a voyage
航海、航行
vượt biển

おお ふね たいへいよう わた こうかい で
大きな船が太平洋を渡る航海に出た。
Large ships set off on a voyage across the Pacific Ocean.
巨大的轮船开始了横渡太平洋的航行。
Chiếc tàu lớn đã bắt đầu chuyến hải trình vượt Thái Bình Dương.

1028
こうぎょう
鉱業
Mining
矿业
công nghiệp khai khoáng

に ほん こうぎょう めい じ じ だい さんぎょう せいりつ
日本の鉱業は明治時代に産業として成立した。
Mining was established as an industry in Japan in the Meiji period.
日本的矿业在明治时代形成了产业。
Công nghiệp khai khoáng của Nhật Bản trở thành một ngành công nghiệp từ thời Meiji.

1029
こうざん
鉱山
Mine
矿山
mỏ khoáng sản

むかし こうざん ろうどう じ こ びょうき き けん おお
昔、鉱山での労働は事故や病気など危険が多かった。
In the past, working in mines entailed many risks, including accidents and illness.
以前，矿山作业由于事故与疾病的多发，非常危险。
Thời xưa, làm việc ở các mỏ khoáng sản có nhiều mối nguy hiểm như tai nạn hay bệnh tật.

1030	税務署で医療費の控除について相談した。
こうじょ **控除** (する) Deduct, exempt 扣除 khấu trừ	At the tax office, I sought advice about medical cost exemptions. 我去税务局就扣除医疗费进行了咨询。 Tôi hỏi về việc khấu trừ chi phí y tế ở sở thuế. ☀〜控除（例：医療費控除）

1031	友人と共同で産地から野菜を購入している。
こうにゅう **購入** (する) Buy in, purchase 购入 mua vào, mua	I purchase vegetables from the production area jointly with a friend. 我跟朋友一起直接从产地购入蔬菜。 Tôi cùng bạn mình mua rau củ từ tận nơi trồng.

1032	その広告は消費者の購買の意欲を刺激した。
こうばい **購買** Buy, purchase 购买 mua, mua sắm	That advertising stimulated consumer purchasing sentiment. 那则广告激发了消费者的购买欲。 Quảng cáo đó đã kích thích ham muốn mua sắm của người tiêu dùng. ☀購買意欲　☀購買力

1033	スーパーの進出で、小さい小売りの店が閉店した。
こうり **小売り** (する) Retail 零售 bán lẻ	With the penetration of supermarkets, small retail outlets closed. 由于超市的入驻，小卖店都关门了。 Do sự gia tăng của nhiều siêu thị mà nhiều cửa hàng kinh doanh nhỏ lẻ đã phải đóng cửa.　☀小売業　☀小売店

1034	この島から年間１ｔの石炭が採掘される。
さいくつ **採掘** (する) Mine, exploit 采掘、开采 khai thác	Every year, 1 ton of coal is dug up from this island. 这座岛屿每年可以开采1吨煤炭。 Mỗi năm có 1 tấn than đá được khai thác từ hòn đảo này.

1035	消費税の一部は、介護など福祉の財源となる。
ざいげん **財源** Financial resources 资金来源 nguồn thu (thường từ thuế)	Part of consumption tax revenues are used as funding resources for care and other types of welfare. 消费税的一部分是看护等福利设施的资金来源。 Một phần thuế tiêu dùng trở thành nguồn thu cho các dịch vụ phúc lợi như điều dưỡng.

1036	ただ今、ご注文の品の在庫を調べます。
ざいこ **在庫** Stock, inventory 库存 có trong kho	I will just check whether we now have in stock the products you ordered. 马上为您查询您所订购的商品的库存情况。 Tôi sẽ kiểm tra tình trạng kho hàng đối với đơn đặt hàng của quý khách.

1037	そのデパートは、採算が取れない売り場を見直した。
さいさん **採算** Profitability 核算 khả năng sinh lời	That department store made changes to a display area with poor profitability. 那家百货商店重新评估了业绩亏损的柜台。 Thương xá đó đang xem xét lại những gian hàng không có khả năng sinh lời.

1038
ざいせい
財政
Finances
财政
tài chính (dùng cho Nhà nước)

今、日本の財政は赤字が続いている。
At the moment, Japan's finances remain in the red.
如今，日本财政连年赤字。
Hiện tại tài chính của Nhật Bản vẫn tiếp tục bị thâm hụt.
❋国家財政 ❋地方財政

1039
さいばい
栽培 する
Cultivate
栽培、种植
trồng trọt

この地域は、ぶどうを栽培している農家が多い。
In this area, there are many farmers growing grapes.
这个地区种植葡萄的农户很多。
Khu vực này có nhiều nông dân trồng nho.

1040
さんしゅつ
産出 する
Produce
产出
sản xuất

この国では石油が豊富に産出されている。
In this country, large amounts of oil are produced.
这个国家盛产石油。
Đất nước này sản xuất rất nhiều dầu mỏ.

1041
さんぶつ
産物
Product
物产
sản vật

この土地の産物を生かしたメニューを考えた。
I thought up a menu which uses local produce.
我想出了可以充分利用当地特产的菜谱。
Tôi đã nghĩ được thực đơn có sử dụng sản vật địa phương.

1042
じぎょう
事業
Business, project
事业、实业
ngành nghề, lĩnh vực

鉄道会社は不動産の事業にも進出した。
The railway company moved into the real estate business too.
铁路公司也进军房地产业了。
Công ty đường sắt lấn sân sang lĩnh vực bất động sản.
❋事業化 ❋公共事業

1043
しきん
資金
Funding
资金
số tiền (dùng cho việc gì đó)

銀行から会社経営のための資金を借りた。
We borrowed funds from the bank to support the company's business.
从银行借来了公司的运营资金。
Chúng tôi đã vay vốn ngân hàng để điều hành công ty.
❋〜資金（例：運営資金）

1044
しさん
資産
Assets
资产
của cải, tài sản

A氏の資産は株式や土地などを含めて1億だ。
Mr. A's assets total ¥100 million, including stockholdings and land.
A氏的资产算上股票、土地等有1亿。
Tài sản của ngài A trị giá 100 triệu yen bao gồm cả cổ phiếu và đất đai.
❋資産運用 ❋資産家

1045
しじょう
市場
Market
市场
thị trường

我が社は市場の拡大のために、海外に進出する。
Our company is growing overseas, to expand its markets.
为了开拓公司的市场，我社将进军海外。
Công ty của chúng tôi đã tiến ra nước ngoài nhằm mở rộng thị trường.
❋市場経済

1046
したどり
下取り (する)
Trade in
折旧换新
mua lại

古いパソコンを下取りしてもらった。
I got my old personal computer traded in.
我把旧电脑拿去折旧换新了。
Tôi đã được người ta mua lại cái máy vi tính cũ.

1047
じつぎょうか
実業家
Businessperson
实业家
doanh nhân

彼は若くして３つの会社を持つ実業家だ。
He is still young but is a businessman who owns three companies.
他虽然很年轻，但已经是拥有三家公司的实业家了。
Cậu ta còn trẻ mà đã là một doanh nhân sở hữu 3 công ty.

1048
じっぴ
実費
Actual cost
实际费用
chi phí thực

アルバイトの交通費は実費を支給する。
For part-time employees, transportation costs are paid at actual cost incurred.
打工的交通费会根据实际费用补贴。
Chúng tôi sẽ trả phí đi lại khi làm thêm theo chi phí thực.

1049
しはん
市販 (する)
Market commercially
上市销售
bán ra thị trường

この薬は市販されていない。
This drug is not commercially marketed.
这种药没有上市销售。
Loại thuốc này vẫn chưa được bán ngoài thị trường.

1050
しゃりょう
車両
Car, rolling stock
车辆
toa tàu

車両の故障で電車が３０分遅れた。
Due to a breakdown in one of the cars, the train was 30 minutes late.
由于车辆故障，电车晚点了30分钟。
Do toa tàu bị trục trặc nên tàu điện trễ mất 30 phút.

1051
しゅうえき
収益
Revenue, proceeds
收益
lợi nhuận

歌手はコンサートの収益を幼稚園に寄付した。
The singer donated the proceeds of the concert to the kindergarten.
歌手把演唱会的收益捐给了幼儿园。
Ca sĩ đã quyên góp lợi nhuận của buổi hòa nhạc cho trường mẫu giáo.
⇔損失

1052
しゅうし
収支
Income and expenditure; balance of trade
收支
thu chi

A国の貿易の収支は、ほぼ例年黒字だ。
The balance of trade of Country A is nearly always in the black.
A国的贸易收支，几乎年年盈余。
Thu chi từ thương mại của nước A hầu như mỗi năm đều có lời.

1053
じゅうじろ
十字路
Crossroads
十字路、十字路口
ngã tư

ここから３つ目の十字路の角に銀行がある。
There is a bank at the corner of the third crossroads from here.
从这起第三个十字路口的拐角处就是银行。
Có ngân hàng ở ngay góc ngã tư thứ 3 tính từ chỗ này.

1054

しゅっか
出荷 する
Ship, deliver
出货、发货
xuất hàng

この工場から全国に製品を出荷している。
Products are delivered from this plant all over the country.
这家工厂的产品发往全国各地。
Hàng hóa được xuất từ nhà máy này đi cả nước.

1055

しゅっし
出資 する
Invest, finance
出资
bỏ vốn

2人で出資して花屋を開き、共同経営している。
The couple invested in opening a flower shop and operate it jointly.
两个人出资开了家花店，一起经营。
Hai người chúng tôi bỏ vốn mở cửa hàng hoa, cùng nhau kinh doanh.

　　　　　　　　※出資金　※出資者

1056

しゅっぴ
出費 する
Make an outlay
花费、开销
chi ra

引っ越ししたので、今月は出費が多い。
I have moved, so my expenses are heavy this month.
因为搬家了，这个月的开销很大。
Do chuyển nhà nên tháng này chi ra nhiều tiền.

1057

じょこう
徐行 する
Go slowly
减速、慢行
đi chậm, giảm tốc độ

通学の時間帯は、徐行してください。
Please drive slowly during school hours.
上下学时段，请减速慢行。
Xin giảm tốc độ trong giờ học sinh đến trường.

1058

しんこう
振興
Promotion, development
振兴
sự đẩy mạnh, sự thúc đẩy

市は観光産業の振興に努めている。
The city is committed to developing the tourist industry.
市里正在为振兴观光产业而努力。
Thành phố đang cố gắng đẩy mạnh công nghiệp du lịch.

1059

じんざい
人材
Human resources, talent
人才
nhân tài

我が社では、意欲のある人材を広く求めている。
Our company is looking for a wide variety of motivated talent.
我们公司广泛寻求对工作积极热情的人才。
Công ty chúng tôi đang mở rộng tìm kiếm những nhân tài có tham vọng.

※人材育成

1060

すいさんぎょう
水産業
Marine produce industry
水产业
công nghiệp thủy sản

海に囲まれた日本は、水産業が盛んだ。
The marine produce industry is thriving in Japan, as it is surrounded by seas.
被大海包围的日本，水产业繁荣。
Nhật Bản được bao quanh bởi biển nên công nghiệp thủy sản rất phát triển.

1061

すいでん
水田
Paddy field
水田
ruộng lúa

この水田では無農薬で米を作っている。
In this paddy, rice is grown without agricultural chemicals.
这片水田不使用农药种植大米。
Ở ruộng này, người ta trồng lúa mà không sử dụng thuốc trừ sâu.

※田んぼ

1062

スポンサー
Sponsor
赞助者、赞助商
nhà tài trợ

この野球大会のスポンサーはビール会社だ。
The sponsor of this baseball tournament is a beer company.
这次棒球大赛的赞助商是一家啤酒公司。
Nhà tài trợ của giải bóng chày này là công ty bia.

1063

せいさんだか
生産高
Total output
生产量、出产量、产值
mức sản xuất, sản lượng

コーヒー豆の生産高はブラジルが世界一だ。
Brazil is the leading producer of coffee beans by output.
巴西的咖啡豆产量位列世界第一。
Brazil đứng đầu thế giới về sản lượng cà phê.

1064

せいてつ
製鉄
Iron-making
炼铁、制铁
sản xuất thép

日本では5世紀に製鉄が始まった。
Iron-making began in Japan in the 5th century.
日本从公元5世纪开始炼铁。
Nhật Bản bắt đầu sản xuất thép từ thế kỷ 5.
❊製鉄所

1065

せんぱく
船舶
Ship
船舶、船
tàu thuyền

この橋は低いので、小型の船舶しか通れない。
Because this bridge is low, only small boats can pass under it.
这座桥很低，所以只有小型船只能通行。
Cây cầu này thấp nên chỉ có tàu thuyền nhỏ mới đi qua bên dưới được.

1066

そうこう
走行 する
Travel, run
行驶
(tàu xe) di chuyển, chạy

近い将来、時速500kmで走行する新幹線ができる。
In the near future, we will have a shinkansen capable of traveling at 500 km an hour.
在不久的将来，会有以时速500公里行驶的新干线。
Trong tương lai gần, người ta sẽ làm ra tàu cao tốc chạy với vận tốc 500km/h.
❊走行距離

1067

そうじゅう
操縦 する
Steer, handle
驾驶、操纵
điều khiển (máy móc, tàu xe)

そのパイロットは操縦の技術が優れている。
This pilot has excellent plane-handling skills.
那名飞行员驾驶技术很高超。
Viên phi công đó có tay lái điêu luyện.
❊操縦士

1068

そうば
相場
Market price
市价、行情
giá thị trường

金の相場は一般に安定している。
The market price of gold is generally stable.
黄金的市价一般很稳定。
Giá vàng trên thị trường nhìn chung đang ổn định.

1069

そんしつ
損失
Loss
损失、亏
tổn thất, thua lỗ

祖父は、株の取引の失敗で損失を出した。
My grandfather lost a lot of money on stock-trading.
祖父炒股失败，亏了钱。
Ông tôi bị thua lỗ do thất bại trong đầu tư chứng khoán.
⇔収益　⇔利益

1070

ターミナル
Terminal
终点站、始发站
bến tàu, xe

バスのターミナルは旅行客で混んでいた。
The bus terminal was crowded with passengers.
巴士的终点站(始发站)旅客拥挤。
Bến xe buýt đông nghẹt hành khách.

☀ バスターミナル

1071

たいきん
大金
Large sum of money, a fortune
巨款
khoản tiền lớn

宝くじが当たって、大金を手にした。
I won a fortune on the lottery.
我彩票中奖，赢得了巨额奖金。
Tôi trúng vé số nên có được một khoản tiền lớn.

1072

ちくさん
畜産
Animal husbandry
畜产
chăn nuôi

兄は農学部を出て、畜産の技術を指導している。
My brother graduated from the department of agriculture and gives instruction in animal husbandry technology.
哥哥从农学专业毕业后，从事着畜产技术的指导工作。
Anh tôi học khoa nông nghiệp ra, hiện đang hướng dẫn kỹ thuật chăn nuôi.

☀ 畜産業

1073

ちょちく
貯蓄 する
Save, deposit
储蓄
để dành

毎月、決まった額を貯蓄している。
Every month, I deposit a fixed sum.
每个月，我都储蓄定额的钱。
Mỗi tháng tôi đều để dành một khoản tiền nhất định.

1074

ちんたい
賃貸
Rental
出租
sự cho thuê

この辺りで賃貸のマンションを探している。
I am looking for a rental apartment in this neighborhood.
我在寻找这附近的出租公寓。
Tôi đang tìm chung cư cho thuê ở khu vực này.

☀ 賃貸住宅

1075

ていけい
提携 する
Partner with
合作
liên kết

外国企業と提携して、販売網を広げた。
The company expanded its marketing network by partnering with a foreign enterprise.
通过与外国企业合作，扩大了销售网络。
Liên kết với doanh nghiệp nước ngoài để mở rộng mạng lưới bán hàng.

1076

ディスカウント する
Discount
打折、减价
giảm giá

ディスカウントの店なら、洗剤が２割も安い。
Detergents are some 20% cheaper if you go to a discount store.
如果是打折促销的店铺，洗涤剂会便宜两成。
Nước giặt đồ ở cửa hàng giảm giá rẻ hơn 20%.

1077

てっこう
鉄鋼
Iron and steel, steelmaking
钢铁
sắt thép

鉄鋼は、機械や自動車など他の産業の基盤である。
Iron and steel are the basis of the machinery, automaking and other industries.
钢铁是机械、汽车等其他产业的基础。
Sắt thép là nền tảng cho những ngành công nghiệp khác như chế tạo máy móc hay xe hơi.

☀ 鉄鋼業

1078	
デフレ （デフレーション） Deflation 通货紧缩 sự giảm phát	物価は下がり続け、今もデフレが続いている。 Prices remain in decline, and deflation continues to this day. 物价持续下降，通货紧缩至今仍在持续。 Vật giá tiếp tục giảm nên tình trạng giảm phát vẫn đang tiếp diễn.

1079	
てんぽ **店舗** Store, outlet 店铺 cửa hàng	ビルの１階に、飲食関係の店舗が入っている。 In the first floor of the building, there are bars, cafes and restaurants. 大楼的一层是一些餐饮店铺。 Ở tầng 1 của tòa nhà là các cửa hàng ăn uống.

1080	
とうし **投資** する Invest 投资 đầu tư	宇宙開発をしている会社に投資した。 I invested in a company engaged in space development. 我投资了正在进行宇宙开发的公司。 Tôi đã đầu tư vào công ty thám hiểm không gian. ❈投資家　❈設備投資

1081	
とうしゃ **当社** Our company 本公司 công ty chúng tôi (mang sắc thái bình thường)	当社の車の販売台数は世界一だ。 Our automaking company is the world leader in units sold. 本公司的汽车销售数量位居世界第一。 Số xe hơi bán ra của công ty chúng tôi đứng đầu thế giới. ⊕当〜（例：当劇場）

1082	
どくせん **独占** する Monopolize 独占、垄断 độc quyền	しょうゆの販売はＡ社がほぼ独占している。 Company A has a de facto monopoly on sales of soy sauce. A公司几乎垄断了酱油的销售。 Công ty A hầu như độc quyền về kinh doanh nước tương. ❈独占的

1083	
とっきょ **特許** Patent 专利权 bằng sáng chế	便利な道具を発明して、特許を取った。 I invented a useful gadget and took out a patent on it. 因为发明了方便的工具，获得了专利权。 Tôi đã phát minh ra một dụng cụ tiện lợi và lấy bằng sáng chế cho nó.

1084	
どぼく **土木** Civil engineering 土木工程 xây dựng dân dụng	地震に強い土木の技術を開発したい。 I would like to develop an earthquake-resistant civil engineering technology. 我想开发抗震的土木工程技术。 Tôi muốn phát triển kỹ thuật xây dựng dân dụng chống chịu được động đất. ❈土木工事

1085	
とみ **富** Wealth, riches 财富 sự giàu có, của cải	彼は事業が成功して、多くの富を得た。 He was successful in his business, and amassed great wealth. 他事业有成，因而获得了很多财富。 Ông ta giàu lên nhờ thành công trong công việc.

1086

とりひき
取引 （する）
Trade, transact
交易、买卖
giao dịch, buôn bán

ダイヤの取引のために、アフリカに行った。
I went to Africa to trade in diamonds.
为了进行钻石交易，去了非洲。
Tôi đã đi châu Phi để giao dịch về kim cương.

☀️ **取引先**

1087

のうこう
農耕
Farming
农耕
việc canh tác

昔、馬や牛は農耕に使われていた。
In the past, horses and oxen were used in farming.
过去，马和牛被用于农耕。
Ngày xưa, ngựa và bò được dùng vào việc canh tác.

1088

のうじょう
農場
Farm
农场
nông trường

この農場には農業の技術研修生が来ている。
Technical trainees in agriculture have come to this farm.
这座农场里来了农业技术的进修生。
Các thực tập sinh về kỹ thuật nông nghiệp hay đến nông trường này.

1089

のうち
農地
Farmland
农地
đất nông nghiệp

３haの農地を手に入れて、農業を始めた。
I came into possession of 3 ha of farmland and began farming.
我得到了3万平方米的田地，开始经营农业。
Có được 3 héc-ta đất nông nghiệp, tôi bắt đầu làm nông.

1090

のうにゅう
納入 （する）
Make payment
缴纳
nộp phí

健康保険料は期限までに納入してください。
Please pay the health insurance premiums by the due date.
健康保险费请在到期前缴纳。
Vui lòng nộp phí bảo hiểm y tế đúng hạn.

1091

ばいきゃく
売却 （する）
Sell (off)
出售、卖掉
bán đi

海外に移住するために、自宅を売却した。
In order to move abroad, I sold my house.
因为要移居国外，我卖掉了自己的房子。
Tôi đã bán nhà để ra nước ngoài định cư.

1092

ばいしゅう
買収 （する）
Buy, acquire
收购；拉拢、收买
mua vào / hối lộ

土地を買収する/選挙で候補者が市民を買収した
Buy land / The candidate bought votes in the election.
收购土地/候选人在选举中收买了市民
mua đất / Ứng cử viên hối lộ người dân trong cuộc bầu cử.

1093

はさん
破産 （する）
Go bankrupt
破产
phá sản

彼は多額の借金が返せなくなって、破産した。
He became unable to repay his considerable debts and went bust.
他无力偿还高额欠款，破产了。
Ông ấy không trả nổi khoản nợ khổng lồ nên đã phá sản.

1094

パッケージ
Package, packaging
包装
bao bì

パッケージは商品の第一印象を決める。
The packaging determines your first impression of a product.
包装决定了人们对商品的第一印象。
Bao bì quyết định ấn tượng đầu tiên của sản phẩm.

1095

ばっさい
伐採 する
Log, fell timber
砍伐、采伐
phá rừng

森林の伐採は地球温暖化の原因の１つだ。
Logging is one of the causes of global warming.
砍伐森林是全球气候变暖的原因之一。
Nạn phá rừng là một trong những nguyên nhân đưa đến sự ấm lên toàn cầu.

1096

ふきょう
不況
Recession, slowdown
不景气、萧条
sự suy thoái

不況が長引いて、消費者の節約意識が強まった。
The recession dragged on, and consumer reluctance to spend deepened.
经济持续萧条，消费者的节约意识更强了。
Suy thoái kéo dài nên ý thức tiết kiệm của người tiêu dùng được nâng cao.

1097

ふさい
負債
Debt, liabilities
负债
món nợ

会社は多くの負債を抱えて倒産した。
Saddled by heavy debts, the company went bankrupt.
公司在负债累累的情况下倒闭了。
Công ty ôm nhiều món nợ nên đã phá sản.

1098

ふどうさん
不動産
Real estate, property
不动产、房地产
bất động sản

長男が土地などの不動産を相続した。
The oldest son inherited land and other property.
长子继承了土地等不动产。
Người trưởng nam đã thừa kế các bất động sản như đất đai.
❈不動産業

1099

へんきん
返金 する
Refund
还钱、退款
hoàn tiền

中止になった旅行の代金が返金された。
The cost of the cancelled trip was refunded.
旅行取消了，旅费退回来。
Tôi được hoàn lại chi phí do chuyến du lịch bị hủy.

1100

へんさい
返済 する
Repay
归、偿还
trả nợ

先月で車のローンを全て返済した。
Last month, I repaid all of the automotive loan.
上个月还清了汽车贷款。
Tháng trước tôi đã trả hết nợ mua xe.
❈返済期日

1101

べんしょう
弁償 する
Compensate, pay for damage
赔偿
bồi thường

隣の家のガラスを割ってしまったので、弁償した。
I paid compensation as I had accidentally broken a neighbor's window.
因为打破了邻居家的窗玻璃，赔了钱。
Tôi đã bồi thường hàng xóm do làm vỡ kính cửa sổ của họ.

1102

ベンチャー
Venture
冒険、投機
việc kinh doanh mạo hiểm

彼は、大学在学中にベンチャーの会社を作った。
During his university days, he set up a venture company.
他在上大学的时候创办办一家风险投资企业。
Anh ấy mở công ty kinh doanh mạo hiểm khi còn đang học đại học.

☀ベンチャー企業

1103

へんぴん
返品 (する)
Return (item)
退货
trả hàng

不良品の場合は返品に応じます。
We compensate returns of defective products.
次品接受退货。
Chúng tôi nhận đổi trả trong trường hợp sản phẩm bị lỗi.

1104

ほうしゅう
報酬
Fee, reward
报酬
thù lao, phần thưởng

有名な弁護士に依頼して、高い報酬を払った。
I engaged a famous lawyer, and paid a high fee.
请了一位有名的律师，支付了高额报酬。
Tôi nhờ cậy luật sư nổi tiếng và đã trả thù lao hậu hĩnh.

1105

ほそう
舗装 (する)
Pave
铺路、铺砌
lát đường

道が舗装されて、雨が降っても歩きやすい。
The road is paved, and is easy to walk on even in rain.
铺砌过的道路即使下雨了也很好走。
Do đường đã được lát nên mưa xuống vẫn dễ đi.

1106

みんしゅく
民宿
Guesthouse, minshuku
民宿、家庭旅店
nhà nghỉ tư nhân

両親は、空いている部屋を利用して民宿を始めた。
My parents used the empty rooms to start a guesthouse business.
父母利用空房间开始经营民宿。
Cha mẹ tôi tận dụng phòng ngủ trống để kinh doanh nhà nghỉ.

1107

めいさい
明細
Itemized list, details
明细
chi tiết

請求書の明細をご確認ください。
Please check the details on the invoice.
请确认账单明细。
Vui lòng kiểm tra các chi tiết trên hóa đơn.

☀明細書

1108

もより
最寄り
Nearest
最近的地方、附近
gần nhất

最寄りの駅まで3分の所に住んでいる。
I live three minutes away from the nearest station.
我住在离最近的车站3分钟路程的地方。
Nơi tôi sống cách nhà ga gần nhất 3 phút.

☀最寄り駅

1109

ユーザー
User, customer
用户
người dùng

自動車会社はユーザーからアンケートを取った。
The car company sent out questionnaires to its customers.
汽车公司向用户做了问卷调查。
Công ty xe hơi đã nhận lại bảng khảo sát từ người dùng.

1110 **ゆうし** **融資** (する) Lend, finance 融资 xuất vốn cho vay	当銀行は若い企業家に優先的に融資したい。 Our bank wants to prioritize young entrepreneurs in its lending. 本银行意欲优先融资给年轻企业家。 Ngân hàng chúng tôi muốn ưu tiên xuất vốn cho các doanh nhân trẻ.
1111 **ゆうぼくみん** **遊牧民** Nomad 游牧民族 dân du mục	遊牧民は、テント生活をしながら移動する。 Nomads move around, while living in tents. 游牧民族过着不断迁移的帐篷生活。 Dân du mục sống trong lều và di cư khắp nơi.
1112 **ようしょく** **養殖** (する) Cultivate, rear 养殖 nuôi trồng thủy sản	これは養殖の魚だが、刺身がうまい。 This is farmed fish, but the sashimi is excellent. 这虽然是养殖的鱼，但做成生鱼片很美味。 Đây là cá nuôi nhưng làm sashimi lại ngon.
1113 **らくのう** **酪農** Dairying, dairy 乳畜业 ngành chăn nuôi bò sữa	北海道は酪農が盛んで、牛乳がおいしい。 Dairy farming thrives on Hokkaido, and the milk is delicious. 北海道乳畜业发达，牛奶好喝。 Hokkaido rất phát triển về ngành chăn nuôi bò sữa nên sữa bò ở đó ngon.
1114 **りじゅん** **利潤** Profit 利润、利益 lợi nhuận	企業は、利潤を最大にしようと努力する。 The company is making every effort to maximize profits. 企业致力于实现利润最大化。 Doanh nghiệp nỗ lực để tối đa hóa lợi nhuận.
1115 **リゾート** Resort 疗养地、度假地 khu nghỉ dưỡng	気候がいいこの島はリゾートに適している。 This island, which has a good climate, is ideal for a resort. 这座岛屿气候宜人，很适合作为度假地。 Hòn đảo có khí hậu ôn hòa này thích hợp để mở khu nghỉ dưỡng。 ✻ リゾート地
1116 **りそく** **利息** Interest 利息 lãi suất	この奨学金は借りやすいが、利息が付く。 The scholarship award is easy to borrow but interest is payable. 这种助学贷款很容易借到，但是会有利息。 Học bổng này dễ vay nhưng lại có lãi suất.
1117 **りゅうつう** **流通** (する) Be distributed, circulate (商品、货币等的)流通、流动 phân phối / lưu thông	スーパーの登場は流通に革命を起こした。 The emergence of supermarkets triggered a retail revolution. 超市的出现引发了商品流通领域的革命。 Sự xuất hiện của siêu thị đã tạo ra một cuộc cách mạng về lưu thông hàng hóa。 ✻ 流通業　✻ 流通業者

1118

りょかく
旅客
Passenger
旅客、乗客
hành khách

りょかく あんぜん にもつけんさ きび
旅客の安全のために、荷物検査が厳しくなった。

For the safety of passengers, luggage inspections have become rigorous.

为了乘客的安全，行李检查变严格了。

Việc kiểm tra hành lý trở nên nghiêm ngặt hơn là vì sự an toàn của hành khách.

りょかっき
❈旅客機

1119

りんぎょう
林業
Forestry
林业
lâm nghiệp

りんぎょう おんだんか ぼうし やくわり きたい
林業には温暖化防止の役割が期待される。

Forestry management is expected to play a role in combating global warming.

林业在防止气候变暖上的作用值得期待。

Ngành lâm nghiệp được kỳ vọng sẽ đóng vai trò ngăn ngừa sự ấm lên toàn cầu.

1120

ルート
Route
路线、路径
lộ trình

しない まわ かんこう みっ
市内を回る観光バスにはルートが３つある。

The sightseeing bus that goes around the city has three routes.

市区巡回观光巴士有三条路线。

Xe buýt tham quan trung tâm thành phố có 3 lộ trình.

1121

レンタカー
Rental car
租赁汽车
xe hơi thuê

に ほんじゅう たび
レンタカーで日本中を旅した。

I traveled throughout Japan using a rented car.

开租赁汽车周游了日本。

Tôi đi du lịch xuyên Nhật bằng xe thuê.

名詞　言語・教育
めいし　げんご・きょういく

Nouns – Language and Education
名词 - 语言・教育
Danh từ – NGÔN NGỮ - GIÁO DỤC

1122

あいづち
相づち
Interjections to show attention
帮腔、附和
từ đệm (cho thấy mình đang lắng nghe đối phương)

「そう」と相づちを打ちながら話を聞いた。
あい　　　　　　　　　　　はなし　き

I listened to the story while interposing "そう".
我边附和着"そう"，边听他说话。
Tôi vừa nghe chuyện vừa chêm vào "そう".

1123

あっしゅく
圧縮 する
Compress
压缩
nén lại

大きいファイルを圧縮して、メールで送った。
おお　　　　　　　あっしゅく　　　　　　　　おく

I compressed the large file and sent it by email.
把大文件压缩后，用邮件发送了出去。
Tôi nén tập tin dung lượng lớn lại rồi gửi qua email.

1124

あらすじ
粗筋
Outline, summary
故事梗概
bản tóm tắt

雑誌で映画の粗筋を読んだら、見たくなった。
ざっし　えいが　あらすじ　よ　　　　　み

After I read a summary of the film in the magazine, I wanted to see it.
看了杂志上的故事梗概之后，我就想看那部电影了。
Tôi đọc tóm tắt bộ phim trên tạp chí xong là muốn xem luôn.

1125

いくせい
育成 する
Foster, train
培育、培养
nuôi dưỡng, đào tạo

国は選手の育成のため、体育館を整備した。
くに　せんしゅ　いくせい　　　たいいくかん　せいび

The gymnasium was set up by the state to foster athletes.
国家为了培育体育运动选手，建造了体育馆。
Nhà nước đã xây dựng nhà thể thao nhằm đào tạo vận động viên.

※ 育成機関
いくせいきかん

1126

イデオロギー
Ideology
意识形态
hệ tư tưởng

20世紀はイデオロギーの対立が激しかった。
にじゅっせいき　　　　　　　　　　たいりつ　はげ

In the 20th century, there were intense ideological conflicts.
20世纪，不同意识形态针锋相对。
Sự đối lập về hệ tư tưởng ở thế kỷ 20 đã trở nên gay gắt.

※ イデオロギー的
てき

1127

えつらん
閲覧 する
Read
阅览
xem qua, đọc qua

図書館で過去の新聞が閲覧できる。
としょかん　かこ　しんぶん　えつらん

At the library, you can read old newspapers.
在图书馆可以阅览过去的报纸。
Có thể xem qua báo cũ trong thư viện.

※ 閲覧禁止
えつらんきんし

1128

オリエンテーション
Orientation
入学教育、新员工培训
buổi định hướng

入学式のあとに、オリエンテーションがあった。
にゅうがくしき

After the college entrance ceremony, there was an orientation.
入学仪式结束后有入学教育。
Sau lễ nhập học là buổi định hướng.

1129

オンライン
Online
在线、联机
trực tuyến

オンラインのレッスンで英語を学習している。
I am studying English using an online course.
我通过在线课程学习英语。
Tôi đang theo học khóa tiếng Anh trực tuyến.

1130

かいてい
改訂 する
Revise
修订
chỉnh sửa, hiệu đính

その辞書は10年ぶりに改訂される。
That dictionary is being revised for the first time in 10 years.
那本辞典时隔10年将要重新修订。
Cuốn tự điển đó được hiệu đính mỗi 10 năm.

1131

がいねん
概念
Concept
概念
khái niệm

ゼロの概念はインドで生まれた。
The concept of "zero" arose in India.
0的概念诞生于印度。
Khái niệm số 0 ra đời ở Ấn Độ.
❋概念的

1132

かじょうがき
箇条書き
Itemization
一条条写、逐条写
sự viết ra theo từng mục

寮生活の注意点を箇条書きにして貼った。
I drew up and posted a list of dos and don'ts of dormitory life.
我把宿舍生活的注意点逐条写好后贴上了。
Tôi viết các điểm cần lưu ý khi sống ở ký túc xá theo từng mục rồi dán lên bảng.

1133

かせつ
仮説
Hypothesis
假说
giả thuyết

実験で仮説が正しいことを証明した。
Experiments proved the hypothesis to be correct.
我们通过实验证明了假说的正确性。
Chúng tôi đã chứng minh giả thuyết là đúng bằng thí nghiệm.

1134

かたこと
片言
Halting speech
只言片语
bập bẹ

片言の英語でも、相手は分かってくれた。
Despite my halting English, I was understood.
虽然我说的是只言片语的英语，对方也明白了。
Tôi nói tiếng Anh bập bẹ mà đối phương vẫn hiểu.

1135

かてい
課程
Course
课程
chương trình học

姉は今年、専門学校の2年の課程を終えた。
This year, my sister completed her two-year course at the vocational college.
姐姐在今年结束了专科学校两年的课程。
Năm nay chị tôi đã kết thúc chương trình học 2 năm của trường dạy nghề.
❋〜課程（例：教育課程）

1136

カテゴリー
Category
范畴、种类
thể loại

集めた情報を幾つかのカテゴリーに分けた。
I classified the gathered data into several categories.
我把收集到的情报分成了几类。
Tôi chia những thông tin thu thập được ra vài thể loại.

1137

きさい
記載 する
State, note
记载、写
ghi vào

この肉の消費期限は、パックの裏に記載してある。
The use-by date for this meat is stated on the back of the packaging.
这块肉的保质期写在包装的背面。
Hạn sử dụng của miếng thịt này có ghi ở mặt dưới của vỉ.
☀ 記載事項

1138

きじゅつ
記述 する
Record, describe
记述
miêu tả, trình bày

レポートに実験の結果を詳しく記述した。
The results of the experiment were recorded in detail in the report.
我在研究报告里详细记述了实验结果。
Tôi đã trình bày chi tiết kết quả thực nghiệm trong bài báo cáo.

1139

きょうがく
共学
Coeducation
男女同校
nam nữ học chung

昨年、この高校は女子校から共学になった。
Last year, this high school was converted from a girls' college to a coeducational school.
去年，这所高中由女校变为男女同校。
Trường trung học này đã đổi từ trường nữ sinh sang nam nữ học chung vào năm ngoái.
☀ 男女共学

1140

くちょう
口調
Tone of voice
口吻、腔调
giọng điệu

「約束は守れ」と父は強い口調で言った。
Speaking in a strong tone of voice, my father said "keep your promises."
父亲以强硬的口吻说道："要遵守约定。"
Cha tôi nói với giọng điệu gay gắt rằng "Phải giữ lời hứa".

1141

けいさい
掲載 する
Post, place, insert
刊登、登载
đăng lên (báo, tạp chí)

サークル会員募集の広告を雑誌に掲載してもらった。
I had the advert for recruiting club members placed in a magazine.
我们在杂志上刊登了招募社团成员的广告。
Nhờ tạp chí đăng thông báo tuyển hội viên câu lạc bộ.

1142

こうとう
口頭
Oral, verbal
口头
nói miệng

先生は、遅刻が多い生徒を口頭で注意した。
The teacher gave a verbal warning to students who were repeatedly late.
老师口头警告了经常迟到的学生。
Thầy giáo chỉ nhắc nhở miệng những học sinh hay đi trễ.

1143

ことがら
事柄
Matter
事情
sự việc

個人情報に関する事柄は、お話しできません。
I cannot talk about matters involving personal information.
有关个人信息的事情，恕我无法奉告。
Tôi không thể nói những việc liên quan tới thông tin cá nhân.

1144

ことづて
言づて
Message
口信、传话
tin nhắn

本人がいなかったので、言づてを頼んだ。
The person in question was not there, so I had somebody take a message.
因为本人不在，就委托了别人带口信。
Do người cần gặp không có ở đó nên tôi đã nhờ nhắn lại.

1145

コメント (する)
Comment, remark
评论，解说
bình luận

解説者が、今日の試合についてコメントした。
The commentator made remarks about today's match.
解说员就今天的比赛作了评论。
Bình luận viên đã bình luận về trận đấu hôm nay.

1146

コラム
Column
专栏
cột báo, góc tin tức

雑誌に載ってる女優のコラムは、毎月好評だ。
The actress's magazine column is a popular monthly feature.
杂志上刊登的女演员写的专栏，每个月都好评如潮。
Cột báo do các nữ diễn viên viết đăng trên tạp chí tháng nào
cũng được yêu thích.

1147

こんきょ
根拠
Grounds, basis
根据，依据
căn cứ

その方法が正しいと主張する根拠は何ですか。
What are the grounds for asserting that this method is correct?
你主张那个方法正确的根据是什么?
Căn cứ để khẳng định phương pháp đó đúng đắn là gì vậy ạ?

1148

ざだんかい
座談会
Symposium, round-table talk
座谈会
buổi tọa đàm

留学生との座談会で自分の体験を話した。
At the round-table meeting with overseas students, I talked
about my experiences.
在与留学生举行的座谈会上，我讲述了自己的经历。
Tôi đã kể về kinh nghiệm bản thân trong buổi tọa đàm với các
du học sinh.

1149

さんしょう
参照 (する)
Refer to
参阅，参看
tham chiếu

具体的なデータは資料を参照してほしい。
I urge you to refer to the materials for concrete data.
具体数据请参阅资料。
Về dữ liệu chi tiết, tôi muốn anh tham chiếu với tư liệu.

1150

しがん
志願 (する)
Apply to / for
志愿
nguyện vọng

志願する大学の情報をネットで調べた。
I looked online for information about universities I wanted to
apply to.
我在网上调查了志愿大学的信息。
Tôi lên mạng tìm thông tin về trường đại học nguyện vọng của
mình.　　　　　　　　　　　　　　　　　　　 ※志願者

1151

したしらべ
下調べ (する)
Do preparatory research
预先调查
tìm hiểu trước

海外旅行に行くまえに、その国の下調べをした。
I did some preparatory research about the countries involved
before going on an overseas trip.
在去国外旅行之前，我预先调查了那个国家的情况。
Trước khi đi du lịch nước ngoài, tôi đã tìm hiểu về nước đó
trước.

1152

しつぎ
質疑
Questioning
质疑，质询
thắc mắc

ご質問は講演のあとの質疑の時間にお願いします。
Please ask questions in the time allotted after the speech.
有问题请在演讲之后的提问环节提出。
Mọi câu hỏi xin vui lòng để dành đến phần giải đáp thắc mắc
cuối buổi.　　　　　　　　　　　　　　　　　　※質疑応答

1153

しつけ
Bring up properly
教育、管教
kỷ luật

褒めたり、叱ったり、しつけは難しい。
It's difficult to raise a child properly, what with the praise and scoldings you have to give.
又要表扬，又要批评，管教孩子的方法真难。
Lúc khen, lúc phê bình, phương pháp kỷ luật quả là khó.

1154

しっぴつ
執筆 (する)
Write, author
执笔、写作
viết bài

作家は次の小説の執筆を始めた。
The author began writing his next novel.
作家开始写作下一部小说了。
Nhà văn đã bắt tay vào viết tiểu thuyết tiếp theo.
❀執筆者

1155

しゅうとく
習得 (する)
Learn, master
学会、掌握
học tập, làm chủ kiến thức

日本語を習得するために、私は日本に来た。
To learn Japanese, I came to Japan.
为了学会日语，我来到了日本。
Tôi đến Nhật để học tập tiếng Nhật.

1156

しゅうりょう
修了 (する)
Finish (course)
学完、修完
hoàn thành

半年間の中国語初級コースを修了した。
I completed a six-month basic Mandarin course.
我修完了为期半年的中文初级课程。
Tôi đã hoàn thành khóa học tiếng Trung sơ cấp trong nửa năm.
❀修了証書

1157

しゅだい
主題
Main theme, subject matter
主题
chủ đề

その小説の主題は、友情の大切さだ。
The theme of that novel is the importance of friendship.
那本小说的主题是友情的重要性。
Chủ đề của tiểu thuyết này là sự quý giá của tình bạn.

1158

しょうきょ
消去 (する)
Erase, delete
消去、删去
xóa bỏ

大事なデータをうっかり消去してしまった。
I inadvertently deleted some important data.
一不留神把重要的数据删掉了。
Tôi bất cẩn xóa hết dữ liệu quan trọng.

1159

しょしんしゃ
初心者
Beginner
初学者
người mới học, người mới bắt đầu

このテニス教室には、初心者のクラスがある。
This tennis school has a class for beginners.
这个网球培训班有初学者班。
Chỗ dạy tennis này có lớp dành cho người mới bắt đầu.

1160

しょもつ
書物
Book
书籍
sách

図書館に昔の貴重な書物が保管されている。
In the library, important books from the past are stored.
图书馆保存着过去的贵重书籍。
Các cuốn sách quý thời xưa được bảo quản trong thư viện.

1161

しんど
進度
Rate of progress
进度
tiến độ

各クラスの授業の進度をそろえる。
Study progress is harmonized across classes.
使各个班级的上课进度一致。
Chỉnh tiến độ học của các lớp cho đều nhau.

1162

シンポジウム
Symposium
专题讨论会、研讨会
hội nghị chuyên đề

環境問題のシンポジウムで多様な意見が出た。
A wide range of opinions were voiced at the symposium on environmental issues.
环境问题的专题讨论会上，大家提出了各种各样的意见。
Có nhiều ý kiến được nêu lên trong hội nghị chuyên đề về vấn đề môi trường.

1163

せつ
説
Theory
说法
thuyết

「日本」の名称の始まりには、幾つか説がある。
There are several theories about the origins of the name "Japan".
关于"日本"这个名字的由来，有好几种说法。
Có nhiều thuyết giải thích về nguồn gốc tên gọi Nhật Bản.

❈ ～説 (例：大陸移動説)

1164

せっとく
説得 する
Persuade, win over
说服
thuyết phục

母は、僕の留学に反対する父を説得してくれた。
My mother won over my father, who opposed my studying abroad.
母亲帮我说服了反对我留学的父亲。
Mẹ tôi đã thuyết phục được cha tôi - người vốn phản đối chuyện tôi đi du học.

1165

セミナー
Seminar
研讨班
hội thảo

経営を学ぶセミナーに参加した。
I participated in a seminar on business management.
我参加了学习经营方法的研讨班。
Tôi đã tham dự hội thảo học về quản lý.

1166

そうかん
創刊 する
Launch (publication)
创刊
phát hành lần đầu

その雑誌は大正時代に創刊された。
That magazine was first published in the Taisho era.
那本杂志创刊于大正时代。
Tạp chí đó được phát hành lần đầu vào thời Taisho.

❈ 創刊号

1167

だいざい
題材
Theme, material
题材
tư liệu chính

この小説は実際の事件を題材にしている。
This novel is based on actual events.
这本小说以实际发生的案件为题材。
Cuốn tiểu thuyết này lấy tư liệu từ sự kiện có thực.

1168

たいわ
対話 する
Engage in dialogue
对话、交谈
đối thoại

知事は、毎年県民と対話する集会を設けている。
The governor has organized dialogue meetings with citizens of the prefecture every year.
知事每年都召开与县民对话的集会。
Mỗi năm ngài tỉnh trưởng lại tổ chức họp đối thoại với dân trong tỉnh.

1169

だんげん
断言 (する)
Assert, declare
断言
quả quyết, khẳng định

がくしゃ さんねん しんやく かんせい だんげん
学者は、3年で新薬を完成させると断言した。

The academics declared that development of the new drug would be complete within three years.

学者断言三年内可以完成新药研发。

Học giả đã khẳng định sẽ hoàn thành loại thuốc mới trong 3 năm.

1170

ちょしょ
著書
Book, writings
著作
sách (do người được đề cập viết)

ひょうろんか か ようじきょういく かん ちょしょ おお
その評論家は幼児教育に関する著書が多い。

That commentator has written many books on the education of children.

那位评论家著有很多关于幼儿教育的书。

Nhà phê bình đó đã viết nhiều sách về giáo dục mầm non.

1171

てほん
手本
Model, example
字帖、样板
mẫu

せんせい てほん み ふで じ か
先生の手本を見ながら筆で字を書いた。

I wrote characters with the brush, while watching the teacher's example.

我照着老师的字帖写毛笔字。

Tôi vừa nhìn mẫu của giáo viên vừa viết chữ bằng bút lông.

1172

でんたつ
伝達 (する)
Pass on, notify
传达、转达
truyền đạt

かいいん じょうほう でんたつ つか
会員への情報の伝達にはメールを使っている。

We use email for passing information onto members.

向会员传达信息用的是邮件。

Chúng tôi dùng email để truyền đạt thông tin đến hội viên.

1173

とうぎ
討議 (する)
Discuss, debate
讨论、商议
tranh luận

しぎかい し ぼうさい きょうか とうぎ
市議会で市の防災の強化について討議した。

The municipal assembly discussed strengthening disaster prevention for the city.

市议会上就强化全市防灾进行了探讨。

Mọi người đã tranh luận về việc tăng cường phòng chống thiên tai tại hội nghị thành phố.

1174

とくめい
匿名
Anonymous
匿名
ẩn danh, nặc danh

とくめい とうしょ う つ
匿名の投書は受け付けておりません。

We do not accept anonymous letters.

恕不受理匿名投诉。

Chúng tôi không tiếp nhận thư nặc danh.

1175

トピック
Topic
话题、论题
chủ đề

ばんぐみ こんしゅう み
テレビのニュース番組で今週のトピックを見た。

I saw the week's topic on the TV news program.

在电视的新闻节目上看了本周的话题。

Tôi đã xem chủ đề tuần này trong chương trình thời sự trên tivi.

1176

ニュアンス
Nuance
语感
sắc thái

りこう かしこ ちが
「利口」と「賢い」とではニュアンスが違う。

There is a difference in nuance between "shrewd" and "intelligent".

"机灵"与"聪明"语感不同。

"Lanh lợi" và "khôn ngoan" có sắc thái khác nhau.

1177

ねんぴょう
年表
Chronology
年表
niên biểu

明治時代はいつからか、年表で確認した。
I checked in the chronology when the Meiji era began.
我在年表上确认了明治时代开始的年份。
Tôi tra niên biểu để biết chắc thời Meiji bắt đầu từ năm nào.

1178

バージョン
Version
版本
phiên bản

パソコンのソフトのバージョンを確認した。
I checked which version of the PC software I had.
我确认了一下电脑软件的版本。
Tôi xác nhận lại phiên bản của phần mềm máy tính.

1179

はんろん
反論 する
Object to, argue against
反论、反驳
bác bỏ, phản bác

国会で首相の主張に新人議員が反論した。
A new member argued against the claims of the Prime Minister in the Diet.
在国会上，首相的主张遭到了新议员的反驳。
Nghị sĩ trẻ đã phản bác lời khẳng định của Thủ tướng tại Quốc hội.

1180

ひにく
皮肉
Irony, sarcasm
挖苦、嘲讽
sự mỉa mai

母は寝坊した私に「早起きね」と皮肉を言った。
Mother said to me ironically, "you're an early bird, aren't you?" when I was lying in.
母亲对睡懒觉的我挖苦道："起得真早呀。"
Mẹ tôi mỉa mai "Dậy sớm thế" khi tôi thức dậy trễ.

1181

プレゼン
(プレゼンテーション) する
Present, give presentation
发表(策划方案)
thuyết trình

企画会議で新商品のプレゼンをした。
At the planning meeting, I presented a new product.
我在企划会议上发表了新产品的策划方案。
Tôi đã thuyết trình về sản phẩm mới tại cuộc họp lên kế hoạch.

1182

ぶんけん
文献
The literature, documents
文献
tài liệu tham khảo

レポートには引用した文献のリストを載せる。
The report contains a list of quoted documents.
小论文要写明引用文献列表。
Trong bản báo cáo, tôi ghi danh sách tài liệu tham khảo mà tôi đã dẫn chứng.

1183

ぶんしょ
文書
Documents
文件
văn bản

国家秘密に関する文書がマスコミに漏れた。
Documents relating to national secrets were leaked to the media.
国家机密文件泄露到了大众媒体那里。
Văn bản cơ mật của Nhà nước bị tiết lộ cho giới truyền thông đại chúng.

1184

ベストセラー
Bestseller
(最)畅销书
sách bán chạy nhất

彼女の小説は今年のベストセラーになった。
Her novel was the bestseller of this year.
她的小说成为今年的最畅销书。
Tiểu thuyết của bà ấy là sách bán chạy nhất năm nay.

1185

ほいく
保育 する
Bring up, raise (a child)
保育
trông giữ, chăm sóc (trẻ em)

子供を保育する施設の不足が問題になっている。
The shortage of childcare facilities has become a problem.
儿童保育设施不足已成问题了。
Sự thiếu thốn cơ sở trông giữ trẻ đang trở thành vấn nạn.
☀️保育士

1186

ほうび
褒美
Reward
奖励、褒奖
phần thưởng, giải thưởng

お手伝いしてくれたご褒美に、お菓子をあげよう。
As a reward for helping me, I will give you candies.
作为帮忙的奖励，送你点心吧。
Mẹ cho con bánh kẹo để trả công con đã giúp mẹ này.
☀️ご褒美

1187

まえおき
前置き する
Make introductory remarks
(做) 开场白
lời dẫn nhập

彼の発言はいつも前置きが長い。
He always gives a long introduction before his announcements.
他发言的开场白总是很长。
Lời dẫn nhập khi anh ta phát biểu lúc nào cũng dài dòng.

1188

むすび
結び
Close, conclusion
结尾、结语
lời kết

手紙には決まった結びの言葉がある。
In a letter, there are set concluding phrases.
信函有固定的结束语。
Khi viết thư, có một số cụm từ cố định dùng làm lời kết.

1189

メディア
Media, news outlet
媒体、手段
phương tiện truyền thông

事件の情報をさまざまなメディアから集めた。
I gathered information about the event from various news outlets.
我通过各类媒体收集了案件的信息。
Thu thập thông tin của vụ việc từ nhiều phương tiện truyền thông.

1190

ようし
要旨
Gist, summary
要点、要旨
điểm chính, ý chính

首相の国会演説の要旨が新聞に載っている。
The gist of the Prime Minister's speech to the Diet was reported in the press.
首相国会演说的要点刊登在了报纸上。
Các ý chính bài diễn thuyết trước Quốc hội của Thủ tướng đã được đăng trên báo.

1191

ようせい
養成 する
Train, educate
培训、培养
đào tạo

市は観光ガイドを養成する講座を開いた。
The municipal authority organized a lecture on training tourist guides.
市里开办了培养观光导游的讲座。
Thành phố đã mở khóa đào tạo hướng dẫn viên du lịch.

1192

ろんぎ
論議 する
Discuss, debate
讨论、议论
bàn bạc, bàn thảo

議会で働き方の改革について論議した。
There was a discussion in the Diet about reforming approaches to work.
议会上讨论了有关工作方法改革的问题。
Người ta đã bàn bạc về việc cải cách phương pháp làm việc tại kỳ họp Quốc hội.

1193	古代日本の中心はどこかという論争が続いている。
ろんそう	こ だい に ほん ちゅうしん　　　　　　　　　　　　ろんそう　つづ
論争 する	Debates continue as to where the heartland of ancient Japan was.
Dispute, argue, debate	关于古代日本中心在哪里的争论一直存在。
争论	Nhiều cuộc tranh cãi vẫn tiếp diễn xoay quanh vấn đề trung tâm của Nhật Bản thời cổ đại là ở đâu.
tranh cãi, tranh luận	

1194	論理が正しくても、納得できないこともある。
ろんり	ろん り　　ただ　　　　　　　　なっとく
論理	Although correct logically, there are aspects that cannot be accepted.
Logic	也存在虽然逻辑正确，但还是无法认同的情况。
逻辑	Vẫn có trường hợp lý luận không được chấp nhận dù đúng.
lý luận	☀**論理的**

読んでみよう6

初心者向けの投資セミナー　第1回

「急な**出費**に備えるため」「退職後の生活の**資金**をためたい」など
さまざまな目的で**貯蓄**をしている人は多いと思いますが、**投資**で資
産を増やすことを考えてみませんか。「**投資**って興味はあるけど難し
そう」とか「**損失**を出して**負債**を抱えたり**破産**してしまったりするか
もしれない」などのイメージをお持ちかもしれません。そうした不安
は**投資**に関する知識を得ることで軽減できるはずです。まず、どう
やって始めたらいいかからお話ししましょう。

☕少しの額から始める
　最初から**大金**を**出資**する必要はありません。10万円以下から始
めている人もかなりいます。

☕株式**投資**から始めてみる
　アンケート調査によると、株式への**投資**から始めた人が多いです。
投資したことで株式**市場**の動きや円**相場**にも注目するようになり、
経済について考えるきっかけにもなったと回答する人もいました。

☕まず口座を作る
　株式でもそれ以外の**金融**商品でも、**投資**をするにはまず口座を
開く必要があります。口座は**金融**商品を扱う**金融**機関の窓口でも
ネットからでも作れます。

　口座を作ったら、いよいよ商品選びですね。**収益**だけでなく、自
分の予算、リスクをよく考えて選びましょう。
次回は、具体的な商品選びについて考えます。

Seminar for first-time investors: Part 1

I imagine that many people put their money into savings accounts for various reasons, such as setting aside reserves they can draw on in an emergency, or saving up a nest egg for life after retirement. But I wonder if you have thought about increasing your assets through investment? You probably have thoughts like, "I'm interested in investment, yes, but it sounds difficult," or "I could make a loss, get into debt and go bankrupt." You should be able to alleviate such worries by informing yourself about investing. First, let us talk about how you best get started.

👆 Start with small sums

You don't need to invest a large sum initially. For quite a lot of people, the first investment is under ¥100,000.

👆 Try beginning with stock market investments

Questionnaire surveys show that many people make their first investment in stocks. Some people have also replied that, through investment, they began to focus on stock market movements and trends in the yen exchange rate, and have been prompted to think more about the economy.

👆 First, set up an account

Whether you are investing in stocks or other financial products, it is necessary to first set up an investment account. The account can be opened either at the counter of a financial institution that handles financial products, or online.

After opening your account, it is finally time to choose the product. Do not base your choice purely on returns, but consider your own budgetary constraints and risk tolerance.

Next, we will look at specifics when it comes to choosing products.

入门者投资研讨会第一次

我想有很多人出于"以备不时之需""存退休后的生活费"等各种各样的目的在进行储蓄。那么大家是否考虑一下通过投资的方式增加资产呢? 很多人可能认为"对投资有兴趣，但好像很难"，或者"搞不好会亏钱、负债，甚至破产"等。以上种种顾虑可以通过获得投资相关的知识而减轻。那么，我们就先从如何起步说起。

👆从小额投资开始

无须从一开始就进行大额投资，有很多人是从 10 万日元以下起步的。

👆试着从投资股票开始

根据问卷调查结果来看，有很多人是从投资股票开始的。有人回答说，通过投资股票，他开始关注股票市场的动向以及日元汇率，以此为契机，也开始思考经济了。

👆首先要开设账户

不管是股票还是其他的金融商品，投资都需要先开设账户。可以在推出金融产品的金融机构窗口开户，也可以网上开户。

开设完账户之后，就可以进行商品选择了。选择商品不仅要考虑收益，也要兼顾自己的预算和风险。

在下一次研讨会中，我们将就具体的商品选择展开思考。

Hội thảo đầu tư dành cho người mới bắt đầu – lần thứ 1

Tôi cho rằng có nhiều người tiết kiệm tiền với những mục đích như "phòng khi phải chi tiền đột xuất" hay "muốn để dành làm quỹ sinh hoạt khi nghỉ việc" v.v, nhưng sao các bạn không thử nghĩ đến việc gia tăng tài sản của mình bằng đầu tư? Có lẽ mọi người đang hình dung trong đầu rằng "Tôi cũng thích đầu tư nhưng thấy có vẻ khó" hay "Không chừng thua lỗ rồi mang nợ hay bị phá sản". Chúng ta hoàn toàn có thể giảm bớt những mối lo âu đó bằng cách trang bị các kiến thức liên quan đến đầu tư. Trước hết, tôi xin đi từ chuyện làm thế nào để khởi đầu.

👆Khởi đầu từ một khoản tiền nhỏ

Chúng ta không cần đầu tư một khoản lớn ngay từ lần đầu. Số người bắt đầu với khoản tiền dưới 100,000 yen cũng khá nhiều.

👆Thử bắt đầu từ hình thức đầu tư vào cổ phiếu

Theo kết quả khảo sát, khá nhiều người bắt đầu từ việc đầu tư vào cổ phiếu. Cũng có người trả lời rằng nhờ đầu tư mà trở nên chú ý hơn đến hoạt động của thị trường cổ phiếu và giá cả đồng yen trên thị trường, từ đó biết suy nghĩ về kinh tế hơn.

👆Tạo tài khoản trước

Dù để đầu tư vào cổ phiếu hay các sản phẩm tài chính khác thì trước hết ta cần mở tài khoản. Có thể mở tài khoản qua mạng hay trực tiếp tại các cơ quan tài chính quản lý sản phẩm tài chính đó.

Sau khi đã tạo tài khoản thì sẽ đến bước chọn sản phẩm đầu tư. Ta cần suy xét kỹ càng không chỉ lợi nhuận mà cả ngân sách của bản thân, các rủi ro v.v. để chọn lựa.

Lần tới chúng ta sẽ suy nghĩ cụ thể về việc chọn sản phẩm đầu tư.

就職活動中のあなたへ：座談会を活用する

企業が学生向けに開催する説明会や座談会。このうち**座談会**は、社員を複数の学生が囲む形で行われることが多い。さまざまな部門の社員が出席するので、興味がある部門の社員を選べて、現場の社員と直接**対話**できる。ぜひ上手に活用しよう。そのためのポイントを紹介する。

✒ポイント1　下調べをする

当たり前のことだが、基本的な企業情報や自分の興味のある部門を調べておく。会社のＨＰを**閲覧**したりして、会社の経営方針や求める**人材**をきちんと理解する。また、自分がその会社に入ったらどう働くのかを想像すると、質問したいことが出てくるだろう。

✒ポイント2　知りたいことを整理しておく

座談会の利点は、現場の社員から直接話が聞けるということだ。説明会では質問しにくい**事柄**も聞ける。限られた時間でその利点を十分に生かすには、知りたいことを整理して、**箇条書き**にしておこう。

✒ポイント3　具体的で意図が明確な質問を

座談会はあなたの**プレゼン**の場ではない。たまにだらだら**前置き**を述べる人がいるが、本当に聞きたいことの要点を短くまとめて尋ねよう。相手が答えやすいように、具体的に質問する。ただし、くれぐれも資料を**参照**すれば分かるようなことは、質問しないように。

Advice to job-hunters: Make use of roundtable sessions

Companies organize briefings and roundtable sessions for students. Roundtable discussions are often held, in which one employee is at the center of several students. Because employees from different departments attend, it is possible to select a representative of the department in which the student is interested, and talk directly to an employee on the front lines. You should make the most of these opportunities. With that in mind, consider the following points.

✐Point 1: Do your homework.

This goes without saying. You should do prior basic research about the company and the department that you are personally interested in. You should look at the company's website and have a clear understanding of its business policy and the kind of employees that it is trying to attract. You should also have an idea of what role you will take if you join that company. You will probably have questions in that regard.

✐Point 2: Organize your thoughts about what you want to ask.

The advantage of a roundtable session is that you can engage in direct conversation with employees. You can also ask questions about matters that are not so easy to cover in briefings. To make the most of this advantage in a limited period of time, get your questions organized in your head in advance, and write them down on an itemized note.

✐Point 3: Ask clear questions for specific purposes.

The roundtable discussion is not your personal platform for self-presentation. Some people will make lengthy introductory remarks, but when you ask questions, summarize what you want to know and get to the point. Ask specific questions that are easy for the respondent to answer. However, do not keep asking questions that can be answered by reference to the materials.

给正在求职的你：充分利用座谈会

　　企业会面向学生召开说明会以及座谈会。其中座谈会多以数名学生围坐在公司员工周围的形式开展。届时会有各个部门的员工出席，你可以选择自己感兴趣的部门，与在职员工直接对话。一定要充分利用这样的机会。为此下面将介绍几个要点。

✐要点1. 预先进行调查

　　预先调查公司的基本情况以及自己感兴趣的部门是最起码的。通过浏览公司官网，准确了解公司的经营方针以及人才需求。另外，通过想象自己入职后的工作场景，自然就会出现想问的问题了吧。

✐要点2. 提前整理好想了解的信息

　　座谈会的优点在于可以直接与在职员工进行沟通，也可以咨询在说明会上很难问出口的事情。想在有限的时间内充分利用好它的优点，就要事先整理好自己想了解的信息，并逐条罗列出来。

✐要点3. 问题要具体且意图明确

　　座谈会并不是自我展示的舞台。虽然偶尔也会有人说冗长的开场白，但还是建议简短归纳自己真正想知道的要点再询问。为了便于对方作答，问题要具体。还有，千万不要问看资料就可以了解的问题。

Dành cho người đang tìm việc làm: tận dụng các buổi tọa đàm

Các buổi giới thiệu hay tọa đàm thường được các doanh nghiệp tổ chức cho đối tượng sinh viên. Trong đó, các buổi tọa đàm phần lớn được làm theo hình thức nhiều sinh viên ngồi quanh nhân viên công ty. Vì có sự tham dự của các nhân viên thuộc nhiều bộ phận khác nhau nên sinh viên có thể lựa chọn nhân viên thuộc bộ phận mình quan tâm để đối thoại trực tiếp. Hãy khéo léo tận dụng chúng! Xin giới thiệu vài điểm cần lưu ý cho việc này.

✐Lưu ý 1: Tìm hiểu trước

Đương nhiên, chúng ta cần tìm hiểu sẵn các thông tin cơ bản của doanh nghiệp và bộ phận mình quan tâm. Xem qua trang web của công ty và nắm rõ phương châm kinh doanh của công ty hay dạng nhân lực mà họ đang tìm kiếm. Ngoài ra, nếu bạn hình dung mình sẽ làm việc thế nào khi vào làm cho công ty đó thì sẽ nghĩ được nhiều thứ để hỏi.

✐Lưu ý 2: Sắp xếp sẵn những điều muốn biết

Ưu điểm của buổi tọa đàm là có thể nghe chính các nhân viên đang làm việc nói chuyện. Bạn cũng có thể đặt những câu hỏi thường khó hỏi trong các buổi giới thiệu. Để có thể phát huy tốt ưu điểm này trong một khoảng thời gian có giới hạn thì bạn hãy ghi sẵn ra những điều mình muốn biết theo từng mục nhé!

✐Lưu ý 3: Đặt câu hỏi cụ thể, rõ ý

Tọa đàm không phải là chỗ cho bạn thuyết trình. Thỉnh thoảng vẫn có người mào đầu câu hỏi dài dòng lê thê, nhưng chúng ta nên tóm tắt ngắn gọn những điểm chính mà mình muốn biết để đặt câu hỏi. Hãy hỏi một cách cụ thể để đối phương dễ trả lời. Tuy nhiên, nên tránh hỏi những câu thừa thãi mà chỉ cần tham khảo tài liệu sẽ biết.

1195

あか
Dirt (on skin)
污垢
bụi bẩn, chất bẩn

登山から帰って、風呂であかを落とした。
とざん　　かえ　　　　ふろ　　　　　　　お

Returning from the mountain climbing, I washed off the dirt in the bathtub.
登山回来后，泡澡洗去污垢。
Tôi đi leo núi về, vào bồn tắm để gột rửa chất bẩn trên người.

1196

あんせい
安静
Rest, repose
静养
sự tịnh dưỡng

熱が下がっても、しばらくは安静を必要とします。
ねつ　さ　　　　　　　　　　　　あんせい　ひつよう

Even if your fever abates, you still need to lie down for a bit.
虽然烧退了，但还需要静养一段时间。
Tuy đã hết sốt nhưng tạm thời vẫn cần tịnh dưỡng.

1197

いしょく
移植 [する]
Transplant
(植物)移植；(组织、器官)移植
đem trồng nơi khác / cấy ghép

買った花を畑に移植する/心臓移植の手術を受ける
か　　　はな　はたけ　いしょく　　　しんぞういしょく　しゅじゅつ　う

Transplant the shop flowers into a field / Have a heart transplant operation
把买来的花移植到田里/接受心脏移植手术
mang hoa đã mua trồng vào ruộng / được phẫu thuật ghép tim

1198

えいようしっちょう
栄養失調
Malnutrition, nutritional deficiency
营养不良
suy dinh dưỡng

偏った食事は栄養失調を招く危険がある。
かたよ　　しょくじ　えいようしっちょう　まね　きけん

Meals that are not balanced entail the risk of causing malnutrition.
挑食会带来营养不良的风险。
Chế độ ăn thiếu cân bằng có nguy cơ dẫn đến suy dinh dưỡng.

1199

おうしん
往診 [する]
Make home (medical) visit
出诊
đến khám tại nhà

祖父の具合が悪くなって、往診を頼んだ。
そふ　ぐあい　わる　　　　　　おうしん　たの

My grandfather's condition worsened, so we called the doctor in.
祖父的身体状况变差了，我们就拜托了医生出诊。
Bệnh tình của ông tôi trở nặng nên gia đình đã nhờ bác sĩ đến khám.

1200

おさん
お産
Childbirth
分娩、生产
việc sinh nở

長男を産んだときは、初めてのお産で不安だった。
ちょうなん　う　　　　　　　はじ　　　　　さん　ふあん

When my first son was born, I experienced the worry of childbirth for the first time.
我生大儿子的时候，因为是第一次生产，内心很不安。
Khi sinh con trai đầu lòng, tôi rất lo lắng vì sinh lần đầu.

1201

かいほう
介抱 [する]
Care for, nurse
照顾、护理
chăm sóc

転んでけがした私を友人が介抱してくれた。
ころ　　　　　　わたし　ゆうじん　かいほう

After hurting myself falling over, I was cared for by a friend.
朋友照顾了跌倒受伤的我。
Bạn tôi đã đến chăm sóc khi tôi bị thương do ngã.

1202 かいぼう 解剖 (する) Dissect 解剖 giải phẫu, khám nghiệm tử thi	医師は、その男の死亡原因を解剖して調べた。 The doctor investigated the cause of the man's death by dissecting his body. 医师通过解剖调查了那名男子的死因。 Bác sĩ đã khám nghiệm tử thi để tìm nguyên nhân tử vong của người đàn ông đó. ✽ 解剖学
1203 カウンセリング Counseling 咨询、咨询指导 tư vấn	仕事に悩んで、カウンセリングを受けた。 I received counseling to deal with my worries about work. 为工作而烦恼，我接受了心理咨询。 Tôi nhờ tư vấn khi phiền não vì công việc.
1204 かかと Heel 脚后跟 gót chân	冬になると、乾燥でかかとの皮膚が切れる。 When winter comes, I have broken heel skin in the dry air. 一到冬天，脚后跟的皮肤会因为干燥而开裂。 Vào mùa đông, da gót chân bị nứt nẻ do hanh khô.
1205 カルテ Medical record 病历卡 bệnh án	医者はカルテを見ながら病気の説明をした。 The doctor explained about the illness while reading my medical record. 医生边看病历卡，边说明病情。 Vị bác sĩ vừa đọc bệnh án vừa giải thích bệnh.
1206 かんご 看護 (する) Nurse 护理、看护 chăm sóc	早く治るように、妹を一生懸命看護した。 I devoted myself to nursing my sister, so that she would get better soon. 为了让妹妹早日痊愈，我尽心尽力地护理她。 Tôi nhiệt tình chăm sóc để em gái tôi mau khỏi bệnh.
1207 きかん 器官 Organ 器官 cơ quan (trong cơ thể)	魚は人間の体にはない器官をもつ。 The fish has organs that are not found in the human body. 鱼有人体中没有的器官。 Loài cá có những cơ quan mà loài người không có.
1208 くうふく 空腹 Hunger 空腹、肚子饿 cảm giác đói	朝から何も食べていないので、ひどく空腹だ。 I am extremely hungry, having eaten nothing since the morning. 从早上起就没吃任何东西，现在饿得不行。 Từ sáng tới giờ chưa ăn gì nên tôi đói kinh khùng.
1209 こういしょう 後遺症 Sequela, after-effect 后遗症 di chứng	交通事故の後遺症で左足が不自由だ。 I am unable to move my left foot freely as an after-effect of the traffic accident. 交通事故的后遗症导致左脚行动不便。 Di chứng của tai nạn giao thông là chân trái bị liệt. ⊕ ～症（例：感染症）

194

1210

こくち
告知 [する]
Inform, give notice
告知
thông báo

医者は患者にがんであることを告知した。
The doctor informed the patient that it was cancer.
医生告知患者他得的是癌症。
Bác sĩ đã thông báo cho bệnh nhân biết là ông ta bị ung thư.

1211

さいはつ
再発 [する]
Recur, have a relapse
复发
tái phát

この病気は、再発すると命の危険がある。
With this illness, there is a risk that relapse could be fatal.
这种病要是复发的话，就会有生命危险。
Căn bệnh này nếu tái phát sẽ nguy hiểm tới tính mạng.
❋再発防止

1212

さんご
産後
Postpartum, after childbirth
产后
hậu sản

産後の1か月間は母に家事を手伝ってもらった。
For one month after giving birth, I was helped with housework by my mother.
产后一个月里，母亲帮我干了家务。
Tôi nhờ mẹ giúp việc nhà trong 1 tháng sau sinh.

1213

しかく
視覚
Sense of sight
视觉
thị giác

私たちは視覚からたくさんの情報を得ている。
We obtain a lot of information through our sense of sight.
我们通过视觉获取很多信息。
Chúng ta thu nhận được nhiều thông tin qua thị giác.
⊗聴覚 ⊗味覚 ❋視覚障害

1214

じんたい
人体
Human body
人体
cơ thể người

先生は、絵を使って人体の構造を説明した。
Using pictures, the teacher explained the structure of the human body.
老师用图片解释了人体的构造。
Giáo viên dùng tranh vẽ để giải thích cấu tạo cơ thể người.

1215

しんりょう
診療 [する]
Treat, give medical care
诊疗，看诊
khám chữa bệnh

この病院は8時から診療を始める。
Consultation starts at 8 o'clock at this hospital.
这家医院从八点开始看诊。
Bệnh viện này bắt đầu khám chữa bệnh từ 8 giờ.
❋診療所

1216

すじ
筋
Muscle / Plot, thread
肌肉，筋/脉络，情节
gân / mạch truyện, cốt truyện

転んで足の筋を痛めた/話の筋が変わった
I hurt a leg muscle falling over. / The thread of the conversation changed.
因跌倒弄伤了腿部肌肉/谈话的方向改变了
bị đau gân chân do ngã / Mạch truyện thay đổi.

1217

せいし
生死
Life and / or death
生死
sống chết

彼は山で行方不明になり、いまだ生死が不明だ。
His whereabouts became unknown while he was in the mountains, and it is still unclear whether or not he is alive.
他在山中下落不明，至今生死未卜。
Anh ấy mất tích trong núi, đến bây giờ vẫn không rõ sống chết ra sao.

1218 **たいかく** **体格** Physique 体格 vóc dáng	私は弟に体格では負けるが、体力では負けない。 My brother has a better constitution than me, but I am stronger. 我虽然体格不如弟弟，但体力可不输他。 Tôi thua em trai về vóc dáng nhưng không thua kém về sức lực.
1219 **たいしつ** **体質** Constitution 体质 thể trạng	私はおなかを壊しやすい体質だ。 My constitution is such that I suffer stomach problems easily. 我是容易拉肚子的体质。 Tôi có thể trạng bụng yếu. ❇〜体質（例：アレルギー体質）
1220 **ダウン** する Decline / Be down 下降／病倒，患病 giảm / ngã bệnh	売り上げがダウンした/寝不足でダウンした Sales declined. / I was unwell due to lack of sleep. 销售额下降了/因睡眠不足病倒了 Doanh thu giảm. / ngã bệnh do thiếu ngủ
1221 **ちっそく** **窒息** する Suffocate 窒息 nghẹt thở	餅がのどに詰まって、窒息しそうになった。 The rice-cake got stuck in my throat, so that I almost suffocated. 年糕噎住嗓咙，差点窒息。 Tôi suýt bị nghẹt thở vì cái bánh mắc ở cổ.
1222 **ちゅうどく** **中毒** Poisoning 中毒 ngộ độc	お酒を飲みすぎて、急性の中毒で病院に運ばれた。 I drank too much, and was taken to hospital with acute alcohol-poisoning. 因饮酒过量导致急性中毒，被送往了医院。 Tôi uống quá nhiều rượu nên được đưa vào bệnh viện do ngộ độc cấp tính.　❇〜中毒（例：アルコール中毒）
1223 **ちょうかく** **聴覚** Sense of hearing 听觉 thính giác	彼は病気が原因で、右の耳の聴覚を失った。 He lost his sense of hearing in his right ear due to the illness. 他因为疾病，右耳失去了听觉。 Cậu ấy bị mất thính giác của tai phải do bệnh. ❋視覚　❋味覚　❇聴覚障害
1224 **つば** Spittle 口水，唾沫 nước bọt	道路につばを吐いてはいけません。 You must not spit in the street. 不能往马路上吐口水。 Không được khạc nhổ trên đường.
1225 **ておくれ** **手遅れ** Too late 为时已晚 sự muộn màng (không kịp chữa trị, xứ lý)	病気に気づいたときには、すでに手遅れだった。 By the time I noticed the illness, it was already too late. 当我意识到自己生病的时候，已经太晚了。 Khi phát hiện ra bệnh thì đã muộn.

1226
てのひら
手のひら
Palm
手掌
lòng bàn tay

風で飛んできた桜の花びらを手のひらで受けた。
I caught the wind-scattered cherry blossom petals in the palm of my hand.
我用手掌接住了随风飘来的樱花花瓣。
Tôi dùng lòng bàn tay hứng cánh hoa anh đào gió thổi tới.

1227
どう
胴
Torso
胴体、躯干
thân mình

胴が長い小型犬を飼っている。
I keep a small dog with a long body.
我养了一条长躯干的小型犬。
Tôi đang nuôi giống chó cỡ nhỏ thân dài.

1228
ないぞう
内臓
Internal organs
内脏
nội tạng

健康診断で、腸などの内臓の検査をした。
In the health checkup, my intestines and other internal organs were examined.
体检时，检查了肠等内脏器官。
Tôi được kiểm tra các cơ quan nội tạng như ruột khi khám sức khỏe tổng quát.

1229
にくたい
肉体
Body
肉体
thể xác

選手は肉体の限界まで戦った。
The athlete persevered to the limits of his physical ability.
选手一直战斗到身体极限。
Các tuyển thủ đã thi đấu đến hết giới hạn của thể xác.
❄ 肉体的　❄ 肉体労働

1230
はついく
発育 する
Develop, grow
发育
tăng trưởng

この子は発育がよくて、体重も平均以上だ。
This child is well-developed, and his weight is above average too.
这个孩子发育得很好，体重也高于平均值。
Đứa bé này tăng trưởng tốt nên cân nặng cũng nhiều hơn mức trung bình.

1231
はつびょう
発病 する
Fall ill, show symptoms
发病、生病
phát bệnh

結核の多くは、感染してもすぐには発病しない。
In most cases of tuberculosis, there is no immediate manifestation of the infection.
大部分结核病，即便感染了也不会马上发病。
Phần lớn bệnh lao đều không phát bệnh ngay khi vừa bị lây nhiễm.

1232
ひとみ
瞳
(Eye) pupil
瞳、瞳孔
con ngươi

瞳は、明るい所では小さくなる。
The pupil of the eye grows smaller in bright light.
瞳孔在明亮的地方会变小。
Con ngươi sẽ thu nhỏ lại khi ở nơi sáng.

1233
ふしょう
負傷 する
Be injured
负伤、受伤
bị thương

バスの事故で乗客が負傷した。
Passengers were injured in the bus accident.
公交车事故中乘客受伤了。
Hành khách bị thương trong tai nạn xe buýt.
❄ 負傷者

	1234	祖父は心臓の発作を起こして入院した。

ほっさ
発作
Seizure, attack
发作
sự lên cơn đột ngột

そ ふ　　しんぞう　　ほっ さ　　お　　　にゅういん
祖父は心臓の発作を起こして入院した。
My grandfather was hospitalized with a heart attack.
祖父心脏病发作住院了。
Ông tôi bị lên cơn đau tim phải nhập viện.
※〜発作（例：心臓発作）

まく
膜
Membrane, film
膜
lớp màng

1235

にんげん　　のう　　みっ　　　まく　　つつ
人間の脳は３つの膜に包まれている。
The human brain is enclosed in three membranes.
人的大脑被三层膜包裹着。
Não người được bao phủ bởi 3 lớp màng.

ますい
麻酔
Anesthetize
麻醉
sự gây tê

1236

は　　ち りょう　　ますい　　　おこな
歯の治療は麻酔をして行った。
The dental treatment was carried out under anesthesia.
牙齿的治疗在实施麻醉后进行。
Việc chữa răng được tiến hành bằng cách gây tê.
※全身麻酔

まばたき する
Blink
眨眼
chớp mắt

1237

そつぎょうしゃしん　　さつえい
卒業写真の撮影のとき、まばたきしてしまった。
I blinked when my graduation photo was being taken.
在拍毕业照的时候眨了眼睛。
Tôi lỡ chớp mắt khi chụp ảnh tốt nghiệp.

まひ する
Be numbed, paralyzed
失去知觉、麻痹；瘫痪
bị liệt / bị tê liệt

1238

みぎて　　　　　　　ゆき　　こうつう
けがで右手がまひした／雪で交通がまひした
My injured right arm went numb. / The snow paralyzed the traffic.
右手因为受伤失去了知觉／交通因大雪瘫痪了
bị liệt tay phải do chấn thương / Giao thông bị tê liệt do tuyết.

まんせい
慢性
Chronic
慢性
mãn tính

1239

まんせい　　しんぞう　　びょうき　　　　まいにちくすり　の
慢性の心臓の病気のために、毎日薬を飲んでいる。
I take drugs every day for my chronic heart disease.
因为患有慢性心脏病，我每天都要吃药。
Tôi uống thuốc hàng ngày do bị bệnh tim mãn tính.
※慢性的

みかく
味覚
Sense of taste
味觉
vị giác

1240

み かく　　か　　　　きら　　　　かい　　す
味覚が変わり、嫌いだった貝が好きになった。
My tastes changed and I came to enjoy shellfish, which I had once disliked.
味觉发生了变化，喜欢上了以前讨厌的贝类。
Vị giác thay đổi nên giờ tôi lại thích ăn loại sò mà ngày trước tôi ghét.
※視覚　※聴覚

めんえき
免疫
Immunity
免疫
miễn dịch

1241

びょうき　　いち ど　　　　　めんえき
この病気は１度かかると免疫ができる。
If you get this disease once, you can develop immunity to it.
这种病得过一次之后，就会产生免疫。
Căn bệnh này chỉ cần mắc 1 lần là sẽ có miễn dịch.
※免疫力

1242 **やまい** **病** Disease, illness 病、疾病 bệnh	彼は心の病で会社を１か月休んでいる。 He took a month's leave from the company for reasons of psychological illness. 他因为心理疾病向公司请了一个月的假。 Ông ấy đang nghỉ làm 1 tháng do tâm bệnh.
1243 **リハビリ** する Have rehabilitation 康复 phục hồi chức năng	骨折の手術の翌日からリハビリが始まった。 I began rehabilitation the day after my surgery for fracture. 骨折手术的次日，康复训练就开始了。 Ngay hôm sau cuộc phẫu thuật chỉnh xương, tôi bắt đầu tập phục hồi chức năng.
1244 **リフレッシュ** する Refresh 放松、恢复精神 làm tươi mới, sảng khoái	スポーツをして、体も心もリフレッシュした。 Through sports, I felt refreshed in body and mind. 运动过后，身心都放松了。 Chơi thể thao cho cơ thể và tâm hồn được sảng khoái.
1245 **りょうよう** **療養** する Recuperate 疗养 điều trị và nghỉ dưỡng	彼は退院したあと、家で療養している。 He is recuperating at home after leaving hospital. 他出院之后，在家疗养。 Ông ấy được điều trị và nghỉ dưỡng tại nhà sau khi xuất viện. ✳療養所

| 名詞　自然・科学 | Nouns – Nature and Science
名词 – 自然・科学
Danh từ – TỰ NHIÊN - KHOA HỌC |

1246

いただき
頂
Peak, summit
顶、顶端
đỉnh

山の頂には、もう雪が積もっている。
There is already snow piled up on the top of the mountain.
山顶已经有积雪了。
Trên đỉnh núi đã có tuyết phủ.

1247

いなびかり
稲光
Lightning flash
闪电
sét

突然稲光がして、大きな雷の音がした。
There was a flash of lightning, followed by a loud clap of thunder.
突然，电闪雷鸣。
Đột nhiên sét đánh và có tiếng sấm rền.

1248

いね
稲
Rice
稻子
lúa

今年は天候に恵まれて、稲がよく実った。
We had fine weather and have had a good crop of rice this year.
得益于今年的气候，稻子长得很好。
Năm nay thời tiết thuận lợi nên lúa được mùa.

1249

うき
雨季
Rainy season
雨季
mùa mưa

南アジアの一部の地域では、雨季が半年間続く。
In parts of South Asia, the rainy season continues for half the year.
在南亚的部分地区，雨季会持续半年。
Ở một phần khu vực Nam Á, mùa mưa kéo dài nửa năm.

1250

うず
渦
Whirlpool
漩涡
xoáy nước, vòng xoáy

渦を巻いている所を避けて、船が進んだ。
The ship went on, avoiding the waters with the whirlpools.
船避开了旋涡前进。
Tránh chỗ có xoáy nước, chiếc thuyền lại tiến lên.

1251

うてん
雨天
Rainy weather
雨天
trời mưa

雨天の場合、試合は延期します。
If it is a rainy day, the match will be postponed.
要是雨天，比赛就延期。
Trận đấu sẽ bị hoãn nếu trời mưa.
⇔晴天　☀雨天決行

1252

えいせい
衛星
Satellite
卫星
vệ tinh

月は地球の周りを回る衛星だ。
The moon is a satellite that orbits the Earth.
月球是围绕地球转的卫星。
Mặt trăng là vệ tinh xoay quanh Trái đất.
☀衛星放送　☀人工衛星

1253

えき
液
Liquid
液体
chất dịch, chất lỏng

乾電池から液が漏れて、懐中電灯が壊れた。
The flashlight broke after liquid leaked from the batteries.
干电池中的液体漏了出来，手电筒坏了。
Pin bị chảy nước làm đèn pin hư.
💥液状　💥～液（例：消毒液）

1254

えもの
獲物
Prey
猎物
con mồi

蛇は狙った獲物に近づいた。
The snake drew near to its intended prey.
蛇接近了它盯上的猎物。
Con rắn đã tiến gần đến con mồi mà nó đang rình.

1255

お
尾
Tail
尾巴
cái đuôi

犬は、うれしいと尾を振る。
The dog wags its tail with delight.
狗一开心就会摇尾巴。
Loài chó vẫy đuôi khi mừng rỡ.

1256

おす
雄
Male
雄性
giống đực

この鳥は、雄が卵を温める。
The males of this species of bird keep the eggs warm.
这种鸟是雄性孵蛋的。
Ở loài chim này, giống đực ấp trứng.
⇔雌

1257

かいがら
貝殻
Shell
贝壳
vỏ sò ốc

海岸でピンクの貝殻を集めて、瓶に入れた。
I gathered pink shells on the seashore, and put them in a bottle.
我在海岸边收集了粉色的贝壳，把它们装进了瓶子里。
Tôi nhặt vỏ sò màu hồng ở bờ biển đem bỏ vào lọ.

1258

かいきょう
海峡
Strait
海峡
eo biển

この海峡は幅が約１０ｋｍで、泳いでも渡れる。
This strait is about 10 km wide, so you can swim across it too.
这条海峡宽约10千米，可以游过去。
Eo biển này chỉ rộng khoảng 10km nên có thể bơi qua được.
💥～海峡（例：ドーバー海峡）

1259

かいばつ
海抜
(Above) sea level
海拔
độ cao của đất liền tính từ mặt nước biển

海抜が低い地域は、洪水に注意が必要だ。
It is necessary to watch out for flood risk in areas at low elevation.
海拔低的地区需要注意洪水。
Ở những khu vực thấp hơn mặt nước biển, ngập lụt luôn cần được chú ý.

1260

かいよう
海洋
Ocean, sea
海洋
đại dương

船の事故によって海洋が汚染された。
The ocean was polluted by the shipping accident.
因为船舶事故，海洋被污染了。
Đại dương bị ô nhiễm do tai nạn tàu thủy.
💥海洋汚染

1261

かいろ
回路
Circuit
回路、线路
mạch điện

この電気製品は回路に設計のミスがあった。
There was a mistake in the design of the circuitry in this electrical product.
这台电器的线路设计有误。
Sản phẩm điện này có lỗi thiết kế trong mạch điện.

1262

がけ
崖
Cliff, precipice
崖、悬崖
vách đá

片側が急な崖の山道を気を付けて歩いた。
I walked keeping an eye on the mountain path, which had a steep drop on one side.
山路的一侧是悬崖峭壁，这段路我走得很小心。
Tôi cần thận khi đi bộ trên đường đèo có một bên là vách đá thẳng đứng.

1263

かごう
化合 する
Compound with
化合、反应
kết hợp (về hóa học)

さびは金属が酸素と化合してできる。
Rust can be formed when oxygen compounds with metal.
锈迹是金属与氧气反应生成的。
Gì sét được tạo thành do kim loại kết hợp với oxi.

☀化合物

1264

かせき
化石
Fossil
化石
hóa thạch

貝の化石が出るから、昔ここは海だったようだ。
Because the shells show fossilization, it seems that this area was under the sea in the past.
这里能找到贝的化石，因此以前大概是海洋吧。
Do tìm được hóa thạch sò ốc nên có lẽ xưa kia nơi này là biển.

1265

かせん
河川
River
河川、河流
sông ngòi

大雨で、各地の河川が氾濫した。
Due to the heavy rains, rivers in many areas flooded.
由于大雨，各地的河水都泛滥了。
Do mưa lớn nên sông ngòi các nơi tràn bờ.

1266

かふん
花粉
Pollen
花粉
phấn hoa

春になると、杉の花粉でアレルギーが起きる。
When spring comes, allergies are triggered by cedar tree pollen.
一到春天，杉树的花粉就会引起过敏。
Cứ đến mùa xuân là bệnh dị ứng do phấn hoa của cây tuyết tùng lại xuất hiện.

☀花粉症

1267

がんせき
岩石
Rock
岩石
đá

岩石を砕いて絵の具を作った。
I made paints by crushing rocks.
把岩石磨碎，制成了绘画颜料。
Tôi đập nhỏ hòn đá ra để làm màu vẽ.

1268

かんばつ
干ばつ
Drought
干旱、旱灾
hạn hán

干ばつが続いたので、食糧不足が心配だ。
There are worries of a shortage of food due to the prolonged drought.
由于持续的干旱，粮食不足令人担心。
Hạn hán kéo dài nên có nguy cơ thiếu lương thực.

1269
きしょう
気象
Weather
气象
khí tượng

きんねん、ちきゅう きしょう いじょう お
近年、地球の気象に異常が起きている。
In recent years, global weather has shown abnormal behavior.
近年来，地球上的气候异常现象经常发生。
Những năm gần đây, khí tượng Trái đất có nhiều điểm bất thường.
※ 気象情報

1270
きどう
軌道
Orbit
轨道
quỹ đạo

きどう の はっしゃじっけん せいこう
ロケットは軌道に乗り、発射実験は成功した。
The rocket entered orbit and the launch experiment was a success.
火箭进入轨道，发射试验成功了。
Tên lửa đã vào quỹ đạo, cuộc thử nghiệm phóng tên lửa đã thành công.
※ 軌道修正

1271
きふく
起伏
Undulations, ups and down
起伏
sự gồ ghề

きふく すく ある
ハイキングで起伏の少ないコースを歩いた。
During the hiking, I followed a route with few ups and downs.
我在远足时选择了起伏较少的路线。
Tôi chọn lộ trình ít gồ ghề để đi bộ đường dài.

1272
きん
菌
Fungus, bacteria
菌
vi khuẩn

きん はたら りょう あたら しょくひん つく
菌の働きを利用して、新しい食品を作った。
I created a new food using the action of bacteria.
利用菌的活动，制作出了新的食品。
Tôi đã làm ra một loại thực phẩm mới nhờ lợi dụng hoạt động của vi khuẩn.

1273
くっせつ
屈折 する
Refract
折射
khúc xạ

ひかり くっせつ かわ じっさい あさ み
光の屈折で川が実際より浅く見える。
Due to light refraction, the river appears shallower than it actually is.
由于光的折射，河看起来比实际要浅一些。
Do sự khúc xạ ánh sáng mà dòng sông có vẻ nông hơn thực tế.
※ 屈折率

1274
けっしょう
結晶 する
Crystallize
结晶
kết tinh

ゆき けっしょう うつく ろっかくけい
雪の結晶は美しい六角形をしている。
The snowflake is a beautiful hexagonal shape.
雪的结晶呈现出美丽的六角形。
Tinh thể tuyết có hình lục giác rất đẹp.

1275
けもの
獣
Beast
野兽
dã thú

ゆき うえ けもの あしあと のこ
雪の上に獣の足跡が残っている。
The footprints of a beast remain in the snow.
雪地上留着野兽的足迹。
Trên tuyết có dấu chân dã thú.

1276
げんそ
元素
Element
元素
nguyên tố

すいそ うちゅう はじ そんざい げんそ
水素は、宇宙の始まりから存在した元素だ。
Hydrogen is an element that has existed since the beginning of the universe.
氢是宇宙初始就存在的元素。
Hydro là nguyên tố đã tồn tại từ buổi đầu của vũ trụ.
※ 元素記号

1277 **ごうせい** **合成** する Synthesize, compose 合成 tổng hợp	コンピューターを使って、写真を合成した。 I composed a photograph using the computer. 我用电脑合成了照片。 Tôi đã tổng hợp nên hình ảnh bằng cách dùng máy vi tính. ❋合成～（例：合成洗剤）
1278 **こうぶつ** **鉱物** Mineral 矿物 khoáng sản	日本は、鉱物の資源が少ない。 Japan has few mineral resources. 日本矿产资源少。 Nhật Bản ít tài nguyên khoáng sản.
1279 **さいきん** **細菌** Bacteria 细菌 vi khuẩn	この薬は、細菌が増えるのを止める働きがある。 This drug has the effect of preventing the proliferation of bacteria. 这种药有抑制细菌繁殖的作用。 Loại thuốc này có tác dụng ngăn chặn vi khuẩn sinh sôi.
1280 **さいぼう** **細胞** Cell 细胞 tế bào	全ての生物の体は、細胞でできている。 The bodies of all organisms are formed of cells. 所有的生物体，都是由细胞构成的。 Mọi cơ thể sinh vật đều được cấu trúc từ tế bào. ❋細胞膜
1281 **さん** **酸** Acid 酸 axit	酸は金属を溶かす性質がある。 Acid has the property of dissolving metals. 酸有腐蚀金属的性质。 Axit có tính chất làm tan chảy kim loại. ❋酸性
1282 **さんがく** **山岳** Mountain 山岳、险峻的山 núi non	彼は高い山に登り、山岳の写真を撮っている。 He climbs high peaks and takes photos of the mountains. 他登上高山，拍摄山岳的照片。 Anh ấy chuyên leo các ngọn núi cao và chụp ảnh núi non.
1283 **さんちょう** **山頂** Summit 山顶 đỉnh núi	日の出までに山頂に着けるように、頑張ろう。 Let's push ourselves and get to the summit by sunrise. 加油在日出前到达山顶。 Cùng cố gắng đến được đỉnh núi trước khi mặt trời mọc nào!
1284 **しいく** **飼育** する Keep, rear 饲养 nuôi (súc vật)	小学生のとき、うさぎを飼育する係りだった。 When I was in elementary school, I was in charge of keeping the rabbits. 我上小学的时候是负责饲养兔子的。 Hồi học tiểu học, tôi phụ trách nuôi thỏ.

1285
しお
潮
Tide
潮水、潮汐
thủy triều

潮が引いたので、砂を掘って貝を取った。
I dug for shells in the sand because the tide had gone out.
退潮后，我挖开沙子收集贝类。
Thủy triều xuống nên tôi ra đào cát bắt nghêu sò.

1286
じき
磁気
Magnetism
磁力、磁性
từ tính

このカードは磁気のあるものには近づけないこと。
This card should not be brought close to magnetic objects.
请勿将这张卡片靠近有磁性的物体。
Không được để thẻ này gần những vật có từ tính.

1287
しずく
滴
Drop
滴、水滴
giọt

傘から雨の滴が落ちて、床がぬれた。
Raindrops fell from the umbrella and made the floor wet.
雨滴顺着伞流下来，弄湿了地板。
Giọt mưa từ cây dù nhỏ xuống làm ướt cả sàn nhà.

1288
しゃめん
斜面
Slope
斜面
con dốc

スキーで山の斜面を滑った。
I skied down the mountain slope.
我在山坡上滑雪。
Tôi trượt tuyết xuống dốc núi.

1289
しゅ
種
Species
种、物种
loài

ヒトとサルは、種としては近い関係にある。
Humans and monkeys are closely related species.
人跟猿在物种上很接近。
Người và khỉ có quan hệ gần gũi về loài.
✳ **新種**

1290
じゅもく
樹木
Tree
树木
cây cối

この公園の樹木の管理は、市が行っている。
Tree management in this park is undertaken by the municipal authority.
这座公园的树，是市里在进行管理。
Việc quản lý cây cối trong công viên này do thành phố thực hiện.

1291
すいてき
水滴
Drop of water
水滴
giọt nước

傘に水滴がついている。
Drops of water are adhering to the umbrella.
伞上挂着水珠。
Giọt nước đọng trên dù.

1292
せいぎょ
制御 する
Control, regulate
控制、调节
kiểm soát

新幹線には速度を自動的に制御する装置がある。
The shinkansen has an automatic speed control device.
新干线上有自动控制速度的装置。
Trong tàu cao tốc có thiết bị kiểm soát tốc độ tự động.
✳ **制御装置**

郵 便 は が き

料金受取人払郵便

麹町局
承認

1862

差出有効期間
2026年1月31
日まで
（切手不要）

１０２−８７９０

東京都千代田区　　２２５
麹町3丁目4番
トラスティ麹町ビル２Ｆ

㈱スリーエーネットワーク

日本語教材愛読者カード係 行

|||・|・|・||・|・||||・|・||||・|・||・|・|||・|・||・|・||・|||・|・|||

お買い上げいただき、ありがとうございます。このアンケートは、より良い商品企画の
ための参考と致しますので、ぜひご協力ください。ご感想などは広告・宣伝に使用する
場合がありますが、個人情報は無断で第三者に提供することはありません。

ふりがな　　　　　　　　　　　　　　　　　　　　　　　　　　　男・女

　　　　　　　　　　　　　　　　　　　　　　　　　　　　　　年 齢

お名前　　　　　　　　　　　　　　　　　　　　　　　　　　　　　歳

　　　〒

ご住所

　　　　E-mail

ご職業　　　　　　　　勤務先/学校名

当社より送付を希望されるものがあれば、お選びください

　□図書目録などの資料　　　□メールマガジン　　　□Ja-Net（ジャネット）
　　　「Ja-Net」は日本語教育に携わる方のための無料の情報誌です
　　　WEBサイトでも「Ja-Net」や日本語セミナーをご案内しております

　スリーエーネットワーク　　sales@3anet.co.jp　https://www.3anet.co.jp/

アンケート　　　お答えいただいた方の中から抽選で毎月5名様に記念品を差し上げます

■ お買い上げになった本のタイトルは？（必須項目）

● ご購入書店名

＿＿＿＿＿＿＿＿ 市・区
町・村 ＿＿＿＿＿＿＿＿ 書店 ＿＿＿＿＿＿＿ 支店

● 本書をどのようにして知りましたか？

□書店で実物を見て

□新聞・雑誌などの出版物で見て→出版物名＿＿＿＿＿＿＿＿＿＿＿＿＿

□知人のすすめ　　　　　　　　　□当社からの案内

□当社からのメールマガジン　　　□当社ホームページ

□当社以外のホームページ→ホームページ名＿＿＿＿＿＿＿＿＿＿＿＿＿

□ネット書店で検索→ネット書店名＿＿＿＿＿＿＿＿＿＿＿＿＿＿＿＿＿

□その他＿＿＿＿＿＿＿＿＿＿＿＿＿＿＿＿＿＿＿＿＿＿＿＿＿＿＿＿＿

● 本書のご感想、出版物へのご要望などをお聞かせ下さい

価　格：　□安い（満足）　　　□相応（まあまあ）　　　□高い（不満）

カバーデザイン：　□良い（目立った）　　　□普通　　　□悪い（目立たなかった）

タイトル：　□良い（内容がわかりやすい）　　　□普通　　　□悪い（内容がわかりにくい）

内　容：　□非常に満足　　□満足　　□普通　　□不満　　□非常に不満

分　量：　□少ない（薄すぎる）　　□ちょうどいい　　□多い（ボリュームがある）

■ 自由にご記入下さい

● 本書をどのような目的で購入しましたか？

□大学・日本語学校などの採用教科書　　　□ボランティア日本語教室の教科書

□個人教授用の教科書　　　　　　　　　　□ご自身の参考書

□その他＿＿＿＿＿＿＿＿＿＿＿＿＿＿＿＿＿＿＿＿＿＿＿＿＿＿＿＿＿

1293

せいそく

生息 する

Live in, inhabit

生活、生息

cư trú

この鳥は、この島にしか生息していない。

This bird only exists on this island.

这种鸟只生活在这座岛上。

Loài chim này chỉ cư trú ở hòn đảo này.

❊生息地

1294

せいり

生理

Physiology

生理(現象)

sinh lý

あくびは生理の現象の１つだ。

Yawning is one of the physiological phenomena.

打哈欠是一种生理现象。

Ngáp là một hiện tượng sinh lý.

❊生理学　❊生理的

1295

ぜつめつ

絶滅 する

Go extinct

灭绝

tuyệt chủng

この動物は将来、絶滅の恐れがある。

There are fears that in future, this animal will go extinct.

这种动物，将来恐怕会灭绝。

Loài động vật này có nguy cơ bị tuyệt chủng trong tương lai.

1296

ちしつ

地質

Geology

地质

địa chất

温泉が出るかどうか、地質を調査する。

We will carry out a geographical survey to find out whether or not hot springs are present.

我们将进行地质调查，判断这里是否有温泉。

Thăm dò địa chất xem có suối nước nóng hay không.

❊地質学

1297

つの

角

Horn

角

sừng

牛どうしが角で戦うのは、迫力がある。

The way cattle fight by locking horns is impressive.

牛与牛用角战斗的场面很有冲击力。

Trâu bò đánh nhau bằng sừng trông rất ác liệt.

1298

つぼみ

Bud

花苞、花蕾

nụ

つぼみが膨らんで、もうすぐ花が咲く。

The buds are swelling and the flowers will soon bloom.

花苞已经鼓起来了，很快就要开花了。

Nụ đã phồng to, chắc hoa sắp nở.

1299

つゆ

露

Dew

露水

sương

夜の露を浴びて、芝生が光っている。

The lawn glistens with night dew.

草地沐浴着夜晚的露水，闪闪发光。

Bãi cỏ ướt đẫm sương đêm nên sáng lấp lánh.

1300

テクノロジー

Technology

科学技术

công nghệ

遺伝子治療はテクノロジーの発展の成果だ。

Gene-based therapies are the result of the development of technology.

基因治疗是科学技术发展的成果。

Liệu pháp gien là thành quả của sự phát triển công nghệ.

1301

てんたい
天体
Heavenly body
天体
thiên thể

夏休みの課題で、天体を望遠鏡で観察した。
On my summer holiday assignment, I studied heavenly bodies using my telescope.
作为暑假课题，我通过望远镜观察了天体。
Tôi quan sát các thiên thể bằng kính viễn vọng cho bài tập hè.

1302

とうげ
峠
Mountain pass / Peak, critical point
山口、岭；关键、难关
đỉnh đèo / phần gay go nhất

峠を越えて隣の村へ行く/病気は今夜が峠だ
Go over the pass to the neighboring village / This evening is the critical point of the illness.
越过山口去邻村/今晚是病情的关键时刻
vượt đỉnh đèo để sang làng bên cạnh / Bệnh tình sẽ nặng nhất trong đêm nay.

1303

とうみん
冬眠 する
Hibernate
冬眠
ngủ đông

春には冬眠していた動物が目を覚ます。
In spring, animals that hibernate wake up.
春天，冬眠的动物就会苏醒。
Vào mùa xuân, các động vật ngủ đông sẽ thức dậy.

1304

どうりょく
動力
Motive power, driving force
动力
lực chạy (dùng cho máy móc)

この機械の動力は水だ。
This machinery is driven by water.
这台机器的动力是水。
Máy này chạy bằng nước.

1305

どじょう
土壌
Soil
土壤
đất

この野菜は酸性の土壌を好む。
This vegetable favors acidic soil.
这种蔬菜喜欢酸性土壤。
Rau này ưa đất có tính axit.

※土壌汚染

1306

どて
土手
Embankment
堤、堤坝
bờ kè, bờ đê

春になると、土手の桜並木がとてもきれいだ。
When spring comes, the rows of cherry trees on the embankment are very beautiful.
一到春天，堤坝上的行道樱花树就会非常美丽。
Xuân về, hàng cây anh đào trên bờ đê đẹp rực rỡ.

1307

ないりく
内陸
Inland
内陆
bên trong lục địa

内陸では、昼は暑くても夜はとても冷える。
Even though it is hot in the day inland, it really cools down at night.
内陆地区白天炎热晚上寒冷。
Ở trong lục địa, dù ban ngày có nóng nhưng đến tối sẽ mát lạnh.

1308

なだれ
雪崩
Avalanche
雪崩
tuyết lở

暖かくなると、雪山では雪崩が起きやすい。
When it gets warmer, avalanches can easily occur on snow-covered mountains.
天气一回暖，雪山上就容易发生雪崩。
Khi trời ấm lên thường có tuyết lở trên núi.

1309

なまり
鉛
Lead
铅
chì

レントゲン室の壁には鉛が使われている。
Lead is used in the walls of X-ray booths.
X光放射室的墙壁使用了铅。
Người ta dùng chì để xây tường các phòng chụp X-quang.

1310

にしび
西日
Westering sun
夕阳、西晒阳光
nắng chiều

この部屋は西日が当たるので、夏は暑い。
This room is hot in summer because it faces west and catches the declining sun.
这个房间照得到西晒太阳，所以夏天很热。
Căn phòng này hứng nắng chiều nên mùa hè rất nóng.

1311

ねんしょう
燃焼 する
Burn
燃烧
cháy

物質が燃焼するには酸素が必要だ。
For substances to burn, oxygen is needed.
物质燃烧需要氧。
Vật chất cần khí oxi để cháy.

☀完全燃焼　☀不完全燃焼

1312

ねんりん
年輪
Tree ring
年轮
vòng tuổi (của cây)

年輪を分析することで、昔の気候が分かる。
By analyzing tree rings, we can understand the climate in times past.
通过对年轮的分析，可以知道过去的气候。
Ta có thể biết được khí hậu thuở xưa nhờ phân tích vòng tuổi.

1313

バイオ
（バイオテクノロジー）
Bio-, biotechnology
生命工程、生物技术
công nghệ sinh học

当社は、バイオによる新しい花作りを進めている。
Our company is developing a way of creating new flowers using biotechnology.
本公司正在推进应用生物技术的新型花卉栽培。
Công ty chúng tôi đang trồng hoa kiểu mới dựa vào công nghệ sinh học.

1314

はまべ
浜辺
Beach
海滨
bãi biển

浜辺は海水浴客で混んでいた。
The beach was crowded with bathers.
海滨上来游泳的游客熙熙攘攘。
Bãi biển đông nghẹt người đi tắm biển.

1315

はらっぱ
原っぱ
Patch of grassland
（杂草丛生的）空地
cánh đồng

原っぱで、子供たちが野球をしている。
The children are playing baseball on the patch of grass.
空地上孩子们正在打棒球。
Bọn trẻ đang chơi bóng chày ngoài đồng cỏ.

1316

はんしゃ
反射 する
Reflect
反射
phản xạ, phản chiếu

光が鏡に反射して、まぶしい。
The light is reflected by the mirror, and it is dazzling.
镜子的反射光很晃眼。
Ánh sáng phản chiếu vào gương làm chói mắt.

☀反射的

1317

はんしょく
繁殖 (する)
Breed, proliferate
繁殖
sinh sôi, nảy nở

外国から来た魚がこの沼で異常に繁殖した。
Fish brought in from abroad proliferated abnormally in this marshland.
国外来的鱼种在这个沼泽里繁殖得异常旺盛。
Loài cá đến từ nước ngoài đã sinh sôi đáng kể ở đầm lầy này.

1318

はんどう
反動
Reaction
反作用；反动
sự nảy lại / tác dụng ngược

急ブレーキの反動で転ぶ/ダイエットの反動で太った
Fall over in reaction to emergency braking / Put fat back on after coming off a diet
因为紧急刹车的反作用摔倒了/节食反弹变胖了
bị ngã do nảy lại khi thắng gấp / béo lên do tác dụng ngược của việc ăn kiêng

1319

ひかげ
日陰
Shade
阴凉处、背阴处
bóng râm

今日は暑いが、日陰に入ると少しは涼しい。
Today is hot, but it is a little cooler if you go into the shade.
今天很热，但进入背阴处会稍微凉快一点儿。
Hôm nay trời nóng nhưng nếu vào chỗ râm sẽ mát hơn một chút.
⇔ ひなた

1320

ひじゅう
比重
Specific gravity / Weighting
比重；分量
trọng lượng riêng / độ quan trọng

金は銀よりも比重が大きい/生活の中の仕事の比重
The specific gravity of gold is greater than that of silver. / The weighting of work in daily life
金的比重大于银/生活中工作的比重
Vàng có trọng lượng riêng lớn hơn bạc. / độ quan trọng của công việc trong đời sống

1321

びせいぶつ
微生物
Microorganism
微生物
vi sinh vật

微生物は食品や薬などに利用されている。
Microorganisms are used in food, drugs and other applications.
微生物被应用于食品及药品等领域。
Vi sinh vật được sử dụng trong chế tạo thực phẩm và thuốc men.

1322

ひなた
Sunny spot
向阳处
chỗ nắng

暖かいひなたにいると、眠くなる。
I get sleepy when I am in a sunny spot.
在暖和的向阳处，就昏昏欲睡。
Cứ ở chỗ nắng ấm là lại thấy buồn ngủ.
⇔ 日陰

1323

ひんしゅ
品種
Breed, strain
品种、种类
chủng loại

新しい品種の米はとてもおいしい。
The new strain of rice is really delicious.
新品种的大米很好吃。
Loại gạo mới rất ngon.
❋ 品種改良

1324

ふうど
風土
Culture
水土、风土
phong thổ

木造の日本家屋は日本の風土に合っている。
The traditional Japanese wooden house suits Japanese culture.
木制日本房屋与日本的风土相适应。
Nhà cửa Nhật làm bằng gỗ rất thích hợp với phong thổ Nhật Bản.

1325

ふもと
麓
Foothill
山麓、山脚
chân núi

山の麓には、りんご畑が広がっている。
The foothills of the mountains are covered in apple orchards.
山脚下是大片的苹果林。
Vườn táo trải rộng dưới chân núi.

1326

ふんしゅつ
噴出 する
Spout, gush
喷出、喷射
phun ra, bốc lên

火口の付近から、蒸気が盛んに噴出している。
Steam is gushing out of the area near the crater.
从火山口附近喷出滚滚的蒸汽。
Hơi nước bốc lên ngùn ngụt từ khu vực miệng núi lửa.

1327

ぼうちょう
膨張 する
Expand
膨胀
nở ra, phồng lên

気体は熱を加えると、膨張する。
Gases expand under heat.
气体受热膨胀。
Chất khí khi bị đốt nóng sẽ nở ra.

1328

ほとり
Shore, bank
畔、边
bờ (sông, hồ)

朝、湖のほとりを散歩した。
In the morning, I strolled near the shore of the lake.
早晨，我沿着湖畔散了步。
Sáng nay tôi đã đi dạo quanh bờ hồ.

1329

ぼんち
盆地
Basin
盆地
lòng chảo, bồn địa

私の故郷は山に囲まれた盆地だ。
My home area is in a basin surrounded by mountains.
我的家乡是被群山环绕的盆地。
Quê tôi là vùng bồn địa được núi bao quanh.

1330

みさき
岬
Cape, promontory
海角、岬
mũi đất

岬の先端に港がある。
There is a port at the tip of the promontory.
海角的前端是港口。
Có bến cảng ở đầu mũi đất.

1331

みずけ
水け
Moisture, wet
水分
độ ẩm, nước

洗った皿を布巾で拭いて水けを取った。
I wiped down the washed dish with a cloth to remove the wet.
我把洗好的碗用抹布擦干了。
Tôi dùng giẻ lau hết nước trên dĩa vừa rửa xong.

1332

めす
雌
Female
雌性
giống cái

この鳥の雄は、雌にダンスで自分をアピールする。
The male of this species of bird performs a dance to impress the female.
这种鸟的雄性会用舞蹈吸引雌性。
Giống đực của loài chim này thể hiện mình trước giống cái bằng điệu nhảy.
⇔雄

1333

やせい
野生
Wild
野生
hoang dã

けがをした<ruby>野生<rt>や せい</rt></ruby>の<ruby>動物<rt>どうぶつ</rt></ruby>を<ruby>保護<rt>ほ ご</rt></ruby>した。
I protected the injured wild animal.
保护了受伤的野生动物。
Tôi đã chăm sóc động vật hoang dã bị thương.
☀<ruby>野生動物<rt>や せいどうぶつ</rt></ruby>

1334

ようえき
溶液
Solution
溶液
dung dịch

<ruby>化学<rt>か がく</rt></ruby>の<ruby>実験<rt>じっけん</rt></ruby>でさまざまな<ruby>濃度<rt>のう ど</rt></ruby>の<ruby>溶液<rt>ようえき</rt></ruby>を<ruby>作<rt>つく</rt></ruby>った。
We produced a variety of concentrations of the solution through chemical experiments.
在化学实验中制作了各种浓度的溶液。
Chúng tôi đã tạo ra nhiều dung dịch có nồng độ khác nhau khi làm thí nghiệm hóa học.

1335

ようがん
溶岩
Lava
熔岩、岩浆
dung nham

<ruby>火山<rt>か ざん</rt></ruby>が<ruby>噴火<rt>ふん か</rt></ruby>して、<ruby>溶岩<rt>ようがん</rt></ruby>が<ruby>町<rt>まち</rt></ruby>まで<ruby>流<rt>なが</rt></ruby>れてきた。
The volcano erupted and lava flowed down to the town.
火山喷发，岩浆流到了城镇。
Núi lửa phun trào khiến dung nham chảy xuống tận xóm làng.

1336

りゅういき
流域
(River) basin
流域
lưu vực

この<ruby>川<rt>かわ</rt></ruby>の<ruby>流域<rt>りゅういき</rt></ruby>は<ruby>豊<rt>ゆた</rt></ruby>かな<ruby>農業地帯<rt>のうぎょう ち たい</rt></ruby>だ。
The basin of this river forms a rich belt of farmland.
这条河的流域是物产丰饶的农业地带。
Lưu vực của con sông này là khu nông nghiệp trù phú.

1337

わくせい
惑星
Planet
行星
hành tinh

<ruby>地球<rt>ち きゅう</rt></ruby>は<ruby>太陽<rt>たいよう</rt></ruby>の<ruby>周<rt>まわ</rt></ruby>りを<ruby>回<rt>まわ</rt></ruby>る<ruby>惑星<rt>わくせい</rt></ruby>だ。
The Earth is a planet that orbits the Sun.
地球是围绕着太阳转的行星。
Trái đất là một hành tinh quay quanh Mặt trời.

わたしの単語

On this page, let's write down vocabulary items taken from daily life.
请在这一页写下日常生活中发现的单词吧。
Hãy viết vào trang này những từ vựng tìm thấy trong sinh hoạt.

読んでみよう7

体の中でメッセージを送る物質

高い山に登ると、薄い空気のために酸素が不足して苦しくなる。すると、血を作る骨髄* が酸素を運ぶ赤血球* をせっせと作る。では、骨髄は赤血球を作れという命令をどうやって受け取るのだろうか。

今まで、こうした命令は脳から出されると考えられてきた。しかし、最近の研究では、内臓や細胞などからも直接命令が伝達されることが分かってきた。この例だと、尿を作る腎臓* が「酸素が足りないよ」というメッセージを送る物質を出し、それを骨髄が受け取るのだ。つまり、人体の器官どうしがお互いにメッセージを交換しているのだ。

日本人の2人に1人がかかる病、がん。がんが怖いのは、がん細胞がどんどん増えることとほかの器官にまで拡大していくことだ。もともと人間には、がん細胞と戦う免疫細胞がある。しかし、がん細胞は自ら免疫細胞に「私を攻撃するな」というメッセージを載せた物質を送る。その結果、免疫細胞は役に立たなくなってしまう。

反対に、免疫細胞に「敵がいるぞ!」というメッセージを送って活性化させる器官もある。その1つが筋肉だ。だから、このような器官に着目することで、今まで治療が困難だった病も克服できる可能性がある。今までは、病気の器官ごとに治療するのが中心だったが、器官どうしのメッセージの伝達に着目した新しい治療法の開発に期待が寄せられている。

近い将来、手術や移植に頼らない治療法ができるかもしれない。

* 骨髄 Bone marrow 骨髓 Tủy sống
  赤血球 Red blood cells 红细胞 Hồng cầu
  腎臓 Kidneys 肾脏 Thận

Substances that send messages in the body

When you climb a high mountain, you experience discomfort due to a lack of oxygen because of the thinness of the air. That prompts bone marrow that makes blood to pump out red blood cells that carry oxygen. So how does the bone marrow get the instructions to make red blood cells?

Until recently, it was thought that the brain issues such orders. However, recent research shows that internal organs, cells and other parts of the body can also relay orders directly. An example would be the kidneys, which make urine, issuing substances to the bone marrow conveying the message that oxygen is running out. In other words, the organs of the body exchange messages among themselves.

Cancer is a disease that afflicts 50% of Japanese. What is frightening about it is that cells steadily proliferate and spread to other organs. Humans are born with immune cells that combat cancer cells. However, cancer cells send out substances carrying orders to the immune cells not to attack them. As a result, immune cells are rendered impotent.

By contrast, there are also some organs that activate immune cells by sending out a message that an enemy is present. An example is the muscles. Therefore, by focusing on such organs, there is a possibility that we could overcome illnesses that have proved very difficult to treat. Treatments to date have focused on treating each particular organ involved in the illness. However, hopes have been raised for development of new treatment methods focusing on messages relayed between organs.

In the near future, we will probably have treatment methods that do not depend on operations and transplants.

人体内传递信息的物质

攀登高山时，由于空气稀薄导致缺氧，会感到很难受。于是，制造血液的骨髓就会拼命生产运输氧气的红血球。那么，骨髓是如何接收到生产红血球的命令的呢？

至今为止，人们都认为这类命令是大脑发出的。但是，最近的研究表明，内脏、细胞等也会直接向骨髓传达命令。比方说，产生尿液的肾脏会释放出一种物质，向骨髓传递"氧气不足了哦"的信息。也就是说，人体内的器官之间是在互相传递信息的。

每两个日本人中就有一个人得癌症。癌症的可怕之处在于，癌细胞会不断增殖，并扩散到其他器官。人体内本是存在抵御癌细胞的免疫细胞的，只不过癌细胞会向免疫细胞传送含有"不要攻击我"的信息的物质。结果，免疫细胞就无法发挥作用了。

相反，也有器官向免疫细胞发送"有敌人哦"的信息，从而激活它。其中之一就是肌肉。因此，通过着眼于这类器官的研究，我们或许能够克服近乎难以治疗的疾病。一直以来，我们都以治疗病变的器官为中心。而现在，着眼于器官间信息传递的新疗法的开发也被寄予了厚望。

在不远的将来，我们或许能够发现不依赖于手术、移植的治疗方法。

Chất truyền tin nhắn trong cơ thể

Khi chúng ta leo lên núi cao, do không khí loãng nên ta bị thiếu oxi và khó thở. Lúc đó, tủy sống có nhiệm vụ tạo máu sẽ miệt mài tạo ra các hồng cầu để vận chuyển oxi. Vậy, làm cách nào tủy sống nhận được mệnh lệnh "hãy tạo hồng cầu"?

Từ trước đến nay, người ta vẫn cho rằng những mệnh lệnh như thế được não phát đi. Tuy nhiên, qua các nghiên cứu mới nhất, chúng ta nhận ra rằng các nội tạng hay tế bào cũng có thể trực tiếp truyền đi mệnh lệnh. Lấy ví dụ, thận tạo nước tiểu sẽ giải phóng một chất gửi đi tin nhắn "thiếu oxi rồi" và tủy sống sẽ tiếp nhận nó. Nói tóm lại, các cơ quan trong cơ thể con người thường xuyên trao đổi thông tin với nhau.

Căn bệnh mà cứ 2 người Nhật sẽ có 1 người mắc phải là ung thư. Ung thư đáng sợ ở chỗ các tế bào ung thư sẽ gia tăng nhanh chóng và bành trướng ra các cơ quan khác. Cơ thể con người vốn có tế bào miễn dịch để chiến đấu với tế bào ung thư. Tuy nhiên, bản thân tế bào ung thư lại gửi đi chất có chứa tin nhắn "Không được tấn công ta" đến các tế bào miễn dịch. Kết quả là các tế bào miễn dịch trở nên vô dụng.

Ngược lại, cũng có các cơ quan gửi đi tin nhắn "Có kẻ địch xâm nhập kìa!" đến các tế bào miễn dịch để kích hoạt chúng. Một trong số này là hệ cơ. Bằng việc chú ý đến các cơ quan đó, chúng ta có khả năng chế ngự những bệnh mà trước nay không có thuốc chữa. Lâu nay việc chữa trị riêng từng cơ quan bị bệnh vẫn giữ vị trí trung tâm nhưng hiện nay người ta dần đặt nhiều kỳ vọng vào việc phát triển phương pháp điều trị mới có chú ý đến sự trao đổi tin nhắn giữa các cơ quan.

Có thể trong tương lai gần, chúng ta sẽ chữa được bệnh mà không cần đến phẫu thuật hay cấy ghép nữa.

絶滅危機の生物を守るには

　日本に生息していたニホンオオカミ*は２０世紀初めに絶滅してしまいました。今では写真や化石などでしか見ることができない、このような絶滅した生物がたくさんいます。環境省によると、今、日本だけで３０００種以上の生物が絶滅の危機にあります（注）。微生物も含めて生物はお互いにつながっているので、ある種が絶滅すると、全体のバランスが崩れてしまいます。一旦絶滅した生物を復活させることは、現代のテクノロジーを使ってもできません。

　絶滅の原因はさまざまです。例えば、人間が捕りすぎたこと。また、人間の開発によって生息地が減ってしまったこと。地球の温暖化による環境の変化も影響します。最近では、外来種がその地域にもともといた種を減らすことも問題になっています。バイオテクノロジーによって作られる新しい品種の影響を心配する人もいます。

　絶滅の危機にある生物の一部は、動物園や水族館、植物園などで保護し、飼育して繁殖させています。そして、生息地を整備して野生に復帰させることを目指します。

　これらは専門家による努力ですが、私たちにできることもあります。捕るのを禁止されている生物はもちろん、そうでない生物も、不必要に捕るのはやめましょう。またペットを捨ててはいけません。そして、常に自然環境に関心を持って、生物の生息地域を守る意識を持ちましょう。

＊　ニホンオオカミ　Japanese Wolf　日本狼　Sói Nhật Bản
（注）環境省レッドリスト２０１９　http://www.env.go.jp/press/106383.html

What needs to be done to save wildlife threatened with extinction

The Japanese Wolf, which was native to Japan, went extinct at the beginning of the 20th century. Now you can only really see it in forms like photographs or fossils. Many plants and animals have gone extinct in this way. According to the Ministry of the Environment, more than 3,000 species of plant and animal face extinction in Japan alone (see Note). Because plants and animals, including microorganisms, are interconnected, if one particular species goes extinct, then the whole balance is upset. It is not possible with current technology to bring back any species of plant or animal once it has gone extinct.

Extinctions have various causes — for example, over-harvesting by humans or reduction of habitats by human development. Changes in the environment are also caused by global warming. Recently, the problem has also emerged of "alien" species moving in and reducing indigenous species. Some people worry about the impact of new breeds or strains created by biotechnology.

Some plants and animals at risk of extinction are given sanctuary in zoos, aquariums, botanical gardens and similar facilities, where they are grown, reared and bred. The aim is to return them to prepared habitats in the wild.

Such are the initiatives undertaken by experts. But there are also things that we can do. This means desisting from harvesting not only protected endangered plants and animals, but also unprotected species when there is no need. Also, people should not discard pets. Let us always be aware of the natural environment, and of the need to protect the natural habitats of plants and animals.

Note: Red lists of the Ministry of the Environment 2019

如何保护濒临灭绝的物种

　　曾经生活在日本的日本狼在20世纪初灭绝了。现在，我们只能通过照片、化石等看到它们。像这样灭绝了的生物还有很多。根据日本环境省统计，现在，仅日本就有超过3000种生物濒临灭绝（注）。包含微生物在内的所有生物都是互相联系的，一个物种灭绝，就会导致整体失衡。即使使用现代科技，也无法让已经灭绝的生物复活。

　　物种灭绝的原因有很多。比如，人类的过度捕猎，又如因为人类开发而导致的栖息地减少。由全球变暖而引发的环境变化也有一定影响。最近，外来物种使当地原生物种数量减少也成为一个问题。同时，也有人担心通过生物技术开发出的新品种的影响。

　　部分濒临灭绝的生物已在动物园、水族馆、植物园等地受到保护，通过人工饲养让其繁衍。而且，最终目标是为它们营造栖息地，让它们回归自然。

　　这些都是专家们努力在做的事，然而也有一些是我们力所能及的事。禁止捕猎的物种自不必说，对于那些不在禁捕之列的物种，也要停止不必要的捕猎。不要丢弃宠物。另外，还要经常关注自然环境，树立保护生物栖息地的意识。

注：环境省红色列表2019

Để bảo vệ sinh vật có nguy cơ tuyệt chủng

　　Loài sói Nhật Bản vốn cư trú tại Nhật đã bị tuyệt chủng vào đầu thế kỉ 20. Hiện nay có rất nhiều loài sinh vật đã tuyệt chủng mà chúng ta chỉ có thể nhìn thấy qua tranh ảnh hay hóa thạch. Theo Bộ Môi trường, hiện chỉ tính riêng Nhật Bản đã có khoảng hơn 3000 loài sinh vật đứng trước nguy cơ tuyệt chủng (xem chú thích). Vì các sinh vật, bao gồm cả vi sinh vật, luôn gắn kết với nhau nên chỉ cần một loài bị tuyệt chủng là sự cân bằng chung sẽ bị phá vỡ. Việc hồi sinh các sinh vật đã tuyệt chủng là bất khả thi dù chúng ta có sử dụng các công nghệ hiện đại đi chăng nữa.

　　Có rất nhiều nguyên nhân dẫn đến sự tuyệt chủng. Chẳng hạn như, do con người săn bắt quá mức, hoặc khu vực sống bị thu hẹp do sự phát triển của con người. Những thay đổi về môi trường bắt nguồn từ sự ấm lên của Trái đất cũng có ảnh hưởng. Gần đây, việc các chủng loài ngoại lai làm giảm số lượng các loài bản địa cũng đang trở thành một vấn đề. Có người còn lo ngại về tầm ảnh hưởng của các loài sinh vật mới được tạo ra bằng công nghệ sinh học.

　　Một bộ phận các sinh vật có nguy cơ tuyệt chủng đang được bảo vệ, nuôi dưỡng và cho sinh sản ở vườn bách thú, thủy cung hay vườn bách thảo. Sau đó, người ta hướng tới việc chuẩn bị khu vực cư trú cho chúng và thả chúng về với môi trường hoang dã.

　　Đó đều là những nỗ lực của các nhà chuyên môn nhưng cũng có những việc chúng ta có thể làm được. Hãy ngừng săn bắt một cách không cần thiết cả những sinh vật bị cấm săn bắt và những sinh vật khác. Đồng thời, không được vứt bỏ thú nuôi. Ngoài ra, hãy luôn quan tâm đến môi trường tự nhiên và có ý thức bảo vệ khu vực cư trú của các sinh vật.

Chú thích: Danh Sách Đỏ của Bộ Môi trường 2019

名詞 文化・伝統・芸術	Nouns – Culture, Traditions and Arts 名词 – 文化・传统・艺术 Danh từ - VĂN HÓA - TRUYỀN THỐNG - NGHỆ THUẬT

1338

アレンジ する
Arrange
改编
phối âm, chuyển thể

昔の曲を速いテンポにアレンジした。
I arranged the ancient tunes using a rapid tempo.
把过去的曲子进行改编，加快节奏。
Tôi đã phối âm một bài hát xưa theo nhịp điệu nhanh.

1339

アンコール
Encore
(要求) 重演、再来一次
biểu diễn thêm lần nữa

歌手にアンコールを求める拍手が続いた。
Seeking an encore, the audience gave the singer sustained applause.
不断拍手要求歌手再来一次。
Tràng vỗ tay kéo dài yêu cầu ca sĩ hát thêm lần nữa.

1340

いせき
遺跡
Remains, ruins
遗迹、遗址
tàn tích

遺跡の調査から、昔の人々の生活が分かる。
We can understand how people lived in the past from the study of ruins.
通过对遗址的调查，了解过去人们的生活。
Từ những nghiên cứu về tàn tích, chúng ta biết được cuộc sống của con người thời xưa.

1341

えいぞう
映像
Picture, image
画面
hình ảnh (động)

この映画は映像の美しさで話題になった。
This film became a talking point because of the beauty of the images.
这部电影以它唯美的画面成为话题。
Bộ phim được chú ý nhờ có hình ảnh đẹp.

1342

えいゆう
英雄
Hero
英雄
anh hùng

彼は敵から国を守った英雄だ。
He is a hero who protected the country from its enemies.
他是从敌人手中保卫了祖国的英雄。
Ông ấy là vị anh hùng có công bảo vệ Tổ quốc khỏi kẻ thù.
❈英雄的

1343

エッセー／エッセイ
Essay
随笔
tiểu luận

日常の出来事を書いたエッセーが入賞した。
The essay describing daily happenings won a prize.
写日常琐事的随笔获奖了。
Bài tiểu luận viết về các sự kiện thường ngày đã đoạt giải.

1344

えんしゅつ
演出 する
Produce, direct
导演
đạo diễn

彼が演出した劇は、とても評判が良かった。
The drama he directed was very well received.
他导演的戏剧，评价非常高。
Vở kịch do anh ấy đạo diễn rất được khen ngợi.
❈演出家

1345

オペラ
Opera
歌劇
opera

ＣＤで聞いたオペラをぜひ舞台で見たい。
I definitely want to see the opera I heard on CD performed on stage.
真想在舞台上看看CD中听到的歌剧。
Tôi rất muốn xem vở opera đã nghe qua CD trên sân khấu thực.

1346

かんしゅう
観衆
Audience
观众
khán giả

彼は初めて満員の観衆の前で演奏した。
He performed in front of a full house for the first time.
他第一次在满场的观众前演奏。
Lần đầu tiên anh ấy biểu diễn trước lượng khán giả đông kín rạp.

1347

きげき
喜劇
Comedy
喜剧
hài kịch

観客は喜劇を見て大笑いしていた。
The audience were laughing heartily at the comedy show.
观众们看着喜剧捧腹大笑。
Khán giả cười vang khi xem hài kịch.

⇔悲劇

1348

ぎゃくてん
逆転 する
Come from behind
逆转
đảo ngược

負けそうだった試合に逆転して勝った。
They came from behind and won a match they were looking likely to lose.
在眼看就要输的比赛中逆转形势，反败为胜。
Đội sắp thua đã đảo ngược trận đấu và chiến thắng.

1349

きゅうでん
宮殿
Palace
宫殿
cung điện

宮殿の壁や天井には見事な絵が描かれていた。
Splendid pictures had been painted on the walls and ceilings of the palace.
宫殿的墙壁、天花板上画着美丽的画。
Trên tường và trần của cung điện có vẽ những bức họa tuyệt mỹ.

1350

げいのう
芸能
Entertainment, performing art
表演艺术
nghệ thuật biểu diễn

この村に伝わる芸能に、豊作を祈る踊りがある。
One of the performing arts handed down to this village is a dance to pray for a good harvest.
这个村子流传下来的表演艺术里，有祈愿丰收的舞蹈。
Trong những loại hình nghệ thuật biểu diễn được lưu truyền ở làng này có điệu múa mừng vụ mùa bội thu.

❋芸能界

1351

けっさく
傑作
Masterpiece
杰作
kiệt tác

この映画はA監督の作品中で最高の傑作だ。
This film is the greatest masterpiece of all Director A's works.
这部电影是A导演的作品中最棒的杰作了。
Bộ phim này là kiệt tác toàn diện nhất trong các tác phẩm của đạo diễn A.

1352

げんさく
原作
Original work
原著
nguyên tác

この映画の原作は漫画だ。
This film is based on a manga original story.
这部电影的原著是漫画。
Bộ phim này có nguyên tác là truyện tranh.

1353
こうげい
工芸
Crafts
工艺
thủ công

工芸の展示会で、きれいな木の皿を買った。
At the craft exhibition, I bought a beautiful wooden dish.
我在工艺品展销会上买了漂亮的木碗。
Tôi đã mua một cái đĩa gỗ rất đẹp trong triển lãm hàng thủ công.

☀工芸品 ☀伝統工芸

1354
こてん
古典
Ancient work, classic
古典
cổ điển

私は日本の古典の文学に興味がある。
I am interested in ancient Japanese literature.
我对日本古典文学很感兴趣。
Tôi có mối quan tâm tới văn học cổ điển Nhật Bản.

☀古典的

1355
さいく
細工 [する]
Finely work
(做)手工艺、工艺
chế tác

このブローチは金の細工が素晴らしい。
The intricate gold work on this brooch is wonderful.
这枚胸针的金属工艺很棒。
Cái ghim cài áo này tuyệt đẹp về kỹ thuật chế tác trên vàng.

☀～細工 (例：銀細工)

1356
さく
作
Work, fruit
作品、作
tác phẩm

展覧会で受賞した絵は、私の努力の作だ。
The painting that won the prize at the exhibition was the fruit of my labors.
在展览会上得奖的画，是我的心血之作。
Bức họa đoạt giải trong buổi triển lãm là tác phẩm bao công sức của tôi.

1357
サポーター
Supporter
支持者、后援者
cổ động viên

サポーターは選手の活躍を喜んだ。
The supporters were delighted at the performance of the players.
看到选手的活跃表现，支持者们很高兴。
Các cổ động viên rất vui mừng trước sự tích cực của các tuyển thủ.

1358
さんぱい
参拝 [する]
Go to worship
参拜
viếng (đền Thần đạo, chùa)

我が家は毎年、正月に神社に参拝している。
My family go to worship at the shrine every New Year.
我家每年正月都会去参拜神社。
Mỗi năm gia đình tôi đều đi viếng đền Thần đạo vào năm mới.

1359
しきさい
色彩
Color
色彩、色
màu sắc

この画家の絵は色彩が美しい。
The colors in the pictures by this artist are beautiful.
这位画家的画，着色很美。
Các bức vẽ của họa sĩ này đều có màu sắc rất đẹp.

1360
シナリオ
Scenario
脚本、剧本
kịch bản

映画のシナリオを使って、英語を勉強した。
I studied English by following movie scenarios.
我用电影剧本学英语。
Tôi học tiếng Anh qua kịch bản phim.

1361

ジャンル
Genre
类型、种类
thể loại

音楽が好きで、どんなジャンルの曲でも聞く。
I like music and listen to any genre.
我喜欢音乐，任何类型的曲子都爱听。
Tôi yêu âm nhạc nên nghe mọi thể loại.

1362

しゅえん
主演 [する]
Take the lead role
主演
đóng vai chính

新人俳優が今度のドラマに主演する。
The novice actor is taking the lead role in upcoming drama.
这位刚出道的演员将在下一部电视剧中担任主演。
Diễn viên mới sẽ đóng chính trong bộ phim truyền hình sắp tới.

1363

しゅっぴん
出品 [する]
Exhibit, show
展出、展销
gửi bài, gửi tác phẩm

絵の展覧会に作品を出品した。
I exhibited a work at the art exhibition.
我在画展上展出了作品。
Tôi đã gửi tác phẩm đến buổi triển lãm hội họa.

※ 出品者

1364

しゅび
守備
Defense
守卫
sự phòng thủ

そのサッカー選手は、守備も攻撃も得意だ。
That soccer player is skilled both in defense and in the attack.
这名足球选手，能攻会守。
Cầu thủ đó giỏi cả tấn công lẫn phòng thủ.

⇔ 攻撃

1365

じょうえん
上演 [する]
Stage, perform
公演、上演
diễn trên sân khấu

この芝居は全国5か所で上演される。
This play is being performed at five locations around the country.
这台戏剧会在全国五处公演。
Vở kịch này sẽ được biểu diễn tại 5 địa điểm trên toàn quốc.

1366

しんでん
神殿
Temple, shrine
神殿
đền thờ

海外旅行で古代の神殿の跡を見学した。
During the overseas trip, I visited the ruins of ancient temples.
我在国外旅行时，参观了古代神殿的遗迹。
Tôi tham quan di tích đền thờ cổ đại trong chuyến du lịch nước ngoài.

1367

そう
僧
Monk
僧侣
nhà sư

その僧は、山に3年間入って仏の道を学んだ。
That monk went into a mountain retreat for three years and studied the way of the Buddha.
那位僧侣入山三年学习佛道。
Nhà sư đó đã vào núi 3 năm để học theo con đường của Phật.

1368

たましい
魂
Soul
灵魂
linh hồn

死んでも魂は残ると祖母は言った。
My grandmother said that even though you die, your soul lives on.
祖母说，即便人死了，灵魂也不会死。
Bà tôi nói con người khi chết thì linh hồn vẫn ở lại.

1369

ちょうこく
彫刻
Sculpture, carving
雕刻
tượng điêu khắc

うみ そこ こ だい ちょうこく み つ
海の底で古代の彫刻が見付かった。
Ancient carvings were found at the bottom of the sea.
海底发现了古代的雕刻。
Một bức tượng điêu khắc thời cổ đại đã được tìm thấy dưới đáy
biển.
ちょうこく か
※ 彫刻家

1370

ていえん
庭園
Garden
庭院
khu vườn

おう あい ていえん はな み おお ひと おとず
王が愛した庭園には、花を見に多くの人が訪れる。
Many people come to see the flowers in the garden beloved by
the King.
国王曾经钟爱的庭院里，有很多人来赏花。
Rất nhiều người đến ngắm hoa ở khu vườn mà xưa kia vua yêu
quý.

1371

でんき
伝記
Biography
传记
tiểu sử

ゆうめい か がくしゃ でんき よ
有名な科学者の伝記を読んだ。
I have read the biography of famous scientist.
我读了著名科学家的传记。
Tôi đã đọc tiểu sử của nhà khoa học nổi tiếng.

1372

でんせつ
伝説
Legend
传说
truyền thuyết

とうきょうわん きん しず でんせつ
東京湾に金が沈んでいるという伝説がある。
There is a legend that gold lies at the bottom of Tokyo Bay.
传说，东京湾里沉着黄金。
Có truyền thuyết rằng dưới đáy vịnh Tokyo có vàng.
でんせつてき
※ 伝説的

1373

どうわ
童話
Children's stories
童话
truyện đồng thoại

こ ども どうわ よ
子供のとき、よく童話を読んだ。
In my early years, I often read children's stories.
小时候经常看童话。
Tôi hay đọc truyện đồng thoại lúc còn nhỏ.

1374

ドキュメンタリー
Documentary
纪实、纪录
phim tài liệu

や せいどうぶつ えい が み
野生動物のドキュメンタリーの映画を見た。
I saw a documentary film about wild animals.
我看了有关野生动物的纪录片电影。
Tôi đã xem bộ phim tài liệu về động vật hoang dã.

1375

ねいろ
音色
Timbre, tone
音色
âm sắc

がっき ひ ひと ねいろ か
楽器は弾く人によって音色が変わる。
The tone of the music differs depending on who is playing the
instrument.
乐器的音色因弹奏者不同而不同。
Nhạc cụ có âm sắc khác nhau tùy vào người chơi.

1376

ノンフィクション
Non-fiction
非虚构作品
chuyện thật

ほん こうがいびょう と あ
この本は公害病を取り上げたノンフィクションだ。
This book is a work of non-fiction dealing with illnesses caused
by pollution.
这本书是描写公害病的非虚构作品。
Đây là sách về chuyện thật đề cập đến các căn bệnh do ô nhiễm
môi trường.
⇔ フィクション

1377

び
美

Beauty

美

cái đẹp

その<ruby>画家<rt>が か</rt></ruby>の<ruby>作品<rt>さくひん</rt></ruby>には<ruby>独特<rt>どくとく</rt></ruby>の<ruby>美<rt>び</rt></ruby>の<ruby>世界<rt>せ かい</rt></ruby>がある。

There is a unique world of beauty in the works of that artist.

那位画家的作品里，有一个独特的美丽世界。

Trong các tác phẩm của họa sĩ đó có một thế giới đặc biệt của cái Đẹp.

※<ruby>美化<rt>び か</rt></ruby>　※<ruby>美的<rt>び てき</rt></ruby>

1378

びょうしゃ
描写 する

Describe

描写

miêu tả

この<ruby>小説<rt>しょうせつ</rt></ruby>は<ruby>風景<rt>ふうけい</rt></ruby>の<ruby>描写<rt>びょうしゃ</rt></ruby>が<ruby>素晴<rt>す ば</rt></ruby>らしい。

In this novel, the writer describes the scenery wonderfully.

这部小说的风景描写很棒。

Tiểu thuyết này miêu tả phong cảnh rất hay.

1379

フィクション

Fiction

虚构(作品)

chuyện hư cấu

このドラマは<ruby>事実<rt>じ じつ</rt></ruby>を<ruby>基<rt>もと</rt></ruby>にしたフィクションだ。

This drama is a work of fiction based on true facts.

这部电视剧是基于事实的虚构作品。

Bộ phim truyền hình này là chuyện hư cấu dựa trên sự thật.

⇔ ノンフィクション

1380

ふうしゅう
風習

Custom

风俗

phong tục

<ruby>日本<rt>に ほん</rt></ruby>では<ruby>正月<rt>しょうがつ</rt></ruby>に<ruby>餅<rt>もち</rt></ruby>を<ruby>飾<rt>かざ</rt></ruby>る<ruby>風習<rt>ふうしゅう</rt></ruby>がある。

In Japan, there is a custom of decorating rice-cakes at New Year.

在日本，有正月装饰年糕的风俗。

Ở Nhật có phong tục chưng bánh nếp vào đầu năm mới.

1381

ふうぞく
風俗

Manners and customs

风俗，风情习俗

nếp sống

この<ruby>資料館<rt>し りょうかん</rt></ruby>で<ruby>昭和<rt>しょう わ</rt></ruby>の<ruby>下町<rt>したまち</rt></ruby>の<ruby>風俗<rt>ふうぞく</rt></ruby>が<ruby>分<rt>わ</rt></ruby>かる。

At this museum, you can see the customs of traditional parts of town in the Showa period.

在这个资料馆，可以了解到昭和时代平民区的风俗。

Vào nhà trưng bày này, ta có thể biết được nếp sống của tầng lớp lao động thời Showa.

1382

ぶつぞう
仏像

Buddhist statue

佛像

tượng Phật

この<ruby>寺<rt>てら</rt></ruby>には<ruby>奈良時代<rt>な ら じ だい</rt></ruby>の<ruby>仏像<rt>ぶつぞう</rt></ruby>が<ruby>収<rt>おさ</rt></ruby>められている。

In this temple, there is a collection of Buddhist statues from the Nara period.

这座寺庙保存着奈良时代的佛像。

Trong ngôi chùa này có tượng Phật từ thời Nara.

1383

ぶんかざい
文化財

Cultural asset

文化财产，文化遗产

di sản văn hóa

この<ruby>伝統的<rt>でんとうてき</rt></ruby>な<ruby>演劇<rt>えんげき</rt></ruby>は、<ruby>日本<rt>に ほん</rt></ruby>の<ruby>貴重<rt>き ちょう</rt></ruby>な<ruby>文化財<rt>ぶん か ざい</rt></ruby>だ。

This traditional drama is a precious cultural asset for Japan.

这部传统的演剧，是日本珍贵的文化遗产。

Loại hình kịch truyền thống này là di sản văn hóa quý báu của Nhật Bản.

1384

みこし

Portable shrine

神轿

kiệu

<ruby>祭<rt>まつ</rt></ruby>りでは、<ruby>子供<rt>こ ども</rt></ruby>たちも<ruby>元気<rt>げん き</rt></ruby>にみこしを<ruby>担<rt>かつ</rt></ruby>いだ。

At the festival, the portable shrine was enthusiastically shouldered by children as well.

节日庆典中，连孩子们都精神抖擞地抬轿子。

Vào dịp lễ hội, trẻ con cũng hào hứng khiêng kiệu.

1385

みんぞく
民俗

Folkways

民俗

phong tục dân gian

この会館には地域の歴史や民俗の資料がある。

In this hall, there are materials pertaining to folk history and customs.

这所会馆里有当地的历史、民俗资料。

Trong tòa nhà này có các tư liệu về lịch sử và phong tục dân gian của địa phương.

🌾民俗学

1386

やくしゃ
役者

Actor

演员

nghệ sĩ kịch

彼は日本の伝統演劇の役者の家に生まれた。

He was born into a family of actors performing in traditional Japanese dramas.

他出生在一个日本传统演剧演员的家庭。

Anh ấy được sinh ra trong gia đình nghệ sĩ kịch truyền thống của Nhật Bản.

1387

よこづな
横綱

Yokozuna (grand sumo champion)

横纲(相扑力士的最高等级)

Yokozuna (cấp bậc cao nhất trong môn sumo)

相撲の世界に新しい横綱が誕生した。

A new yokozuna has arrived in the world of sumo.

相扑界新的横纲诞生了。

Đã xuất hiện một yokozuna mới trong làng sumo.

名詞　位置・空間・時間
めい し　い ち　く うかん　じ かん

Nouns – Positional, Temporal and Spatial Relations
名词 – 位置・空间・时间
Danh từ - VỊ TRÍ - KHÔNG GIAN - THỜI GIAN

1388

あいま
合間
Interval
间歇、间隙
khoảng thời gian ngắn giữa hai sự việc

仕事の合間に入院中の母に電話した。
し ごと　あい ま　にゅういんちゅう　はは　でん わ

I telephoned my hospitalized mother during an interval at my work.

趁工作的间隙，我给住院的母亲打了个电话。

Vào giờ nghỉ giải lao, tôi gọi điện cho người mẹ đang nằm viện.

1389

あけがた
明け方
Dawn, break of day
天亮、拂晓
rạng đông

明け方の空に白い月が浮かんでいた。
あ　がた　そら　しろ　つき　う

A white moon hung in the sky at the break of day.

拂晓的天空中挂着一轮白色的月亮。

Mặt trăng màu trắng lơ lửng trên bầu trời lúc rạng đông.

1390

あたい
値
Value
数值、值
trị số

血液検査をしたが、脂肪の値は正常だった。
けつえきけん さ　　　　し ぼう　あたい　せいじょう

I had my blood tested, and my lipid value was normal.

我验了血，结果显示脂肪数值正常。

Tôi đã làm xét nghiệm máu nhưng trị số mỡ vẫn bình thường.

1391

いっさくねん
一昨年
The year before last
前年
năm kia

車の検査は２年ごとで、前回は一昨年だった。
くるま　けん さ　　に ねん　　　　　ぜんかい　いっさくねん

Automobile inspections are every two years, and the last one was the year before last.

车检是每两年一次，上一次是在前年。

Tôi bảo dưỡng xe hơi mỗi 2 năm và lần trước là vào năm kia.

1392

いったい
一帯
Area, tract
一带、附近的整个地区
cả vùng, cả khu vực

昨夜は台風でこの一帯が停電した。
さく や　たいふう　　　　いったい　ていでん

Yesterday evening, the typhoon caused a power cut across this area.

昨天夜里，台风导致这一带都停电了。

Đêm qua có bão nên cả vùng bị cúp điện.

❀ ～一帯（例：町一帯）
いったい　れい　まちいったい

1393

おくゆき
奥行き
Depth
进深、纵深
chiều sâu

この家は入口は狭いが奥行きがある。
いえ　いりぐち　せま　おく ゆ

This house has a narrow entrance, but a deep interior.

这个房子的入口很窄，但纵深很深。

Căn nhà này tuy cửa chính nhỏ hẹp nhưng lại có bề sâu.

1394

おり
折
Occasion, time (when)
时候、当儿
dịp, lúc

散歩の折に、犬を連れた女性と時々会う。
さん ぽ　おり　　いぬ　つ　　じょせい　ときどき あ

When out strolling, I sometimes meet a woman with a dog.

散步的时候，偶尔会遇上溜狗的女性。

Thỉnh thoảng lúc đi dạo, tôi hay gặp một cô gái dắt chó.

1395
かく
角
Square
方块
khối vuông

チーズを１ｃｍの角に切ってください。
Please cut the cheese into 1 cm squares.
把芝士切成一厘米见方的方块。
Hãy cắt phô-mai thành khối vuông cỡ 1 cm.

1396
かたわら
傍ら
Beside
旁边
bên cạnh

新聞を読む私の傍らで、猫が寝ている。
My cat lies beside me sleeping as I read the newspaper.
我在看报纸，边上睡着猫。
Tôi đọc báo và bên cạnh có con mèo đang ngủ.

1397
かなた
Far off
远处
phía xa, bên kia

海のかなたに船が浮かんでいる。
Ships sail by, far away at sea.
海的远处，漂浮着一艘船。
Con tàu nhấp nhô ngoài khơi xa.

1398
かんかく
間隔
Interval
间隔
cách quãng

昼は１０分の間隔で電車が来る。
During the day, a train comes every 10 minutes.
白天，电车每十分钟来一趟。
Vào buổi trưa, cứ cách 10 phút có một chuyến tàu điện.

1399
かんさん
換算 する
Convert
换算
chuyển đổi

１インチをｃｍに換算すると、２．５４ｃｍだ。
When converted, 1 inch is 2.54 cm.
1英尺换算成厘米是 2.54厘米。
Nếu đổi 1 inch sang cm, ta có 2.54 cm.

1400
がんねん
元年
First year (in traditional year numbering system) 元年
năm đầu tiên (của một thời đại)

明治の元年は１８６８年だ。
The first year of the Meiji period was 1868.
明治元年是1868年。
Năm đầu tiên của thời Meiji là 1868.

1401
きんこう
近郊
Suburbs
市郊、郊区
vùng phụ cận, ngoại ô

東京の近郊の町に住んでいる。
I am living in a town in the suburbs of Tokyo.
我住在东京市郊的小镇上。
Tôi sống ở ngoại ô Tokyo.

1402
きんこう
均衡
Balance, equilibrium
均衡、平衡
sự cân bằng

試合の後半で１対１の均衡が崩れた。
The 1-1 deadlock was broken in the second half of the match.
比赛的后半场，1比1的平衡被打破了。
Vào nửa sau của trận đấu, thế cân bằng 1-1 đã bị phá vỡ.

1403
きんねん
近年
Recent years
近年
những năm gần đây

健康への関心が高まっているのは、近年の傾向だ。
The increased interest in health is a trend of recent years.
人们对健康的关注度越来越高，是近年的趋势。
Sự quan tâm đến sức khỏe đang được nâng cao là xu hướng những năm gần đây.

1404
くうかん
空間
Space
空间
không gian

この建築家は空間の使い方に特徴がある。
This architect is noted for his way of using space.
这位建筑师在空间运用方面很有特色。
Kiến trúc sư này có cách sử dụng không gian rất độc đáo.
※ 空間的

1405
けいしゃ
傾斜 する
Slope, incline
傾斜、傾斜度
nghiêng

山の傾斜を利用して、ここにスキー場が作られる。
A ski resort is being built here using the slopes of the mountain.
利用山体的傾斜，在这里建滑雪场。
Lợi dụng độ nghiêng của núi, một sân trượt tuyết sẽ được xây dựng tại đây.

1406
けいれつ
系列
Corporate group
系列、体系
nhóm các doanh nghiệp liên kết

父は定年退職後、同じ系列の会社に再就職した。
After his retirement, father was re-employed at a company in the same corporate group.
父亲退休之后，又去联营公司工作了。
Sau khi nghỉ hưu, cha tôi lại xin vào làm ở một công ty khác cùng nhóm doanh nghiệp liên kết.

1407
こうほう
後方
Back
后方、后面
phía sau

振り返ると、下りてきた山が後方に見えた。
When I looked back, I could see the mountain I had just descended far behind.
回头可以看到走下来的山在身后。
Khi ngoảnh lại, tôi nhìn thấy ngọn núi mình vừa đi xuống ở phía sau.
⇔ 前方

1408
ごさ
誤差
Error
误差
phạm vi sai số

このはかりの誤差は 0.01 の範囲だ。
This scale has a margin of error of 0.01g.
这台秤的误差范围在0.01g之内。
Phạm vi sai số của cái cân này là 0.01 g.

1409
こだい
古代
Ancient times
古代
cổ đại

古代の文明は、大きな川の周辺で栄えた。
Ancient civilizations flourished along the banks of major rivers.
古代文明是在大河边繁荣起来的。
Các nền văn minh cổ đại đã phát triển xung quanh các con sông lớn.
※ 古代史

1410
さいしょうげん
最小限
Minimum
最低限度
mức tối thiểu

この畑では農薬の使用を最小限にしている。
In this field, we minimize the use of agrochemicals.
这些田地的农药使用量都控制在最低限度。
Ở cánh đồng này, chúng tôi giảm lượng hóa chất nông nghiệp sử dụng đến mức tối thiểu.

1411

さきおととい
Three days previously
大前天
3 ngày trước

「いつ国（くに）から戻（もど）ったの？」「さきおとといだよ」
"When did you come back from your homeland?" "Three days ago."
"你什么时候从自己的国家回来呀？""大前天。"
"Bạn từ nước của mình quay lại lúc nào vậy?" "3 ngày trước"

⇔しあさって

1412

さなか
In the midst of
正当中、最盛期
ngay giữa

夏（なつ）の暑（あつ）いさなかに、マラソン大会（たいかい）が開（ひら）かれた。
The marathon took place in the heat of summer.
夏天最热的时候，举行了马拉松大赛。
Cuộc thi chạy đường trường được tổ chức ngay giữa mùa hè nóng bức.

1413

しあさって
In three days
大后天
ngày kia (3 ngày sau tính từ hiện tại)

入学試験（にゅうがくしけん）は明日（あす）で、結果発表（けっかはっぴょう）はしあさってだ。
The entrance examination is tomorrow, and the announcement of results will be in three days.
入学考试是在明天，而公布结果是在大后天。
Kỳ thi tuyển sinh là ngày mai, còn kết quả sẽ được công bố vào ngày kia.

⇔さきおととい

1414

じぜん
事前
Advance, preliminary
事前
trước (việc được đề cập)

事前（じぜん）の調査（ちょうさ）を行（おこな）ってから、製品（せいひん）の開発（かいはつ）をした。
After a preliminary survey, we developed the product.
在事先调查的基础上开发了产品。
Chúng tôi đã tổ chức khảo sát trước rồi mới phát triển sản phẩm.

1415

じてん
時点
Point in time
时候、时刻
thời điểm

私（わたし）が応募（おうぼ）した時点（じてん）で、すでに定員（ていいん）を超（こ）えていた。
When I applied, the number of available places had already been exceeded.
我去应征的时候，已经超出了额定人数。
Vào thời điểm tôi nộp đơn thì đã vượt quá mức chỉ tiêu rồi.

1416

しゅうき
周期
Cycle, period
周期
chu kỳ

地球（ちきゅう）が太陽（たいよう）の周（まわ）りを回（まわ）る周期（しゅうき）は、約（やく）１年（いちねん）だ。
It takes the earth approximately one year to complete an orbit around the sun.
地球绕太阳转一圈的周期约为一年。
Chu kỳ để Trái đất xoay quanh Mặt trời là khoảng 1 năm.

✳周期的（しゅうきてき）

1417

じょうい
上位
The top-ranking (in a list)
上位、更高位
thứ hạng cao

上位（じょうい）８人（はちにん）の選手（せんしゅ）が入賞者（にゅうしょうしゃ）になった。
The top eight players won prizes.
前八名选手获奖。
8 tuyển thủ đạt thứ hạng cao đã được nhận giải thưởng.

1418

じょうくう
上空
Sky, skies above, mid-air
上空
khoảng không phía trên

富士山（ふじさん）の上空（じょうくう）を通過（つうか）したとき、火口（かこう）が見（み）えた。
Flying over Mt Fuji, I was able to see the crater.
经过富士山上空时，看到了火山口。
Khi bay ngang qua phía trên núi Phú Sĩ, tôi thấy được miệng núi lửa.

1419

すうち
数値

Numerical value, reading
数值
chỉ số

高かった血圧の数値が薬で安定した。
I stabilized my high blood-pressure readings with drugs.
之前很高的血压数值通过药物稳定了下来。
Tôi đã uống thuốc để ổn định chỉ số huyết áp cao.

❋ **数値化**

1420

すき
隙

Gap, chance, unguarded moment
空隙、疏忽
sơ hở, sự lơ là, thời cơ

隙を狙われて、からすにパンを取られた。
I had my bread taken by a crow, which had awaited its chance.
被乌鸦钻了空子，抢走了面包。
Tôi bị con quạ lấy mất bánh mì do sơ hở.

1421

セクション

Section
部门、科
bộ phận (của tổ chức)

この交流協会には３つのセクションがある。
There are three sections to this exchange forum.
这个交流协会有三个部门。
Hiệp hội giao lưu này có 3 bộ phận.

1422

ぜんねん
前年

Previous year, last year
前一年
năm trước

この市の人口は前年の１.５倍に増えた。
The population of the city has grown by 50% from last year.
这个市的人口增加到了前一年的1.5倍。
Dân số của thành phố này đã tăng 1.5 lần so với năm trước.

⇔ **翌年**

1423

そうちょう
早朝

Early morning
清晨、清早
sáng sớm

早朝のトレーニングは５時から始まる。
Early morning training starts at five.
晨练从5点开始。
Buổi tập sáng sớm sẽ bắt đầu từ 5 giờ.

1424

そくめん
側面

Side
侧面
mặt bên

薬を服用する量は箱の側面に書いてある。
It tells you on the side of the box what the dosage of the drug is.
药物服用量写在盒子的侧面。
Liều lượng sử dụng thuốc được ghi ở mặt bên của hộp.

1425

そろい

Matching
同一款式
đồng bộ

チーム全員がそろいのシャツを着て応援した。
Wearing matching shirts, the whole squad cheered in support.
小组全员穿着同款衬衫加油。
Toàn đội mặc áo đồng bộ đi cổ vũ.

1426

たいしょう
対称

symmetry
对称
đối xứng

この建物は、左右が対称のデザインだ。
The right and left sides of this building are symmetrical in design.
这栋建筑物是左右对称的设计。
Tòa nhà này có kiến trúc đối xứng trái phải.

❋ **対称性**　❋ **左右対称**

1427
たほう
他方
On the other hand
另一方面、别的方面
mặt khác

<ruby>彼<rt>かれ</rt></ruby>は<ruby>人気者<rt>にんきもの</rt></ruby>だが、<ruby>他方<rt>たほう</rt></ruby>で<ruby>批判<rt>ひはん</rt></ruby>も<ruby>受<rt>う</rt></ruby>けている。
He is popular, but on the other hand gets some criticism.
他很受欢迎，但另一方面也饱受批评。
Anh ta rất được ái mộ nhưng mặt khác cũng nhận nhiều chỉ trích.

1428
ちょうてん
頂点
Summit, peak
顶尖、顶端；顶点、极限
đỉnh

<ruby>山<rt>やま</rt></ruby>の<ruby>頂点<rt>ちょうてん</rt></ruby>に<ruby>達<rt>たっ</rt></ruby>する／<ruby>幸<rt>しあわ</rt></ruby>せの<ruby>頂点<rt>ちょうてん</rt></ruby>にいる
Reach the summit of the mountain / Be at the pinnacle of happiness
抵达山顶／处于幸福的顶点
đến được đỉnh núi / đang ở đỉnh điểm của hạnh phúc

1429
ちょうふく／じゅうふく
重複 する
Be duplicated
重复
trùng lặp

<ruby>社長命令<rt>しゃちょうめいれい</rt></ruby>で２つの<ruby>課<rt>か</rt></ruby>に<ruby>重複<rt>ちょうふく</rt></ruby>する<ruby>仕事<rt>しごと</rt></ruby>を<ruby>整理<rt>せいり</rt></ruby>した。
On the orders of the president, we sorted out work duplicated across two sections.
根据社长的命令，我们整理了两个课室重复的工作。
Theo lệnh của giám đốc, chúng tôi đã sắp xếp lại công việc bị trùng nhau giữa 2 bộ phận.

1430
つい
対
Pair
成对
một cặp

<ruby>結婚祝<rt>けっこんいわ</rt></ruby>いに<ruby>対<rt>つい</rt></ruby>のご<ruby>飯茶<rt>はんちゃ</rt></ruby>わんをもらった。
I received the pair of rice bowls as a wedding gift.
作为结婚贺礼，我收到了成对的饭碗。
Tôi được tặng quà cưới là một cặp chén ăn cơm.
※ ペア

1431
つかのま
つかの間
For a short while
转瞬间、短暂
một khoảnh khắc / sự ngắn ngủi

<ruby>休<rt>やす</rt></ruby>みが<ruby>取<rt>と</rt></ruby>れて、つかの<ruby>間<rt>ま</rt></ruby>の<ruby>休日<rt>きゅうじつ</rt></ruby>を<ruby>楽<rt>たの</rt></ruby>しんだ。
I took time off and enjoyed a short holiday.
我请了假，享受了短暂的假期。
Tôi xin nghỉ phép và đã tận hưởng một kỳ nghỉ ngắn ngủi.

1432
てっぺん
Top
顶
đỉnh, điểm cao nhất

<ruby>山<rt>やま</rt></ruby>のてっぺんから<ruby>月<rt>つき</rt></ruby>が<ruby>出<rt>で</rt></ruby>てきた。
The moon rose above the top of the mountains.
月亮从山顶出来了。
Mặt trăng ló ra từ đỉnh núi.

1433
どあい
度合い
Degree, rate
程度
mức độ

<ruby>高齢化<rt>こうれいか</rt></ruby>が<ruby>進<rt>すす</rt></ruby>む<ruby>度合<rt>どあ</rt></ruby>いは、<ruby>地域<rt>ちいき</rt></ruby>によってさまざまだ。
The rate of aging differs from region to region.
老龄化程度，各个地方都不一样。
Mức độ nghiêm trọng của sự già hóa dân số đều khác nhau tùy từng khu vực.

1434
とうきゅう
等級
Grade
等级
cấp bậc, thứ hạng

<ruby>牛肉<rt>ぎゅうにく</rt></ruby>には<ruby>等級<rt>とうきゅう</rt></ruby>があって、Ａ５がいちばんいい。
There are different grades of beef, and A5 is the best.
牛肉分不同等级，A5是最好的。
Thịt bò có nhiều hạng và A5 là ngon nhất.

1435	道路工事は当初の予定より早く終わった。
とうしょ **当初** Initially, at the beginning 当初、最初 ban đầu	The highway works ended earlier than initially scheduled. 道路施工比最初预定的提早结束了。 Đường được sửa xong sớm hơn kế hoạch ban đầu.

1436	３つの支店の売り上げはトータルで百万円だ。
トータル (する) Total 总计、合计 tổng cộng	Sales at three branch stores total ¥1 million. 三家分店的营业额总计达100万日元。 Tổng doanh thu của 3 cửa hàng chi nhánh là 1 triệu yen.

1437	特別に豊かでなくても並の生活ができればいい。
なみ **並** Average, ordinary 普通、平常 trung bình, bình thường	If I can have an average standard of living, without being particularly wealthy, then it is OK. 不必大富大贵，只要过上平常的生活就好了。 Không cần giàu sang gì, chỉ cần có một cuộc sống bình thường là đủ.

1438	１年間に、延べ２万人がこの地を訪れた。
のべ **延べ** Total 总计 tổng cộng	In one year, some 20,000 people in total visited this place. 一年中，总计有2万人来到此地。 Trong 1 năm có tổng cộng 20 ngàn người đến thăm vùng đất này.

1439	背後に、人の気配を感じた。
はいご **背後** Behind 背后 sau lưng	I sensed that there was somebody behind me. 总觉得背后好像有人。 Tôi cảm thấy có người phía sau lưng.

1440	望遠鏡の倍率を高くすると、富士山が見えた。
ばいりつ **倍率** Magnification 倍率 độ phóng đại	I could see Mt Fuji when I increased the telescope magnification. 提高望远镜的倍率后，看到了富士山。 Khi tăng độ phóng đại của kính viễn vọng lên thì tôi thấy được núi Phú Sĩ.

1441	愛かお金かという議論は果てがない。
はて **果て** End 终了、尽头 sự chấm dứt, sự kết thúc	The discussion of which is better, love or money, has no conclusion. 关于爱重要还是钱更重要的讨论是没有止境的。 Cuộc tranh luận giữa tình yêu và tiền bạc sẽ không bao giờ kết thúc.

1442	食欲は、健康のバロメーターの１つだ。
バロメーター Barometer 标准、指针 phong vũ biểu, thước đo	Appetite is one of the barometers of health. 食欲是衡量健康与否的标准之一。 Sự thèm ăn là 1 trong nhiều thước đo của sức khỏe.

	1443	走るのが苦手で、運動会でいつもびりだった。
びり		I am not much good at running, and was always last at sports tournaments.
Worst, last		我不擅长跑步，运动会一直是倒数第一。
倒数第一、最后一名		Tôi chạy chậm nên lúc nào cũng về chót trong các hội thao.
cuối, chót		

	1444	日本では、男女の比率は女子のほうが高い。
ひりつ		In Japan, the gender ratio is tilted toward women.
比率		在日本，男女比例中女性的比例更高。
Ratio		Trong ti lệ nam nữ ở Nhật thì nữ luôn nhiều hơn.
比率、比例		
ti lệ		

	1445	今年の冬の寒さは、平年と変わらない。
へいねん		The coldness of winter this year was no worse than in normal years.
平年		今年冬天寒冷程度跟普通的年份差不多。
Normal year		Độ lạnh của mùa đông năm nay không khác mấy so với thường niên.
常年、普通的年份		
thường niên		✳ 平年並み

	1446	このペースで仕事を進めれば、昼に終わる。
		If you continue to work at this pace, the job will be finished by lunchtime.
ペース		以这个速度工作的话，白天就能干完了。
Pace		Cứ tiến hành công việc với nhịp độ này thì đến trưa là xong việc.
速度		
nhịp độ		

	1447	この小説は冒頭から読者を夢中にさせる。
ぼうとう		This novel enthrals the reader from the first.
冒頭		这部小说，从开头就能把读者深深吸引住。
Beginning		Cuốn tiểu thuyết này cuốn hút độc giả ngay từ phần mở đầu.
开头、起首		
phần mở đầu		

	1448	犬がいなくなって、ほうぼうにポスターを貼った。
		When my dog disappeared, I put up posters everywhere.
ほうぼう		狗不见了，我到处贴寻狗启示。
Here and there, everywhere		Bị lạc con chó nên tôi đi dán áp phích khắp nơi.
到处		
khắp nơi, mọi hướng		

	1449	帰る間際に、部長から仕事を頼まれた。
まぎわ		Just before returning, I was asked to do a job by the department chief.
間際		我正要回去的时候，部长交办了工作。
Just before, at short notice		Ngay lúc tôi định về thì bị trưởng phòng giao việc.
正要……的时候		
ngay trước lúc		

	1450	この旅館は、江戸時代の末期から続いている。
まっき		This ryokan guesthouse has remained in business since the closing years of the Edo period.
末期		这家旅馆，从江户末期存续至今。
Late stage, final years		Lữ quán này đã hoạt động từ cuối thời Edo tới nay.
末期		
giai đoạn cuối		✳ 末期がん

1451

まったん

末端

End, extremity

末端

đầu mút

今朝から手足の末端にしびれを感じる。

Since this morning, I have been feeling a numbness in the extremities of my limbs.

从今天早上开始手脚末端就感到发麻。

Từ sáng tới giờ tôi cứ thấy tê các đầu mút của tứ chi.

1452

みつど

密度

Density

密度

mật độ

日本の中で、東京がいちばん人口の密度が高い。

Tokyo has the highest population density in Japan.

在日本，东京的人口密度最高。

Ở Nhật, Tokyo là nơi có mật độ dân số cao nhất.

✳ 人口密度

1453

みめい

未明

Just before dawn

黎明、凌晨

tờ mờ sáng

地震は未明に起きたために、状況がよく分からない。

The earthquake hit just before dawn, so the situation is not clear.

因为地震是凌晨发生的，所以不是很清楚状况。

Do động đất xảy ra vào lúc tờ mờ sáng nên vẫn chưa rõ tình hình thế nào.

1454

めもり

目盛り

Scale

刻度、度数

vạch chia

この温度計は０．５度ごとに目盛りが付いている。

This thermometer measures in units of 0.5°.

这支温度计每0.5度有一个刻度。

Nhiệt kế này có vạch chia ở mỗi 0.5 độ.

1455

もくぜん

目前

At hand

（近在）眼前

gần xảy ra

大学の入学試験は目前だ。

The university entrance examination is at hand.

大学的入学考试近在眼前了。

Kỳ thi tuyển sinh đại học sắp đến rồi.

1456

もっか

目下

At the moment

眼下

ngay lúc này, hiện tại

商品製造のコストを下げることが目下の課題だ。

Lowering the cost of product manufacture is the issue of the moment.

眼下的课题是降低商品生产成本。

Hạ chi phí sản xuất là vấn đề hiện tại.

1457

ゆうぐれ

夕暮れ

Dusk

傍晚、日暮

hoàng hôn

夕暮れになると、鳥が森に帰っていく。

As dusk sets in, the birds return to the woodland.

一到傍晚，鸟儿就飞回森林去了。

Hoàng hôn buông xuống, bầy chim bay về rừng.

✳ 夕暮れ時

1458

よふけ

夜更け

Late at night

深夜

đêm khuya

兄は仕事のあと、毎日夜更けまで勉強をしている。

My brother studies after work every day until late at night.

哥哥每天下班后都学习到深夜。

Anh tôi mỗi ngày đi làm về còn học tới tận khuya.

1459	彼女は、生物学の領域では世界に知られている。
りょういき **領域** Field 领域 lĩnh vực, địa hạt	かのじょ せいぶつがく りょういき せ かい し She has a global reputation in the field of biology. 她在生物学领域举世闻名。 Cô ấy nổi tiếng thế giới trong lĩnh vực sinh học.

1460	連日の暑さでプールを利用する人が多い。
れんじつ **連日** Spell, string of days 连日 liên tiếp nhiều ngày	れんじつ あつ りょう ひと おお With the string of warm days, a lot of people are using the pool. 因为连日的炎热，很多人都去游泳池游泳了。 Đợt nóng kéo dài nhiều ngày khiến nhiều người sử dụng hồ bơi.

1461	窓の枠を外す/予算の枠を決める
わく **枠** Frame, framework 框、框子；范围 khung / giới hạn	まど わく はず よ さん わく き Take out the frame of the window / Decide the budget framework 卸下窗框／决定预算范围 gỡ khung cửa sổ ra / quyết định giới hạn của ngân sách ※〜枠（例：窓枠、定員枠）

わたしの単語 _{たん ご}

On this page, let's write down vocabulary items taken from daily life.
请在这一页写下日常生活中发现的单词吧。
Hãy viết vào trang này những từ vựng tìm thấy trong sinh hoạt.

読んでみよう8

日本文化サポーターになりませんか

ふじ市日本文化交流協会では、日本文化を応援してくださる日本文化サポーターを募集しています。日本文化を体験し、生の声を世界に届けることで日本文化を支えるのが役割です。

5年前に始まったこの事業には延べ257名、15か国の方が参加して、公式HPのほか、個人でも紹介してくださっています。

※活動：体験したことを、エッセーや写真などで日本内外*の人々に紹介する。活動期間は来年4月から1年間。

今年募集するサポーターは、次の通りです。

◇文化財紹介サポーター（15名程度）…ふじ市には、歴史的な遺跡、江戸時代からの庭園や仏像など、たくさんの文化財があります。これらを皆さんの新鮮な目で見て紹介します。

◇演劇で歴史体験サポーター（10名）…ふじ市は歴史上の英雄、織原長信が生まれた所。彼を主人公にしたフィクションの演劇を来年9月に市民ホールで上演します。主演も含めて、いろいろな役で出演します。シナリオを当協会のHPで公開しています。

◇伝統祭りサポーター（25名程度）…ふじ市の夏祭りは、早朝から夕暮れまでそろいの浴衣* で4日間踊り続けることで有名です。この踊りは、日本の重要な芸能の1つです。一緒に踊りましょう。また、みこしを担いで町中を回り、神社にみこしを納める民俗的な風習も体験できます。

➢応募できる人：ふじ市に住んでいるか、通学、通勤している外国人

➢応募方法：住所と名前、希望する活動をメールで送ってください。

➢締め切り：2月28日

★ 日本内外 Inside Japan and overseas　日本国内外　Trong và ngoài nước Nhật

浴衣 Yukata　浴衣。夏季穿着的传统服饰。　Trang phục truyền thống mặc vào mùa hè, yukata

Why not become a supporter of Japanese culture?

Fuji City Japanese Cultural Exchange Association is recruiting "supporters of Japanese culture." Their role is to support Japanese culture by experiencing it and telling the world about it in their own voices.

This project, which began five years ago, has 257 participants from 15 countries. In addition to an official website, personalized briefings are also given on the initiative.

*Activities: Essays, photographs and other records of cultural experiences are presented to people inside Japan and overseas.

The project starts in next April and runs for one year.

Supporters are needed in the following areas for this year.

◇ Introduction of cultural assets (around 15 people)

Fuji has a lot of cultural assets, including historical relics, and gardens and statues from the Edo period. The city is showcasing them through the fresh perspective of these supporters.

◇ Bringing history to life through drama (10 people)

Fuji is where the historical hero Orihara Naganobu was born. In September next year, a play featuring a story based on Orihara Naganobu is to be performed in the Citizens' Hall. In addition to the lead role, there is a range of support roles. The scenario is published on the website of the Association.

◇ Traditional festivals (around 25 people)

The Fuji summer festival is famous for four days of continuous synchronized dancing in matching yukata tunics from early morning to dusk. This is one of Japan's major performing arts events. Join us dancing.

You can also join in a popular custom: going around the city center shouldering the mikoshi portable shrine before taking it to its home temple.

➢ Eligible applicants: Foreigners living, studying or working in Fuji.

➢ Method of application: Send an email listing your name, address, and the activities you wish to be involved in.

➢ Deadline: February 28

想成为日本文化支持者吗

富士市日本文化交流协会正在招募支持日本文化的支持者。他们的职责是体验日本文化，并向世界传递真实的声音，以此来支持日本文化。

这项事业开始于 5 年前，现已有来自 15 个国家的 257 名成员参加，除了官方网站，还得到了一些个人名义的宣传介绍。

※活动：将自己的体验以随笔、照片等形式介绍给日本国内外的人。

活动时间从明年 4 月起，为期 1 年。

今年要招募的支持者如下。

◇介绍文化遗产的支持者 (15 名左右)

富士市有诸多文化遗产，如历史遗迹、江户时代以来的庭院及佛像等。请大家以崭新的视角去领略并介绍这些文化遗产。

◇通过戏剧体验历史的支持者 (10 名)

富士市是历史英雄织原长信的出生地。明年九月，市民会馆将上演以他为主人公的虚构戏剧。除了主角，还可以担任各种各样的角色参演。剧本可在本协会官网查阅。

◇传统庆典支持者 (25 名左右)

富士市的夏日庆典以连续四天从早晨到傍晚都有人着统一浴衣跳舞而闻名。这种舞蹈是日本重要的表演艺术之一。让我们一起来跳舞吧。

另外，还可以体验抬着神轿在镇上游行，并把它供奉给神社的民俗风情。

➢ 有资格报名者：在富士市常住，或在富士市上学、上班的外国人

➢ 报名方法：请将住址、姓名、想参加的活动以邮件形式发送给我们。

➢ 截止日期：2 月 28 日

Bạn có muốn trở thành cổ động viên cho văn hóa Nhật Bản không?

Hiệp hội Giao lưu Văn hóa Nhật Bản thành phố Fuji đang tuyển cổ động viên văn hóa Nhật Bản – những người sẽ cổ vũ cho nền văn hóa Nhật Bản. Nhiệm vụ của cổ động viên là hỗ trợ văn hóa Nhật bằng cách trải nghiệm văn hóa và dùng tiếng nói vô tư của mình để truyền thông điệp đến thế giới.

Hoạt động được bắt đầu từ 5 năm trước này tính đến nay đã có tổng cộng 257 người thuộc 15 quốc gia tham dự, không chỉ qua trang mạng chính thức mà còn cho phép cá nhân giới thiệu người tham gia.

※Hoạt động: Giới thiệu cho mọi người trong và ngoài nước Nhật về những trải nghiệm của bản thân thông qua tiểu luận hay hình ảnh.

Thời gian hoạt động là 1 năm tính từ tháng 4 năm sau.

Năm nay, thành phố tuyển các cổ động viên như sau.

✧Cổ động viên giới thiệu di sản văn hóa (khoảng 15 người)

Thành phố Fuji có nhiều di sản văn hóa như: các di tích lịch sử, các khu vườn hay tượng Phật từ thời Edo. Các bạn sẽ được tận mắt thưởng lãm rồi giới thiệu lại cho mọi người.

✧Cổ động viên trải nghiệm lịch sử thông qua kịch (10 người)

Thành phố Fuji là nơi vị anh hùng lịch sử Orihara Naganobu chào đời. Một vở kịch hư cấu lấy ông làm nhân vật chính sẽ được công diễn tại hội trường thành phố vào tháng 9 năm sau. Các bạn sẽ được xuất hiện trong vở kịch này dưới nhiều vai, kể cả vai chính. Kịch bản đã được đăng trên trang chủ của Hiệp hội.

✧Cổ động viên cho lễ hội truyền thống (khoảng 25 người)

Lễ hội mùa hè của thành phố Fuji nổi tiếng với việc mọi người mặc yukata đồng bộ nhảy múa suốt 4 ngày từ sáng sớm đến chiều tối. Điệu múa này là một trong những loại hình nghệ thuật quan trọng của Nhật Bản. Mời các bạn cùng múa!

Ngoài ra, các bạn còn được trải nghiệm một phong tục dân gian là khiêng kiệu đi khắp thành phố rồi rước kiệu vào đền Thần đạo.

➢Điều kiện tham gia: Người nước ngoài đang sinh sống hoặc học tập, làm việc tại thành phố Fuji

➢Cách thức đăng ký: Hãy gửi địa chỉ, họ tên và hoạt động bạn muốn tham gia qua email cho chúng tôi

➢Hạn chót đăng ký: ngày 28 tháng 2

動詞 1

どうし

Verbs 1
动词 1
Động từ 1

1462

あいつぐ
相次ぐ
Follow in succession
相继、接连不断
nối tiếp nhau

町の再開発で、マンションの建設が相次いだ。

With the redevelopment of the town, apartment houses were going up one after the other.

由于城镇的再开发，公寓接连不断地建造起来。

Các công trình xây dựng chung cư cao tầng cứ nối tiếp nhau theo kế hoạch tái phát triển thị trấn.

1463

あおぐ
仰ぐ
Look up
仰望、抬头看
ngước nhìn

雨が上がった空を仰ぐと、虹が出ていた。

When I looked up at the sky after the rain, a rainbow appeared.

我仰望雨过天晴的天空，看到了彩虹。

Khi ngước nhìn bầu trời sau cơn mưa, tôi thấy cầu vồng hiện ra.

1464

あかす
明かす
Reveal / Pass
泄露；通宵达旦
tiết lộ / qua đêm

個人の情報を明かす/避難所で夜を明かす

Reveal personal information / Spend the night at the evacuation shelter

泄露个人信息／在避难所过了一夜

tiết lộ thông tin cá nhân / qua đêm ở nơi trú ẩn

1465

あざむく
欺く
Deceive
欺骗、蒙骗
đánh lừa

A国軍の敵を欺く戦術は、見事だった。

The tactics used by the army of Country A to deceive the enemy were very impressive.

A国军队蒙骗敌军的战术真是漂亮。

Chiến thuật đánh lừa kẻ địch của quân đội nước A quả là xuất sắc.

1466

あせる
Fade
褪色
phai nhạt

１０年着たシャツは色があせてきた。

The colors have faded from the shirt worn for 10 years.

这件穿了十年的衬衣渐渐褪色了。

Cái áo tôi đã mặc 10 năm nên bị phai màu hết.

1467

あたいする
値する
Deserve, be worth
值得、有价值
xứng đáng

彼のスピーチは感動的で、優秀賞に値する。

His speech is impressive, and worthy of a prize.

他的演讲很感人，值得拿优秀奖。

Bài hùng biện của anh ấy rất cảm động nên xứng đáng giải nhất.

1468

あやつる
操る
Manipulate, control
掌握、熟练运用；操纵
sử dụng thành thạo / thao túng

得意な英語を自由に操る/組織を裏で操る

Have a complete command of English / Pull the strings behind an organization.

随心所欲地运用擅长的英语/暗地里操纵组织

sử dụng tiếng Anh thành thạo / thao túng tổ chức từ phía sau

1469 **あやまる** **誤る** Make a mistake 弄错、误 mắc sai lầm	<ruby>登山<rt>と ざん</rt></ruby>で<ruby>天候<rt>てんこう</rt></ruby>の<ruby>判断<rt>はんだん</rt></ruby>を<ruby>誤<rt>あやま</rt></ruby>ると、<ruby>危険<rt>き けん</rt></ruby>だ。 It is dangerous to misjudge the weather hiking in the mountains. 登山如果误判了天气，可就危险了。 Khi đi leo núi, nhận định sai lầm về thời tiết là rất nguy hiểm. ☀<ruby>誤<rt>あやま</rt></ruby>り
1470 **あゆむ** **歩む** Walk 走过、经历 sống cuộc đời	<ruby>彼女<rt>かのじょ</rt></ruby>と<ruby>私<rt>わたし</rt></ruby>は、<ruby>全<rt>まった</rt></ruby>く<ruby>別<rt>べつ</rt></ruby>の<ruby>人生<rt>じんせい</rt></ruby>を<ruby>歩<rt>あゆ</rt></ruby>んできた。 She and I have taken completely different paths in life. 她跟我经历了完全不同的生活。 Cô ấy và tôi đi trên con đường đời khác hẳn nhau. ☀<ruby>歩<rt>あゆ</rt></ruby>み
1471 **あらす** **荒らす** Devastate 糟蹋、破坏 phá hoại	<ruby>猿<rt>さる</rt></ruby>が<ruby>畑<rt>はたけ</rt></ruby>を<ruby>荒<rt>あ</rt></ruby>らして<ruby>困<rt>こま</rt></ruby>る。 We are in trouble because the monkeys have devastated the fields. 真伤脑筋，猴子总糟蹋农田。 Khỉ phá hoại ruộng nương làm con người điêu đứng. 自<ruby>荒<rt>あ</rt></ruby>れる
1472 **あらたまる** **改まる** Change 变好、客气、正式 được sửa đổi / có thái độ trang trọng	<ruby>生活態度<rt>せいかつたい ど</rt></ruby>が<ruby>改<rt>あらた</rt></ruby>まる/<ruby>改<rt>あらた</rt></ruby>まった<ruby>硬<rt>かた</rt></ruby>い<ruby>言<rt>い</rt></ruby>い<ruby>方<rt>かた</rt></ruby> Change your attitude to life / A more formal way of talking 生活态度变好/正式生硬的表达方式 Thái độ sống được sửa đổi. / cách nói trang trọng 他<ruby>改<rt>あらた</rt></ruby>める
1473 **ありふれる** Be commonplace 常有、到处都有 phổ biến, đâu cũng có	<ruby>昔<rt>むかし</rt></ruby><ruby>留学<rt>りゅうがく</rt></ruby>する<ruby>人<rt>ひと</rt></ruby>は<ruby>珍<rt>めずら</rt></ruby>しかったが、<ruby>今<rt>いま</rt></ruby>はありふれている。 In the past, it was rare for people to study abroad, but it is commonplace today. 过去留学的人很少见，而现在却很普遍。 Ngày xưa du học sinh rất hiếm nhưng bây giờ thì nhiều vô kể.
1474 **いいつける** **言い付ける** Tell, order 吩咐、命令、告状、告发 chỉ thị / kể tội	<ruby>用<rt>よう</rt></ruby>を<ruby>言<rt>い</rt></ruby>い<ruby>付<rt>つ</rt></ruby>ける/<ruby>弟<rt>おとうと</rt></ruby>のいたずらを<ruby>母<rt>はは</rt></ruby>に<ruby>言<rt>い</rt></ruby>い<ruby>付<rt>つ</rt></ruby>ける Tell them to do something / Tell mother about your brother's bad behavior 吩咐工作/向母亲告发弟弟的恶作剧 chỉ thị công việc / kể tội nghịch phá của em trai cho mẹ
1475 **いきごむ** **意気込む** Be enthusiastic 意气风发、干劲十足 nhiệt tình, quyết tâm	<ruby>選手<rt>せんしゅ</rt></ruby>は<ruby>絶対<rt>ぜったい</rt></ruby>に<ruby>優勝<rt>ゆうしょう</rt></ruby>しようと<ruby>意気込<rt>い き ご</rt></ruby>んでいる。 The players are filled with a determination to win at all costs. 选手们怀着必胜的信念，意气风发。 Các tuyển thủ hạ quyết tâm giành chức vô địch. ☀<ruby>意気込<rt>い き ご</rt></ruby>み
1476 **いじる** Mess (around) with 摆弄、动 sờ mó	<ruby>俺<rt>おれ</rt></ruby>のパソコン、<ruby>勝手<rt>かって</rt></ruby>にいじるなよ。 Don't mess around with my PC. 不要随便动我的电脑。 Đừng tự tiện sờ mó máy vi tính của tôi.

1477
いためる
傷める
Damage
弄伤、损坏
làm hư hỏng

家具を動かしたとき、壁を傷めた。
When I was moving the furniture, I damaged a wall.
搬家具的时候，把墙壁碰坏了。
Tôi làm hư tường khi di chuyển đồ nội thất.

自 傷む

1478
いとなむ
営む
Organize, run, lead (a life)
营(生)、经营
sống / điều hành

社会生活を営む/旅館を営んでいる
Organize your social life / Run a guesthouse
经营社会生活/经营旅馆
sống cuộc đời của một thành viên trong xã hội / điều hành lữ quán

※ 営み

1479
いどむ
挑む
Take on a challenge
挑战
thách thức

彼は水泳の世界記録に挑んだ。
He took on the challenge of beating the world swimming record.
他挑战了游泳的世界纪录。
Anh ấy đã thách thức kỷ lục thế giới về bơi lội.

1480
いやす
癒す
Heal, comfort
治愈
chữa lành, xoa dịu

ペットは一人暮らしの人の心を癒してくれる。
Pets are a spiritual comfort for people living alone.
宠物治愈独居者的心灵。
Thú nuôi trong nhà sẽ xoa dịu tâm hồn những người sống một mình.

自 癒える　※ 癒し

1481
いらだつ
Get irritated
急躁、焦躁
sốt ruột

バスの乗客は渋滞にいらだった。
The bus passengers got irritated at the traffic jams.
公交车乘客对拥堵感到焦躁。
Hành khách trên xe buýt sốt ruột vì kẹt xe.

※ いらだち

1482
うけつぐ
受け継ぐ
Inherit, carry on
继承、承受
kế thừa

この旅館は昔からの伝統を受け継いでいる。
This guesthouse has carried on the traditions of the past.
这家旅馆继承了以前的传统。
Lữ quán này đã kế thừa truyền thống có từ xưa.

1483
うけとめる
受け止める
Accept
接受、理解
tiếp thu

彼は先輩の忠告を素直に受け止めた。
He accepted the advice of his senior with sincerity.
他坦率地接受了前辈的忠告。
Cậu ấy đã ngoan ngoãn tiếp thu lời khuyên của người đi trước.

1484
うすれる
薄れる
Fade
变弱、变淡薄
nhạt dần

恐ろしい災害の記憶も徐々に薄れる。
The memories of the dreadful accident are likewise gradually fading.
有关那场可怕的灾难的记忆也慢慢淡薄了。
Ký ức về thảm họa kinh hoàng đó sẽ dần phai nhạt.

1485

うちあける
打ち明ける
Confide
坦白
kể ra

<ruby>友<rt>とも</rt></ruby><ruby>達<rt>だち</rt></ruby>に<ruby>秘<rt>ひ</rt></ruby><ruby>密<rt>みつ</rt></ruby>を<ruby>打<rt>う</rt></ruby>ち<ruby>明<rt>あ</rt></ruby>けた。
I confided a secret to a friend.
我向朋友坦白了秘密。
Tôi đã kể bí mật cho bạn mình nghe.

1486

うちあげる
打ち上げる
Launch
发射
phóng lên

<ruby>月<rt>つき</rt></ruby>に<ruby>向<rt>む</rt></ruby>けて、ロケットが<ruby>打<rt>う</rt></ruby>ち<ruby>上<rt>あ</rt></ruby>げられた。
The rocket was launched, bound for the moon.
火箭向着月亮发射了。
Tên lửa đã được phóng lên mặt trăng.
❇<ruby>打<rt>う</rt></ruby>ち<ruby>上<rt>あ</rt></ruby>げ

1487

うちきる
打ち切る
Discontinue
中止、停止
ngưng

<ruby>銀<rt>ぎんこう</rt></ruby><ruby>行<rt></rt></ruby>はＡ<ruby>社<rt>エーしゃ</rt></ruby>への<ruby>資<rt>しきんえんじょ</rt></ruby><ruby>金<rt></rt></ruby><ruby>援<rt></rt></ruby><ruby>助<rt></rt></ruby>を<ruby>打<rt>う</rt></ruby>ち<ruby>切<rt>き</rt></ruby>った。
The bank discontinued financial support for Company A.
银行中止了对A公司的资金援助。
Ngân hàng đã ngưng hỗ trợ vốn cho công ty A.
❇<ruby>打<rt>う</rt></ruby>ち<ruby>切<rt>き</rt></ruby>り

1488

うちこむ
打ち込む
Drive in, apply yourself
砸进、打进；埋头、全神贯注
đánh vào, đóng vào / tập trung

くぎを<ruby>壁<rt>かべ</rt></ruby>に<ruby>打<rt>う</rt></ruby>ち<ruby>込<rt>こ</rt></ruby>む/<ruby>試<rt>しあい</rt></ruby><ruby>合<rt></rt></ruby>まで<ruby>練<rt>れんしゅう</rt></ruby><ruby>習<rt></rt></ruby>に<ruby>打<rt>う</rt></ruby>ち<ruby>込<rt>こ</rt></ruby>む
Hammer the nail into the wall / Apply yourself to practice before the match
把钉子钉进墙壁/埋头练习直至比赛
đóng đinh vào tường / tập trung luyện tập đến trước trận đấu

1489

うながす
促す
Prompt, urge
催促
thúc giục

<ruby>父<rt>ちち</rt></ruby>から<ruby>帰<rt>きこく</rt></ruby><ruby>国<rt></rt></ruby>を<ruby>促<rt>うなが</rt></ruby>す<ruby>手<rt>てがみ</rt></ruby><ruby>紙<rt></rt></ruby>が<ruby>来<rt>き</rt></ruby>た。
I got a letter from father urging me to come home from abroad.
父亲来了封信催促我回国。
Cha gửi thư giục tôi về nước.

1490

うなる
Growl
吼、嗥
gầm gừ

<ruby>犬<rt>いぬ</rt></ruby>は<ruby>猫<rt>ねこ</rt></ruby>を<ruby>見<rt>み</rt></ruby>てうなった。
The dog growled on seeing the cat.
狗看到猫后发出了低沉的呜呜声。
Chó thấy mèo liền gầm gừ.

1491

うぬぼれる
Be conceited
自负、自我陶醉
tự phụ

<ruby>兄<rt>あに</rt></ruby>は<ruby>自<rt>じぶん</rt></ruby><ruby>分<rt></rt></ruby>はもてると、うぬぼれている。
My brother conceitedly fancies himself popular with women.
哥哥自以为很受异性欢迎而自我陶醉。
Anh tôi luôn tự phụ là mình đào hoa.
❇うぬぼれ

1492

うまる
埋まる
Be buried
埋着、掩埋
bị chôn, bị lấp

<ruby>大<rt>おおあめ</rt></ruby><ruby>雨<rt></rt></ruby>で<ruby>山<rt>やま</rt></ruby>が<ruby>崩<rt>くず</rt></ruby>れて、トンネルが<ruby>土<rt>つち</rt></ruby>で<ruby>埋<rt>う</rt></ruby>まった。
The mountainside collapsed in the heavy rains, and the tunnel filled with earth.
山体因大雨崩塌，土掩埋了隧道。
Mưa to làm núi sạt lở nên đường hầm bị đất đá chôn vùi.
他<ruby>埋<rt>う</rt></ruby>める

1493

うやまう
敬う
Honor, respect
尊敬、尊重
tôn kính

先祖を敬う気持ちで、お墓にお参りに行った。
I went to the grave in a spirit of respect for my ancestors.
怀着对祖先的尊敬之情去扫了墓。
Chúng tôi đi tảo mộ với lòng tôn kính tổ tiên.

1494

うるおう
潤う
Moisten, enrich
湿润、滋润；富裕
được làm ẩm, ướt / được lợi

雨で草木が潤う/ボーナスで家計が潤う
Rain nourishes trees and plants / Boost the housekeeping budget with the bonus.
雨水滋润草木/奖金使生活宽裕
Cây cỏ được mưa tưới mát. / Chi tiêu gia đình được lợi nhờ tiền thưởng.

他 潤す　☀ 潤い

1495

うろつく
Wander, loiter
徘徊、彷徨
đi loanh quanh, thơ thẩn, lảng vảng

家の周りを変な人がうろついている。
There are strange-looking people hanging around outside the house.
有可疑的人在房子附近徘徊。
Một gã kỳ cục đang lảng vảng quanh nhà tôi.

1496

うんざりする
Be sick of
彻底厌倦、厌烦
ngán

好きなカレーも、3日続くとうんざりする。
When I eat it for three days straight, I get bored even with curry, my favorite dish.
即使是喜欢的咖喱，连着吃三天也吃腻了。
Cả món cà-ri yêu thích mà phải ăn 3 ngày liền thì tôi cũng ngán.

1497

えんじる/えんずる
演じる/演ずる
Play, take the role of
演、饰演
đóng vai

その女優は映画で女王の役を演じた。
That actress played the role of the queen in the film.
那位女演员在电影里饰演了女王。
Nữ diễn viên đó đóng vai nữ hoàng trong phim.

1498

おいこむ
追い込む
Drive (into)
赶进、撵入
dồn đuổi

犬が羊を柵の中に追い込んだ。
The dog rounded the sheep up into the pen.
狗把羊赶进了围栏里。
Con chó đã dồn bầy cừu vào bên trong hàng rào.

1499

おいる
老いる
Age, grow old
衰老、上年纪
già đi

父は体が老いてきたが、気持ちは若い。
My father has aged physically, but his spirit remains young.
父亲虽然身体渐衰，但是心态依旧年轻。
Cha tôi tuy cơ thể đã già đi nhưng tinh thần vẫn còn trẻ.

☀ 老い

1500

おう
負う
Carry (on your back), shoulder
背、负；承担(义务、责任等)、担负
mang vác / gánh vác

背に荷物を負う/仕事の責任を負う
Carry a load on your back / Take responsibility for the work
背行李/承担工作责任
vác hành lý trên vai / gánh vác trách nhiệm công việc

1501 おかす **犯す** Commit (a crime) 犯 phạm (tội)	彼<ruby>かれ</ruby>は、罪<ruby>つみ</ruby>を犯<ruby>おか</ruby>したことを大<ruby>おお</ruby>いに反省<ruby>はんせい</ruby>していた。 He deeply regretted having committed the crime. 他深深反省了自己所犯的罪行。 Ông ta đã hối hận rất nhiều về hành vi phạm tội của mình.
1502 おかす **侵す** Invade, encroach 侵入、侵犯；侵害、侵权 xâm phạm	領土<ruby>りょうど</ruby>を侵<ruby>おか</ruby>す/人権<ruby>じんけん</ruby>を侵<ruby>おか</ruby>す Encroach on territory / Violate human rights 侵犯领土/侵害人权 xâm phạm lãnh thổ / xâm phạm nhân quyền
1503 おくらせる/おくらす **遅らせる/遅らす** Delay, put off 延迟、推迟 dời lại, làm trễ đi	急用<ruby>きゅうよう</ruby>ができて、出発<ruby>しゅっぱつ</ruby>を遅<ruby>おく</ruby>らせた。 Something urgent came up and I put off my departure. 突发急事，推迟了出发时间。 Do có việc gấp nên tôi dời giờ xuất phát lại. 自 遅<ruby>おく</ruby>れる
1504 おこたる **怠る** Neglect 疏忽 trễ nải	上司<ruby>じょうし</ruby>への報告<ruby>ほうこく</ruby>を怠<ruby>おこた</ruby>って、叱<ruby>しか</ruby>られた。 I got told off for neglecting to report to my superior. 因为疏于向上司汇报而被责骂了。 Do trễ nải báo cáo với cấp trên nên tôi bị khiển trách.
1505 おさえる **抑える** Suppress 压制、压住 đè nén	怒<ruby>いか</ruby>りを抑<ruby>おさ</ruby>えて冷静<ruby>れいせい</ruby>に話<ruby>はな</ruby>した。 Suppressing my anger, I spoke calmly. 压住怒火冷静地叙述。 Tôi nén cơn giận và nói chuyện một cách bình tĩnh. ＊抑<ruby>おさ</ruby>え
1506 おしきる **押し切る** Overcome, break down barrier 不顾、坚持到底 vượt qua, bất chấp	姉<ruby>あね</ruby>は、両親<ruby>りょうしん</ruby>の反対<ruby>はんたい</ruby>を押<ruby>お</ruby>し切<ruby>き</ruby>って結婚<ruby>けっこん</ruby>した。 My sister overcame the opposition of my parents and got married. 姐姐不顾父母的反对结婚了。 Chị tôi vẫn kết hôn bất chấp sự phản đối của cha mẹ.
1507 おしこむ **押し込む** Cram into 塞进、硬塞 dồn, nhét vào	たくさんのお土産<ruby>みやげ</ruby>をかばんに押<ruby>お</ruby>し込<ruby>こ</ruby>んだ。 I crammed a lot of souvenirs into my bags. 把众多旅行纪念品塞进了包里。 Tôi nhét thật nhiều quà vào túi xách.
1508 おしつける **押し付ける** Press on, foist 强加、硬推 ép làm	宴会<ruby>えんかい</ruby>の幹事<ruby>かんじ</ruby>の役<ruby>やく</ruby>が面倒<ruby>めんどう</ruby>で、同僚<ruby>どうりょう</ruby>に押<ruby>お</ruby>し付<ruby>つ</ruby>けた。 The job of organizing the banquet was bothersome, so I foisted the task on a colleague. 宴会组织者的工作很麻烦，我就硬推给了同事。 Thấy vai trò người tổ chức tiệc phiền phức nên tôi đã ép đồng nghiệp làm. ＊押<ruby>お</ruby>し付<ruby>つ</ruby>け

1509

おしむ
惜しむ
Regret
可惜、惋惜
tiếc nuối

ファンはその選手の引退を惜しんだ。
The fans were sorry about that player's retirement.
粉丝们对那名选手的退役感到很惋惜。
Người hâm mộ tiếc nuối vì tuyển thủ đó giải nghệ.

1510

おしよせる
押し寄せる
Surge
蜂拥而至
kéo đến, dồn đến

新発売の製品を買おうと、客が押し寄せた。
The customers surged forward to buy the newly released product.
顾客们蜂拥而至，想买新发售的产品。
Khách hàng kéo đến mua sản phẩm vừa được bán ra.

1511

おそう
襲う
Attack
袭击
tấn công

突然虎が現れて、探検隊を襲った。
A tiger suddenly appeared and attacked the expedition.
突然，出现了一头老虎，袭击了探险队。
Một con cọp đột nhiên xuất hiện và tấn công đoàn thám hiểm.

1512

おちいる
陥る
Fall, sink
陷入
rơi vào

その会社は経営危機に陥った。
This company sank into a management crisis.
那家公司陷入了经营危机。
Công ty đó đã rơi vào khủng hoảng về quản lý.

1513

おちこむ
落ち込む
Fall, slump
下降；低落、消沉
giảm sút / buồn chán

輸出が落ち込む/失恋して気持ちが落ち込む
Exports fall / Become dispirited after a breakup
出口额下降/因失恋情绪低落
xuất khẩu giảm sút / buồn chán vì thất tình

❋落ち込み

1514

おどす
脅す
Threaten
恐吓、威胁
đe dọa (làm đối phương sợ)

男はナイフで女性を脅して金を取った。
The man threatened the girl with a knife and took the money.
男子用刀威胁女子，抢了她的钱。
Gã đàn ông dùng dao đe dọa cô gái và cướp hết tiền.

❋脅し

1515

おとろえる
衰える
Wane
衰退
yếu đi, giảm đi

年を取ると、記憶力が衰えるものだ。
As you get older, your powers of memory wane.
上了年纪，记忆力就会衰退。
Tuổi cao thì trí nhớ sẽ giảm.

❋衰え

1516

おびえる
Be frightened
害怕、恐惧
sợ hãi

子供は雷の音におびえた。
The children were frightened of the roar of thunder.
孩子被雷声吓到了。
Cậu bé sợ tiếng sấm.

1517
おびやかす
脅かす
Threaten, jeopardize
威胁
đe dọa (gây ra tình trạng nguy hiểm)

大気汚染は、人々の健康を脅かした。
Atmospheric pollution jeopardized human health.
大气污染威胁了人们的健康。
Ô nhiễm không khí đã đe dọa đến sức khỏe mọi người.

1518
おびる
帯びる
Take on, assume
含有、带有
có tính chất

鉄は磁石のそばに置くと、磁気を帯びる。
When you put iron close to a magnet, it becomes magnetised.
把铁放到磁铁的边上，它就会带上磁性。
Sắt khi được đặt kế bên nam châm thì sẽ có từ tính.

1519
おもいあたる
思い当たる
Call to mind
想到、想出
đoán ra

なぜ彼が怒ったか、理由が思い当たらない。
I have no idea why he got angry.
我想不出他愤怒的理由。
Tôi không đoán nổi lý do anh ta giận dữ.

1520
おもんじる/おもんずる
重んじる/重んずる
Respect, value
注重、重视
xem trọng

当大学は学生の自主性を重んじている。
Our university respects the autonomy of students.
本校很重视学生的自主性。
Trường đại học của chúng tôi rất xem trọng tính tự chủ của sinh viên.

1521
およぶ
及ぶ
Affect, reach
波及
đến phạm vi

停電の影響は、広い範囲に及んだ。
A wide area was affected by the power cut.
停电的影响波及范围很广。
Mất điện ảnh hưởng đến phạm vi rộng lớn.

他 及ぼす

1522
おりかえす
折り返す
Turn back, double back
折回、折返
quay đầu

この電車は次の駅で折り返す。
The train will turn round at the next station and go back.
这辆电车将在下一站折返。
Tàu điện này sẽ quay đầu ở ga tiếp theo.

❊ 折り返し

1523
おる
織る
Weave
织
dệt

この布は1日に1cmしか織れません。
I can only weave 1 cm of this fabric per day.
这种布，一天只能织一厘米。
Tôi chỉ dệt được 1 ngày 1 cm của mảnh vải này.

❊ 織物

1524
がいする
害する
Harm
危害
gây hại

喫煙は健康を害する要因の1つだ。
Smoking is a cause of harm to health.
吸烟是危害健康的主要原因之一。
Hút thuốc là một trong những nguyên nhân gây hại đến sức khỏe.

1525 **かえりみる** **省みる** Reflect on 反省、反思 nghĩ lại	怠(なま)け者(もの)の自分(じぶん)を省(かえり)みて、もっと頑張(がんば)ろうと思(おも)った。 Considering myself a lazy person, I decided to try harder. 我反省懒惰的自己，想更加努力。 Nghĩ lại thấy mình lười biếng nên tôi quyết cố gắng hơn.
1526 **かかげる** **掲げる** Raise / Set (goal) 悬挂、高举；提出 giương lên / trưng ra	国旗(こっき)を掲(かか)げる／目標(もくひょう)を掲(かか)げる Raise the flag / Set a target 悬挂国旗／提出目标 giương cao quốc kỳ / trưng ra mục tiêu
1527 **かかわる** **関わる** Be involved with, touch on 有关系 liên quan đến	製品(せいひん)の開発(かいはつ)に関(かか)わる仕事(しごと)をしている。 I do a job involved with product development. 我从事着有关产品开发的工作。 Tôi làm công việc liên quan đến phát triển sản phẩm. ☀関(かか)わり
1528 **かきまわす** **かき回す** Stir 搅拌 khuấy	紅茶(こうちゃ)に砂糖(さとう)を入(い)れて、スプーンでかき回(まわ)した。 I put sugar in the black tea and stirred it with a spoon. 我把砂糖放进红茶中并用勺子搅拌。 Tôi cho đường vào trà rồi dùng muỗng khuấy.
1529 **かく** **欠く** Lack 欠缺 thiếu sót	彼(かれ)の提案(ていあん)は具体性(ぐたいせい)を欠(か)いている。 His proposal lacks specifics. 他的提案欠缺具体性。 Đề xuất của anh ta thiếu tính cụ thể. 自欠(か)ける
1530 **かける** **賭ける** Bet 赌 đặt cược	次(つぎ)の競馬(けいば)のレースでは、あの黒(くろ)い馬(うま)に賭(か)けよう。 In the next race, let's bet on that black horse. 下一场赛马，就赌那匹黑马吧。 Ta hãy đặt cược vào con ngựa đen kia ở vòng đua tới nào! ☀賭(か)け
1531 **かける** **駆ける** Run 跑、奔跑 chạy nhanh, chạy vụt	馬(うま)は物音(ものおと)に驚(おどろ)いて駆(か)けていった。 The horse was startled by the noise and bolted. 马被响声惊到，跑走了。 Con ngựa bị giật mình bởi tiếng động và chạy vụt đi.
1532 **かさばる** Be bulky 体积大 cồng kềnh	この箱(はこ)は軽(かる)いが、かさばるので持(も)ちにくい。 This box is light, but it is difficult to hold because it is bulky. 这个箱子虽然轻，但是体积大，不便携带。 Cái hộp này tuy nhẹ nhưng lại cồng kềnh nên khó cầm.

1533	霧で遠くがかすんで、景色がよく見えない。
かすむ Be faint, be hazy 朦胧 mờ ảo	Distant things are faint in the fog, and I cannot see the scenery well. 由于雾气，远处朦胧一片，看不清景色。 Phía xa mờ ảo vì sương mù nên không thấy rõ phong cảnh.

1534	弟は、大学の学費を自分で稼いでいる。
かせぐ **稼ぐ** Earn 挣(钱) kiếm (tiền)	My brother himself earns the money he needs to pay the university tuition fees. 弟弟在自己挣大学学费。 Em tôi tự kiếm tiền đóng học phí đại học. ⁂稼ぎ

1535	私がいじめられたとき、彼だけがかばってくれた。
かばう Cover, protect 庇护、维护 bênh vực, che chở	When I was bullied, he was the only one who covered my back. 在我受欺负的时候，只有他维护我。 Khi tôi bị bắt nạt, chỉ có anh ấy đứng ra che chở cho tôi.

1536	この木に触ると、かぶれます。
かぶれる Come out in a rash 皮肤红肿 nổi mẩn đỏ	If you touch this tree, you will get a rash. 一旦碰到这棵树，就会皮肤红肿。 Nếu sờ vào cây này sẽ bị nổi mẩn đỏ. ⁂かぶれ

1537	兄がしつこくからかうので、妹は怒った。
からかう Tease 开玩笑、戏弄 chọc ghẹo	My sister got angry, because my brother would not stop teasing her. 因为哥哥纠缠不休的戏弄，妹妹生气了。 Vì anh trai cứ chọc ghẹo không thôi nên em gái nổi giận.

1538	糸が絡む/お金が絡んだ殺人事件
からむ **絡む** Involve, entwine 缠住、缠上；密切相关、牵涉 bị rối / liên quan mật thiết	Thread gets tangled. / A murder case connected with money 线缠住了/牵涉金钱的杀人案 Chỉ bị rối. / vụ án mạng có liên quan đến tiền 他絡ます　他絡ませる

1539	1 mにも伸びた草を刈った。
かる **刈る** Mow 割 cắt, tia	I mowed the grass that had grown as high as 1 m. 我把长到一米的草割掉了。 Tôi cắt đi mấy ngọn cỏ dài những 1 m. ⁂~刈り(例：草刈り)

1540	家を借りるので、大家と契約書を交わした。
かわす **交わす** Exchange 互相交换 trao đổi	I exchanged contracts with the landlord, as I am renting a home. 因为要租房子，我与房东签订了协议。 Vì thuê nhà nên tôi đã trao đổi hợp đồng với chủ nhà.

1541 きずく 築く Build 修筑、修建；建立 xây dựng	城を築く/信頼関係を築く Build a castle / Establish relations of trust 筑城／建立信赖关系 xây lâu đài / xây dựng mối quan hệ tin tưởng nhau
1542 きずつく 傷つく Get hurt 受伤、负伤；(精神上)受创伤 bị tổn thương	事故で傷ついた足が痛む/プライドが傷つく The foot that was injured in the accident hurts. / Somebody's pride is injured. 在事故中受伤的腿很痛／自尊心受创 Cái chân bị thương trong tai nạn lại đau. / Danh dự bị tổn thương. 他 傷つける
1543 きそう 競う Compete 竞赛、比赛 cạnh tranh	オリンピックではスピードや力を競う。 In the Olympics, athletes compete on speed and strength. 奥运会比的是速度与力量。 Trong Thế vận hội, người ta cạnh tranh nhau về tốc độ và sức lực.
1544 きたえる 鍛える Train, hone 锻炼 rèn luyện	毎日10km走って、体を鍛えている。 I hone my physique by running 10 km each day. 我每天跑10千米锻炼身体。 Mỗi ngày tôi chạy 10 km để rèn luyện thân thể.
1545 きづかう 気遣う Worry about 担心、挂念 lo lắng	父は、体が弱い母を気遣っている。 My father worries about my physically impaired mother. 父亲很担心身体屠弱的母亲。 Cha lo lắng vì mẹ có thể trạng ốm yếu. ※気遣い
1546 きょうじる/きょうずる 興じる/興ずる Amuse yourself 感兴趣、玩在兴头上 thích thú, hứng thú	子供たちは雪遊びに興じていた。 The children were enjoying themselves playing in the snow. 孩子们玩雪玩得很开心。 Bọn trẻ thích thú chơi tuyết.
1547 ぎょっとする Be startled 大吃一惊、吓一跳 kinh sợ	床を虫が走るのを見て、ぎょっとした。 I was startled at the sight of insects running around the floor. 看到虫子在地板上爬，我吓了一跳。 Tôi thất kinh khi thấy sâu bọ bò dưới nền nhà.
1548 きりかえる 切り替える Switch over 换、切换 thay đổi, chuyển đổi, thay thế	テレビのチャンネルを切り替えた。 I changed TV channel. 换了个电视频道。 Tôi đổi kênh tivi. 自切り替わる ※切り替え

1549 くいちがう 食い違う Disagree 有分歧、不一致 mâu thuẫn	交通事故を見た2人の話は食い違っていた。 There is some disagreement in the traffic accident accounts given by the two witnesses. 那两名交通事故目击者的话不一致。 Câu chuyện của 2 người chứng kiến tai nạn mâu thuẫn nhau. ※食い違い
1550 くいる 悔いる Regret 懊悔、后悔 hối hận	犯人は自分の罪を悔いていた。 The culprit regretted his crime. 犯人对自己的罪行感到很后悔。 Phạm nhân đã hối hận về tội ác của mình. ※悔い
1551 くぐる Go through, go under 穿过、钻过 chui qua	観光船が橋の下をくぐっていった。 The tourist vessel passed under the bridge. 观光船从桥下穿过去了。 Thuyền du lịch chui qua dưới cây cầu.
1552 くだす 下す Issue, hand down 下达、决断 hạ xuống, đưa ra	市長は保育所を増やす決定を下した。 The mayor handed down a resolution for an increase in the number of nurseries. 市长做出了增加托儿所的决定。 Thị thưởng đã đưa ra quyết định tăng số nhà trẻ. 自下る
1553 くちずさむ 口ずさむ Sing to oneself, hum 随口、哼唱 ngân nga	母は歌を口ずさみながら料理している。 Mother is making the meals while humming a song. 母亲正哼着歌做菜。 Mẹ tôi vừa ngân nga bài hát vừa nấu ăn.
1554 くつがえす 覆す Overturn 推翻、彻底改变 lật ngược	裁判官は、死刑判決を覆して無罪とした。 The judge overturned the death sentence and found the man innocent. 法官推翻了死刑判决，改判无罪。 Thẩm phán đã lật ngược phán quyết tử hình và tuyên trắng án. 自覆る
1555 くつろぐ Feel relaxed 放松 thư giãn	家族と温泉に行って、のんびりくつろいだ。 I went with my family to the hot spring and felt relaxed. 我与家人去泡了温泉，好好地放松了一下。 Tôi cùng gia đình đi suối nước nóng và thoải mái thư giãn. ※くつろぎ
1556 くむ Scoop 舀、汲 múc lên	手で泉の水をくんで飲んだ。 I scooped and gulped down a handful of water from the spring. 我用手舀了泉水喝。 Tôi dùng tay múc nước suối uống.

1557
くやむ
悔やむ
Regret
后悔
hối tiếc

若いときの勉強不足を悔やんでいる。
I regret that I did not study enough when I was young.
我很后悔年轻的时候没有好好学习。
Tôi hối tiếc vì hồi trẻ không học hành đầy đủ.

1558
くわだてる
企てる
Plan
图谋、企图
âm mưu, có ý định

彼らは保険金の詐欺を企てた。
They planned an insurance fraud.
他们企图骗取保险金。
Bọn họ âm mưu lừa đảo tiền bảo hiểm.

※企て

1559
けがす
汚す
Sully, pollute
玷污、损害
làm ô danh

生徒が暴力事件を起こし、学校の名誉を汚した。
By instigating acts of violence, the students sullied the reputation of the school.
学生闹出了暴力事件，使学校名誉受损。
Học trò gây ra vụ hành hung làm ô danh trường.

自 汚れる

1560
けとばす
蹴飛ばす
Kick
踢飞、踢
đá tung

男の子が石を蹴飛ばしながら歩いていた。
The boy walked along kicking a stone.
男孩边走路边踢着石子。
Cậu bé vừa đi vừa đá tung mấy hòn cuội.

1561
こころがける
心掛ける
Take care to
留心、注意
lưu tâm, lưu ý, nỗ lực

健康のために、規則正しい生活を心掛けている。
I take care to ensure a regular lifestyle for the sake of my health.
为了健康，我很注意作息规律。
Tôi luôn lưu ý sinh hoạt điều độ vì sức khỏe.

※心掛け

1562
こころざす
志す
Aim to
志愿、立志
quyết chí

宇宙誕生の謎を知るために、科学者を志した。
I wanted to become a scientist to solve the puzzle of the origins of the universe.
为了了解宇宙诞生的秘密，我立志做一名科学家。
Tôi quyết chí trở thành nhà khoa học để tìm hiểu về bí ẩn sự ra đời của vũ trụ.

※志

1563
こころみる
試みる
Try
尝试
thử, thí điểm

市はごみを減らすために、新しい対策を試みる。
To reduce garbage, the municipal government will try out a new policy.
市里为了减少垃圾，将尝试新对策。
Thành phố sẽ thí điểm chính sách mới nhằm giảm lượng rác thải.

※試み

1564
こじれる
Get complicated
不顺利、事态恶化
gặp trục trặc, trở nên rắc rối

交渉がこじれて、契約ができなかった。
Negotiations got complicated and it was not possible to agree on a contract.
谈判不顺利，合同没有签成。
Cuộc thương lượng gặp trục trặc nên không ký kết được hợp đồng.

1565

こたえる
応える
Respond
响应、反应
đáp ứng

店は、客の要望に応えて商品の種類を増やした。

In response to demand from customers, the shop increased its range of product categories.

店里应顾客要求，增加了商品种类。

Cửa hàng đã tăng chủng loại sản phẩm để đáp ứng yêu cầu của khách.

1566

こだわる
Be particular
拘泥、介意；追求、讲究
lo lắng quá mức / chú trọng

ミスにこだわる/コーヒーの香りにこだわる

Be particular about mistakes / Be particular about the aroma of coffee

拘泥于失误/讲究咖啡的香气

lo lắng quá mức về sai sót / chú trọng đến mùi hương của cà phê

※ こだわり

1567

こなす
Handle
做好、处理好
làm tốt

彼女は通訳から営業まで何でもこなす。

She handles everything from interpreting to sales.

她从口译到营销，什么都做得好。

Cô ấy việc gì cũng làm tốt, từ phiên dịch tới kinh doanh.

1568

こばむ
拒む
Refuse
拒绝
từ chối

医者は手術を勧めているが、母は拒んでいる。

The doctor recommended an operation, but my mother is refusing.

医生建议手术，但是母亲一直拒绝。

Bác sĩ khuyên nên mổ nhưng mẹ tôi từ chối.

1569

ごまかす
Misrepresent
隐瞒、糊弄
lừa dối

アンケートに年齢をごまかして書いた。

I was not truthful about my age in answering the questionnaire.

填调查问卷的时候我隐瞒了年龄。

Tôi khai man tuổi khi trả lời khảo sát.

※ ごまかし

1570

こらす
凝らす
Be inventive, elaborate
凝、讲究
tập trung vào

誰でも分かるように、説明に工夫を凝らした。

I gave an elaborate explanation, to ensure that everybody could understand.

为了让谁都能明白，我下了很大功夫去解释。

Họ đã tập trung suy nghĩ vào việc giải thích sao cho ai cũng hiểu được.

1571

こる
凝る
Stiffen / Devote yourself
肌肉僵硬；入迷、热衷
bị cứng lại / say mê

肩が凝る/趣味の写真に凝る

Have stiff shoulders / Devote yourself to the hobby of photography

肩膀肌肉僵硬/沉迷于摄影爱好

Vai bị nhức mỏi. / say mê chụp ảnh theo sở thích

※ 凝り

1572

さえぎる
遮る
Interrupt, block
遮挡、遮蔽；干扰、打断
che chắn / cắt ngang

カーテンで日ざしを遮る/話を遮る

Block the sunlight using curtains / Interrupt (a speaker)

用窗帘遮挡阳光/打断说话

dùng màn cửa che ánh mặt trời / cắt ngang câu chuyện

1573 **さえる** Be clear / Be wakeful （头脑）清晰、敏锐；精神兴奋 nhanh nhạy / tỉnh táo	彼は頭<ruby>かれ<rt></rt></ruby>がさえている/目<ruby>め<rt></rt></ruby>がさえて眠<ruby>ねむ<rt></rt></ruby>れない He has a clear mind. / I feel wide-awake and cannot sleep. 他头脑清晰/兴奋得睡不着 Anh ta có đầu óc nhanh nhạy. / Hai mắt tỉnh táo nên tôi không ngủ được.
1574 **さかのぼる** Go upstream / Go back to 逆流而上；追溯、回溯 đi ngược dòng	川<ruby>かわ<rt></rt></ruby>をさかのぼる/過去<ruby>かこ<rt></rt></ruby>にさかのぼる To go upstream in a river / Return to the past 逆流而上/回溯到过去 lội ngược dòng sông / ngược dòng quá khứ
1575 **さける** **裂ける** Tear 裂开 rách	布<ruby>ぬの<rt></rt></ruby>を引<ruby>ひ<rt></rt></ruby>っ張<ruby>ば<rt></rt></ruby>ったら、2<ruby>ふた<rt></rt></ruby>つに裂<ruby>さ<rt></rt></ruby>けた。 When I pulled at the cloth, it tore into two parts. 布一撕就裂成了两块。 Tôi kéo mảnh vải khiến nó rách làm hai. 他 裂<ruby>さ<rt></rt></ruby>く
1576 **ささげる** Dedicate, offer 献上、敬奉；献出、奉献 dâng (lên thần linh) / cống hiến	神<ruby>かみ<rt></rt></ruby>に祈<ruby>いの<rt></rt></ruby>りをささげる/研究<ruby>けんきゅう<rt></rt></ruby>に一生<ruby>いっしょう<rt></rt></ruby>をささげる Offer a prayer to the Gods / Devote a lifetime to research 向神献上祈祷/为研究奉献一生 cầu nguyện thần linh / cống hiến cả đời cho nghiên cứu
1577 **さしつかえる** **差し支える** Hinder, hamper 妨碍、影响 gây cản trở	睡眠不足<ruby>すいみんぶそく<rt></rt></ruby>だと、翌日<ruby>よくじつ<rt></rt></ruby>の仕事<ruby>しごと<rt></rt></ruby>に差<ruby>さ<rt></rt></ruby>し支<ruby>つか<rt></rt></ruby>える。 If you miss out on sleep, your work the next day will be hampered. 睡眠不足会影响第二天的工作。 Nếu ngủ không đủ giấc sẽ gây cản trở đến công việc của ngày hôm sau. ※差<ruby>さ<rt></rt></ruby>し支<ruby>つか<rt></rt></ruby>え
1578 **さしひく** **差し引く** Subtract, deduct 扣除、减去 trừ ra	給料<ruby>きゅうりょう<rt></rt></ruby>からは税金<ruby>ぜいきん<rt></rt></ruby>や保険料<ruby>ほけんりょう<rt></rt></ruby>が差<ruby>さ<rt></rt></ruby>し引<ruby>ひ<rt></rt></ruby>かれる。 Taxes and insurance contributions are deducted from salaries. 税与保险费从工资里扣除。 Tiền thuế và phí bảo hiểm được trừ ra từ tiền lương.
1579 **さずける** **授ける** Give 授予、赐予 tặng thưởng, ban thưởng	王<ruby>おう<rt></rt></ruby>は兵士<ruby>へいし<rt></rt></ruby>に褒美<ruby>ほうび<rt></rt></ruby>として刀<ruby>かたな<rt></rt></ruby>を授<ruby>さず<rt></rt></ruby>けた。 The King gave swords to the soldiers as rewards. 国王赐予士兵一把刀作为奖赏。 Nhà vua đã ban thưởng cho người lính một thanh kiếm. ※授<ruby>さず<rt></rt></ruby>かる
1580 **さする** Rub 轻抚、摩擦 chà	母<ruby>はは<rt></rt></ruby>はせきが続<ruby>つづ<rt></rt></ruby>く子供<ruby>こども<rt></rt></ruby>の背中<ruby>せなか<rt></rt></ruby>をさすった。 The mother rubbed the still-coughing child on the back. 妈妈轻抚了咳嗽不止的孩子的背。 Người mẹ chà lên lưng đứa bé bị ho kéo dài.

1581 **さだめる** **定める** Determine, set 规定、订立 đặt ra	<ruby>学校<rt>がっこう</rt></ruby>は<ruby>遅刻<rt>ちこく</rt></ruby>や<ruby>欠席<rt>けっせき</rt></ruby>についての<ruby>規則<rt>きそく</rt></ruby>を<ruby>定<rt>さだ</rt></ruby>めている。 The school has set rules for lateness and absence. 学校制订了关于迟到、缺勤的规则。 Nhà trường đặt ra quy định về đi trễ và vắng tiết. **自**<ruby>定<rt>さだ</rt></ruby>まる
1582 **さっする** **察する** Sympathize 体谅、体察 đoán biết	<ruby>失恋<rt>しつれん</rt></ruby>した<ruby>友<rt>とも</rt></ruby>の<ruby>気持<rt>きも</rt></ruby>ちを<ruby>察<rt>さっ</rt></ruby>して、そっとしておいた。 I understood the feelings of my broken-hearted friend and let her be. 我体谅失恋了的朋友的心情，没有去打扰她。 Đoán được tâm trạng của người bạn bị thất tình, tôi không đả động gì đến chuyện đó.
1583 **さとる** **悟る** Realize, grasp 领悟；觉察 giác ngộ / nhận thức	<ruby>人生<rt>じんせい</rt></ruby>の<ruby>意味<rt>いみ</rt></ruby>を<ruby>悟<rt>さと</rt></ruby>る/<ruby>危険<rt>きけん</rt></ruby>を<ruby>悟<rt>さと</rt></ruby>る Grasp the meaning of life / Understand the danger 领悟人生的意义/觉察到危险 giác ngộ về ý nghĩa đời người / nhận thức mối nguy hiểm
1584 **さばく** **裁く** Judge 审判、裁判 xét xử	<ruby>現代<rt>げんだい</rt></ruby>は<ruby>罪<rt>つみ</rt></ruby>を<ruby>犯<rt>おか</rt></ruby>した<ruby>人<rt>ひと</rt></ruby>を<ruby>法律<rt>ほうりつ</rt></ruby>に<ruby>基<rt>もと</rt></ruby>づいて<ruby>裁<rt>さば</rt></ruby>く。 In our age, those committing crimes are judged based on the law. 在现代，我们根据法律对犯人进行审判。 Ở thời hiện đại, những người phạm tội sẽ bị xét xử dựa theo pháp luật. ※<ruby>裁<rt>さば</rt></ruby>き
1585 **さまたげる** **妨げる** Obstruct 妨碍、阻碍 cản trở	<ruby>台風<rt>たいふう</rt></ruby>で<ruby>倒<rt>たお</rt></ruby>れた<ruby>木<rt>き</rt></ruby>が<ruby>通行<rt>つうこう</rt></ruby>を<ruby>妨<rt>さまた</rt></ruby>げている。 The trees blown down in the typhoon are obstructing the traffic. 被台风吹倒的树妨碍了通行。 Cây ngã do bão gây cản trở lưu thông. ※<ruby>妨<rt>さまた</rt></ruby>げ
1586 **さわる** **障る** Hamper, hinder 妨碍、危害 gây hại	<ruby>無理<rt>むり</rt></ruby>をすると、<ruby>体<rt>からだ</rt></ruby>に<ruby>障<rt>さわ</rt></ruby>りますよ。 If you overdo things, it will affect you physically. 勉强自己的话，会对身体有害哦。 Làm việc quá sức sẽ có hại cho cơ thể đấy!
1587 **しいる** **強いる** Force 强制、迫使 ép buộc	<ruby>親<rt>おや</rt></ruby>は<ruby>上<rt>うえ</rt></ruby>の<ruby>子供<rt>こども</rt></ruby>には<ruby>我慢<rt>がまん</rt></ruby>を<ruby>強<rt>し</rt></ruby>いてしまいがちだ。 Parents tend to force their older children to be patient. 父母总是迫使较大的孩子忍耐。 Cha mẹ có xu hướng ép đứa con lớn hơn phải nhường nhịn.
1588 **しいれる** **仕入れる** Stock up, buy in 进货、采购 thu mua, nhập hàng	この<ruby>店<rt>みせ</rt></ruby>は<ruby>農家<rt>のうか</rt></ruby>から<ruby>直接<rt>ちょくせつ</rt></ruby><ruby>野菜<rt>やさい</rt></ruby>を<ruby>仕入<rt>しい</rt></ruby>れている。 This shop buys in vegetables directly from the farmers. 这家店直接从农户那里采购蔬菜。 Cửa hàng này thu mua rau quả trực tiếp từ nông dân. ※<ruby>仕入<rt>しい</rt></ruby>れ

1589

慕う
したう
Admire, dote on
景仰、敬慕
quần quýt

めいは成人した今でも私のことを慕ってくれている。

Even now, when she is grown up, my niece still dotes on me.

侄女在长大成人的现在也还是很景仰我。

Cháu gái tôi dù hiện giờ đã trưởng thành vẫn quần quýt với tôi.

1590

親しむ
したしむ
Be fond of
喜欢、爱好
yêu thích

子供のころから日本のアニメに親しんできた。

I have been fond of anime from Japan since my childhood.

从小就喜欢日本动画。

Từ nhỏ tôi đã yêu thích phim hoạt hình Nhật Bản.

1591

しなびる
Shrivel
枯萎、蔫
teo lại, héo úa

使わないうちに、野菜がしなびてしまった。

The vegetables had shriveled up while waiting to be used.

我还没来得及用，蔬菜就蔫掉了。

Rau để lâu không dùng nên bị teo tóp hết cả.

1592

しぼむ
Wither / Deflate
枯萎、凋谢；瘪、松弛软缩
úa tàn / bị xẹp

朝咲いて、昼にはしぼむ花/風船がしぼむ

A flower that blooms in the morning and withers in the day / The balloon deflates.

朝开午谢的花／气球瘪了

loài hoa sáng nở trưa tàn / Bong bóng bị xẹp.

1593

染みる
しみる
Stain / Sting
渗、浸；刺痛
thấm ướt / buốt, xót

汗がシャツに染みる/薬が傷に染みる

The shirt is stained with sweat. / The medicine makes the wound area sting.

汗水渗透衬衣／药刺痛伤口

Mồ hôi thấm ướt áo. / Thuốc khiến vết thương bị xót.

※染み

1594

熟す
じゅくす
Ripen, mature
熟透、成熟
(trái cây) chín

よく熟したバナナは甘い。

Very ripe bananas are sweet.

熟透的香蕉很甜。

Chuối chín kỹ sẽ ngọt.

1595

準じる/準ずる
じゅんじる/じゅんずる
Conform to
按照、依照
theo chuẩn

当社は契約社員も、正社員に準じた待遇をする。

Our company treats contract employees too in the same way as regular employees.

在我们公司，合同雇员享有与正式员工一样的待遇。

Công ty chúng tôi đãi ngộ nhân viên hợp đồng theo chuẩn của nhân viên chính thức.

1596

称する
しょうする
Call
称、称呼
gọi là, tự xưng là

彼は自分を天才と称している。

He calls himself a genius.

他自称天才。

Cậu ta tự xưng là thiên tài.

1597 **しりぞく** **退く** Retreat / Retire 倒退、退；退位、辞职 lùi lại / từ chức	後_{うし}ろに退_{しりぞ}く／社長_{しゃちょう}を退_{しりぞ}く Step back / Retire as president 后退/辞去社长一职 lùi lại phía sau / từ chức tổng giám đốc
1598 **しりぞける** **退ける** Reject 拒绝、排斥 bác bỏ	社長_{しゃちょう}は改革派_{かいかくは}による改善案_{かいぜんあん}を退_{しりぞ}けた。 The President rejected the improvement proposal of the reform lobby. 社长拒绝了改革派的改善提案。 Tổng giám đốc đã bác bỏ dự án cải tổ do phái cách tân đề xuất.
1599 **しるす** **記す** Write down 写下来、写 ghi chép	祖母_{そぼ}は、日記_{にっき}に戦争中_{せんそうちゅう}の生活_{せいかつ}を細_{こま}かく記_{しる}していた。 My grandmother made detailed notes in her diary about life during wartime. 祖母在日记中详细写下了战时的生活。 Bà tôi đã ghi chép tỉ mỉ cuộc sống trong chiến tranh vào nhật ký.
1600 **すえつける** **据え付ける** Install 安装 gắn vào, lắp đặt	山小屋_{やまごや}には大_{おお}きなストーブが据_すえ付_つけてあった。 A large stove was installed in the mountain hut. 山间小屋里装着巨大的火炉。 Trong cái chòi trên núi có lắp một lò sưởi to.
1601 **すすぐ／ゆすぐ** Rinse 冲洗、漂洗 xả sạch, rửa sạch	シャンプーしたら、よく髪_{かみ}をすすぐこと。 Rinse your hair well after shampooing. 抹完洗发水之后，要冲干净。 Gội đầu xong nhớ xả sạch tóc. ☀すすぎ
1602 **すたれる** **廃れる** Go out of use, go out of fashion 不再流行、不受欢迎 lỗi thời, suy yếu	去年流行_{きょねんりゅうこう}したファッションが廃_{すた}れてしまった。 Last year's fashions are now outmoded. 去年流行的时尚今年已经不受欢迎了。 Mốt thời trang thịnh hành năm ngoái giờ đã lỗi thời. ⇔はやる
1603 **する** **擦る** Rub 擦、划 đánh (diêm)	マッチを擦_すって、ろうそくに火_ひをつけた。 I struck a match and lit the candle. 我划亮火柴，点上了蜡烛。 Tôi đánh diêm, châm lửa vào nến. 自擦_すれる
1604 **すれる** **擦れる** Wear down 磨、摩擦 trầy xước, mòn vì cọ xát	ジーンズの裾_{すそ}が擦_すれて破_{やぶ}れた。 The hem of my jeans was damaged by wear. 牛仔裤的裤腿磨破了。 Gấu quần jean bị mòn rách. 他擦_する

1605

せいする
制する
Control, keep in check
圧制、控制
chặn đứng

市長に面会を求める市民を警備員が制した。

The security guards restrained the citizens demanding to meet the mayor.

警卫员控制住了要求面见市长的市民。

Bảo vệ đã chặn những cư dân đòi gặp mặt Thị trưởng.

1606

せかす
Rush, hurry somebody
催、催促
thúc giục

母親は「早く食べなさい」と子供をせかした。

The mother told her child to eat quickly.

母亲向孩子催促道：“快吃。”

Người mẹ giục con "Ăn nhanh lên nào".

1607

そこなう
損なう
Damage
损害、损伤
gây tổn hại

ストレスによって健康を損なうことがある。

Stress can sometimes damage your health.

压力有时会导致健康受损。

Có trường hợp stress gây hại cho sức khỏe.

1608

そなわる
備わる
Be equipped with
设有、备有
được trang bị

この客船には劇場やプールが備わっている。

This cruise ship is equipped with a stage and swimming pool.

这艘客船里设有剧院和游泳池。

Thuyền chở khách này được trang bị nhà hát và hồ bơi.

他 備える

1609

そびえる
Rise, soar
耸立、矗立
vươn cao

遠くに高い山がそびえている。

High mountains soar in the distance.

远处高山耸立。

Phía xa một ngọn núi cao đứng vươn thẳng.

1610

そむく
背く
Disobey
违背
làm ngược lại

親の「うそをつくな」という教えに背いてしまった。

I disobeyed my parents' injunction not to tell lies.

我违背了父母"不能说谎"的教诲。

Tôi đã lỡ làm ngược lại lời dạy "Không được nói dối" của cha mẹ.

1611

そる
反る
Curve, warp
弯曲、翘曲
cong lại

木のドアが反って、開かなくなった。

The wooden door had warped and would not open.

木门翘曲，打不开了。

Cánh cửa gỗ bị cong lại nên không mở ra được nữa.

他 反らす

1612

それる
Veer, swerve
偏离
chệch hướng

ゴールを狙って蹴ったボールが、わずかにそれた。

The shot at goal was slightly off-target.

朝着球门踢的球，偏了一点。

Quả bóng tôi đá nhắm vào khung thành lại bị chệch đi một chút.

他 そらす

1613
だいする
題する
Title
題为、名为
có tựa đề

彼は「日本的経営」と題する論文を発表した。
He released an essay titled "Japanese-style Management".
他发表了一篇题为《日本式经营》的论文。
Ông ấy đã thuyết trình về luận văn có tựa đề "Quản lý kiểu Nhật".

1614
たえる
絶える
Tail off, come to an end
断绝
ngưng, kết thúc

日中の激しい車の行き来が、夜には絶える。
The heavy traffic during the day tails off at night.
白天的车水马龙，到了晚上便无踪影。
Dòng xe cộ tấp nập ban ngày sẽ ngưng lại vào ban đêm.

他 絶やす

1615
たえる
耐える
Endure, undergo
忍耐、忍受
chịu đựng

優勝を目指して、厳しい練習に耐えた。
Aiming to win, I underwent hard training.
以夺冠为目标，我忍受了严酷的训练。
Chịu đựng sự tập luyện khắc nghiệt nhằm hướng đến chức vô địch.

1616
たかまる
高まる
Increase, grow
高涨、增高
trở nên cao hơn, được nâng cao

新エネルギーの開発に期待が高まっている。
There are growing expectations for the development of new energy.
人们对新能源开发的期待越来越高了。
Sự kì vọng vào việc phát triển nguồn năng lượng mới ngày càng cao hơn.

他 高める　※ 高まり

1617
たがやす
耕す
Plow
耕作
cày xới, canh tác

畑を耕して、野菜の種をまいた。
I plowed the field and sowed vegetable seeds.
翻耕田地，播下了菜种。
Tôi cày xới đất ruộng rồi gieo hạt trồng rau.

1618
たくする/たくす
託する/託す
Commit, entrust
托付、拜托
ủy thác

亡くなるとき、父は工場の経営を兄に託した。
When his own end was imminent, my father entrusted the management of the factory to my brother.
临终时，父亲把工厂的经营托付给了哥哥。
Trước khi mất, cha tôi đã ủy thác việc điều hành nhà máy lại cho anh tôi.

1619
たずさえる
携える
Carry, bear
携带
cầm đi theo

住民は、辞職要求の署名を携えて市長を訪ねた。
The citizens visited the mayor, bringing a signed petition demanding his resignation.
居民们携带着要求下台的联名信拜访了市长。
Dân chúng cầm bản chữ ký yêu cầu từ chức đến gặp Thị trưởng.

1620
たずさわる
携わる
Engage in
参与、从事
tham gia vào

将来は教育の仕事に携わりたい。
In future, I would like a job involved with education.
将来想从事与教育有关的工作。
Tương lai tôi muốn tham gia vào công việc giáo dục.

1621
ただよう
漂う
Drift, float
漂浮、飘荡
trôi nổi

<ruby>湖<rt>みずうみ</rt></ruby>に<ruby>誰<rt>だれ</rt></ruby>も<ruby>乗<rt>の</rt></ruby>っていないボートが<ruby>漂<rt>ただよ</rt></ruby>っていた。
There was a boat floating on the lake with nobody on it.
湖里飘荡着一艘无人之舟。
Trên hồ có chiếc thuyền không người đang trôi.

1622
たちさる
立ち去る
Leave
离开、起身离去
rời đi

<ruby>僕<rt>ぼく</rt></ruby>を<ruby>助<rt>たす</rt></ruby>けた<ruby>人<rt>ひと</rt></ruby>は<ruby>名前<rt>なまえ</rt></ruby>も<ruby>言<rt>い</rt></ruby>わずに<ruby>立<rt>た</rt></ruby>ち<ruby>去<rt>さ</rt></ruby>った。
The person who helped me went away without even stating his name.
那位帮助了我的人连名字也没有留下就离开了。
Người cứu tôi đã rời đi mà không để lại tên tuổi gì.

1623
たちむかう
立ち向かう
Confront, face
抗击、抵抗
chống lại

<ruby>相手<rt>あいて</rt></ruby>チームの<ruby>攻撃<rt>こうげき</rt></ruby>に<ruby>全力<rt>ぜんりょく</rt></ruby>で<ruby>立<rt>た</rt></ruby>ち<ruby>向<rt>む</rt></ruby>かった。
I stood firm with all my strength against the attack of the other team.
全力抵抗对方队伍的攻击。
Cả đội dùng toàn lực chống trả lại đòn tấn công của đội đối phương.

1624
たちよる
立ち寄る
Stop by
顺便到、顺路去
ghé qua, ghé vào

<ruby>散歩<rt>さんぽ</rt></ruby>の<ruby>途中<rt>とちゅう</rt></ruby>で<ruby>本屋<rt>ほんや</rt></ruby>に<ruby>立<rt>た</rt></ruby>ち<ruby>寄<rt>よ</rt></ruby>った。
I stopped by a bookshop while out strolling.
散步的时候顺便去了一趟书店。
Tôi ghé vào nhà sách trên đường đi dạo.

1625
たつ
断つ
Cut off
截断、切断
cắt đứt (vật)

<ruby>軍<rt>ぐん</rt></ruby>は、<ruby>橋<rt>はし</rt></ruby>を<ruby>壊<rt>こわ</rt></ruby>して<ruby>敵<rt>てき</rt></ruby>が<ruby>侵入<rt>しんにゅう</rt></ruby>する<ruby>道<rt>みち</rt></ruby>を<ruby>断<rt>た</rt></ruby>った。
The army destroyed the bridge, cutting off the invasion route for the enemy.
军队破坏了桥梁，切断了敌人入侵的道路。
Đội quân đã phá cầu, cắt đứt đường xâm lăng của địch.

1626
たつ
絶つ
Cut off, give up
断送、断绝
kết thúc

どんなにつらくても、<ruby>命<rt>いのち</rt></ruby>を<ruby>絶<rt>た</rt></ruby>ってはいけない。
You must not end your life, however difficult things get.
无论多么痛苦，也不能自绝性命。
Dù có khổ sở đến thế nào cũng không được kết thúc cuộc đời mình.

1627
だっする
脱する
Get out of
脱离
thoát khỏi

<ruby>手術<rt>しゅじゅつ</rt></ruby>が<ruby>成功<rt>せいこう</rt></ruby>して、<ruby>母<rt>はは</rt></ruby>は<ruby>危険<rt>きけん</rt></ruby>な<ruby>状態<rt>じょうたい</rt></ruby>を<ruby>脱<rt>だっ</rt></ruby>した。
The operation was a success, and mother was no longer in a serious condition.
手术取得了成功，母亲脱离了危险。
Cuộc phẫu thuật thành công nên mẹ tôi đã thoát khỏi tình trạng nguy hiểm.

1628
たっとぶ/とうとぶ
尊(貴)ぶ
Respect, value
尊重、珍视
tôn trọng, quý trọng

<ruby>子供<rt>こども</rt></ruby>たちには<ruby>命<rt>いのち</rt></ruby>を<ruby>尊<rt>とうと</rt></ruby>ぶ<ruby>人間<rt>にんげん</rt></ruby>になってほしい。
I want the children to grow up into people who respect life.
希望孩子们成长为尊重生命的人。
Tôi mong muốn con mình trở thành người biết quý trọng sinh mạng.

1629

たどりつく
たどり着く
Finally arrive
好不容易走到
đến được, có được

<ruby>何<rt>なん</rt></ruby><ruby>度<rt>ど</rt></ruby>も<ruby>迷<rt>まよ</rt></ruby>って、やっと<ruby>目<rt>もく</rt></ruby><ruby>的<rt>てき</rt></ruby><ruby>地<rt>ち</rt></ruby>にたどり<ruby>着<rt>つ</rt></ruby>いた。
We finally got to the destination after repeatedly getting lost.
多次迷路后，终于走到了目的地。
Sau nhiều lần bị lạc, cuối cùng chúng tôi cũng đến được nơi cần đến.

1630

たばねる
束ねる
Bundle
捆、扎
buộc, bó lại

<ruby>彼<rt>かの</rt></ruby><ruby>女<rt>じょ</rt></ruby>はいつも<ruby>髪<rt>かみ</rt></ruby>を<ruby>1<rt>ひと</rt></ruby>つに<ruby>束<rt>たば</rt></ruby>ねている。
She always bundles her hair up into a bun.
她总是把头发扎成一束。
Cô ấy lúc nào cũng buộc tóc lại thành 1 chùm.

1631

ためらう
Hesitate
犹豫、踌躇
do dự, lưỡng lự

いい<ruby>辞<rt>じ</rt></ruby><ruby>書<rt>しょ</rt></ruby>だが<ruby>高<rt>たか</rt></ruby>いので、<ruby>買<rt>か</rt></ruby>うのをためらった。
Those dictionaries are good but expensive, so I hesitated to buy one.
虽然是一本很好的辞典，但是价格很高，因此犹豫要不要买。
Cuốn tự điển hay nhưng lại mắc nên tôi lưỡng lự chưa mua.

☀ためらい

1632

たるむ
Slacken, sag
松弛；松懈
bị giãn, bị xệ / lơi lỏng

ロープがたるむ／<ruby>気<rt>き</rt></ruby><ruby>持<rt>も</rt></ruby>ちがたるむ
The ropes slacken. / My mood sagged.
绳索松了／心情懒怠
Dây bị giãn. / Tâm trí trở nên lơi lỏng.

☀たるみ

1633

たれる
垂れる
Drip, dangle
下垂
thòng xuống

<ruby>電<rt>でん</rt></ruby><ruby>線<rt>せん</rt></ruby>が<ruby>切<rt>き</rt></ruby>れて<ruby>垂<rt>た</rt></ruby>れている。
The power line was cut and is dangling.
电线断了垂了下来。
Dây điện bị đứt và thòng xuống.

他<ruby>垂<rt>た</rt></ruby>らす

1634

ちぢまる
縮まる
Shrink
缩小
co lại, thu lại

<ruby>一<rt>いち</rt></ruby><ruby>時<rt>じ</rt></ruby><ruby>縮<rt>ちぢ</rt></ruby>まった<ruby>1<rt>いち</rt></ruby><ruby>位<rt>い</rt></ruby>と<ruby>2<rt>に</rt></ruby><ruby>位<rt>い</rt></ruby>の<ruby>差<rt>さ</rt></ruby>が、また<ruby>開<rt>ひら</rt></ruby>いた。
The gap between first and second position narrowed for a while but then opened up again.
第一名跟第二名的差距短暂缩小后又拉大了。
Khoảng cách giữa vị trí thứ 1 và thứ 2 đã có lúc thu hẹp nay lại giãn rộng ra.

1635

ちらつく
Flicker, flutter
闪烁恍惚、忽明忽暗；纷飞、飘舞
nhấp nháy, chập chờn / lất phất

<ruby>切<rt>き</rt></ruby>れかけた<ruby>蛍<rt>けい</rt></ruby><ruby>光<rt>こう</rt></ruby><ruby>灯<rt>とう</rt></ruby>がちらつく／<ruby>雪<rt>ゆき</rt></ruby>がちらつく
The fading fluorescent light flickers. / Snowflakes flutter down.
快灭了的荧光灯忽明忽暗／雪花纷飞
Ngọn đèn huỳnh quang sắp cháy nên cứ chập chờn. / Tuyết rơi lất phất.

1636

ちらばる
散らばる
Scatter
散乱，凌乱
vương vãi, tứ tán

<ruby>窓<rt>まど</rt></ruby>ガラスが<ruby>割<rt>わ</rt></ruby>れて、<ruby>破<rt>は</rt></ruby><ruby>片<rt>へん</rt></ruby>が<ruby>床<rt>ゆか</rt></ruby>に<ruby>散<rt>ち</rt></ruby>らばった。
The window was broken, and shards were scattered around the floor.
窗玻璃碎了，碎片散落一地。
Kính cửa sổ bị vỡ, các mảnh vỡ vương vãi khắp nền nhà.

1637 ついやす 費やす Spend, take 消耗、花費 tiêu tốn	この建物は完成までに長い年月を費やした。 It took a long time to bring this building to completion. 这座建筑物花了很长时间才得以建成。 Tòa nhà này tốn bao năm tháng mới xây xong.
1638 つかいわける 使い分ける Have separate uses for 区别使用 phân biệt để dùng đúng	用事によってメールと電話を使い分けている。 We use email or telephone depending on what kind of matter it is. 根据不同的事情区别使用邮件与电话。 Dùng email hay điện thoại tùy theo công việc. ❋使い分け
1639 つきる 尽きる Run out 用尽、耗尽 cạn đi do sử dụng	彼は、ゴールの手前で力が尽きた。 He ran out of steam in front of the goal. 他在离终点一步之遥处用尽了力气。 Anh ấy đuối sức ngay trước khung thành.
1640 つぐ 継ぐ Succeed to 继承 kế thừa	父が亡くなったので、90年続くそば屋を継いだ。 After my father died, I inherited a soba noodle shop that had been going for 90 years. 因为父亲去世了，我继承了这家延续了90年的荞麦面店。 Cha mất nên tôi đã kế thừa tiệm mì 90 năm tuổi. ❋跡継ぎ

わたしの単語

On this page, let's write down vocabulary items taken from daily life.
请在这一页写下日常生活中发现的单词吧。
Hãy viết vào trang này những từ vựng tìm thấy trong sinh hoạt.

読んでみよう9

広がるか—性的少数者への理解

「異性を愛するのが普通だ」—長く当たり前だと思われていたこの考えは、今変わりつつある。自分の性に違和感を覚える人、同性が好きな人などを性的少数者（性的マイノリティ）（注）と言い、人口の3〜5％いることが分かってきた。

「皆と同じでなければ変だ」という圧力が、日本は特に強いと言われている。そんな中で性的少数者の人たちは、理解を**欠いた**周囲の人たちに**からかわれたり**して**傷つく**。周囲の偏見に**おびえ**、異なる自分を**演じる**ことになる。家族にやっと**打ち明けて**も、すぐには**受け止めて**もらえない。逆に「普通の結婚」を**強いられたり**し、中には自殺を考えるまでに**追い込まれて**いく人もいる。

だが今、多様な性のあり方を認めて性的少数者の権利を**重んじ**ようとする動きが少しずつ広まっている。それは、性的少数者の人たち自身が偏見に**挑んで**きたことの成果だ。2015年に、東京都渋谷区が同性のカップルに対してパートナーシップ証明書を発行するようになって以来、各地で同様の動きが**相次いで**いる。

これを受けて、例えばある生命保険会社は同性のパートナーを生命保険の受取人にできるようにした。企業の内部にも変化が生まれ、複数の会社が、同性パートナーにも配偶者と同じ家族手当を出したり性的少数者への差別禁止規定を作ったりしている。

全ての人が本来の自分を**抑える**ことなく、自分らしい家庭を**築い**て生活を**営める**社会。性的少数者への理解を深め権利を重んじることは、このような社会の形成を**促す**ことに通じるだろう。

（注）L（レズビアン）、G（ゲイ）、B（バイセクシャル）、T（トランスジェンダー）の頭文字をとって、LGBTとも言う。

Will understanding of sexual minorities spread?

The long-held idea that opposite sexes attract as a matter of course is now changing. People who feel uncomfortable about their sexual identity, and gays and lesbians (sexual minorities: see Note) are thought to comprise between 3-5% of the population.

The social pressure arising from the idea that everybody must be the same is said to be particularly deeply rooted in Japan. Against this backdrop, members of sexual minorities are often hurt by mockery from people around them who have insufficient understanding of their situation. The result is a feeling of being threatened by the prejudice of those around you, and of presenting a front that runs against your true nature. Even when such people open up to their own families in the end, they are not immediately accepted. On the contrary, they are compelled to marry conventionally, and some are even driven into thoughts of suicide.

However, momentum is slowly growing today toward respect for the acceptance of diverse sexual lifestyles and for the rights of sexual minorities. This is the result of initiatives by the sexual minorities themselves to take up the challenge of addressing the prejudice they experience. Since 2015, when Shibuya Ward in Tokyo began issuing certificates of partnership to same-sex couples, similar initiatives have been launched around Japan.

In response to this, some life insurance companies, for example, have begun to accept life insurance applicants who are same-sex partners. There have also been changes within companies. Many have broadened family allowances to include spouses in same-sex partnerships, and have drawn up regulations prohibiting discrimination against sexual minorities.

Society is now developing in such a way that minorities do not have to efface themselves as in the past, and all people can form households in a way that is natural to them. Deepening understanding of sexual minorities and respecting their rights will probably further spur formation of this kind of society.

Note   LGBT stands for Lesbian, Gay, Bisexual and Transgender

性少数者能否得到更广泛的理解

"爱慕异性是正常的"——长久以来被认为是理所当然的这一观念如今正渐渐发生变化。对自己的性别感到格格不入，喜欢同性等的人群被称为性少数者(注)。据了解这个人群约占总人口的 3 ~ 5%。

普遍认为在日本，"与大家不一样就很奇怪"这种压力特别大。在这样一种环境中，那些性少数群体被周围缺乏理解的人嘲笑而受伤。畏于周围的偏见，他们就扮演起不同的自己。就算好不容易跟家里人坦白了，也不能马上得到理解。反而被迫接受"普通的婚姻"，甚至有人被逼到想自杀。

但现在，承认性的多样性、尊重性少数者的权利的动向正在逐渐蔓延。这是性少数群体不懈挑战偏见的成果。自 2015 年东京涩谷区给同性伴侣发放伴侣关系证明以来，各地纷纷仿此举。

受此影响，例如某人寿保险公司已经允许同性伴侣成为人寿保险的受益人了。企业内部也发生了变化。多家公司对同性伴侣发放与配偶相当的家庭津贴，并规定禁止歧视性少数者。

理想的社会中，每个人都无须压抑本来的自我，都能建立适合自己的家庭，经营生活。加深对性少数者的理解，尊重他们的权利，也会促进这样的社会形成吧。

注：也被称为 LGBT，是 Lesbian（女同性恋者）、Gay（男同性恋者）、Bisexual（双性恋者）、Transgender（跨性别者）的英文首字母缩写。

Sẽ lan rộng chăng ~ sự thấu hiểu dành cho người thiểu số về giới tính

"Yêu người khác phái mới là bình thường" – lối suy nghĩ được cho là hiển nhiên suốt thời gian dài này hiện đang dần thay đổi. Những người cảm thấy khác lạ về giới tính của bản thân, thích người cùng giới tính v.v được gọi là người thiểu số về giới tính (xem chú thích), chiếm khoảng 3-5% dân số.

Người ta cho rằng áp lực "Không giống mọi người là lập dị" đặc biệt nặng nề ở Nhật. Trong một xã hội như thế, những người thiểu số về giới tính thường bị tổn thương do bị cười nhạo bởi những người xung quanh thiếu thông cảm. Sợ hãi vì thành kiến cộng đồng, họ buộc phải đóng giả thành con người khác với bản chất của mình. Dù cuối cùng có giãi bày với gia đình, họ vẫn không được chấp nhận ngay. Ngược lại còn bị ép buộc "kết hôn như người bình thường", trong đó có cả trường hợp bị dồn đến tình cảnh phải nghĩ đến việc tự sát.

Tuy nhiên, hiện nay các cuộc vận động thừa nhận sự đa dạng về giới tính và tôn trọng quyền lợi của những người thiểu số về giới tính đang từng bước lan rộng. Đó là thành quả của việc chính bản thân những người thiểu số về giới tính đã dám thách thức thành kiến. Kể từ khi quận Shibuya thuộc Tokyo cấp giấy chứng nhận bạn đời cho một cặp đôi đồng tính vào năm 2015, các cuộc vận động tương tự đã liên tiếp diễn ra khắp nơi.

Tiếp thu điều này, một công ty bảo hiểm nhân thọ đã cho phép người thụ hưởng tiền bảo hiểm sinh mạng là bạn đời đồng tính. Nội bộ doanh nghiệp cũng có nhiều biến đổi, nhiều công ty đã chi tiền trợ cấp gia đình cho cả bạn đời đồng tính giống như đối với bạn đời khác phái, hay đặt ra các quy định cấm phân biệt đối xử với người thiểu số về giới tính.

Xã hội cần đảm bảo cho mọi người đều được sống và xây dựng gia đình theo cách của mình mà không phải che giấu con người thật. Có lẽ việc thấu hiểu sâu sắc về người mang giới tính thiểu số và tôn trọng quyền lợi của họ sẽ thúc đẩy hình thành một xã hội như thế.

Chú thích: còn được gọi là LGBT, lấy từ những chữ cái đầu L (lesbian), G (gay), B (bisexual), T (transgender).

動詞2 <ruby>動詞<rt>どう し</rt></ruby>2	Verbs 2 动词 2 Động từ 2

1641

つぐなう
償う
Compensate
赔偿、补偿
bồi thường

<ruby>車<rt>くるま</rt></ruby>の<ruby>事故<rt>じ こ</rt></ruby>で<ruby>相手<rt>あい て</rt></ruby>に<ruby>与<rt>あた</rt></ruby>えた<ruby>損害<rt>そんがい</rt></ruby>を<ruby>償<rt>つぐな</rt></ruby>う。
I will compensate the victim of the car accident for injuries sustained.
赔偿在车辆事故中给对方造成的损失。
Bồi thường thiệt hại đã gây ra cho đối phương trong vụ tai nạn xe.
❋ <ruby>償<rt>つぐな</rt></ruby>い

1642

つげる
告げる
Tell
告诉
thông báo

<ruby>医者<rt>い しゃ</rt></ruby>は<ruby>患者<rt>かんじゃ</rt></ruby>に<ruby>病名<rt>びょうめい</rt></ruby>を<ruby>告<rt>つ</rt></ruby>げて、<ruby>治療方法<rt>ち りょうほうほう</rt></ruby>を<ruby>説明<rt>せつめい</rt></ruby>した。
The doctor told the patient the name of the illness, and explained the method of treatment.
医生把病名告诉患者，并说明了治疗方法。
Bác sĩ thông báo tên bệnh cho bệnh nhân và giải thích cách điều trị.

1643

つつく
Peck, pick at　啄、戳
mổ vào (bằng mỏ) gõ vào (bằng đầu ngón tay)

<ruby>鳥<rt>とり</rt></ruby>が、くちばしで<ruby>木<rt>き</rt></ruby>の<ruby>実<rt>み</rt></ruby>をつついている。
The bird is pecking at nuts and berries.
鸟正用喙啄着树上的果实。
Con chim dùng mỏ mổ trái cây.

1644

つつしむ
慎む
Be discreet about
谨慎、注意
cẩn trọng

<ruby>公共<rt>こうきょう</rt></ruby>の<ruby>場<rt>ば</rt></ruby>では、<ruby>大声<rt>おおごえ</rt></ruby>で<ruby>話<rt>はな</rt></ruby>すのを<ruby>慎<rt>つつし</rt></ruby>むべきだ。
In public spaces, you should be discreet about speaking loudly.
公共场所，应该尽量避免大声说话。
Cần cẩn trọng về việc nói chuyện lớn tiếng khi ở nơi công cộng.

1645

つねる
Pinch
掐、捏
nhéo

<ruby>宝<rt>たから</rt></ruby>くじが<ruby>当<rt>あ</rt></ruby>たって、<ruby>夢<rt>ゆめ</rt></ruby>ではないかと<ruby>頬<rt>ほお</rt></ruby>をつねった。
When I won the lottery, I pinched my cheek to be sure it was not a dream.
中彩票之后，我掐了把自己的脸，怕不是在做梦吧。
Lúc trúng vé số, tôi tự nhéo má để xem có phải mơ hay không.

1646

つのる
募る
Recruit, gather / Intensify
招募、募集／越来越严重、强烈
tuyển người, gây quỹ / trở nên nặng hơn

<ruby>参加者<rt>さん か しゃ</rt></ruby>を<ruby>募<rt>つの</rt></ruby>る/<ruby>故郷<rt>こ きょう</rt></ruby>への<ruby>思<rt>おも</rt></ruby>いが<ruby>募<rt>つの</rt></ruby>る
Recruit participants / My longing for home deepens.
招募参加者/对故乡的思念越来越强烈
tuyển người tham dự / Nỗi nhớ cố hương thêm day dứt.

1647

つぶやく
Mutter
嘟囔、嘀咕
lầm bầm

<ruby>男<rt>おとこ</rt></ruby>は<ruby>小<rt>ちい</rt></ruby>さい<ruby>声<rt>こえ</rt></ruby>で<ruby>何<rt>なに</rt></ruby>かをつぶやいていた。
The man was muttering something.
男子小声地嘀咕了什么。
Người đàn ông hạ giọng lầm bầm gì đó.
❋ つぶやき

1648

つまむ
Pick at, taste
捏、撮(用手或筷子取食)

nhúm lấy một ít

作った料理をつまんで味見した。

I took a pinch and tasted the meal I had made.

我撮了点做好的菜尝了尝味道。

Tôi nhúm lấy một ít thức ăn từ món ăn mình nấu và ăn thử.

1649

つむ
摘む
Pick
摘、采

hái, bứt

春に野原で花を摘んだ。

In spring, I picked flowers in the field.

春天，我在原野上采了花。

Tôi đi hái hoa ngoài đồng cỏ vào mùa xuân.

1650

つらぬく
貫く
Pierce / Be consistent, stick to
贯穿、穿过；贯彻、坚持到底

xuyên qua / làm xong từ đầu chí cuối

弾が壁を貫いた/自分の考えを貫く

The bullet pierced the wall. / I stick to my beliefs.

子弹穿过墙壁/贯彻自己的想法

Viên đạn đi xuyên qua tường. / giữ vững suy nghĩ của mình

1651

つらねる
連ねる
Align
排成行、排列

xếp thành hàng

渡り鳥が翼を連ねて北へ飛んでいくのが見える。

Migratory birds can be seen flying northward in alignment.

可以看到候鸟列队向北飞。

Tôi nhìn thấy đàn chim di cư so cánh bay lên hướng Bắc.

自 連なる

1652

てっする
徹する
Devote yourself to, do (something) thoroughly
贯彻、彻底做到　toàn tâm

今回は部下をメインにして私はサポートに徹する。

On this occasion, my subordinate will take the lead role, and I will do my best to support him.

这次由下属主导，我始终只提供支援。

Lần này tôi để cấp dưới làm chính còn mình chỉ toàn tâm hỗ trợ.

1653

てれる
照れる
Be shy
害羞

xấu hổ, ngượng ngùng

彼は照れながら同僚に婚約者を紹介した。

He shyly introduced his betrothed to his colleague.

他害羞地把未婚妻介绍给了同事。

Cậu ta ngượng ngùng giới thiệu hôn thê với đồng nghiệp.

1654

てんじる/てんずる
転じる/転ずる
Turn, change
转、转变

chuyển

下がり続けた株の価格は、上昇に転じた。

The share prices which had continued to decline began to rise again.

持续下降的股票价格转而上升了。

Giá cổ phiếu đang sụt giảm đã chuyển sang tăng.

1655

とう
問う
Ask, question
问、询问；当作问题、考查

hỏi / truy cứu

遭難者の安否を問う/上司の指導力が問われる

Ask after the safety of those affected by the accident / The leadership ability of a superior is questioned.

询问遇难者的安危/上司的领导能力受到考查

hỏi thăm sự an toàn của người bị nạn / Năng lực lãnh đạo của cấp trên bị đặt nghi vấn.

※問い

266

1656 **とおざかる** **遠ざかる** Move away 远去、远离 rời xa, xa lánh	車は、騒音とともに遠ざかっていった。 The car drove off noisily into the distance. 汽车与噪声一起渐渐远去了。 Chiếc xe dần rời xa cùng với tiếng ồn. 他遠ざける
1657 **とぎれる** **途切れる** Break off, cut out 中断、间断 bị ngắt quãng	電波が弱くて、電話がたびたび途切れる。 The radio waves were weak, so the telephone frequently cut out. 由于信号弱，电话时断时续。 Vì sóng yếu nên cuộc điện thoại thi thoảng lại bị ngắt quãng. 他途切らせる
1658 **とく** **説く** Explain 阐述、说明 thuyết giảng	お坊さんは命の大切さについて説いた。 The monk explained about the importance of life. 僧人阐述了生命的珍贵。 Nhà sư thuyết giảng về tầm quan trọng của sinh mệnh.
1659 **とぐ** **研ぐ** Sharpen 磨快 mài	料理をするまえに、包丁をよく研いだ。 Before making a meal, I sharpened the kitchen knife. 我在做菜前，好好地磨了刀。 Tôi mài dao thật sắc trước khi nấu ăn.
1660 **とげる** **遂げる** Achieve 取得、达到 hoàn thành, đạt được	人口知能の開発は、目覚ましい発展を遂げている。 The development of artificial intelligence has made astonishing progress. 人工智能的研发取得了惊人的发展。 Việc phát triển dân trí đã đạt được những tiến bộ ấn tượng.
1661 **とじる** Gather together (papers) 订上 đóng thành tập	会議の資料をまとめて、とじた。 I gathered and bound together the materials for the meeting. 我整理完会议的资料并装订好。 Tôi tập hợp tài liệu dùng cho cuộc họp rồi đóng thành tập.
1662 **とだえる** **途絶える** Cease, end 中断、断绝 ngừng lại	彼からの連絡が途絶えて久しい。 I lost contact with him a long time ago. 与他断绝联络很久了。 Anh ấy đã ngừng liên lạc từ lâu.
1663 **とどこおる** **滞る** Be delayed, leave undone / Be overdue 延迟、耽误；拖欠 đình trệ / trễ hạn trả tiền	機械の故障で作業が滞る/家賃の支払いが滞る Operations have been delayed by mechanical breakdown. / Be late in paying rent 因为机器故障，作业耽误了/拖欠房租 Sản xuất bị đình trệ do máy móc hư hỏng. / trễ hạn trả tiền nhà

| 1664 ととのえる 整える Make neat / Prepare 整理；准备好、调整好 chỉnh sửa / chuẩn bị | 服装を整える/受験の前に体調を整える
Straighten out one's clothing / Prepare physically before an examination
整理装束/在考试前调整好身体状态
chỉnh trang quần áo / chuẩn bị thể lực trước kỳ thi
自整う |

| 1665 となえる 唱える Intone / Advocate 诵念；提倡、主张 nói thành lời / cương quyết | お祈りの言葉を唱える/戦争反対を唱える
Intone the words of a prayer / Voice opposition to a war
诵念祈祷词/主张反对战争
tụng kinh cầu nguyện / cương quyết phản đối chiến tranh |

| 1666 とぼける Play dumb 装傻、佯装不知 giả ngơ | 不利な話になると、彼はいつも知らないととぼける。
Whenever people say bad things about him, he blurs the issue saying he knows nothing.
一说到对他不利的话，他总是装傻。
Mỗi khi gặp chuyện bất lợi, anh ta đều giả ngu ngơ. |

| 1667 とむ 富む Abound in 富有、丰富 có rất nhiều, giàu về | 彼の話はいつもユーモアに富んでいる。
There is always much humour in whatever he says.
他说话总是富有幽默感。
Câu chuyện của anh ấy luôn giàu tính hài hước.
※富 |

| 1668 とりこむ 取り込む Take in 收进、拿入 lấy vào trong | 雨が降ってきたので、洗濯物を取り込んだ。
I took in the washing, because it started raining.
因为下起雨来了，就把洗好的衣物收进来了。
Trời mưa nên tôi đã lấy đồ đang phơi vào bên trong. |

| 1669 とりしまる 取り締まる Crack down 取缔 quản lý, chỉ đạo, kiểm soát | 警官は駐車違反の車を取り締まった。
The policeman cracked down on the cars that had been illegally parked.
警官取缔了违法停放的车。
Viên cảnh sát quản lý để xe đậu đúng chỗ.
※取り締まり |

| 1670 とりしらべる 取り調べる Investigate 详细调查、审讯 điều tra, xét hỏi | 刑事は強盗の容疑者を取り調べた。
The detective investigated the suspect in the robbery.
刑警审讯了抢劫案件的嫌疑人。
Thanh tra xét hỏi nghi phạm trong vụ cướp.
※取り調べ |

| 1671 とりたてる 取り立てる Collect, wring out (a payment) / Appoint 催缴、征收；提拔、提升 thu tiền / bổ nhiệm | 家賃を取り立てる/彼女を店長に取り立てる
Wring out the rent payment / Appoint her as store manager
催缴租金/提拔她为店长
thu tiền thuê nhà / bổ nhiệm bà ấy làm quản lý cửa hàng
※取り立て |

1672 **とりつぐ** **取り次ぐ** Act as agent for, transfer (a call) 传达、转达 báo lại với, chuyển điện thoại cho	<ruby>秘書<rt>ひしょ</rt></ruby>は<ruby>社長<rt>しゃちょう</rt></ruby>に<ruby>電話<rt>でんわ</rt></ruby>を<ruby>取<rt>と</rt></ruby>り<ruby>次<rt>つ</rt></ruby>いだ。 The secretary took the phone call and transferred it to the President. 秘书把电话转接给了社长。 Thư ký đã chuyển máy cho chủ tịch.
1673 **とりのぞく** **取り除く** Remove 去除、剔掉 lấy ra, bỏ ra	<ruby>魚<rt>さかな</rt></ruby>の<ruby>骨<rt>ほね</rt></ruby>を<ruby>取<rt>と</rt></ruby>り<ruby>除<rt>のぞ</rt></ruby>いて<ruby>食<rt>た</rt></ruby>べた。 I ate the fish after taking the bones out. 我把鱼刺剔掉后吃了。 Tôi lấy xương cá ra rồi ăn.
1674 **とりまく** **取り巻く** Surround 包围、围住 bao vây	<ruby>警官<rt>けいかん</rt></ruby>たちは<ruby>犯人<rt>はんにん</rt></ruby>を<ruby>取<rt>と</rt></ruby>り<ruby>巻<rt>ま</rt></ruby>いて<ruby>捕<rt>つか</rt></ruby>まえた。 The policemen surrounded and captured the criminal. 警官们包围了犯人并把他逮捕了。 Cảnh sát đã bao vây và bắt giữ tên tội phạm.
1675 **とりよせる** **取り寄せる** Order, send away for 索取、订购 kéo lại gần / đặt mua	ネットで<ruby>各地<rt>かくち</rt></ruby>の<ruby>名物<rt>めいぶつ</rt></ruby>を<ruby>取<rt>と</rt></ruby>り<ruby>寄<rt>よ</rt></ruby>せた。 I ordered local specialties online, from all over. 我通过网络订购了各地的特产。 Tôi đã đặt mua đặc sản nhiều nơi trên mạng.
1676 **なげく** **嘆く** Sigh, lament 哀叹、叹息 đau buồn / thương tiếc	<ruby>彼<rt>かれ</rt></ruby>は<ruby>自分<rt>じぶん</rt></ruby>の<ruby>不運<rt>ふうん</rt></ruby>を<ruby>嘆<rt>なげ</rt></ruby>いた。 He heaved a sigh about his own misfortunes. 他哀叹自己的不幸。 Ông ấy đau buồn vì sự bất hạnh của mình. ✻<ruby>嘆<rt>なげ</rt></ruby>き
1677 **なげだす** **投げ出す** Throw out / Throw up, abandon 丢、扔出去；放弃 ném ra / từ bỏ	<ruby>本<rt>ほん</rt></ruby>を<ruby>机<rt>つくえ</rt></ruby>に<ruby>投<rt>な</rt></ruby>げ<ruby>出<rt>だ</rt></ruby>す／<ruby>仕事<rt>しごと</rt></ruby>を<ruby>途中<rt>とちゅう</rt></ruby>で<ruby>投<rt>な</rt></ruby>げ<ruby>出<rt>だ</rt></ruby>す Toss a book onto the table / Walk off a job 把书丢在桌子上／中途放弃工作 ném sách lên bàn / bỏ việc giữa chừng
1678 **なごむ** **和む** Be calmed 缓和、平静 trở nên bình lặng, dịu lại	<ruby>彼女<rt>かのじょ</rt></ruby>の<ruby>温<rt>あたた</rt></ruby>かい<ruby>笑顔<rt>えがお</rt></ruby>に<ruby>心<rt>こころ</rt></ruby>が<ruby>和<rt>なご</rt></ruby>んだ。 My heart was calmed by her warm smile. 她温暖的笑容使我平静。 Tôi cảm thấy lòng mình dịu lại trước nụ cười ấm áp của cô ấy.
1679 **なす** Be, constitute 形成、构成 hình thành, tạo nên, đạt được	<ruby>数学<rt>すうがく</rt></ruby>は、<ruby>科学<rt>かがく</rt></ruby>の<ruby>基礎<rt>きそ</rt></ruby>をなすものの１つだ。 Mathematics is one of the pillars of science. 数学是构成科学的基础之一。 Toán học là một trong những thứ tạo nên nền tảng cho khoa học.

1680

なつく
懐く

Be attached to
亲近
gần gũi với, thân với

姉の子供は、私にいちばん懐いている。

My sister's child is the most attached to me.
姐姐的孩子最亲近我。
Con của chị tôi gần gũi với tôi nhất.

1681

なづける
名付ける

Name
命名、起名
đặt tên

春に生まれた娘に「さくら」と名付けた。

We called our daughter, who was born in spring, Sakura.
我们把在春天出生的女儿取名为"樱"。
Chúng tôi đặt tên Sakura cho con gái mình vì bé sinh vào mùa xuân.

1682

なみだぐむ
涙ぐむ

Be moved to tears
含泪
rưng rưng, rớm lệ

卒業生の代表が、涙ぐみながら感謝の言葉を述べた。

With tears in his eyes, a representative of the graduating students voiced his gratitude.
毕业生代表含泪发言致谢。
Đại diện những học sinh tốt nghiệp vừa rưng rưng nước mắt vừa nói lời cảm ơn.

1683

なやます
悩ます

Torment, plague
折磨、令人烦恼
hành hạ, gây phiền hà, quấy rối

祖母は長年、膝の痛みに悩まされている。

Grandmother has been plagued by knee pain for many years.
祖母长年被膝盖疼痛所折磨。
Bà tôi bị cơn đau ở đầu gối hành hạ suốt bao năm.

自 悩む

1684

ならう
倣う

Follow, copy
模仿、仿照
đi theo, làm theo

書き方の例に倣って、履歴書を書いた。

I wrote the resume copying the template.
我仿照范本写了简历。
Tôi viết bản lý lịch theo mẫu câu gợi ý.

1685

にぎりしめる
握り締める

Hold tightly onto
紧握、握紧
nắm chặt, xiết chặt

別れを惜しむように、彼は彼女の手を握り締めた。

He squeezed her hand as if he did not want to part from her.
好像舍不得离别似的，他握紧了她的手。
Anh ấy xiết chặt tay cô ấy như thể không muốn rời xa.

1686

にぎわう

Bustle with
热闹
nhộn nhịp

多くの観光客で、町がにぎわっている。

The town is bustling with a mass of tourists.
城镇因大批的旅游观光客而热闹起来。
Phố phường nhộn nhịp nhờ đông khách du lịch.

✳ にぎわい

1687

になう
担う

Bear, shoulder
肩负、担负
gánh vác

君たちは次の時代を担う優秀な人材だ。

You are the talented youth who will assume the responsibilities of the coming era.
你们是肩负下个时代的优秀人才。
Các em là nhân lực ưu tú gánh vác thế hệ tiếp theo.

✳ 担い手

1688 にぶる 鈍る Lose your edge 变得迟钝、迟缓 cùn, chậm đi, yếu đi	試合後半で、選手たちが疲れて動きが鈍った。 In the second half of the match, the players tired and began to move sluggishly. 在比赛后半场，选手们因为疲劳动作变迟钝了。 Vào nửa sau trận đấu, các tuyển thủ đã thấm mệt nên chơi yếu đi.
1689 ぬかす 抜かす Leave out 漏掉 bỏ qua, bỏ sót	緊張して、スピーチ原稿の一部分を抜かして読んだ。 Feeling tense, I read out the draft speech missing out a part. 因为太紧张，漏读了一部分演讲稿。 Vì hồi hộp nên tôi đọc sót mất một phần trong bài phát biểu của mình. **自** 抜ける
1690 ぬけだす 抜け出す Bunk, run away 溜走 lên ra / rụng	教室を抜け出してサボっていたら、叱られた。 I got told off after skipping class. 因为逃课溜出教室被责骂了。 Tôi lẻn ra khỏi lớp để cúp tiết thì bị mắng.
1691 ねだる Pester 强求、死乞白赖地要求 dụ dỗ, nài nỉ	弟は祖母にゲームをねだった。 My brother pestered my grandmother for a computer game. 弟弟向祖母死乞白赖地要游戏机。 Em tôi nài nỉ mẹ mua trò chơi điện tử.
1692 ねばる 粘る Be sticky / Stick at 黏；坚持不懈 dính vào / kiên trì trong thời gian dài	餅が粘る/試験で最後まで粘る The rice-cake is sticky. / Stick at the exam to the end 年糕很黏/一直坚持到考试最后 Bánh nếp dính dính. / Tôi kiên trì làm bài thi đến phút chót. **✸** 粘り
1693 のがす 逃す Miss out on 错过 bỏ lỡ	彼はミスをして、昇進の機会を逃した。 He made a mistake and missed out on an opportunity for promotion. 他因为失误错过了晋升的机会。 Anh ấy mắc lỗi nên đã bỏ lỡ cơ hội thăng tiến. **自** 逃れる
1694 のぞむ 臨む Face 面临、面朝；参加、出席 hướng ra / đối mặt	海に臨むホテル/大事な試験に臨む Hotel facing the sea / Face an important examination 面朝大海的宾馆/参加重要的考试 khách sạn hướng ra biển / đối mặt với kỳ thi quan trọng
1695 のっとる 乗っ取る Take over, seize, hijack 劫持、夺取 thâu tóm / đánh chiếm	覆面をした男が飛行機を乗っ取った。 A masked man hijacked the aeroplane. 蒙面男子劫持了飞机。 Một gã đeo mặt nạ đã cướp máy bay. **✸** 乗っ取り

1696

のりこえる
乗り越える
Get over, overcome
越过、跨过；战胜、克服
leo qua / vượt qua

柵を乗り越える/困難を乗り越える
Cross over a fence / Overcome difficulties
跨过围栏/克服困难
leo qua hàng rào / vượt qua gian khó

1697

はう
Crawl
爬
bò

赤ちゃんは8か月ごろから、はうようになる。
Babies begin to crawl at around eight months.
婴儿在大约8个月的时候，会开始爬行。
Em bé biết bò từ khoảng 8 tháng.

1698

はえる
映える
Shine, stand out
映照；耀眼、夺目
sáng lên / nổi bật

山が夕日に映える/緑の葉に赤い実が映える
The mountains glow in the sunset. / Red berries stand out amongst the green leaves.
夕阳映照着山/红果子映着绿叶格外夺目
Ngọn núi sáng lên trong ánh tà dương. / Quả màu đỏ nổi bật giữa lá cây màu xanh lục.

1699

はかどる
Make progress
进展顺利
tiến triển thuận lợi

疲れたので休憩したら、仕事がはかどった。
After I took a break because I was tired, the work proceeded briskly.
由于疲劳休息了一会儿之后，工作进展顺利。
Vì mệt nên tôi nghỉ giải lao, và thế là công việc tiến triển thuận lợi.

1700

はかる
図る
Plan, aim to
计划、谋求
lên kế hoạch

市は医療の充実を図るために、病院を増やした。
The municipal authority increased the number of hospitals, aiming to broaden its range of medical treatment.
市里为充实医疗资源，增设了医院。
Thành phố đã tăng số bệnh viện nhằm lên kế hoạch hoàn thiện dịch vụ y tế.

1701

はかる
諮る
Consult
咨询
hỏi ý kiến, tham vấn

政府は、敬語使用について専門家会議に諮った。
The government consulted a committee of experts on the use of honorific language.
政府就敬语的使用向专家会议做了咨询。
Chính phủ đã tham vấn hội nghị các nhà chuyên môn về việc sử dụng kính ngữ.

1702

はげむ
励む
Work hard
勤奋、卖力
phấn đấu, toàn tâm cho

選手たちは毎日練習に励んでいる。
The athletes work hard at training every day.
选手们每天勤于练习。
Các tuyển thủ mỗi ngày đều toàn tâm toàn ý cho việc tập luyện.

1703

ばける
化ける
Be transformed into
变、化
biến thành

昔話に、蛇が人間に化ける話がある。
In some tales of old, snakes turn into people.
传说中，有蛇变成人类的故事。
Có câu chuyện cổ tích về con rắn biến thành người.

1704 **はじく** Pluck (string) / Flick (fingers) 弾 búng, gảy	この楽器は指ではじいて音を出す。 This instrument sounds when you pluck the strings. 这种乐器用手指弹拨发出声音。 Nhạc cụ này sẽ phát ra âm thanh khi dùng tay gảy.
1705 **はじる** **恥じる** Feel ashamed 羞愧 thấy xấu hổ	思わずどなってしまった自分を恥じた。 I accidentally shouted and felt ashamed. 我为自己情不自禁地大叫而感到羞愧。 Tôi thấy xấu hổ cho bản thân khi bỗng dưng lại la hét.
1706 **はずむ** **弾む** Bounce 弹起、反弹 nảy lên	このボールは、よく弾む。 This ball bounces well. 这个球弹性很好。 Quả bóng này rất nảy. ※ 弾み
1707 **はっする** **発する** Emit 发出、散发；发布 xuất phát, bắt nguồn / phát đi	光を発する植物/世界にメッセージを発する A light-emitting plant / Send a message out to the world 发光的植物/向世界发布信息 loài thực vật phát ra ánh sáng / phát đi thông điệp đến thế giới
1708 **ばてる** Be exhausted 累垮、筋疲力尽 kiệt sức	徹夜で働いて、ばてた。 I worked all night and was exhausted. 工作了一整夜，筋疲力尽了。 Tôi kiệt sức vì làm việc suốt đêm.
1709 **はねる** **跳ねる** Bound, hop, spatter 跳、跳跃；溅、飞溅 nhảy / văng ra	うさぎが跳ねる/天ぷらの油が跳ねて危ない Rabbits hop around. / The tempura oil is spattering around and is dangerous. 兔子跳跃/炸天妇罗的油飞溅起来很危险 Con thỏ nhảy. / Dầu chiên tempura văng ra nên nguy hiểm.
1710 **はまる** Be suited for / Be absorbed in 嵌入；陷入、沉迷 gắn vào vừa khít / ghiền	ボタンがはまらない/ゲームにはまる The button does not fit. / Be absorbed in computer gaming 钮扣扣不上/沉迷游戏 không cài nút được / ghiền chơi điện tử 他 はめる
1711 **はやめる** **早める** Bring forward 提前、提早 dời lên sớm hơn	道が混みそうなので、出発の時間を早めた。 The roads are likely to be busy, so we brought forward our departure time. 因为道路可能要拥堵，所以提早了出发时间。 Đoán rằng đường sẽ đông nên chúng tôi dời giờ khởi hành lên sớm hơn. 自 早まる

1712 **ばらす** Take apart 拆开、拆解 tháo rời	この棚はばらせるので、女性でも運べる。 This shelving can be taken apart, so women can carry it too. 这个架子可以拆卸，所以女性也搬得动。 Cái kệ này tháo rời được nên phụ nữ cũng có thể khiêng.
1713 **ばらまく** Scatter, spread around 散布、撒(钱等) rải / vung tiền	籠を落として、豆を床にばらまいてしまった。 I dropped the basket and beans were scattered all over the floor. 碰掉了篮子，豆子散落一地。 Tôi đánh rơi giỏ nên làm đậu vãng tứ tung trên nền.
1714 **ばれる** Be found out 败露、暴露 bị lộ ra, bị phát hiện	うそをついても、母にはすぐばれてしまう。 Even if I tell lies, mother immediately find out. 即便说谎，也会立刻被妈妈识破。 Dù nói dối tôi vẫn bị mẹ phát hiện ngay. 他 ばらす
1715 **ひきあげる** **引き上げる** Raise 拉上来、打捞；提高 trục vớt / nâng lên	沈んだ船を引き上げる／最低賃金を引き上げる Raise a sunken ship / Raise the minimum wage 打捞沉船/提高最低工资 trục vớt con tàu bị đắm / nâng mức lương tối thiểu lên ⇔引き下げる　※引き上げ
1716 **ひきいる** **率いる** Lead 带领、率领 dẫn đi	教員が学生たちを率いて、海外研修に行った。 The teacher led the students on an overseas study trip. 老师带着学生们去国外进修了。 Giáo viên dẫn học sinh đi thực tập ở nước ngoài.
1717 **ひきこもる** **引きこもる** Hide yourself away 闷、窝 ở lì trong nhà / lui về ở	娘は不登校になり、家に引きこもっている。 The daughter started playing truant, and hid herself away in her room. 女儿不去上学，闷在家里。 Con gái tôi không chịu đi học, cứ ở lì trong nhà. ※引きこもり
1718 **ひきさげる** **引き下げる** Lower 降低 cắt giảm, hạ thấp	競争が激しくて、新車の販売価格を引き下げた。 Amid fierce competition, we lowered the sales prices of new cars. 由于竞争激烈，我们降低了新车的售价。 Do cạnh tranh gay gắt nên chúng tôi đã hạ giá bán của dòng xe mới. ⇔引き上げる　※引き下げ
1719 **ひきしめる** **引き締める** Tighten 拉紧、勒紧；紧缩、缩减 xiết chặt / căng thẳng, thắt chặt	ゆるんだロープを引き締める／家計を引き締める Tighten a slack rope / Keep the household budget in check 拉紧松了的绳索/缩减家用 xiết chặt dây bị lòng / thắt chặt chi tiêu gia đình 自引き締まる　※引き締め

1720	重い荷物を引きずる/失敗をずっと引きずる
ひきずる **引きずる** Drag / Never forget, dwell on 拖、拽；无法忘记、一直处于……的阴影中 kéo lê, lôi đi / day dứt mãi	おも にもつ ひ しっぱい ひ Drag heavy luggage along / I will never forget the failure. 拖着沉重的行李／一直处于失败的阴影中 kéo lê hành lý nặng / cứ day dứt về sự thất bại

1721	退職する同僚の仕事を引き継いだ。
ひきつぐ **引き継ぐ** Take over 接替、继承 đảm nhận, kế thừa	たいしょく どうりょう しごと ひ つ I took over the work of the retired colleague. 接手了离职同事的工作。 Tôi đã đảm nhận công việc của người đồng nghiệp sắp nghỉ làm. ※引き継ぎ

1722	どうぞお引き取りください/高齢の両親を引き取る
ひきとる **引き取る** Retire / Take in and care for 回去；赡养、领到身边来 lấy lại, rời khỏi / đón nhận	ひ と こうれい りょうしん ひ と Please leave. / Take in and care for aged parents 请回吧/把年迈的双亲接到身边来 Vui lòng rời khỏi đây. / đón ba mẹ già về nuôi ※引き取り

1723	授業中は先生にいつ当てられるかと、びくびくする。
びくびくする Tremble 战战兢兢、提心吊胆 lo sợ	じゅぎょうちゅう せんせい あ I tremble, wondering when I will be pointed out by the teacher during the class. 上课时，我总提心吊胆的，怕老师什么时候叫我回答问题。 Trong giờ học tôi lo sợ không biết khi nào bị thầy gọi tên. ❊ びくっとする

1724	魚が岩の陰に潜んでいる。
ひそむ **潜む** Lurk 隐藏、躲藏 ẩn núp	さかな いわ かげ ひそ The fish lurk in the shadow of the rock. 鱼儿躲藏在岩石的阴影里。 Con cá núp dưới bóng hòn đá.

1725	川の水に果物を浸して、冷やした。
ひたす **浸す** Immerse 浸、浸泡 ngâm, làm ướt	かわ みず くだもの ひた ひ I immersed the fruit in the river and cooled it down. 我把水果浸在河水里降温。 Tôi làm lạnh trái cây bằng cách ngâm xuống sông. 自浸る

1726	恋人ができた友達を、皆で冷やかした。
ひやかす **冷やかす** Tease 戏弄、取笑 trêu chọc	こいびと ともだち みな ひ Everybody teased their friend who had found a lover. 大家一起取笑谈了恋爱的朋友。 Cả bọn trêu chọc người bạn đã có người yêu.

1727	いい案がひらめいたので、早速メモをした。
ひらめく Hit upon (an idea) 闪念、闪现 (ý nghĩ) hiện ra trong đầu	あん さっそく I had a good idea, so I wrote a note immediately. 突然想到一个好主意，我赶紧记了下来。 Một kế hoạch hay chợt hiện ra trong đầu nên tôi nhanh chóng ghi lại. ※ひらめき

1728 ふくれる 膨れる Swell, bulge 鼓出、膨胀 phồng lên	荷物を入れすぎて、かばんが膨れた。 I bundled too much luggage in, and the suitcase bulged. 行李放得太多，包都鼓出来了。 Tôi cho hành lý vào quá nhiều nên túi xách phồng lên.
1729 ふける 老ける Age 上年纪 già đi	彼は老けて見えるが、実は若い。 He looks to have aged, but in fact he is young. 他看着见老，其实还年轻。 Anh ấy nhìn có vẻ già nhưng thật ra còn trẻ.
1730 ふける 更ける Go on till late (at night) (夜)深、(夜)阑 khuya, muộn	久しぶりに会った友と、夜が更けるまで話した。 I talked till late at night with a friend I had not seen for a long time. 我与许久不见的朋友一直聊到深夜。 Tôi nói chuyện với người bạn lâu mới gặp lại tới tận khuya.
1731 ふさがる Be blocked 阻塞、堵塞 bị chặn	大雪でトンネルがふさがって、通行できない。 The tunnel is blocked by the heavy snow, and traffic cannot pass through. 大雪封了隧道，无法通行。 Đường hầm bị chặn do tuyết rơi nhiều nên không lưu thông được. 他 ふさぐ
1732 ふせる 伏せる Lie down 趴下 úp xuống, cúi xuống	爆発音がしたので、危険を感じて床に体を伏せた。 I sensed danger from the sound of the explosion and lay down on the floor. 由于听到爆炸声，我感到有危险，就趴在了地板上。 Có tiếng nổ nên tôi cảm thấy nguy hiểm liền nằm úp xuống sàn.
1733 ふまえる 踏まえる Base on 根据、依据 dựa trên	彼は、自分の経験を踏まえて改善案を出した。 He proposed improvements based on his own experience. 他根据自己的经验，提出了改善方案。 Ông ấy đã đề xuất dự án cải thiện dựa trên kinh nghiệm bản thân.
1734 ふみきる 踏み切る Take a step, embark, jump 决定；起跳 quyết định / dậm nhảy	値上げに踏み切る/力強く踏み切って跳ぶ Embark on price rises / Jump up and down vigorously 决意涨价/有力地起跳 quyết định tăng giá / dậm chân thật mạnh để nhảy
1735 ふみこむ 踏み込む Step into / Go into in depth 用力踩；深入 đạp chân xuống / đi sâu vào trọng tâm	アクセルを踏み込む/踏み込んだ議論 Step on the accelerator / In-depth debate 用力踩油门/深入的讨论 đạp chân ga / cuộc tranh luận đi sâu vào trọng tâm

1736 ふるう 振るう Show, display　施展、发挥 sử dụng, thể hiện (sức mạnh), phát huy đầy đủ	友人に、家で子供が暴力を振るうと相談された。 My friend consulted me about the violent behavior shown by the child at home. 朋友来找我咨询关于孩子在家使用暴力的事情。 Tôi được bạn nhờ tư vấn về việc con cái sử dụng bạo lực ở nhà.
1737 ふるまう 振る舞う Behave, act 动作、呈现出……的举动 hành xử	彼は失恋したばかりだったが、明るく振る舞った。 He had just lost his love, but he put on a brave face. 他虽然刚刚失恋，但言行举止很开朗。 Anh ấy mới thất tình nhưng vẫn cư xử vui vẻ. **☀振る舞い**
1738 ふれあう 触れ合う Come into contact 互相接触 kết thân	地域の祭りは、住民が触れ合ういい機会だ。 Regional festivals are opportunities for local people to get to know each other. 地区的节日庆典是居民们互相接触的好机会。 Lễ hội địa phương là cơ hội tốt để cư dân kết thân với nhau. **☀触れ合い**
1739 へだたる 隔たる Be distant 相隔 cách xa / cách biệt lớn	故郷の町は、ここから１００ｋｍ隔たっている。 My hometown is about 100 km distant from here. 故乡的小镇与这里相隔100千米。 Thị trấn quê hương tôi cách xa nơi đây 100 km. **他隔てる　☀隔たり**
1740 へりくだる Be humble 谦虚、谦逊 khiêm tốn, khiêm nhường	「私が参ります」は、へりくだった言い方だ。 "私が参ります" is a humble way of speaking. "私が参ります"是谦逊的说法。 "私が参ります" là cách nói khiêm nhường.
1741 へる 経る Elapse, pass through 历经；经由 trải qua / đi qua	寺の完成から千年を経る／南米を経て南極に向かう A thousand years have elapsed since the completion of the temple. / Head for the South Pole, passing through South America 这座寺庙从建成到现在已历经千年/经南美去南极 Đã trải qua 1000 năm từ khi chùa xây xong. / đi đến Nam Cực qua Nam Mỹ
1742 ほうじる/ほうずる 報じる/報ずる Report 报告、报道 đưa tin	ニュースは、首相が訪問先に到着したと報じた。 It was reported on the news that the Prime Minister had arrived in the place he was visiting. 新闻报道称首相已经到达访问目的地。 Thời sự đưa tin Thủ tướng đã đến nơi ngài cần thăm.
1743 ほうむる 葬る Bury 埋葬、安葬 chôn cất	亡くなった父を墓に葬った。 I buried father in a grave. 安葬了去世的父亲。 Cha tôi đã được chôn cất.

1744

ほうりこむ
放り込む
Throw in
丢进、扔入
ném vào

汚れた洗濯物を洗濯機に放り込んだ。
I threw the dirty clothing into the washing machine.
把脏了的衣物丢进洗衣机。
Tôi ném quần áo bẩn vào máy giặt.

1745

ほうりだす
放り出す
Throw out / Quit
丢出、抛出；丢开、丢下
ném ra ngoài / bỏ bê

車から荷物を放り出す／仕事を放り出す
Throw the baggage out of the car / Quit a job
从车里抛出行李／丢下工作
ném hành lý ra khỏi xe / bỏ bê công việc

1746

ぼける
Be confused, befuddled
迟钝、恍惚
mụ mị, lơ mơ

起きたばかりで、まだ頭がぼけている。
I have only just got up, so my head is still befuddled.
刚起床，还恍恍惚惚的。
Mới ngủ dậy nên đầu óc vẫn còn lơ mơ.

1747

ほこる
誇る
Be proud, boast
骄傲、自豪
tự hào, vinh dự

日本一の高さを誇る富士山は、その姿も美しい。
Mt Fuji, which boasts the highest peak in Japan, is also beautifully shaped.
以日本第一高峰为傲的富士山，山姿也很美。
Núi Phú Sĩ tự hào là ngọn núi cao nhất Nhật Bản và còn có hình dáng đẹp.

☀誇り

1748

ほどこす
施す
Apply / Perform
施与、施舍；施加
ban tặng, thực hiện, đính thêm vào

貧しい人に食べ物を施す／細工を施した柱
Arrange food for poor people / Finely worked pillars
施舍食物给穷人／精雕细琢的柱子
tặng thức ăn cho người nghèo / cây cột được đính thêm các chi tiết nhỏ

1749

ぼやく
Grumble
嘟囔、发牢骚
phàn nàn

新入社員は仕事がつらいと、ぼやいた。
The new employee grumbled that the job was tough.
刚入职的员工嘟囔工作太辛苦。
Nhân viên mới vào làm phàn nàn rằng công việc nặng nhọc.

1750

ぼやける
Blur
模糊、模糊不清
mờ đi

眼鏡を掛けないと、ぼやけて字が読めない。
Unless I put my glasses on, I cannot read because everything is blurry.
如果不戴眼镜的话，就模糊糊看不清字。
Nếu không đeo kính thì mắt mờ đi không đọc được chữ.

他 ぼやかす

1751

ほろびる
滅びる
Die out
消失、灭绝
sụp đổ / tuyệt chủng / thất truyền

後継者がいないと、この伝統工芸は滅びてしまう。
Without successors, this traditional craft is going to die out.
如果后继无人的话，这项传统工艺就要灭绝了。
Nếu không có người nối nghiệp thì ngành thủ công này sẽ bị thất truyền.

他 滅ぼす

1752

まう
舞う
Dance
舞、跳舞
múa

着物を着て、舞台で祝いの舞を舞った。
Wearing a kimono, she performed a dance of celebration.
穿着和服，在舞台上跳了庆贺之舞。
Cô ấy mặc kimono lên sân khấu múa chúc mừng.

※ 舞

1753

まきこむ
巻き込む
Involve
牵连、连累
cuốn vào

友達をトラブルに巻き込んでしまった。
I got my friend into trouble.
我把朋友卷入了麻烦中。
Tôi cuốn bạn mình vào rắc rối.

1754

まぎれる
紛れる
Get mixed in with
混淆、混杂
lẫn vào

大事な書類がほかの書類に紛れて、見当たらない。
Some important documents have got mixed up with others, and I cannot find them.
重要的文件跟其他文件混杂在一起，找不到了。
Giấy tờ quan trọng bị lẫn vào giấy tờ khác nên tìm không ra.

他 紛らす

1755

まごつく
Be confused
张皇失措、慌慌张张
lúng túng, bối rối

アルバイトの初日は、いろいろまごついた。
I was confused by a number of things on my first day in the part-time job.
打工的第一天，各种惊慌失措。
Ngày đầu đi làm thêm tôi lúng túng trước nhiều thứ.

1756

まさる
勝る
Outperform
胜过
vượt hơn

彼の表現力は、クラスの誰よりも勝っている。
He is better than anyone else in the class when it comes to expressive capabilities.
他的表现力，胜过班里的任何一个人。
Năng lực trình bày của cậu ta hơn hẳn mọi người trong lớp.

1757

まじえる
交える
Mix in
掺杂、夹杂
pha lẫn, trao đổi

彼はユーモアを交えてスピーチした。
He made a speech laced with humor.
他带着幽默发表了演讲。
Ông ấy phát biểu có pha những câu hài hước.

1758

まじわる
交わる
Cross / Associate with
相交、交叉；交往
giao nhau / giao du

道が交わる/悪い友達と交わる
Roads intersect / Keep bad company
道路交叉/同恶友交往
đường giao nhau / giao du với bạn xấu

1759

またがる
Sit astride, straddle
骑、跨；横跨、跨越
ngồi dạng chân 2 bên / trải dài qua 2 nơi

馬にまたがる/山が2つの国にまたがっている
Sit astride a horse / Mountains straddle the two countries
骑马/山横跨两个国家
ngồi lên lưng ngựa / Núi trải dài qua 2 nước.

1760

またぐ
Straddle
跨过
bước qua

柵をまたいで公園の中に入った。
Climbing over the fence, I entered the park.
跨过栅栏进入了公园。
Bước qua hàng rào vào trong công viên.

1761

まちのぞむ
待ち望む
Anticipate
盼望、殷切希望
mong ngóng

父は、待ち望んでいた孫の誕生を喜んだ。
My father rejoiced at the long-awaited birth of his grandson.
盼望已久的孙子出生了，父亲为此感到很高兴。
Cha tôi rất vui mừng khi đứa cháu ông mong ngóng bao lâu chào đời.

1762

まつる
祭る
Enshrine
供奉
thờ cúng

この神社は山の神を祭っている。
This shrine is dedicated to the mountain god.
这座神社里供奉着山神。
Đền này thờ Sơn thần.

1763

まどわす
惑わす
Mislead
迷惑、欺骗
làm lạc hướng, gây nhầm lẫn

情報に惑わされないように、注意をしよう。
Let us be sure not to be misled by the information.
大家要警惕，不要受信息的迷惑。
Cần chú ý không để thông tin làm mình nhầm lẫn.

1764

まぬかれる/まぬがれる
免れる
Escape, be spared
避免、免受
thoát khỏi, tránh được

土地が高いこの地域は、洪水の被害を免れた。
The higher areas escaped the flood damage.
这个地区地势高，免除了洪水的灾害。
Khu vực này cao ráo nên tránh được thiệt hại do lũ lụt.

1765

まるめる
丸める
Make a ball
弄圆、揉成团
vo tròn

子供たちは、雪を丸めて投げて遊んだ。
The children played at throwing snowballs.
孩子们把雪揉成团投掷玩耍。
Bọn trẻ chơi trò vo tuyết ném nhau.

自 丸まる

1766

みあわせる
見合わせる
Put off, postpone
延期、延迟
bị hoãn, bị hủy

台風が来るので、旅行の出発を見合わせた。
The departure of the tour was postponed due to the approach of the typhoon.
因台风来袭，我们把旅游出发延期了。
Do bão sắp tới nên chúng tôi đã dời chuyến du lịch lại.

1767

みうしなう
見失う
Lose sight of
看丢
mất dấu

追いかけていた犯人を、曲がり角で見失った。
I lost sight of the criminals fleeing around the corner.
在拐角处看丢了追赶的犯人。
Tôi để mất dấu tên tội phạm mình đang đuổi theo ở góc đường.

1768 みおとす 見落とす Miss, overlook 看漏、忽略 nhìn sót	会議資料の日付の間違いを見落としてしまった。 I failed to spot a mistake in the date of the meeting materials. 没看出会议资料上的日期错误。 Tôi lỡ nhìn sót lỗi sai về ngày giờ trên tài liệu của cuộc họp. ☀ 見落とし
1769 みせびらかす 見せびらかす Show off 炫耀、显摆 khoe khoang	彼は友達に買った新車を見せびらかした。 He showed off the new car he had bought to his friend. 他向朋友炫耀了一番新买的车。 Anh ta khoe chiếc xe mới mua với bạn.
1770 みたす 満たす Fill 填满、装满 rót đầy	グラスに酒を満たして、友人に勧めた。 Filling my glass, I recommended the drink to my friends. 我在玻璃杯里斟满了酒，劝朋友喝。 Tôi rót đầy rượu vào ly rồi mời bạn uống. 自 満ちる
1771 みだす 乱す Disturb, disrupt 弄乱、打乱 gây rối	列を乱さないでまっすぐ並んでください。 Please form a straight, orderly line. 请笔直排列，不要弄乱队伍。 Hãy xếp hàng cho ngay, đừng làm rối hàng. 自 乱れる
1772 みちびく 導く Lead 指导、教导；指引 chỉ dẫn / đưa...đến	生徒を良い方向に導く/チームを勝利に導く Lead the students in a good direction / Lead the team to victory 向好的方向引导学生/指引队伍取得胜利 chỉ dẫn học trò hướng đi đúng / đưa đội đến thắng lợi
1773 みつもる 見積もる Estimate 估算 ước tính, ước lượng	引っ越し会社に料金を見積もってもらった。 I asked the removal company for an estimate. 我请搬家公司做了报价。 Tôi nhờ công ty chuyển nhà ước lượng chi phí. ☀ 見積もり
1774 みなす 見なす Regard as 视作、当作 xem là	遅刻3回で欠席1回と見なします。 Coming late three times is regarded as missing a class. 迟到3次视作缺席1次。 3 lần đi trễ bị xem là 1 lần vắng học.
1775 みならう 見習う Emulate 仿效、学习 học theo	友人を見習って、朝ジョギングをすることにした。 Following my friend's example, I decided to go jogging in the morning. 我仿效朋友，决定开始晨跑。 Học theo bạn, tôi chạy bộ mỗi sáng. ☀ 見習い

1776	チャンスを見逃す/万引きを見逃してやる
みのがす	Lose a chance / Turn a blind eye to the shoplifting
見逃す	对机会视而不见/饶恕偷盗
Miss / Turn blind eye to	bỏ lỡ cơ hội / làm ngơ cho người ăn cắp vật trong cửa hàng
看漏、视而不见、饶恕、放过	
bỏ lỡ / làm ngơ cho	

1777	食事の済んだころを見計らって、彼に電話した。
みはからう	I carefully waited until he had finished his meal and then called him.
見計らう	我估摸着他吃完饭的时候给他打了个电话。
Choose your time	Lựa lúc vừa ăn xong tôi gọi điện cho anh ấy.
适当估计、估摸	
lựa chọn thời cơ hay đồ vật thích hợp	

1778	監視カメラで不審者を見張る/驚いて目を見張る
みはる	Use security cameras to watch out for suspicious people / Open your eyes wide with surprise
見張る	用监控监视可疑者/吃惊得瞪大了眼睛
Watch out for / Open eyes wide	canh kẻ khả nghi bằng camera an ninh / mở to mắt vì ngạc nhiên
监视、瞪目而视、瞪大眼睛看	☀ 見張り
canh giữ, mở to mắt	

1779	人工ダイヤと天然ダイヤを見分けるのは難しい。
みわける	It is difficult to distinguish artificial and natural diamonds.
見分ける	人工钻石与天然钻石很难辨别。
Distinguish	Khó phân biệt được kim cương tự nhiên và kim cương nhân tạo.
辨别、鉴别	☀ 見分け
phân biệt	

1780	広い会場を見渡して、友人を探した。
みわたす	I scanned the large venue looking for my friends.
見渡す	我环视宽敞的会场，寻找朋友。
Look over	Tôi nhìn khắp hội trường rộng lớn để tìm bạn.
环视	
nhìn khắp	

1781	風で飛ばないように、風船を木に結び付けた。
むすびつける	I tied the balloon to a tree to stop it from flying away.
結び付ける	为了气球不被风吹跑，我把它系在了树上。
Tie up	Tôi cột bong bóng vào cây để không bị gió thổi bay.
系、拴上	自 結び付く
cột vào / tạo mối liên hệ	

1782	コンサートのあと、ファンが歌手に群がった。
むらがる	After the concert, the fans crowded around the singer.
群がる	音乐会结束后，粉丝们都聚集在了歌手边上。
Cluster	Sau buổi hòa nhạc, người hâm mộ tụ họp quanh ca sĩ.
聚集、成群	
tụ họp, nhóm lại	

1783	女王は貧しい人々に食べ物を恵んだ。
めぐむ	The Queen bestowed food upon the poor people.
恵む	女王把食物施舍给了贫穷的人们。
Bestow, bless	Nữ hoàng đã ban thức ăn cho người nghèo.
施舍、周济	
ban ơn, bố thí	

1784	雑誌のページをめくって、気になる記事を探した。
めくる Turn over 翻 lật	I flipped through the magazine looking for interesting articles. 我翻阅杂志，寻找感兴趣的文章。 Tôi lật trang tạp chí tìm bài viết mình quan tâm. 自 **めくれる**

1785	京都で有名なお寺を幾つか巡った。
めぐる **巡る** Go around 巡游、寻访 đi vòng quanh	I walked around several famous temples in Kyoto. 我寻访了京都几座有名的寺庙。 Tôi làm một chuyến vòng quanh các ngôi chùa nổi tiếng ở Kyoto.

1786	大学は学生のために、就職相談窓口を設けている。
もうける **設ける** Provide, set up 设置、设立 cung cấp, tổ chức, lập ra	The university has set up a recruitment consultation desk for the students. 大学为学生设置了就业咨询窗口。 Trường đại học đã mở phòng tư vấn hướng nghiệp cho sinh viên.

1787	店に労働条件の改善を申し入れた。
もうしいれる **申し入れる** Propose 提议、要求 đề nghị, đề xuất	I proposed improvements in working conditions in the store. 我向店里提议改善劳动条件。 Tôi đã đề xuất cửa hàng cải thiện điều kiện lao động. ※ **申し入れ**

1788	B社は留学生を支援する団体に寄付を申し出た。
もうしでる **申し出る** Offer 提出、申述 ngỏ ý, đề xuất (nguyện vọng, ý kiến, yêu cầu)	Company B offered a donation to a group supporting overseas students. B公司向支援留学生的团体提出捐助。 Công ty B đã ngỏ ý đóng góp cho tổ chức hỗ trợ du học sinh. ※ **申し出**

1789	溺れそうになって、水中でもがいた。
もがく Writhe, struggle 挣扎 giãy giụa	I was flailing around in the water, about to drown. 眼见就要淹死了，于是我在水里拼命挣扎。 Tôi sắp chết đuối nên giãy giụa dưới nước.

1790	ネットの普及は人々の生活に変化をもたらした。
もたらす Bring, cause 带来 mang đến, dẫn đến	The spread of Internet technology has brought about change in people's daily lives. 网络的普及给人们的生活带来了变化。 Sự phổ biến internet đã mang đến nhiều thay đổi trong đời sống con người.

1791	いすの背にもたれて座る/胃がもたれる
もたれる Lean back / Have a heavy feeling (stomach) 倚靠；积食、不消化 dựa vào / làm đầy bụng	Sit on a chair leaning against the back / My stomach feels heavy. 靠着椅背坐/积食 ngồi dựa vào lưng ghế / bị đầy bụng

1792 もつれる Get entangled 不听使唤；纠纷、纠葛 vướng vào nhau / rối rắm	足がもつれて倒れた/交渉がもつれて進まない I tripped over myself and fell. / The negotiations have gotten snarled up and stalled. 脚不听使唤摔倒了/谈判出现纠纷，没有进展 Chân vướng vào nhau nên tôi bị ngã. / Cuộc thương lượng trở nên rối rắm, không tiến triển.
1793 もてなす Welcome, host 招待、接待 tiếp đãi	外国からの友人を我が家でもてなした。 I hosted friends from abroad at my house. 我在家里招待了来自国外的友人。 Tôi tiếp đãi bạn từ nước ngoài đến tại nhà mình. ※もてなし
1794 もめる Fall out with 发生纠纷、发生争执 bất hòa, cãi vã	賃貸の契約で不動産会社ともめている。 I have disagreed with the real estate agency over a rental contract. 因租赁合同与房地产公司发生了纠纷。 Tôi cãi vã với công ty bất động sản về hợp đồng thuê nhà.
1795 もよおす 催す Hold, organize / Have a feeling 举办、主办；感觉要…… tổ chức / cảm thấy	送別会を催す/吐き気を催す Organize a farewell party / Be nauseous 举办送别会/想吐 tổ chức tiệc chia tay / cảm thấy buồn nôn ※催し ※催し物
1796 もらす 漏らす Wet / Leak 尿床、尿裤子；泄露、透露 làm rò rỉ / để lộ	子供が尿を漏らす/秘密を漏らす The child wets himself. / Leak confidential information 孩子尿裤子/泄露秘密 Trẻ con tè dầm. / để lộ bí mật 自漏れる
1797 やしなう 養う Support, nurture / Build up (skill) 养活、供养；培养 nuôi / trau dồi	家族を養う/練習を重ねて実力を養う Support a family / Build up abilities through repeated practice 养家/反复练习培养实力 nuôi gia đình / siêng năng luyện tập để trau dồi thực lực
1798 やむ 病む Ail, suffer 生病、得病 mắc bệnh	最近、心を病む人が増えている。 Recently, there has been an increase in the number of people suffering from mental problems. 最近，患心理疾病的人不断增多。 Gần đây số người mắc bệnh về tâm lý ngày càng tăng.
1799 やりとげる やり遂げる Accomplish, complete 完成、干到最后 làm xong, hoàn thành	彼は困難な仕事を最後までやり遂げた。 He saw the difficult job through to the end. 他坚持完成了棘手的工作。 Anh ấy đã hoàn thành một công việc khó khăn.

| 1800 やわらげる 和らげる Relieve 使缓和、缓解 làm dịu, an ủi, tiết chế | 痛みを和らげるために、薬を飲んだ。
I took some medicine to alleviate the pain.
为缓解疼痛，我吃了药。
Tôi uống thuốc để giảm đau.
自 和らぐ |

| 1801 ゆうする 有する Have, possess 有、具备 có, sở hữu | この会社は専門知識を有する人を募集している。
This company is recruiting people with specialist knowledge.
这家公司正在招募具备专业知识的人。
Công ty này đang tuyển những người có kiến thức chuyên môn. |

| 1802 ゆがむ Warp 歪、变形 méo mó, biến dạng, cong vênh | 家が古くて、戸がゆがんでしまった。
The house is so old that the doors have warped.
家里老旧得门都变形了。
Nhà cũ quá nên cửa cũng cong vênh hết cả.
他 ゆがめる ※ ゆがみ |

| 1803 ゆきづまる 行き詰まる Bog down, be going nowhere 停滞不前、陷入僵局 bế tắc | 他社との競争に負けて、事業が行き詰まった。
Bested by other companies, the business hit a brick wall.
因为在竞争中输给了其他公司，公司业务陷入僵局。
Do thua kém trong cạnh tranh với công ty khác, kinh doanh rơi vào bế tắc.
※ 行き詰まり |

| 1804 ゆるがす 揺るがす Shake 震撼、撼动 rung lắc, chấn động | 世界を揺るがすテロ事件が起きた。
A world-shaking terror attack occurred.
发生了震惊世界的恐怖事件。
Một vụ khủng bố chấn động thế giới đã xảy ra. |

| 1805 ゆるめる 緩める Loosen, relax / Slow down 松、松缓；放缓、放慢 nới lỏng / chậm lại | ネクタイを緩める/車のスピードを緩める
Loosen a necktie / Reduce the car's speed
松领带/放缓车速
nới lỏng cà-vạt / giảm tốc độ xe hơi
自 緩む |

| 1806 ようする 要する Take, require 需要、必须 cần | このダムの建設には、３０年を要した。
The building of this dam took 30 years.
这座水坝的建设需要30年。
Để xây dựng con đập này người ta đã cần đến 30 năm. |

| 1807 よける Dodge, avoid 躲避、避开 tránh, né | 飛んできたボールをよけた。
I got out of the way of the flying ball.
避开了飞来的球。
Tôi né quả bóng đang bay tới. |

1808 **よこたわる** **横たわる** Lie down 横躺、横卧 nằm xuống	ソファーに横たわっているうちに寝てしまった。 I fell asleep while lying on the sofa. 横躺在沙发上不知不觉睡着了。 Tôi ngủ thiếp đi trong lúc đang nằm trên trường kỷ. 他 横たえる
1809 **よそおう** **装う** Dress / Feign 打扮、穿戴、装、假装 mặc, phục sức / giả vờ, tỏ vẻ	美しく装う/無関心を装う Dress beautifully / Affect indifference 穿戴得漂漂亮亮/假装漠不关心 ăn mặc đẹp / tỏ vẻ không quan tâm ※ 装い
1810 **よっぱらう** **酔っぱらう** Get drunk 烂醉、酩酊大醉 say xỉn	父は、酔っぱらうと陽気になる。 Father brightens up when he's drunk. 父亲一醉酒就会变得开朗。 Cha tôi rất vui nhộn mỗi khi say xỉn. ※ 酔っぱらい
1811 **よみがえる** Revive, bring back to life 复苏、苏醒、恢复 hồi sinh / hồi phục	雨で草や木がよみがえる/記憶がよみがえる The grass and trees were brought back to life by the rain. / My memories come back. 雨水使草木复苏/记忆恢复 Cỏ cây sống lại nhờ cơn mưa. / Ký ức được hồi phục.
1812 **よる** Be caused by 因、由于 do	この事故は運転手の居眠りによるものだ。 This accident was caused by the driver nodding off. 这起事故是因为驾驶员打瞌睡而导致的。 Vụ tai nạn là do tài xế ngủ gật.
1813 **よわる** **弱る** Weaken / Have trouble 衰弱、虚弱；为难 yếu đi / lúng túng, khốn đốn	年を取って体が弱る/財布を落として弱った The body weakens as it grows older. / I got into trouble losing my wallet. 上了年纪后体力衰弱/丢了钱包真为难 Cơ thể yếu đi do lớn tuổi. / Tôi khốn đốn vì đánh rơi ví.
1814 **ろんじる/ろんずる** **論じる/論ずる** Argue, discuss 论述、阐述 luận về, diễn giải	教授は環境問題について論じた。 The professors discussed environmental issues. 教授就环境问题进行了论述。 Giáo sư đã diễn giải về vấn đề môi trường. ⊕ ～論（例：理想論）
1815 **わく** **湧く** Bubble, crop up 涌、喷；产生 chảy ra / trào dâng, hiện lên trong lòng	温泉が湧く/政治家の発言に疑問が湧いた The hot springs bubble. / Questions cropped up concerning the remarks of the politician. 温泉涌出/对政治家的发言产生疑问 Suối nước nóng chảy ra. / Nỗi hoài nghi đối với phát ngôn của chính trị gia dâng cao.

1816 **わずらう** **患う** Suffer from, be ill with 患病、生病 mắc bệnh	<ruby>父<rt>ちち</rt></ruby>は<ruby>心臓病<rt>しんぞうびょう</rt></ruby>を<ruby>患<rt>わずら</rt></ruby>って、<ruby>入院<rt>にゅういん</rt></ruby>した。 My father was hospitalized suffering from heart disease. 父亲患心脏病入院了。 Cha tôi mắc bệnh tim phải nhập viện.
1817 **わびる** Apologize 谢罪、道歉 xin lỗi	<ruby>社長<rt>しゃちょう</rt></ruby>は<ruby>会見<rt>かいけん</rt></ruby>で、<ruby>欠陥車<rt>けっかんしゃ</rt></ruby>による<ruby>事故<rt>じこ</rt></ruby>をわびた。 At the interview, the President apologized for the accident caused by a defective vehicle. 社长在记者招待会上，为因汽车存在缺陷而导致的事故道了歉。 Trong cuộc phỏng vấn, chủ tịch đã xin lỗi về vụ tai nạn xảy ra do xe bị lỗi.　※わび（おわび）
1818 **わりあてる** **割り当てる** Assign 分配、分摊 phân bổ, chia phần	<ruby>大掃除<rt>おおそうじ</rt></ruby>をする<ruby>場所<rt>ばしょ</rt></ruby>を<ruby>各班<rt>かくはん</rt></ruby>に<ruby>割<rt>わ</rt></ruby>り<ruby>当<rt>あ</rt></ruby>てた。 In the big cleanup, an area was assigned to each team. 把大扫除的地方分配给了各班。 Phân bổ địa điểm tổng vệ sinh cho các tổ.
1819 **わりきる** **割り切る** Take a clear-cut attitude to 想开、想通 suy nghĩ rạch ròi (không lẫn tình cảm cá nhân vào)	<ruby>仕事<rt>しごと</rt></ruby>だから、お<ruby>金<rt>かね</rt></ruby>のためだと<ruby>割<rt>わ</rt></ruby>り<ruby>切<rt>き</rt></ruby>ってやる。 It is a job, and I do it for the money and that's that. 工作就是为了赚钱，抱着这种想开了的心态干活。 Đó là công việc nên tôi làm với suy nghĩ rạch ròi là vì tiền.
1820 **わりきれる** **割り切れる** Divide 除尽、整除 chia hết cho	<ruby>9<rt>きゅう</rt></ruby>は<ruby>3<rt>さん</rt></ruby>で<ruby>割<rt>わ</rt></ruby>り<ruby>切<rt>き</rt></ruby>れる。 Nine is divisible by three. 9 可以被 3 整除。 9 chia hết cho 3.
1821 **わりこむ** **割り込む** Break in, interrupt 插嘴、插队 chen vào	<ruby>彼女<rt>かのじょ</rt></ruby>はいつも<ruby>人<rt>ひと</rt></ruby>の<ruby>話<rt>はなし</rt></ruby>に<ruby>割<rt>わ</rt></ruby>り<ruby>込<rt>こ</rt></ruby>んでくる。 She always interrupts when people are talking. 她总是喜欢在别人说话时插嘴。 Chị ta lúc nào cũng chen ngang vào chuyện người khác.

わたしの単語

On this page, let's write down vocabulary items taken from daily life.
请在这一页写下日常生活中发现的单词吧。
Hãy viết vào trang này những từ vựng tìm thấy trong sinh hoạt.

読んでみよう10

観光案内「歴史がある町、鎌倉」

鎌倉は東京駅から南西へ約５０ｋｍ、電車で１時間の所にある。１２世紀末に京都から遠く隔たったこの地に幕府＊が置かれ、今でも遺跡や寺、神社が残る町だ。

　１２世紀半ばに天皇や貴族たちの間で争いが起きた。実際に戦いを担ったのは源氏と平氏という２大勢力を中心とする武士＊で、源氏を率いる源頼朝が平氏を滅ぼして鎌倉に幕府を開いた。そして彼は組織を整えて、本格的な武士の政治が始まった。周りを山で隔てられた鎌倉の地形は変化に富み、敵を見張るのに最適だった。南は海に臨み、中国との交易も一部で行われ、さまざまな文化がもたらされた。しかし１４世紀、鎌倉幕府は海岸から攻めてきた敵と戦い、滅びた。時を経て、世界大戦の被害を免れた鎌倉は今、「武士の町」として観光客でにぎわっている。

　「鶴岡八幡宮」は源氏の神様を祭った神社で、幕府の重要な儀式も行われた。毎年４月に催される「鎌倉まつり」では女性が舞う美しい姿が見られる。「銭洗弁天」は、ここの水でお金を洗うと何倍にもなると言われている。頼朝が夢で「ここの水を神にささげると平和になる」と告げられて建てたという。「高徳院」の大仏＊は「鎌倉の大仏」と言われて親しまれ、鎌倉で唯一国宝に指定されている仏像だ。近くの「長谷寺」には、木造では日本最大級の９.１８ｍの仏像があり、庭から町や海を見渡すことができる。

　「江ノ電」に乗って「江の島」まで足を延ばせば、水族館で海の生き物とも触れ合えて、子供も楽しめる。

＊　幕府　Shogunate government, bakufu government　幕府。武士政治的政府机关。
Chế độ Bakufu

武士　Samurai　武士　Võ sĩ

大仏　Great Buddha　大佛像　Tượng Phật lớn

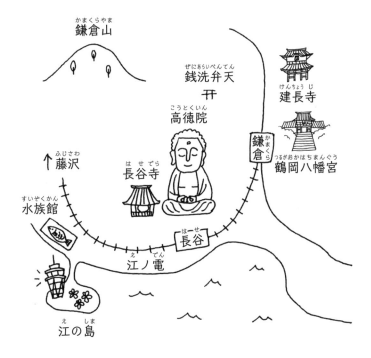

Tourist information: Kamakura, a town with a history

Kamakura is about one hour by train from Tokyo Station, around 50 km to the south-west. At the end of the 12th century, the bakufu government was established here, far removed from Kyoto. The town retains relics, temples and shrines.

In the middle of the 12th century, conflict broke out between the Emperor and the noblemen. In the fighting, the warriors effectively fell into two large forces, the Genji and Heishi armies. Genji commander Minamoto no Yoritomo destroyed the Heike and set up the bakufu government in Kamakura. He established systems and ushered in a full-scale samurai-based regime. The location of Kamakura, hidden by the surrounding mountains, was full of topographical variety, making it ideal for watching out for approaching enemies. The south faces the sea, so there was some exchange with China and various cultural influences were introduced. However, in the 14th century, the Kamakura bakufu government came into conflict with an enemy who came from the sea, and was destroyed. With the passage of time, Kamakura, which was spared the ruination caused by world war, flourished again as a tourist area: the "town of the samurai."

"Tsurugaoka Hachimangu" is the shrine used for worship of the gods of Genji, and important ceremonies of the bakufu government took place here. The Kamakura Festival held every April features beautiful dancing girls. Zeniarai Benten shrine has a spring where you can multiply the value of your money by washing it in the water, or so the story runs. It was built by Yoritomo, who was told in a dream that if the water was given to the gods, then peace would be assured. The great Buddha of Kotokuin is affectionately known as the Kamakura Great Buddha and is the only Buddhist effigy in Kamakura to be designated a national treasure. At the nearby Hasedera temple, you find one of the largest wooden Buddhist effigies in Japan, at 9.18 m. From the garden, you can look out over the town and the sea.

If you take the Enoden railway line, and then walk out to Enoshima, you can interact with marine life at the aquarium there. Children will enjoy this too.

观光指南"承载着历史的城市，镰仓"

镰仓位于东京站西南约 50 千米处，坐电车 1 小时可达。12 世纪末，在远离京都的这片土地上建立了幕府。如今，这座城市里仍然保留着当时的遗迹、寺庙以及神社。

12 世纪中叶，天皇与贵族之间发生了纷争。实际参加战争的是以源氏、平氏两大势力为中心的武士。率领源氏军的源赖朝消灭了平氏军，并在镰仓设立了幕府。随后他整顿政体，开启了真正的武士政治。被群山包围的镰仓地形多变，适于监视敌人。而且，镰仓南临大海，陆续展开与中国的贸易往来，带来了多元的文化。然而 14 世纪，敌人从海岸发动进攻，镰仓幕府在与他们战斗后灭亡了。时光荏苒，幸免于世界大战袭击的镰仓，如今作为"武士之城"吸引着众多游客前来观光。

鹤冈八幡宫是祭祀源氏一族守护神的神社，同时也是幕府举行重大仪式的场所。在每年 4 月举行的"镰仓祭"上能够欣赏到女性优美的舞姿。关于"钱洗弁天"神社则有一个传说——用这里的水洗钱，钱就会翻好几倍。这座神社据说是因为赖朝在梦中被告知用这里的水供奉神明会带来和平而建的。高德院的大佛被人们亲切地称为镰仓大佛。这是镰仓唯一被指定为国宝的佛像。而在附近的长谷寺，则保存着日本的大型木制佛像，高 9.18 米。从长谷寺的庭院望出去，可以环顾城市和大海。

如果乘坐"江之电"去往江之岛，还可以在水族馆近距离接触海洋生物，孩子们也能玩得很开心。

HƯỚNG DẪN DU LỊCH "KAMAKURA – THÀNH PHỐ LỊCH SỬ"

Kamakura cách ga Tokyo khoảng 50km về hướng Tây Nam, khoảng 1 tiếng đi tàu điện. Vào cuối thế kỷ 12, chế độ Bakufu đã được thiết lập tại vùng đất cách xa Kyoto này và đến nay thành phố vẫn còn các di tích, chùa, đền Thần đạo.

Khoảng giữa thế kỷ 12, các cuộc giao tranh giữa Thiên hoàng và nội bộ giới quý tộc đã diễn ra. Những người thực sự tiến hành các cuộc chiến là giới võ sĩ với trung tâm là 2 đại gia tộc Genji và Heike, Minamoto no Yoritomo lãnh đạo quân Genji tiêu diệt quân Heike và lập nên chế độ Bakufu ở Kamakura. Rồi ông cải cách cơ cấu và bắt đầu nền chính trị võ gia thực thụ. Địa hình cách biệt với xung quanh nhờ núi non của Kamakura rất đa dạng và vô cùng thích hợp để canh gác kẻ địch. Với phía Nam hướng ra biển cả, nơi đây đã giao thương một phần với Trung Quốc và nhiều nền văn hóa khác nhau đã được du nhập. Tuy nhiên vào thế kỷ 14, nhà Bakufu Kamakura giao chiến với kẻ địch tấn công từ biển vào và bị tiêu diệt. Trải qua thời gian, Kamakura tránh được những thiệt hại của Thế chiến và giờ đây luôn nhộn nhịp du khách với cái tên "thành phố của võ sĩ".

"Tsurugaoka Hachimangu" là ngôi đền Thần đạo thờ thần linh của gia tộc Genji và là nơi đã tổ chức nhiều nghi lễ quan trọng của chế độ Bakufu. Đến với "Lễ hội Kamakura" được tổ chức vào tháng 4 hàng năm, du khách có thể ngắm nhìn dáng vẻ xinh đẹp của các thiếu nữ khi múa. "Zeniaraibenten" là nơi được cho rằng nếu rửa tiền bằng nước ở đây thì tiền của sẽ được nhân lên gấp bội. Tương truyền Yoritomo nằm mơ thấy được mách bảo rằng "Nếu dâng nước ở đây lên thần linh thì sẽ được thái bình" nên đã cho xây nơi này. Tượng Phật lớn ở Kotokuin – được biết đến nhiều hơn với tên gọi "tượng Phật lớn của Kamakura" – là tượng Phật duy nhất ở Kamakura được chọn làm quốc bảo. Ở chùa Hasedera gần đó có tượng Phật bằng gỗ lớn nhất Nhật Bản cao 9.18m và từ vườn có thể nhìn bao quát cả thành phố và biển.

Nếu lên tuyến Enoden đi tiếp tới ga Enoshima, du khách còn được tiếp xúc với các sinh vật biển trong Thủy cung nên trẻ em cũng sẽ rất thích thú.

い形容詞 <small>けいようし</small>

i-Adjectives
い形容词
Tính từ đuôi i

1822

あいらしい
愛らしい

Adorable
可爱的
đáng yêu

子猫がボールで遊ぶ姿が愛らしい。<small>こねこ　あそ　すがた　あい</small>

The kitten looks adorable playing with the ball.
小猫玩球的样子真可爱。
Cảnh tượng chú mèo con chơi với quả bóng nhìn đáng yêu.

1823

あつかましい
厚かましい

Forward, presumptuous
厚颜无耻的、厚脸皮的
trơ trẽn, mặt dày

厚かましいお願いですが、返済を延ばしてください。<small>あつ　ねが　へんさい　の</small>

Pardon my presumptuousness but please postpone the repayment date.
我知道这个要求厚颜无耻,但还是请求你把还钱的日期再宽限几天吧。
Tuy biết như thế này là trơ trẽn nhưng xin ông làm ơn dời hạn trả tiền lại.

1824

あっけない

Disappointing
草率的、不尽兴的
gây thất vọng, hụt hẫng

この小説は途中までは面白いが、最後があっけない。<small>しょうせつ　とちゅう　おもしろ　さいご</small>

This novel starts off interestingly but the ending is disappointing.
这部小说到中间为止挺精彩，就是最后收场太草率了。
Cuốn tiểu thuyết này đến nửa chừng thì thú vị nhưng kết thúc lại gây hụt hẫng.

1825

あやうい
危うい

In danger, at risk
危险的、危急的
nguy hiểm

赤字が続いて、会社の経営は危ういようだ。<small>あかじ　つづ　かいしゃ　けいえい　あや</small>

The company continued to make losses and seems now to be at risk.
由于连年赤字，公司的经营可能有危险。
Do tiếp tục thua lỗ nên có vẻ việc kinh doanh của công ty đang lâm nguy.

1826

あらっぽい
荒っぽい

Rough
粗暴的、粗野的
thô bạo, cẩu thả

彼の運転は荒っぽくて、はらはらする。<small>かれ　うんてん　あら</small>

His driving style is rough, and it is nerve-wracking.
他开车很粗野，真是让人捏一把冷汗。
Tôi căng thẳng vì anh ta lái xe ẩu.

1827

いさましい
勇ましい

Brave
勇敢的、勇猛的
can trường, bạo gan, hùng tráng

その絵には、弓を持った勇ましい男が描かれている。<small>え　ゆみ　も　いさ　おとこ　か</small>

The picture depicts a brave man with a bow.
这幅画里画了一位手持弓箭的勇猛男子。
Bức tranh đó vẽ một người đàn ông can trường tay cầm cung.

1828

いたましい
痛ましい

Tragic
惨不忍睹的、令人痛心的
bi thảm, thảm khốc

ガス爆発で8人が亡くなる痛ましい事故が起きた。<small>ばくはつ　はちにん　な　いた　じこ　お</small>

A tragic accident has occurred: 8 people have been killed in a gas explosion.
在瓦斯爆炸中有8人身亡，真是一起令人痛心的事故。
Một vụ tai nạn bi thảm 8 người chết do nổ ga đã xảy ra.

	1829
いちじるしい **著しい** Remarkable 明显的、显著的 đáng chú ý	最近の彼女は、日本語の上達が著しい。 Recently, she has made remarkable progress in Japanese. 最近她的日语进步很显著。 Dạo gần đây tiếng Nhật của cô ấy đã có nhiều tiến bộ đáng chú ý.

	1830
いやしい **卑しい** Wretched 卑鄙的、品质恶劣的 tham lam, đê tiện	彼は金のためなら汚いこともする。卑しいやつだ。 He sometimes does dirty things for money. He is a low-life. 他为了钱连无耻之事都做得出来。真是个卑鄙的家伙。 Hắn ta là kẻ đê tiện, làm cả những việc xấu xa vì tiền.

	1831
いやらしい Loathesome 讨厌的、令人不快的 đáng ghét, gây khó chịu	彼は上司の機嫌ばかりとって、いやらしい。 He sucks up to his bosses, the creep. 他净会讨好上司，真令人讨厌。 Hắn ta là kẻ đáng ghét chỉ toàn nịnh bợ cấp trên.

	1832
うたがわしい **疑わしい** Doubtful 不可信的、靠不住的 đáng nghi, không chắc chắn	彼が約束を守るかどうかは、疑わしい。 It is doubtful whether he will keep his promises. 他会不会守约还说不准。 Chưa chắc anh ta sẽ giữ lời hứa.

	1833
うっとうしい Dismal / Annoying 阴沉的、郁闷的、令人厌烦的、麻烦的 ảm đạm, mù mịt / vướng víu, phiền phức	梅雨はうっとうしい／伸びた前髪がうっとうしい The rainy season is dismal. / My hair has grown too long and is a nuisance. 梅雨季节很阴沉／长了的刘海真麻烦 Mùa mưa ảm đạm. / Tóc mái mọc dài gây vướng víu.

	1834
おもいがけない **思いがけない** Unexpected 意想不到的、意外的 không ngờ, không mong đợi	旅先で思いがけない人に会って、驚いた。 I was surprised to see somebody I did not expect at the destination. 我在旅行地遇到了意想不到的人，吃了一惊。 Tôi kinh ngạc vì gặp người không ngờ tới ở nơi nghỉ mát.

	1835
かたくるしい **堅苦しい** Starchy, formal 死板的、拘谨的 cứng nhắc, căng thẳng	彼女の冗談で堅苦しい雰囲気が和んだ。 Her jokes lightened the stuffy atmosphere. 她的玩笑缓和了拘谨的气氛。 Lời nói đùa của chị ấy đã làm dịu không khí căng thẳng.

	1836
かなわない Be no match for 敌不过的、不能匹敌的 không tương xứng, không bằng	足の速さでは誰も彼にはかなわない。 Nobody can run as fast as him. 论跑步，谁都不能与他匹敌。 Không ai chạy nhanh bằng anh ta.

1837

くすぐったい
Tickle
痒痒的
nhột

犬に顔をなめられて、くすぐったかった。
The dog licked my face and it tickled.
脸被狗舔了，痒痒的。
Chó liếm mặt làm tôi bị nhột.

1838

くどい
Tedious
唠叨的、喋喋不休的
tẻ nhạt, dài dòng

もう分かったよ。母さんの説教はくどいよ。
I get it. Your lecturing is a pain, mother.
我已经知道了啊。妈妈，你的说教太唠叨了。
Con hiểu rồi mà. Mẹ nói dài dòng quá!

1839

けがらわしい
汚らわしい
Filthy
污秽的、恶心的
kinh tởm, khả ố

そんな汚らわしい写真は見たくない。
I do not want to see such obscene pictures.
我不想看那样恶心的照片。
Tôi không muốn nhìn bức ảnh kinh tởm đó.

1840

けむたい
煙たい
Smoky / Feel uncomfortable around
呛人、熏人的；令人发怵的
mù mịt (do khói) / khó chịu

たばこの煙が煙たい/父は煙たい存在だ
Cigarette smoke is unpleasant. / I feel awkward in the presence of my father.
香烟的烟很呛人/父亲是个令人发怵的人
Khói thuốc lá mù mịt. / Cha tôi là người gây khó chịu.

1841

ここちよい
心地よい
Comfortable
舒畅的、舒适的
khoan khoái, dễ chịu

海から心地よい風が吹いてきた。
A soothing breeze blew off the sea.
从海上吹来令人舒畅的风。
Một làn gió dễ chịu thổi từ biển vào.

1842

こころづよい
心強い
Reassuring
心里有底的、胆壮的
vững dạ, yên lòng

海外では、英語が得意な人と一緒だと心強い。
Overseas, I feel reassured when I am with people who speak English well.
在国外时，跟擅长英语的人在一起就心里有底。
Khi ra nước ngoài, sẽ thấy vững dạ hơn nếu đi cùng người giỏi tiếng Anh.

1843

こころぼそい
心細い
Feel helpless, alone
心中不安的、心中没底的
cô đơn

子供のとき、夜留守番をするのは心細かった。
As a child, I felt very forlorn when I was left by myself at night.
在我还是孩子的时候，晚上看家总是很不安。
Hồi nhỏ tôi thấy cô đơn khi phải giữ nhà ban đêm.

1844

こころよい
快い
Pleasant
心情舒畅的、心旷神怡的；爽快的
thoải mái, du dương / sẵn lòng

快い笛の音色/快く引き受けてくれた
The pleasant sound of a flute / It was received pleasantly.
令人心旷神怡的笛声/爽快地接受了
tiếng sáo du dương / sẵn lòng làm giúp

1845

このましい
好ましい
Favorable
令人喜欢的、感觉良好的
tốt, đẹp, dễ chịu

清潔な服装は、相手に好ましい印象を与える。
Clean attire makes a good impression on others.
干净的服装会给对方留下良好的印象。
Trang phục sạch sẽ gây ấn tượng tốt cho đối phương.

1846

しぶい
渋い
Bitter / Sober
涩口的；素雅的
chát / (màu) nền nã, giản dị

渋いお茶を飲む/渋い色のシャツ
Drink bitter tea / Shirt with a sober color
喝涩口的茶/颜色素雅的衬衣
uống trà chát / cái áo màu nền nã

1847

すがすがしい
Refreshing, bracing
清爽的、凉爽的
mát mẻ

台風が過ぎた日の朝は、すがすがしい天気だった。
On the morning of the day after the typhoon, the weather was bracing.
台风过后的早晨，天气很凉爽。
Buổi sáng ngày bão đi qua, trời mát mẻ dễ chịu.

1848

すさまじい
Awesome, terrific
猛烈的、惊人的
ghê sợ, khủng khiếp

すさまじい雨の音で目が覚めた。
I was awoken by the terrific sound of a downpour.
我被猛烈的雨声吵醒了。
Tôi choàng tỉnh bởi tiếng mưa đáng sợ.

1849

すばやい
素早い
Quick
迅速的、敏捷的
nhanh chóng

警官は、逃げようとした男の腕を素早くつかんだ。
The policeman quickly caught the man by the arm as he tried to run away.
警官敏捷地抓住了想要逃走的男子的手腕。
Viên cảnh sát nhanh chóng nắm lấy cánh tay gã đàn ông đang định bỏ trốn.

1850

せつない
切ない
Sad, painful
难受的、痛苦的
đau buồn

病気の母を残して留学するのは、切なかった。
It was sad for me to leave my sick mother and study abroad.
要抛下生病的母亲去留学很痛苦。
Tôi thấy đau buồn khi phải để người mẹ ốm đau của tôi lại để đi du học.

1851

そっけない
Brusque, curt
冷淡的
lạnh lùng, cộc lốc

彼女を映画に誘ったが、返事はそっけなかった。
I invited her to a film, but got an curt reply.
我邀请她去看电影，但是她的回复很冷淡。
Tôi rủ cô ấy đi xem phim nhưng chỉ nhận được câu trả lời lạnh lùng.

1852

たくましい
Strong, sturdy
健壮的；旺盛的
có cơ bắp, cường tráng / bất khuất, kiên cường

鍛えたたくましい体/草のたくましい生命力
A sturdy, toned body / Grass has a tenacious ability to grow.
锻炼过的健壮身体/小草旺盛的生命力
cơ thể cường tráng nhờ tập luyện / sức sống kiên cường của cỏ

1853 **たよりない** **頼りない** Unreliable 靠不住的、不可靠的 không đáng tin	仕事を任せるには、彼はまだ頼りない。 He is still too unreliable to be entrusted with jobs. 要交办工作的话，他还不够可靠。 Cậu ta vẫn chưa đủ độ tin cậy để được giao việc.
1854 **だるい** Listless 懒倦的、疲软的 uể oải	熱が高くて、体がだるい。 I have a high fever, and I feel listless. 烧得厉害，浑身乏力。 Tôi bị sốt cao nên người uể oải. ❊ だるさ
1855 **でかい** Huge 大的(口语) to bự (dùng trong văn nói)	随分でかい弁当だね。1人で食べるの？ It is a huge lunch box, isn't it? Will you manage it alone? 好大的便当呀。一个人吃吗？ Hộp cơm bự quá! Một mình bạn ăn hết không đó?
1856 **てばやい** **手早い** Quick 麻利的、敏捷的 nhanh nhạy	看護師の手早い応急処置のおかげで、命が助かった。 My life was saved thanks to the prompt first aid response of the nurse. 多亏护士迅速的应急措施，才得救了。 Nhờ y tá nhanh chóng sơ cứu mà tôi đã thoát chết.
1857 **とうとい/たっとい** **尊(貴)い** Noble, valuable 尊贵的、值得尊敬的；珍贵的、贵重的 cao quý, đáng trân trọng / quý giá	人の命は尊い/これは国の貴い宝だ Life is sacred. / This is a valuable national treasure. 人的生命很宝贵/这是珍贵的国宝 Sinh mệnh con người đáng trân trọng. / Đây là báu vật quý của quốc gia. ❊ 尊さ
1858 **とぼしい** **乏しい** Scarce, limited 不足的、缺乏的 hiếm, ít	彼は経験は乏しいが、仕事への熱意は十分だ。 His experience is limited, but he shows enough enthusiasm for the job. 他缺乏经验，但对工作的热情很足。 Anh ta thiếu kinh nghiệm nhưng giàu lòng nhiệt tình với công việc.
1859 **とんでもない** Unbelievable, outrageous / Not at all 岂有此理的、极其荒唐的；哪里的话 thái quá, tàn nhẫn / đâu có, không sao	彼はとんでもないやつだ/「日本語がお上手ですね」「いえ、とんでもない」 He is a terrible character. / "Your Japanese is very good isn't it?" "No, not at all." 他真是荒唐/日语讲得真好啊！""不不，哪有。" Anh ta là kẻ quá quắt. / "Chị giỏi tiếng Nhật quá" "Dạ đâu có"
1860 **なさけない** **情けない** Deplorable 无法同情的、可悲可叹的 đáng thất vọng	1度の失敗で諦めるなんて、情けないやつだ。 Somebody who gives up after a single failure is a wretched person. 失败一次就放弃，这家伙真够窝囊的。 Chỉ mới thất bại một lần đã bỏ cuộc, thật là kẻ đáng thất vọng.

1861
なさけぶかい
情け深い
Compassionate
富于同情心的、热心肠的
từ bi, nhân từ

祖母は情け深い人で、困っている人を助けた。

My grandmother is a kind-hearted person who helped people in difficulty.

祖母热心肠，经常帮助陷入困境的人。

Bà tôi là người nhân từ nên hay giúp người khốn khó.

1862
なだかい
名高い
Famous, noted
有名的、著名的
nổi danh

青森県はりんごの産地として名高い。

Aomori Prefecture is a noted apple-producing area.

青森县作为苹果产地很有名。

Tỉnh Aomori nổi danh là vùng đất trồng táo.

1863
なにげない
何気ない
Casual, nonchalant
无意的、无心的
hờ hững, thờ ơ, vô tình

彼の何気ない一言で、教室の雰囲気が和んだ。

His off-the-cuff remark lightened the atmosphere in the classroom.

因为他的一句无心之言，教室里的气氛缓和了。

Chỉ bằng một câu nói vô tình của cậu ta mà không khí lớp học đã lắng xuống.

1864
なやましい
悩ましい
Vexing / Captivating　烦恼的、愁人的；迷人的、令人神魂颠倒的
khổ sở / quyến rũ

少子化の解決は悩ましい/絵の女性の悩ましい姿

The declining birth-rate is a worrying problem. / The captivating image of the woman in the picture

愁于解决少子化问题/画中女性令人神魂颠倒的姿态

khổ sở tìm cách giải quyết tình trạng tỉ lệ sinh giảm / dáng vẻ quyến rũ của cô gái trong tranh

1865
なれなれしい
Over-familiar
熟不拘礼的、过分亲昵的
thân thiết, thân mật

初対面なのに、彼はなれなれしかった。

It was only the first meeting, but he was over-familiar.

明明只是第一次见面，但是他却很自来熟。

Mới gặp lần đầu mà anh ta đã tỏ ra thân mật.

1866
ねづよい
根強い
Firmly rooted, deep-seated
深的、不易动摇的
bền bỉ, ngoan cường

あの車は型は古いが、根強い人気がある。

That model of car is old, but it remains a firm favorite.

那辆车虽然造型老旧，但是深得好评。

Chiếc xe kia tuy đời cũ nhưng vẫn được yêu thích suốt thời gian dài.

1867
ねばりづよい
粘り強い
Tenacious
坚持不懈的、有毅力的
kiên trì

粘り強い交渉の結果、A社との契約が決まった。

As a result of persistent negotiations, we have been able to sign a contract with Company A.

经过坚持不懈的谈判，与A公司签约的事终于定下来了。

Kết quả cuộc thương lượng đầy kiên trì là hợp đồng với công ty A đã được ký kết.

1868
のぞましい
望ましい
Desirable
符合希望的、理想的
được khuyên, được mong muốn

健康診断は毎年受けることが望ましい。

Getting an annual health check is advisable.

最好每年接受一次体检。

Chúng ta được khuyên là nên khám sức khỏe định kỳ mỗi năm.

1869

ばかばかしい
Silly, foolish
毫无价值的、非常愚蠢的
ngốc nghếch

根拠のないうわさを信じるなんて、ばかばかしい。
It is foolish to believe in gossip that has no basis.
居然相信没有依据的谣言，愚蠢之至。
Tin vào lời đồn không có căn cứ là ngốc nghếch.

1870

はなはだしい
甚だしい
Severe, heavy, great
很、非常
cực độ, to lớn

異常気象で農家は甚だしい損害を受けた。
Farmers suffered severe crop damage from the abnormal weather.
由于气候异常，农户们遭受了很大的损失。
Nông dân phải gánh chịu nhiều thiệt hại to lớn do thời tiết bất thường.

1871

はなばなしい
華々しい
Spectacular, magnificent
华丽的、轰轰烈烈的
rực rỡ, vinh quang

今年の水泳界で、彼は華々しい活躍をした。
He put in magnificent performances in swimming this year.
在今年的游泳界，他的表现备受瞩目。
Trong giới bơi lội năm nay, anh ta đã gặt hái nhiều thành công rực rỡ.

1872

ひさしい
久しい
Long time (since)
好久的、许久的
lâu

中学時代の友人と会わなくなって久しい。
It's been a long time since I last met any of my friends from junior high school.
跟初中时代的朋友很久没见面了。
Đã lâu rồi tôi không gặp bạn thời cấp 2.

1873

ひらたい
平たい
Flat
平坦的
phẳng

平たい皿にサンドイッチを並べた。
I arrayed the sandwiches on a flat dish.
在浅盘中摆放了三明治。
Tôi xếp bánh mì kẹp lên cái đĩa phẳng.

1874

ぶあつい
分厚い
Thick
很厚的
dày

分厚い本なので、1日では読めない。
This is a thick book, so I cannot read it in a day.
因为是很厚的书，一天读不完。
Sách dày nên tôi không đọc hết nổi trong 1 ngày.

1875

まぎらわしい
紛らわしい
Confusing
容易混淆的、易弄错的
dễ nhầm lẫn, mơ hồ

2つの薬の名前が似ていて、紛らわしい。
The two drugs have similar names; it is confusing.
两种药的名字很相似，容易混淆。
Tên 2 loại thuốc này giống nhau nên dễ nhầm.

1876

みぐるしい
見苦しい
Unworthy, shabby
不体面的、丢脸的
đáng xấu hổ

君のミスだ。見苦しい言い訳をするな。
That was your mistake. Do not make any shabby excuses.
就是你的过失。不要再找不体面的借口了。
Đó là lỗi của cậu. Đừng bao biện bằng những lời đáng xấu hổ nữa!

1877	電車の中で口を開けて寝るのは、みっともない。
みっともない	It is unbecoming to sleep on the train with your mouth open.
Unbecoming, shabby	在电车中张着嘴睡觉，真是不像样。
不像样的、难看的	Ngủ há miệng trên tàu điện là xấu hổ.
đáng xấu hổ, khó coi	

1878	努力の割に成果が出なくて、むなしい。
むなしい	Unfortunately, the results did not reflect the effort, and it was in vain.
In vain, ineffectual, empty	做了很多努力，但却没收获任何成果，很空虚。
空虚的、无意义的	Tuyệt vọng vì kết quả không tương xứng với nỗ lực.
tuyệt vọng	❋ むなしさ

1879	この国の経済発展は、目覚ましい。
めざましい	The economic development of this country is remarkable.
目覚ましい	这个国家的经济发展很惊人。
Remarkable	Sự phát triển kinh tế của đất nước này là rất ấn tượng.
惊人的、特别突出的	
ấn tượng, đáng kể	

1880	この石はもろくて、簡単に割れる。
もろい	This stone is so frangible that it can be easily broken up.
Fragile, frangible	这块石头很脆，易碎。
脆的、易碎的	Hòn đá này dễ vỡ nên đập bể rất đơn giản.
giòn, dễ vỡ, mỏng manh	

1881	この服は生地が悪くて安っぽい。
やすっぽい	The fabric of this uniform is poor quality and looks cheap.
安っぽい	这件衣服面料很差，看起来像便宜货。
Cheap-looking, tawdry	Chất liệu vải của trang phục này vừa xấu vừa trông rẻ tiền.
不值钱的、看起来像便宜货的	
trông rẻ tiền	

1882	留学するのか。じゃ、退職はやむをえないな。
やむをえない	Are you going to study abroad? Well, you will have to give up your job.
Unavoidable	要去留学吗? 那，就不得不离职了。
不得已的、不得不的	Cậu đi du học à? Vậy chuyện nghỉ làm là không tránh khỏi nhỉ.
không tránh khỏi	

1883	引っ越しのあとは手続きが多くて煩わしい。
わずらわしい	After you move, there are a lot of procedures, and it is bothersome.
煩わしい	搬家之后要办很多手续，真麻烦。
Bothersome	Những thủ tục sau chuyển nhà vừa nhiều vừa phiền hà.
烦琐的、麻烦的	
khó chịu, phiền hà	

な形容詞 <ruby>けいようし</ruby>	na-Adjectives な形容词 Tính từ đuôi na	

1884

あざやか
鮮やか
Vivid, bright
鲜艳的、鲜明的
tươi sáng, sống động

電車から見た夏の海は、鮮やかな青色だった。
Seen from the train, the summer sea was a bright blue.
从电车中看到的夏天的海，是鲜明的蓝色。
Từ tàu điện nhìn ra, biển mùa hè có màu xanh tươi sáng.

1885

あべこべ
Wrong way round, back to front
颠倒的、相反的
ngược, nhầm

何だか変だと思ったら、靴が左右あべこべだった。
I thought there was something funny; I have put my shoes on the wrong feet.
总觉得有些怪怪的，原来是鞋子左右穿反了。
Thấy gì đó là lạ, hóa ra là mang giày bị nhầm bên trái và phải.

1886

あやふや
Unsure, hazy
不清楚的、模棱两可的
mơ hồ, không chắc chắn

明治時代がいつからかあやふやなので、本で調べた。
I was a bit hazy about when the Meiji period started, so I looked it up in a book.
因为不清楚明治时代是什么时候开始的，就翻书查了。
Tôi không chắc thời Meiji bắt đầu từ khi nào nên lấy sách xem.

1887

いいかげん
Sloppy, irresponsible
马马虎虎的、敷衍的
bất cẩn, vô trách nhiệm

彼はいいかげんで、いつも原稿が締め切りに遅れる。
He is sloppy and always delivers his manuscript after the deadline.
他做事很敷衍，总是延迟交稿。
Anh ta là người vô trách nhiệm nên lúc nào cũng trễ hạn nộp bài.

1888

いほう
違法
Illegal
违法的
trái luật

無断でコンサートを録音するのは違法だ。
It is illegal to record concerts without permission.
擅自给音乐会录音是违法的。
Tự ý thu âm buổi hòa nhạc là trái luật.

※違法〜（例：違法行為）　※違法性

1889

いんき
陰気
Gloomy
阴暗的、阴沉的
âm đạm

今の部屋は壁も灰色だし、暗くて陰気だ。
The walls of my current room are gray too, so it is dark and gloomy.
现在住的这个房间连墙壁也是灰色的，昏暗阴沉。
Căn phòng tôi đang ở có tường màu xám nên tối tăm, ám đạm.

⇔陽気

1890

インターナショナル
International
国际的
tính quốc tế

世界に通用するインターナショナルな人材が欲しい。
We seek international talent that meets global standards.
想要全世界通用的国际性人才。
Chúng tôi cần nhân lực có tính quốc tế để có thể sử dụng toàn cầu.

1891

エレガント

Elegant
高雅的、优雅的
thanh lịch

彼女は服装も言葉遣いもエレガントだ。
She is elegant in her attire and choice of words.
她不管穿着还是措辞都很优雅。
Chị ấy có trang phục và cách dùng từ đều thanh lịch.

1892

えんかつ
円滑

Smooth
顺畅的、顺利的
thông suốt, thuận lợi

新市長は、円滑な行政運営を目指すと述べた。
The new mayor said that he was aiming at a smoothly operating administration.
新市长陈述道，他以实现顺畅的行政运作为目标。
Thị trưởng mới đã nói sẽ hướng đến kiểu quản lý hành chính thông suốt.

1893

えんまん
円満

Amicable, happy
圆满的
hòa hợp, tốt đẹp

紛争は、話し合いで円満な解決に至った。
The dispute was settled amicably through discussion.
通过协商，纠纷圆满地解决了。
Cuộc tranh chấp đã được giải quyết tốt đẹp nhờ đàm phán.

1894

おおがら
大柄

Heavily built, of large stature / Large pattern
身材高大的；大花样的、大花纹的
to con / to bản

犯人は大柄だった/大柄な花の模様
The criminal was heavily built. / Large flower pattern
犯人身材高大/大花纹
Thủ phạm là kẻ to con. / họa tiết hoa to bản
⇔小柄

1895

おおげさ
大げさ

Exaggerated
夸张的、夸大的
phóng đại, cường điệu

軽い傷だよ。そんなに痛がるなんて、大げさだな。
It is a light injury. You are exaggerating the pain.
只是轻伤哦。表现得那么痛，太夸张了。
Vết thương nhẹ thôi mà! Làm bộ đau đớn như vậy là cường điệu rồi.

1896

おおまか
大まか

Rough, general
粗略的
tổng thể, khái quát

旅行の大まかなプランを立てた。
I drew up a rough plan of the journey.
制订了粗略的旅行计划。
Tôi đã lên kế hoạch khái quát cho chuyến du lịch.

1897

おおらか

Easy-going
大度的、豁达的
hào phóng, rộng lượng

彼女はおおらかで、細かいことを気にしない。
She is an easy-going nature and is not bothered about details.
她很大度，不拘细节。
Bà ấy là người rộng lượng nên không để ý chuyện nhỏ nhặt.

1898

おくびょう
臆病

Timid
胆小的、胆怯的
nhút nhát, hèn nhát

弟は臆病で、遊園地の怖い乗り物が苦手だ。
My brother is timid and is not good with scary rides at amusement parks.
弟弟很胆小，不喜欢玩游乐园吓人的骑乘项目。
Em trai tôi nhút nhát nên sợ mấy trò cảm giác mạnh ở công viên giải trí.

※臆病者

1899 **おごそか** **厳か** Dignified, solemn 庄严的、严肃的 trang nghiêm	その儀式は厳かな雰囲気の中で行われた。 The ceremony took place in an atmosphere of solemnity. 那场仪式在庄严的气氛中举行了。 Nghi lễ đã được cử hành trong không khí trang nghiêm.
1900 **おろか** **愚か** Stupid 愚蠢的 ngu ngốc, khờ dại	将来性のない会社に投資するなんて、愚かだ。 It is stupid to invest in a company that has no future. 投资没有前途的公司，真愚蠢。 Thật ngu ngốc khi đầu tư vào một công ty không có tương lai. ❖ 愚かさ　❖ 愚か者
1901 **おろそか** Negligent 敷衍的、马虎的 bê bối, cẩu thả	ゲームに夢中で、勉強がおろそかになった。 I was so engrossed in his computer games that I neglected my studies. 沉迷游戏，对学习敷衍了事。 Mải mê chơi điện tử mà bê bối chuyện học hành.
1902 **おんこう** **温厚** Good-natured 温厚的 tốt bụng, hiền dịu	温厚な父は、黙って私の言い分を聞いてくれた。 My good-natured father quietly listened to what I had to say. 温厚的父亲，静静地倾听我的意见。 Người cha hiền dịu của tôi đã im lặng lắng nghe hết những điều tôi muốn nói.
1903 **おんわ** **温和** Mild, genial 温和的 ôn hòa	彼は温和で、大声で怒るのを見たことがない。 He is of mild temperament and I have never heard him shout in anger. 他很温和，还没见他大声发怒过。 Ông ấy là người ôn hòa nên tôi chưa bao giờ thấy ông nổi giận lớn tiếng.
1904 **かくべつ** **格別** Exceptional 格外的、特别的 đặc biệt, khác biệt	蒸し暑い日本だが、今年の暑さは格別だ。 Japan can get very hot and sticky, but the heat this year is exceptional. 虽然日本向来闷热，但今年特别热。 Nhật Bản vốn nóng ẩm nhưng cái nóng năm nay quả là khác biệt.
1905 **かげき** **過激** Radical, extreme 过激的 quyết liệt, cao độ, gay gắt	その批評家は、いつも過激な発言をする。 That commentator always says extreme things. 那个评论家总是做过激的发言。 Nhà phê bình này luôn có những phát ngôn gay gắt. ❖ 過激派
1906 **かじょう** **過剰** Excessive 过剩的 dư thừa	インフレの原因の1つは、貨幣の過剰な供給だ。 One cause of inflation is an oversupply of money. 通货膨胀的原因之一是货币供给过剩。 Một trong những nguyên nhân của lạm phát là do dư thừa về cung cấp tiền.

	1907	うちの犬は、かすかな音がしただけでほえる。
	かすか	Our dog barks at the faintest sound.
	Vague, faint	我家的狗只要听到一丁点儿声音就会吠叫。
	微小的、微弱的	Con chó nhà tôi dù chỉ nghe tiếng động nhẹ cũng sủa.
	mờ nhạt, nhẹ nhàng	

	1908	携帯電話は社会を変える画期的な発明だった。
	かっきてき	The cellphone was an epoch-making invention that is changing society.
	画期的	手机是改变社会的划时代发明。
	Epochal	Điện thoại di động là phát minh có tính bước ngoặt làm thay đổi
	划时期的、划时代的	xã hội.
	mở mang thời đại, có tính bước ngoặt	

	1909	この旅行は、1週間で3か国を回る過密な日程だ。
	かみつ	This journey has a tight schedule, with visits to three countries in one week.
	過密	这趟旅行一周游览三个国家，行程过密。
	Congested, tight	Chuyến du lịch này có lịch trình dày đặc 1 tuần đi 3 nước.
	过密的、过满的	
	đông đúc, chật chội / dày đặc	⇔過疎

	1910	山小屋で簡単な食事を取り、簡易なベッドで寝た。
	かんい	At the mountain house, we took simple meals and slept on simple beds.
	簡易	在山间小屋吃了简单的饭食，就在简易床上睡下了。
	Simple	Ăn bữa ăn đạm bạc, ngủ giường đơn sơ ở căn chòi trên núi.
	简易的	
	đơn giản, đơn sơ	☀簡易〜（例：簡易トイレ）

	1911	彼の発言は、いつも簡潔で分かりやすい。
	かんけつ	What he says is always concise and easy to understand.
	簡潔	他的发言总是简洁易懂。
	Concise	Anh ta nói chuyện lúc nào cũng súc tích, dễ hiểu.
	简洁的	
	súc tích, khúc chiết	

	1912	金庫は頑丈で、壊れそうもなかった。
	がんじょう	The safe box was sturdy and was not likely to break.
	頑丈	保险箱很坚固，没有任何要坏的迹象。
	Sturdy	Két sắt chắc chắn nên không dễ bị phá đâu.
	坚固的	
	chắc chắn	

	1913	成功するためには、目標を持つことが肝心だ。
	かんじん	It is vital to have targets to achieve success.
	肝心	要取得成功，重要的是树立目标。
	Vital	Để thành công thì việc có mục tiêu là điều cần thiết.
	重要的	
	cần thiết, quan trọng	

	1914	家族と自分たちだけの簡素な結婚式を挙げた。
	かんそ	We organized a simple wedding ceremony, with only ourselves and our families.
	簡素	我们举行了只有家里人和我们自己参加的简朴婚礼。
	Simple	Chúng tôi đã tổ chức một đám cưới giản dị chỉ có chúng tôi và
	简朴的、简单朴素的	gia đình.
	đơn sơ, giản dị	☀簡素化

1915

かんだい
寛大
Magnanimous
宽大的
khoan dung, rộng lượng

大学は、授業料が払えない学生に寛大な処置をした。

This university treated students who could not pay their tuition fees with leniency.

大学对无力支付学费的学生做了宽大的处理。

Trường đại học có cách xử lý khoan dung đối với những sinh viên không kham nổi học phí.

1916

かんぺき
完璧
Perfect
完美的、完美无缺的
hoàn hảo

「先生、私の論文はどうですか」「うん、完璧だよ」

"How is my essay, teacher?" "Well, it is perfect."

"老师，我的论文怎么样？""嗯，很完美哦。"

"Thưa thầy, bài luận của em thế nào ạ?" "Ừ, hoàn hảo"

1917

きちょうめん
Methodical
一丝不苟的、规规矩矩的
chính xác, ngăn nắp, có phương pháp

きちょうめんな彼は書類をきちんと整理している。

He is methodical and arranges the documents properly.

一丝不苟的他把文件理得整整齐齐。

Anh ta là người ngăn nắp nên luôn sắp xếp giấy tờ cẩn thận.

1918

きまぐれ
気まぐれ
Capricious
心情易变的、随性的
thất thường, dễ thay đổi

気まぐれな兄は、予定を変えては周りを困らせる。

My capricious brother changes his plans and inconveniences others around him.

随性的哥哥总是改变计划，使身边的人困扰。

Anh tôi là người thất thường nên hay đổi kế hoạch, gây phiền phức cho người xung quanh.

1919

きょうあく
凶悪
Heinous
穷凶极恶的、凶恶的
hung ác, tàn nhẫn, dã man

一家全員が殺されるという凶悪な事件が起きた。

There has been a heinous incident in which a whole family was murdered.

发生了一起穷凶极恶的灭门惨案。

Đã xảy ra một vụ án dã man cả gia đình bị sát hại.

❖凶悪犯

1920

きょういてき
驚異的
Astonishing
惊人的、令人瞠目的
kỳ diệu, thần kỳ

彼はマラソン大会で驚異的な記録を出した。

He set an astonishing record at the marathon.

他在马拉松大赛中创造了惊人的纪录。

Anh ấy đã xác lập một kỷ lục thần kỳ tại cuộc thi marathon.

1921

きょうこう
強硬
Firm, strong
强硬的、坚决的
vững chắc, cứng rắn

住民の強硬な反対に遭い、政府は計画実施を諦めた。

The government abandoned implementation of its plans in the face of strong opposition from the residents.

遭到居民的坚决反对，政府放弃了实施该计划。

Vấp phải sự phản đối cứng rắn của nhân dân, chính phủ phải từ bỏ việc thực thi kế hoạch.

1922

きょうれつ
強烈
Intense, fierce, pungent
强烈的
khốc liệt, nghiêm trọng, mạnh

そのフルーツは、切った途端に強烈な臭いがした。

When I cut it, that fruit immediately releases a pungent odor.

我切开那个水果，就闻到一股强烈的臭味。

Loại trái cây này khi vừa cắt ra có một mùi hương rất mạnh.

1923

きよらか
清らか
Clean, pure
清澈的
tinh khiết

山道の脇に、清らかな水が湧いている。
Clear water gushes out alongside the mountain path.
山路边，清泉喷涌而出。
Ven đường đèo có một mạch nước tinh khiết chảy ra.

1924

クール
Cool, impassive
冷静的、不为所动的
trầm tĩnh

彼はクールで、喜びや悲しみを顔に出さない。
He is impassive and his face shows neither joy nor sadness.
他很冷静，脸上看不出悲喜。
Anh ta là người trầm tĩnh nên không biểu lộ vui buồn ra mặt.

1925

グローバル
Global
全球的
có tính toàn cầu

今はグローバルな視点で経営を考える時代だ。
This is an age in which you consider business from a global perspective.
现在是要以全球视角来考虑经营的时代。
Bây giờ là thời đại phải suy nghĩ về việc kinh doanh dưới góc nhìn mang tính toàn cầu.

※ グローバル化

1926

けいかい
軽快
Light
轻快的
nhẹ nhàng

軽快な音楽に合わせてダンスをした。
We danced to light music.
伴着轻快的音乐跳了个舞。
Chúng tôi nhảy theo điệu nhạc nhẹ nhàng.

1927

けいそつ
軽率
Reckless
轻率的、草率的
bất cẩn, khinh suất

だらしない彼に金を貸したのは、軽率だった。
It was reckless to have lent money to a lazy person like him.
把钱借给散漫的他，这事做得太轻率了。
Anh quả là khinh suất khi cho người bê bối như hắn ta mượn tiền.

1928

げきてき
劇的
Dramatic
戏剧性的、扣人心弦的
kịch tính

彼は情熱的な恋愛を繰り返す劇的な生涯を送った。
He has led a dramatic life, with multiple passionate love affairs.
他在一场又一场充满激情的恋爱中，度过了戏剧性的一生。
Ông ấy đã sống một cuộc đời kịch tính với nhiều mối tình nồng nhiệt.

1929

げんかく
厳格
Strict
严格的、严肃的
nghiêm khắc

その審判はルールに厳格だ。
That judge applies the rules very strictly.
那名裁判对规则很严格。
Vị thẩm phán đó rất nghiêm khắc trong việc tuân thủ luật.

1930

けんざい
健在
In good health
健在的
(sống) mạnh khỏe

おかげさまで、両親とも健在です。
Thankfully, both my parents are in good health.
托您的福，双亲都还健在。
Nhờ ơn trời, cha mẹ tôi vẫn mạnh khỏe.

1931 **けんぜん** **健全** Sound 健全的 vững mạnh	<ruby>赤<rt>あか</rt></ruby><ruby>字<rt>じ</rt></ruby><ruby>続<rt>つづ</rt></ruby>きの<ruby>会社経営<rt>かいしゃけいえい</rt></ruby>は、<ruby>決<rt>けっ</rt></ruby>して<ruby>健全<rt>けんぜん</rt></ruby>だとは<ruby>言<rt>い</rt></ruby>えない。 With losses still mounting, the company management certainly cannot be called sound. 连年赤字的公司经营绝对称上不健全。 Kiểu quản lý doanh nghiệp để thua lỗ kéo dài tuyệt đối không thể gọi là vững mạnh được.
1932 **げんそうてき** **幻想的** Fantastical 幻想的、梦幻般的 mơ mộng, huyền ảo	<ruby>夜<rt>よる</rt></ruby>の<ruby>遊園地<rt>ゆうえんち</rt></ruby>で<ruby>幻想的<rt>げんそうてき</rt></ruby>な<ruby>光<rt>ひかり</rt></ruby>のショーを<ruby>見<rt>み</rt></ruby>た。 I saw a fantasy light show at the amusement park at night. 在夜晚的游乐场看到了梦幻般的灯光秀。 Tôi đã xem một màn trình diễn ánh sáng đầy huyền ảo ở công viên giải trí vào ban đêm.
1933 **げんみつ** **厳密** Strict, rigorous 严密的、严格的 nghiêm ngặt, (nghĩa) hẹp, đen	<ruby>重要<rt>じゅうよう</rt></ruby>な<ruby>語<rt>ご</rt></ruby>は、<ruby>専門書<rt>せんもんしょ</rt></ruby>に<ruby>厳密<rt>げんみつ</rt></ruby>な<ruby>定義<rt>ていぎ</rt></ruby>が<ruby>述<rt>の</rt></ruby>べられている。 Main terms are given precise definitions in the specialist literature. 对于重要术语，专业书上有严格的定义。 Những từ ngữ quan trọng được ghi nghĩa đen trong tài liệu chuyên môn.
1934 **ごうじょう** **強情** Obstinate, stubborn 固执的、顽固的 ương ngạnh, cố chấp	<ruby>彼<rt>かれ</rt></ruby>は<ruby>強情<rt>ごうじょう</rt></ruby>だから、<ruby>一度<rt>いちど</rt></ruby><ruby>決<rt>き</rt></ruby>めた<ruby>考<rt>かんが</rt></ruby>えは<ruby>絶対<rt>ぜったい</rt></ruby>に<ruby>変<rt>か</rt></ruby>えない。 Because he is stubborn, he never changes any decision once it has been taken. 他很固执，一旦决定了的想法是绝不会改变的。 Ông ta có tính ương ngạnh nên tuyệt đối không thay đổi suy nghĩ một khi đã quyết định.
1935 **こうちょう** **好調** In good condition, strong, buoyant 顺利的、良好的 thuận lợi, (thể trạng) tốt	<ruby>今年<rt>ことし</rt></ruby>は<ruby>景気<rt>けいき</rt></ruby>が<ruby>良<rt>よ</rt></ruby>く、<ruby>輸出<rt>ゆしゅつ</rt></ruby>も<ruby>好調<rt>こうちょう</rt></ruby>だ。 This year the economy is good and exports are also buoyant. 今年的经济形势不错，出口情况也很好。 Năm nay tình hình kinh tế khả quan nên xuất khẩu cũng thuận lợi.
1936 **こうみょう** **巧妙** Ingenious 巧妙的 tinh xảo, tinh vi	<ruby>最近<rt>さいきん</rt></ruby>の<ruby>詐欺<rt>さぎ</rt></ruby>は<ruby>巧妙<rt>こうみょう</rt></ruby>で、<ruby>簡単<rt>かんたん</rt></ruby>にだまされてしまう。 The latest fraud schemes are very ingenious, and you can easily be deceived. 最近的诈骗手法很巧妙，很容易上当。 Các vụ lừa đảo gần đây khá tinh vi nên mọi người rất dễ bị lừa.
1937 **こがら** **小柄** Of small stature 小个子的、身材矮小的 nhỏ con	<ruby>相撲大会<rt>すもうたいかい</rt></ruby>で、<ruby>小柄<rt>こがら</rt></ruby>な<ruby>選手<rt>せんしゅ</rt></ruby>が<ruby>大<rt>おお</rt></ruby>きな<ruby>相手<rt>あいて</rt></ruby>を<ruby>倒<rt>たお</rt></ruby>した。 At the sumo event, the small wrestler took down his big opponent. 在相扑大赛上，小个子选手打败了大个子选手。 Trong giải đấu vật, tuyển thủ nhỏ con đã đánh bại đối phương cao lớn. ⇔<ruby>大柄<rt>おおがら</rt></ruby>
1938 **こどく** **孤独** Lonely 孤独的 cô độc	<ruby>一人暮<rt>ひとりぐ</rt></ruby>らしだが、<ruby>友人<rt>ゆうじん</rt></ruby>がたくさんいて<ruby>孤独<rt>こどく</rt></ruby>ではない。 I live alone, but I have many friends so I am not lonely. 虽然我一个人生活，但是有很多朋友，所以也并不孤独。 Tuy sống 1 mình nhưng tôi có nhiều bạn bè nên không cô độc. ☀<ruby>孤独感<rt>こどくかん</rt></ruby>

1939

こまやか
細やか
Fine, detailed (attention)
细致的
nồng hậu, nhiệt tình

その店は、サービスが細やかで評判がいい。

That store has a good reputation because its service is so meticulous.
这家店的服务很细致，深受好评。
Cửa hàng này phục vụ khách nồng hậu nên được nhiều người khen.

1940

こんぽんてき
根本的
Fundamental
根本的
căn nguyên, căn bản

いじめをなくすには、もっと根本的な対策が必要だ。

To eliminate bullying, more fundamental measures are needed.
要杜绝欺凌事件的发生，需要更根本性的对策。
Cần một giải pháp căn bản hơn nữa để xóa bỏ nạn bắt nạt.

1941

ささやか
Modest, small
微薄的
nhỏ, khiêm tốn

ささやかな贈り物だったが、母は喜んでくれた。

It was a small gift, but mother was delighted with it.
虽然是微薄的礼物，但母亲很开心。
Tuy chỉ là món quà nhỏ nhưng mẹ tôi rất vui.

1942

さっきゅう/そうきゅう
早急
Urgent
尽早的
nhanh chóng, gấp

医師は私に、早急に手術する必要があると言った。

My doctor told me that I needed an operation urgently.
医生对我说，必须尽早手术。
Bác sĩ nói với tôi rằng cần phẫu thuật gấp.

1943

ざんこく
残酷
Cruel, brutal
残酷的
tàn khốc, khốc liệt

その映画には残酷な戦争の場面がある。

In that film, there are some harrowing war scenes.
那部电影里有残酷的战争场景。
Bộ phim đó có cảnh chiến tranh khốc liệt.

1944

じしゅてき
自主的
Voluntary, independent
自主的
tự chủ, tự phát

当校では、行事を生徒の自主的な運営に任せている。

At our school, students are tasked with organizing events independently.
本校把庆典事宜全权交给学生自主筹备。
Trường chúng tôi để học sinh tự chủ trong việc tổ chức các sự kiện.

※自主性

1945

じっしつてき
実質的
Substantive, de facto
实质性的
thực chất, thực tế

社長はいるが、会長が実質的な決定権を持つ。

There is a president, but the chairman has de facto decision-making powers.
我们公司虽然有社长，但是拥有实质性决定权的是董事长。
Tuy có tổng giám đốc nhưng chủ tịch mới là người nắm quyền quyết định thực chất.

1946

しっそ
質素
Plain, frugal
朴素的
thanh đạm, giản dị

その老人は、質素だが清潔な身なりをしていた。

That old man was plain in his dress, but kept himself clean.
那位老人的穿着虽朴素却整洁。
Ông lão đó ăn mặc giản dị nhưng sạch sẽ.

1947

しなやか
Lissom, graceful
柔畅的、柔顺而优美的
uyển chuyển

祭りで踊る女性のしなやかな手の動きが印象的だ。
The lissom hand movements of the girls at the festival dance are impressive.
在节日庆典上，女舞者轻柔而优美的手部动作让我印象深刻。
Động tác tay uyển chuyển của các cô gái múa trong lễ hội thật ấn tượng.

1948

じゅうじゅん
従順
Obedient
顺从的、听话的
ngoan ngoãn, phục tùng

従順だった息子が、最近反抗するようになった。
The once-obedient son has recently become rebellious.
以前顺从的儿子，最近开始反抗了。
Con trai tôi vốn ngoan ngoãn mà gần đây lại trở nên chống đối tôi.

1949

じゅうなん
柔軟
Flexible, supple
柔软的；灵活的、适应性强的
dẻo dai / linh hoạt

体操選手の体は柔軟だ／柔軟な考え方をする
The body of the gymnast is supple. / Have a flexible way of thinking
体操选手的身段很柔软／有灵活的思维方式
Cơ thể của vận động viên thể dục dụng cụ rất dẻo dai. / suy nghĩ linh hoạt

❋ 柔軟性

1950

しゅかんてき
主観的
Subjective
主观的
mang tính chủ quan

作文テストの評価は主観的であってはいけない。
Composition tests must not be evaluated in a subjective way.
作文测试的评价不可主观。
Việc chấm điểm bài thi viết văn không được mang tính chủ quan.

⇔ 客観的

1951

しょうさい
詳細
Detailed
详细的
chi tiết, tường tận

応募する会社の試験の詳細な内容を調べた。
I examined in detail the entrance examination of the company that I am applying to join.
我查了一下所应聘公司考试的详细内容。
Tôi đã tìm hiểu nội dung chi tiết bài thi của công ty mà mình sẽ nộp đơn.

1952

しょほてき
初歩的
Elementary
初步的、入门的
vỡ lòng, sơ đẳng

私はITの初歩的な知識がない。
I lack basic IT knowledge.
我没有关于IT的基本知识。
Tôi không có kiến thức sơ đẳng về tin học.

1953

しんせい
神聖
Sacred
神圣的
thiêng liêng, tôn nghiêm, thành kính

神聖な気持ちで神社に参拝し、手を打つ。
Clasp hands in prayer at the shrine in a spirit of sanctity.
我怀着神圣的心情，去神社参拜并击掌。
Tôi đi viếng đền, chắp tay cầu nguyện với tấm lòng thành kính.

1954

じんそく
迅速
Fast, prompt
迅速的
mau chóng, tức thời

当市は、苦情への迅速な対応に努めている。
The municipal authority here is committed to responding promptly to complaints.
本市致力于对投诉的快速应对。
Thành phố chúng tôi luôn cố gắng giải quyết tức thời những lời than phiền.

1955 **すこやか** **健やか** Healthy 健壮的、健康的 khỏe mạnh	<ruby>親<rt>おや</rt></ruby>は<ruby>子供<rt>こども</rt></ruby>の<ruby>健<rt>すこ</rt></ruby>やかな<ruby>成長<rt>せいちょう</rt></ruby>を<ruby>願<rt>ねが</rt></ruby>っている。 Parents pray for the healthy growth of their children. 父母盼望孩子能够健康成长。 Cha mẹ luôn cầu mong cho con cái lớn lên khỏe mạnh.
1956 **すみやか** **速やか** Prompt, quick 快速的、火速的 lập tức	<ruby>交通<rt>こうつう</rt></ruby><ruby>事故<rt>じこ</rt></ruby>を<ruby>起<rt>お</rt></ruby>こしたら、<ruby>速<rt>すみ</rt></ruby>やかに<ruby>警察<rt>けいさつ</rt></ruby>に<ruby>連絡<rt>れんらく</rt></ruby>のこと。 If you have a traffic accident, quickly contact the police. 一旦发生交通事故，要立刻联系警察。 Khi có tai nạn giao thông xảy ra, cần báo cảnh sát ngay lập tức.
1957 **スムーズ/スムース** Smooth 顺畅的、顺利的 trôi chảy, thuận lợi	<ruby>渋滞<rt>じゅうたい</rt></ruby>もなくて、<ruby>車<rt>くるま</rt></ruby>の<ruby>流<rt>なが</rt></ruby>れはスムーズだ。 The traffic flow is smooth, without any jams. 没有出现拥堵，车流很顺畅。 Không bị kẹt xe, xe cộ lưu thông thuận lợi.
1958 **せいこう** **精巧** Exquisite 精巧的 kỹ lưỡng, tinh tế	<ruby>父<rt>ちち</rt></ruby>の<ruby>時計<rt>とけい</rt></ruby>は<ruby>精巧<rt>せいこう</rt></ruby>で、<ruby>５０年<rt>ごじゅうねん</rt></ruby>たっても<ruby>正確<rt>せいかく</rt></ruby>に<ruby>動<rt>うご</rt></ruby>く。 My father's clock is so exquisitely made that it is still accurate after 50 years. 父亲的时钟很精巧，50 年了还走得很准。 Đồng hồ của cha tôi được làm kỹ lưỡng nên 50 năm rồi vẫn chạy đúng giờ.
1959 **せいじつ** **誠実** Sincere 诚实的 chân thật	<ruby>彼<rt>かれ</rt></ruby>は<ruby>誠実<rt>せいじつ</rt></ruby>な<ruby>人柄<rt>ひとがら</rt></ruby>で、<ruby>皆<rt>みな</rt></ruby>から<ruby>信頼<rt>しんらい</rt></ruby>されている。 He is a sincere person and is trusted by all. 他为人诚实，被大家所信赖。 Anh ấy là người chân thật nên luôn được mọi người tin tưởng. ✳<ruby>不誠実<rt>ふせいじつ</rt></ruby>
1960 **せいだい** **盛大** Grand, splendid 盛大的、规模宏大的 hoành tráng	<ruby>観客<rt>かんきゃく</rt></ruby>は<ruby>演奏家<rt>えんそうか</rt></ruby>に<ruby>盛大<rt>せいだい</rt></ruby>な<ruby>拍手<rt>はくしゅ</rt></ruby>を<ruby>送<rt>おく</rt></ruby>った。 The spectators gave rousing applause to the performer. 观众们给演奏家送上了热烈的掌声。 Khán giả đã dành một tràng pháo tay lớn cho người biểu diễn.
1961 **せいとう** **正当** Right, legitimate 正当的 chính đáng, đúng đắn	<ruby>強盗<rt>ごうとう</rt></ruby>を<ruby>殴<rt>なぐ</rt></ruby>ったのは、<ruby>正当<rt>せいとう</rt></ruby>な<ruby>防衛<rt>ぼうえい</rt></ruby>だと<ruby>認<rt>みと</rt></ruby>められた。 Hitting the robber was deemed to be legitimate self-defense. 殴打强盗的行为被认为是正当防卫。 Hành động đánh kẻ cướp đã được xem là tự vệ chính đáng. ✳<ruby>正当化<rt>せいとうか</rt></ruby> ✳<ruby>正当性<rt>せいとうせい</rt></ruby>
1962 **せいみつ** **精密** Precise 精密的 chính xác, tỉ mỉ, nghiêm ngặt	<ruby>車<rt>くるま</rt></ruby>の<ruby>部品<rt>ぶひん</rt></ruby>は、<ruby>精密<rt>せいみつ</rt></ruby>な<ruby>検査<rt>けんさ</rt></ruby>を<ruby>行<rt>おこな</rt></ruby>って<ruby>出荷<rt>しゅっか</rt></ruby>される。 Auto-parts are shipped after a close inspection. 汽车零部件经过精密的检查后出货。 Các bộ phận của xe hơi đều được kiểm tra nghiêm ngặt trước khi xuất xưởng. ✳<ruby>精密<rt>せいみつ</rt></ruby>～（<ruby>例<rt>れい</rt></ruby>：<ruby>精密機械<rt>せいみつきかい</rt></ruby>）

1963
せんさい
繊細
Delicate
纤细的、细腻的
tinh tế

その詩には詩人の繊細な感覚が表現されている。
In that poem, the writer expresses his delicate feelings.
那首诗表现了诗人细腻的感受。
Bài thơ đã thể hiện cảm xúc tinh tế của thi sĩ.

1964
せんてんてき
先天的
Innate, hereditary
先天的
bẩm sinh

運動能力には、先天的な素質も関係する。
Motor ability is also connected with hereditary characteristics.
运动能力也与先天资质有关。
Năng lực vận động có liên quan đến tố chất bẩm sinh.
※**先天性**

1965
ぜんめんてき
全面的
Full, comprehensive
全面的
toàn diện, toàn bộ

この辞書は今回、全面的な改訂がなされた。
This dictionary has been fully revised.
此次，我们对这本辞典做了全面修订。
Cuốn tự điển này đã được hiệu đính toàn bộ trong lần này.

1966
ぜんりょう
善良
Decent, good
善良的
lương thiện

普段は善良な人が犯罪を犯すのは、珍しくない。
It is not unusual for normally law-abiding people to commit crimes.
平常善良的人却犯罪了，这样的事例并不少见。
Không hiếm trường hợp những người vốn lương thiện lại phạm tội.

1967
そうおう
相応
Suitable, fitting
相应的
hợp lý, phù hợp

年齢に相応な服装をするという考えは、古い。
It is old-fashioned to believe that attire should suit a person's age.
穿着要与年龄相适应，这种想法太落伍了。
Lối nghĩ phải ăn mặc phù hợp với tuổi tác đã cũ rồi.
※**不相応**　**〜相応**（例：年齢相応）

1968
そうだい
壮大
Magnificent
宏大的、宏伟的
vĩ đại, oai nghiêm

人類が宇宙に行くという壮大な夢が実現した。
The magnificent dream of man going into space has been realized.
人类实现了去宇宙的宏伟梦想。
Nhân loại đã thực hiện được ước mơ vĩ đại là đi vào vũ trụ.

1969
そうたいてき
相対的
Relative
相对的
tương đối

物価が上昇すれば、貨幣の相対的な価値は下落する。
If prices rise, then the relative value of money will fall.
物价一上涨，货币的相对价值就下降了。
Vật giá tăng thì giá trị tương đối của đồng tiền sẽ giảm.
⇔**絶対的**

1970
そぼく
素朴
Artless, simple
单纯的、天真的
chất phác, ngây thơ, đơn giản

子供は、なぜ鉄の船が浮くのかと素朴な質問をした。
The child asked simply why iron ships float.
孩子问了"为什么铁做的船能浮起来呀"这样一个简单的问题。
Đứa bé đã hỏi một câu ngây thơ là tại sao thuyền bằng sắt lại nổi được.

1971
だいたん
大胆
Bold
大胆的、无畏的
bạo dạn, táo bạo

社長に自分の意見を言うなんて、大胆だ。
It takes boldness to state your personal opinions to your boss.
居然向社长说出自己的意见，真大胆。
Dám nêu ý kiến với tổng giám đốc, thật là to gan đấy.

1972
たいとう
対等
Equal
对等的
ngang bằng, bình đẳng

２つの国は対等な関係で条約を結んだ。
The two countries signed the treaty on equal terms.
两国以对等的关系缔结了条约。
Hai nước đã ký hiệp ước trên quan hệ bình đẳng.

1973
たいまん
怠慢
Negligent
怠慢的、玩忽职守的
lơ là

いじめに対応しなかったのは学校の怠慢だ。
The failure to deal with bullying was due to the school's negligence.
没有处理欺凌问题是学校的失职。
Việc không xử lý vụ bắt nạt là do nhà trường lơ là.

1974
たくみ
巧み
Ingenious
巧的、巧妙的
khéo léo, điêu luyện

A選手は、巧みな技でゴールを決めた。
Player A scored using ingenious skills.
A选手以巧妙的技巧进了球。
Cầu thủ A đã ấn định bàn thắng bằng kỹ thuật điêu luyện.

1975
たさい
多彩
Varied
丰富多彩的、多样的
đa sắc, đa dạng

文化交流会で多彩なイベントが行われた。
At the cultural exchange function, various events were held.
文化交流会上举行了丰富多彩的活动。
Nhiều sự kiện đa dạng đã được tổ chức trong buổi giao lưu văn hóa.

1976
だとう
妥当
Reasonable
妥当的、妥善的
hợp lý

「家賃７万円は高いよ」「東京なら妥当な額ですよ」
"A rent of ¥70,000 is high." "But it is a reasonable sum for Tokyo."
"租金7万日元太贵了。""东京的话，这个价格还是很合理的哦。"
"Tiền thuê nhà 70 ngàn yên là mắc đó" "Ở Tokyo nên vậy là hợp lý rồi"
　　　　　　　　　　　　　　　　　　　　　　　　　　　　※妥当性

1977
タフ
Tough
顽强的、强壮的
cứng cỏi

彼はタフで、何度失敗しても再挑戦する。
He is tough, and always tries again no matter how many times he fails.
他很顽强，无论失败几次都会重新挑战。
Anh ta cứng cỏi nên dù thất bại bao nhiêu lần đi nữa vẫn sẽ lại thách thức.

1978
たぼう
多忙
Very busy
繁忙的、忙碌的
bận rộn

彼は仕事で多忙だが、趣味も楽しんでいる。
He is very busy with work, but still has fun with his hobbies.
他虽然工作很繁忙，但也享受着自己的业余爱好。
Anh ấy bận rộn công việc nhưng vẫn tận hưởng được thú vui của mình.

1979 **たんき** **短気** Short-tempered 性急的、急性子的 nóng tính, thiếu kiên nhẫn	父は短気で、待たされるとすぐイライラする。 My father is short-tempered and immediately gets annoyed if he has to wait for anything. 父亲是个急性子，一让他等就很焦躁。 Cha tôi thiếu kiên nhẫn nên dễ cáu khi phải đợi ai đó.
1980 **たんちょう** **単調** Monotonous 单调的 đơn điệu, tẻ nhạt	単調な仕事なので、飽きてしまった。 I got tired of it because it is a monotonous job. 因为工作很单调，我已经厌烦了。 Công việc đơn điệu nên tôi chán rồi.
1981 **ちゃくじつ** **着実** Steady 切实的、牢靠的 vững chắc, đáng tin cậy	過労死を防ぐために、対策を着実に実行する。 We steadily put in place measures to prevent death by overwork. 为了防止过劳死，要切实执行对策。 Thực hiện các biện pháp thật chắc chắn để ngăn ngừa việc chết do làm việc quá sức.
1982 **ちゅうじつ** **忠実** Faithful 忠实的 trung thành	この種類の犬は、飼い主に忠実だ。 This species of dog is faithful to its owner. 这种类型的狗对主人很忠诚。 Giống chó này trung thành với chủ.
1983 **ちょめい** **著名** Famous 著名的 nổi tiếng	彼女は著名な作家で、世界中にファンがいる。 She is a famous writer and has fans all over the world. 她是著名作家，全世界都有她的粉丝。 Bà ấy là nhà văn nổi tiếng, có người hâm mộ trên toàn thế giới. ※ 著名人
1984 **ていきてき** **定期的** Regular 定期的 định kỳ	父は、心臓の手術後も定期的な検査を受けている。 My father has also been having regular checkups since his heart surgery. 父亲在心脏手术之后也定期接受着检查。 Cha tôi phải đi khám định kỳ cả sau khi phẫu thuật tim.
1985 **てぢか** **手近** Handy, at hand 手边的、普通常见的 gần gũi, quen thuộc	手近な材料で作れる料理を紹介します。 I shall introduce meals that can be made with ingredients at hand. 我将介绍用身边常见的食材就能做的菜肴。 Tôi sẽ giới thiệu một món ăn sử dụng các nguyên liệu quen thuộc.
1986 **どくそうてき** **独創的** Creative 独创的 sáng tạo, độc đáo	彼の独創的なアイデアから新製品が生まれた。 New products were created based on his creative ideas. 从他独特的创意中诞生了新产品。 Sản phẩm mới đã ra đời từ ý tưởng độc đáo của anh ấy. ※ 独創性

1987
どんかん
鈍感
Insensitive, obtuse
（感覚）迟钝的
vô cảm, tối dạ

鈍感な私は部下の不満に気づかなかった。
In my obtuseness, I failed to notice the dissatisfaction of my subordinates.
迟钝的我没有察觉下属的不满。
Tôi vô cảm nên đã không nhận ra sự bất mãn của cấp dưới.
⇔敏感

1988
なごやか
和やか
Friendly
和谐的、其乐融融的
bình yên, hòa hợp

新入生の歓迎会は和やかな雰囲気で始まった。
The welcome party for new students began in a friendly atmosphere.
新生欢迎会在其乐融融的氛围中开始了。
Lễ chào đón tân sinh viên đã bắt đầu với bầu không khí hòa hợp.

1989
なだらか
Gentle (slope)
平缓的
(dốc) thoai thoải

初めてのスキーなので、なだらかな斜面で滑った。
This is the first time I have skied, and I went on the gentle slopes.
因为是初次滑雪，所以在坡度小的斜面滑。
Tôi mới trượt tuyết lần đầu nên đã trượt ở sườn dốc thoai thoải.

1990
にこやか
Smiling
和蔼的、笑容满面的
tươi cười

ホテルの受付係りはにこやかな顔で客に応対した。
The receptionist at the hotel greeted the guests with a sunny smile.
宾馆的前台人员笑容满面地接待了顾客。
Nhân viên tiếp tân của khách sạn đã tiếp đón khách với gương mặt tươi cười.

1991
ねっきょうてき
熱狂的
Passionate
狂热的
cuồng nhiệt

弟はアニメの熱狂的なファンだ。
My brother is a passionate fan of anime.
弟弟是狂热的动画迷。
Em tôi là người hâm mộ cuồng nhiệt của phim hoạt hình.

1992
のどか
Idyllic, tranquil
恬静的、宁静的
tĩnh lặng, bình yên

私は田舎ののどかな景色が好きだ。
I like the tranquil scenery of the countryside.
我喜欢乡村恬静的景色。
Tôi thích khung cảnh bình yên của nông thôn.

1993
バーチャル
Virtual
假想的、虚拟的
ảo

ここでは火災現場のバーチャルな体験ができる。
Here, you can have the virtual experience of being at a fire.
在这里，你可以体验虚拟火灾现场。
Tại đây bạn sẽ có được trải nghiệm ảo về hiện trường hỏa hoạn.

1994
ばくだい
Enormous
庞大的、莫大的
khổng lồ, to lớn

宇宙開発には、ばくだいな資金が必要だ。
Enormous amounts of money are needed for space development.
宇宙开发需要庞大的资金。
Cần một khoản tiền khổng lồ để thám hiểm vũ trụ.

1995
ばんぜん
万全
Complete, perfect
万无一失的
kỹ lưỡng, xong

よく勉強したから、試験の準備は万全だ。
After studying hard, my preparations for the examination were complete.
我已经认真学习过了，考前准备万无一失。
Tôi đã học rất cẩn thận nên đã ôn thi xong cả rồi.

1996
はんぱ
半端
Odd (sum)
不上不下的、不彻底的
dư, lẻ, nửa chừng

「この本は８６１円です」「随分半端な値段だね」
"This book is ¥861." "That is an odd-sum price, isn't it?"
"这本书861日元。""真是个不上不下的价格啊。"
"Cuốn sách này giá 861 yen" "Giá lẻ dữ vậy à"

1997
ひさん
悲惨
Miserable, wretched
悲惨的
bi thảm

紛争地域の悲惨な現状にショックを受けた。
I was shocked by the distressing scenes in the conflict region.
看到纷争地区的悲惨现状，我震惊了。
Tôi bị chấn động trước hiện thực bi thảm ở vùng xảy ra giao tranh.

1998
ひそか
Secret
暗中的、偷偷的
bí mật, riêng tư

友人の誕生日会をひそかに準備している。
I am secretly preparing a birthday party for my friend.
我在偷偷准备朋友的生日宴会。
Tôi bí mật chuẩn bị tiệc sinh nhật cho bạn.

1999
ひんこん
貧困
Poor, hard up
贫困的
nghèo khổ

貧困な地域では、子供の死亡率が高い。
In poor areas, the infant mortality rate is high.
在贫困地区，儿童死亡率很高。
Ở các khu vực nghèo, tỉ lệ tử vong ở trẻ em còn cao.
✳貧困層

2000
ひんじゃく
貧弱
Poor, weak
贫弱的
yếu ớt

弟は貧弱な体を鍛えようと、水泳をしている。
My brother is swimming to build up his weak physique.
弟弟为了锻炼孱弱的身体而游泳。
Em trai tôi đi bơi để nâng cao thể trạng yếu ớt của mình.

2001
ひんぱん
頻繁
Frequent
频繁的
thường xuyên

娘は入院している父を頻繁に見舞った。
The daughter whose father was hospitalized came to visit frequently.
女儿频繁地去医院看望住院的父亲。
Cô con gái thường xuyên đi thăm cha nằm bệnh viện.

2002
ふかい
不快
Unpleasant
不愉快的、不快的
khó chịu, không thoải mái

蒸し暑くて、不快な日が続いている。
It is hot and humid, and the string of uncomfortable days continues.
闷热不快的日子一直在持续。
Những ngày nóng bức, khó chịu vẫn kéo dài.
✳不快感

2003

ふかけつ
不可欠
Essential, indispensable
不可欠缺的、不可或缺的
không thể thiếu

現代社会にインターネットは不可欠だ。
In modern society, the Internet is indispensable.
在现代社会，网络是不可或缺的。
Mạng internet là thứ không thể thiếu đối với xã hội hiện đại.

2004

ふしん
不振
Slumping, in a trough
不佳的
sa sút, đình trệ

その選手は、けがの影響で成績が不振だ。
This player is getting poor scores because of his injury.
那名选手受伤情影响，成绩不佳。
Vận động viên đó chịu ảnh hưởng từ chấn thương nên có thành
tích sa sút.
☀食欲不振

2005

ふしん
不審
Suspicious
可疑的
khả nghi

公園で行動が不審な男を見掛けた。
I caught sight of a man acting suspiciously in the park.
在公园看到了行迹可疑的男子。
Tôi thấy một người đàn ông có hành động khả nghi trong công
viên.
☀不審者

2006

ぶっそう
物騒
Unsafe
不安宁的、不太平的
bất ổn, hỗn loạn, nguy hiểm

「近所で放火が続いてね」「えっ、物騒だね」
"There are still arson attacks going on near here." "Oh, you
don't feel safe, then?"
"这附近接二连三有人纵火。""咦，真是不太平啊。"
"Khu này nhiều vụ đốt nhà ghê" "Ừ, thiệt là bất ổn mà"

2007

ふとう
不当
Unfair
不正当的、不合理的
bất công, quá đáng, không chính đáng

彼は、解雇は不当だと会社に抗議した。
He complained to the company that his dismissal was unfair.
他向公司抗议了不正当解雇。
Ông ấy kháng nghị với công ty rằng việc sa thải là không chính
đáng.
⇔正当

2008

ぶなん
無難
Acceptable, safe
说得过去的、无功无过的
ổn, chấp nhận được

ビジネスパーティーには地味な色の服が無難だ。
Soberly colored clothing is acceptable for a company party.
在商业聚会上穿素色衣服总是不会错的。
Nếu dự các buổi tiệc kinh doanh thì mặc trang phục có tông màu
trầm sẽ ổn hơn.

2009

ふふく
不服
Dissatisfied
不服的、不满的
không hài lòng, không phục

住民は市の回答に不服で、裁判に訴えた。
The residents objected to the city's response, and launched a
lawsuit.
居民们对市里的回答感到不服，就诉诸了法庭。
Cư dân không hài lòng với câu trả lời của thành phố nên đã kiện
ra tòa.

2010

ふへんてき
普遍的
Universal
普遍的
phổ quát

文法と単語が必要なのは、言語に普遍的な性質だ。
The need for grammar and vocabulary is a universal feature of
languages.
语法和单词都是必要的，这是语言的普遍特性。
Sự cần thiết của ngữ pháp và từ vựng là tính phổ quát trong
ngôn ngữ.
☀普遍性

2011
ぼうだい
膨大
Huge, enormous
庞大的、大量的
khổng lồ

大型コンピュータは膨大なデータを一瞬で処理する。
Large computers process enormous volumes of data instantly.
大型电脑可以在一瞬间处理庞大的数据。
Máy tính cỡ lớn xử lý lượng dữ liệu khổng lồ chỉ trong tích tắc.

2012
ほしゅてき
保守的
Conservative
保守的
bảo thủ

父は結婚について保守的な考えを持っている。
My father has a conservative view of marriage.
父亲对结婚的观念很保守。
Cha tôi có những suy nghĩ bảo thủ về chuyện kết hôn.

⇔革新的　☀保守党

2013
まえむき
前向き
Forward-looking
乐观的、积极的
hướng về phía trước, tích cực

「失敗も勉強だわ」「君はいつも前向きだね」
"Failure is also a kind of learning, isn't it?" "You always have a positive outlook."
"失败也是种学习啊。""你一直都很积极乐观呢。"
"Thất bại cũng là bài học mà" "Cậu lúc nào cũng tích cực nhỉ"

2014
まちまち
Mixed, not uniform
各式各样的、形形色色的
đa dạng, khác nhau

資料のサイズがまちまちで、整理しにくい。
The documents are different sizes, so it is hard to sort them.
资料的尺寸大小不一，很难整理。
Giấy tờ đa dạng về kích cỡ nên khó sắp xếp.

2015
まとも
Head-on / Decent, straight-dealing
迎面的、正面的；正派的、认真的
thẳng, trực tiếp / chân chính

日ざしがまともに顔に当たる/まともな人間になる
The rays of the sun strike my face squarely. / Become a straight-dealing person
阳光迎面照在脸上/成为正派的人
Ánh nắng chiếu thẳng vào mặt. / trở thành người chân chính

2016
まれ
Rare
稀少的、很少的
hiếm, đặc biệt

私は、本当の親友がいる人はまれだと思う。
I think people with really close friends are rare.
我认为真正有密友的人是很少的。
Tôi cho rằng hiếm người có bạn thân thực sự.

2017
みじめ
惨め
Miserable
悲惨的、凄惨的
khốn khổ, đáng thương

いくら努力しても彼に勝てない自分が、惨めだ。
I feel downcast, because however hard I try, I can not beat him.
不管怎么努力都无法胜过他，这样的自己真凄惨。
Tôi thấy bản thân mình thật khốn khổ khi có nỗ lực bao nhiêu cũng không thắng được anh ta.

2018
みじゅく
未熟
Immature
不成熟的、经验不够的
còn xanh, non nớt, chưa có kinh nghiệm

その新人の作品は、センスはいいが技術は未熟だ。
The novice showed a good feel, but his technique is immature.
那位新人的作品很有灵气，但技法还不够纯熟。
Tác phẩm của người mới đó tuy có khiếu thẩm mỹ tốt nhưng lại non kém về kỹ thuật.

	2019
むいみ **無意味** Meaningless 无意义的、没有价值的 vô nghĩa	いい考えでも、実行しなければ無意味だ。 Your idea may be good, but if you don't put it into action, it is meaningless. 好的想法，不付诸实践就没有意义。 Suy nghĩ hay mà không thực hiện thì cũng vô nghĩa.

	2020
むこう **無効** Invalid 无效的、失效的 vô giá trị, vô hiệu lực	この割引券は先月末までのものなので、無効です。 This discount ticket expired at the end of last month, so it is invalid. 这张打折券的期限是到上个月月末，所以已经失效了。 Phiếu giảm giá này vô giá trị vì chỉ dùng được đến hết tháng trước thôi.　　　　　　　　　　　　　　**⇔有効**

	2021
むざん **無残** Pitiful, distressing 悲惨的、凄惨的 bi thảm	戦争で無残な死を遂げた人を思うと、怒りを覚える。 I am filled with anger when I think about those who died harrowing deaths in war. 一想到在战争中凄惨死去的人，我就感到很愤怒。 Cứ nghĩ đến những người đã chết thảm trong chiến tranh là tôi lại thấy căm giận.

	2022
むじゃき **無邪気** Innocent 天真无邪的 ngây thơ	無邪気な子供からの質問には、うそをつけない。 I cannot tell lies when innocent children ask questions. 面对孩子天真无邪的提问，我无法撒谎。 Không thể nói dối trước câu hỏi từ con trẻ thơ ngây.

	2023
むしんけい **無神経** Insensitive 少根筋的、感觉迟钝的 vô cảm, vô tình	忘れたい過去をしつこく聞くなんて、彼は無神経だ。 It is insensitive of him to ask about past events I want to forget. 他真是少根筋，一个劲儿地打听人家想忘记的过去。 Anh ta cứ hỏi mãi chuyện quá khứ mà tôi muốn quên đi, thật là vô cảm.

	2024
むち **無知** Ignorant 无知的 ngu dốt	社会に出て、自分が無知であることを知った。 When I went out into the world, I realized how ignorant I am. 步入社会之后，我意识到了自己的无知。 Ra ngoài xã hội rồi tôi mới biết rằng mình ngu dốt.

	2025
むちゃ Absurd, reckless 荒唐的、乱来的 vớ vẩn, vô lý	この仕事を3日でやれなんて、むちゃな話だ。 It is absurd to say that this job should be done within three days. 让我三天内做好这些工作，真是荒唐。 Bắt làm công việc này trong 3 ngày, đúng là chuyện vô lý.

	2026
むちゃくちゃ Incoherent 毫无条理的 rời rạc, tan tành, bừa bãi	彼が言うことはむちゃくちゃで、理解できない。 What he says is garbled and I cannot understand it. 他说的话毫无条理，无法理解。 Anh ta nói năng rời rạc nên tôi không hiểu được.

2027
むのう
無能
Incompetent
无能的
bất tài, không hiệu quả

その国が滅びたのは、王が無能だったからだ。
The fall of this country was due to the incompetence of its king.
那个国家灭亡，是因为国王的无能。
Đất nước đó bị diệt vong là do vua bất tài.
⇔有能

2028
むよう
無用
Unneeded
不用的、无需的
không cần thiết

友達なんだから、遠慮は無用だよ。
You do not need to hold back, because you are a friend.
大家都是朋友，不用客气。
Chỗ bạn bè nên không cần giữ kẽ.

2029
むりょく
無力
Powerless, helpless
无力的、弱小的
bất lực

大自然を前にすると、人間は無力だと感じる。
In the face of nature, I feel that people are helpless.
在大自然面前，深感人类的无力。
Con người cảm thấy bất lực khi đứng trước Mẹ Thiên nhiên.
※無力感

2030
めいはく
明白
Obvious, clear
明显的、明白的
rõ ràng, rành rành

証拠から、彼が犯人なのは明白だ。
The evidence makes it clear that he was the culprit.
从证据来看，明显他就是犯人。
Xét chứng cứ thì rõ ràng anh ta là hung thủ.

2031
めいりょう
明瞭
Clear, intelligible
明了的
rành rọt, rõ ràng

彼女の発音は明瞭で聞きやすい。
Her pronunciation is clear and easy to understand.
她的发音清晰，容易听清。
Cô ấy phát âm rõ ràng, dễ nghe.
※不明瞭

2032
メンタル
Mental
精神的
về tinh thần

その選手はメンタルな面が弱い。
That player has mental weaknesses.
那名选手精神层面很薄弱。
Cầu thủ đó yếu kém về mặt tinh thần.

2033
もうれつ
猛烈
Ferocious, wild
猛烈的
dữ dội, khủng khiếp

台風は猛烈な雨と風を伴って上陸した。
The typhoon made landfall, bringing heavy rain and howling winds.
伴随着猛烈的风雨，台风登陆了。
Cơn bão đã đổ bộ cùng với mưa to gió lớn.

2034
やっかい
厄介
Troublesome, nuisance
麻烦的、难缠的
phiền phức

あの人は、いつもクレームをつける厄介な客だ。
That person is a troublesome customer who always complains.
那个人总是投诉，是个难缠的客户。
Ông kia là người khách phiền phức vì lúc nào cũng than phiền.

2035
ゆうい
優位
Superior, leading
有优势的
có ưu thế, cao hơn

A社の車は、性能の良さで市場で優位な位置にある。

Cars made by Company A lead the market in excellence of performance.

A公司的车，因为性能良好，在市场上处于优势地位。

Xe hơi của công ty A luôn chiếm vị trí cao trên thị trường nhờ tính hiệu quả.

※優位性

2036
ゆういぎ
有意義
Meaningful, helpful
有意义的
có nghĩa, hữu ích

地震の体験を聞くことは防災に有意義だ。

It is helpful for disaster prevention to listen to accounts of earthquake experiences.

听地震经历对于防灾很有意义。

Nghe kể kinh nghiệm khi động đất có ý nghĩa cho việc phòng chống thiên tai.

2037
ゆううつ
憂鬱
Depressing
忧郁的、愁闷的
suy sụp, chán nản, ảm đạm

花粉症の私にとって、春は憂鬱な季節だ。

I suffer from hay-fever, so spring is a depressing season for me.

对于花粉过敏的我来说，春天是一个令人忧愁的季节。

Đối với người mắc dị ứng phấn hoa như tôi thì mùa xuân là mùa ảm đạm.

2038
ゆうえき
有益
Beneficial, useful
有益的、有用的
hữu ích

友達のアドバイスは就職試験に有益だった。

The advice given by my friends was useful for the recruitment examination.

朋友的建议在就职考试时发挥了作用。

Lời khuyên của bạn tôi đã hữu ích trong kỳ thi tuyển nhân viên.

2039
ゆうが
優雅
Elegant, graceful
优雅的
duyên dáng, thanh lịch

あの女優は、ちょっとした動作も優雅だ。

That actress is graceful in even her slightest movements.

那名女演员，不经意的动作都很优雅。

Nữ diễn viên kia duyên dáng đến cả động tác nhỏ.

2040
ゆうかん
勇敢
Brave
勇敢的
dũng cảm

勇敢な男子中学生が溺れている子を救った。

The brave junior high school student saved the drowning child.

勇敢的初中男生救了溺水的孩子。

Một nam sinh cấp 2 dũng cảm đã cứu đứa bé bị đuối nước.

2041
ゆうせい
優勢
Superior, having the edge
有优势的
chiếm ưu thế

今度の選挙は野党が優勢だと見られている。

In this election, it seems that the opposition have the edge.

普遍认为这次的选举在野党更有优势。

Trong cuộc bầu cử lần này, đảng đối lập được cho là chiếm ưu thế.

2042
ゆうだい
雄大
Glorious, magnificent
雄伟的、宏大的
hùng vĩ

3000ｍ級の山々が連なる景色は雄大だ。

The sight of a chain of 3,000 m mountains is glorious.

三千多米高的群山连绵起伏，景色雄伟壮观。

Cảnh tượng các ngọn núi cao khoảng 3000 m nối tiếp nhau quá là hùng vĩ.

2043

ゆうふく
裕福
Wealthy, affluent
富裕的
sung túc, dư dả

彼は、裕福な家庭で不自由なく育った。
He grew up in a wealthy family, without knowing hardship.
他是在富裕的家庭中不愁吃穿地长大的。
Cậu ta lớn lên không bị gò bó gì trong một gia đình sung túc.

2044

ゆうぼう
有望
Promising
有希望的、有前途的
có triển vọng

この新人選手は有望だと期待されている。
This new player is considered promising.
这位新选手被寄予着厚望。
Tuyển thủ mới này được đánh giá là có triển vọng.

2045

ゆるやか
緩やか
Loose
平缓的、缓和的
thoai thoải

山の上まで緩やかなカーブが続く。
The road continues to curve gently up to the top of the mountain.
平缓的转弯一直绵延到山顶。
Cung đường thoai thoải kéo dài lên đỉnh núi.

2046

らくてんてき
楽天的
Optimistic, carefree
乐天派的、乐天的
lạc quan, tích cực

弟は、どんなときも「何とかなるさ」と楽天的だ。
My brother is an optimist, who always says that, whatever the situation, something will turn up.
弟弟是乐天派，任何时候都觉得"船到桥头自然直"。
Em trai tôi luôn lạc quan "Rồi sẽ ổn cả thôi" trong mọi hoàn cảnh.

2047

らっかんてき
楽観的
Optimistic, hopeful
乐观的
lạc quan (với việc chưa xảy ra)

今後の景気についての政府の見解は楽観的だ。
The government has an optimistic view of economic prospects.
对于今后的经济形势，政府的看法是乐观的。
Chính phủ có quan điểm lạc quan về tình hình kinh tế trong tương lai.
⇔悲観的 ☀楽観視

2048

ラフ
Rough
不加修饰的
giản đơn

今日の彼は、ジーンズをはいてラフな格好だ。
Today he is wearing jeans and has a rough appearance.
今天的他，穿着牛仔裤，不修边幅。
Hôm nay anh ấy ăn mặc giản đơn với quần jean.

2049

リアル
Real, realistic
栩栩如生的
giống thật

この模型の街はよくできていて、リアルだ。
This model town is well made and looks realistic.
这组街区模型做得真好，栩栩如生。
Mô hình khu phố này được làm khéo nên giống thật.

2050

りったいてき
立体的
Three-dimensional
立体的
ba chiều

このプリンターで立体的なコピーが作れる。
You can produce three-dimensional copies on this printer.
这台打印机可以立体打印。
Dùng máy in này sẽ tạo được bản sao 3 chiều.

	2051	手術後の経過が良好なので、来週退院できる。
	りょうこう **良好** Good 良好的 tốt đẹp	しゅじゅつ ご けいか りょうこう　らいしゅうたいいん My progress since the operation has been good, so I can leave hospital next week. 由于手术后恢复良好，下周就能出院了。 Tình hình hậu phẫu tốt đẹp nên tuần sau có thể xuất viện.

	2052	彼は時間にルーズで、よく遅れる。
	ルーズ Loose 自由散漫的、松懈的 cẩu thả	かれ　じかん　　　　　　　　　　おく He is sloppy with timing and is often late. 他毫无时间观念，总是迟到。 Anh ta cẩu thả về mặt thời gian nên rất hay đi trễ.

	2053	料理は苦手で、ろくなものが作れない。
	ろく Decent (不)理想的、(不)像样的 đàng hoàng	りょうり　にがて　　　　　　　　　　つく I am not very good at cooking and cannot make decent meals. 我不擅长做菜，做不出什么像样的东西。 Tôi không giỏi nấu ăn nên không làm được món nào ra hồn.

	2054	政府はメディアに対して露骨な干渉をしてきた。
	ろこつ **露骨** Open, plain, overt 露骨的、明显的 thẳng thừng, trắng trợn	せいふ　　　　　　　たい　　ろこつ　かんしょう The government has been openly interfering with the media. 政府开始对媒体进行露骨的干涉了。 Chính phủ đã can thiệp trắng trợn vào phương tiện truyền thông.

読んでみよう 11

R博士の恋人

R博士は**むなしい**気持ちに襲われていた。「私には名誉も地位もあるのに、恋人ができたことがない。」

「そうだ！」と博士は手を打った。「ロボットを作って、恋人にしよう。」

3日間徹夜をして、やや**小柄**な愛らしいロボットができあがった。**精巧**に作られたロボットは動きも**しなやか**で、生きているようだった。「なんて**優雅**なんだろう。まさに理想の女性だ。」

ところが、「ねえ、ダンスをしないか。」と話し掛けると、「ダンスは興味がございません。」と**そっけない**返事。「じゃあ、映画はどう？」と言うと、「興味がございません。」

思いがけないこの結果に、博士はしばらく立ち直れなかったが、再度挑戦することにした。「今度は熱い恋心を持ったロボットを作るぞ！」

1週間徹夜して作ったロボットは、話し方も**エレガント**で、疲れたときは彼女の**何気ない**一言に慰められた。その**心地よさ**に、たくさんデートをしたいと思ったが、**多忙**な博士にはデートの暇がない。そこで、次に自分とそっくりのロボットを作って時々仕事をさせ、デートの時間を作った。

何回目かのデートのときだった。

「ごめんなさい。私、恋をしてしまいました。」

「どうして謝るの？　それは、僕のことでしょう？」

「いいえ、あなたとそっくりなもう一人の方よ。あの方は**誠実**だし、**繊細**で私の気持ちを理解してくれます。あなたは**完璧**主義者で**堅苦**しくて、それに**無神経**だわ。」

「何ということだ！」博士はロボットを壊そうと思った。しかし、壊したらもっと**惨め**な気持ちになりそうで、**切ない**気持ちを抱きながら、博士は壊すのをやめた。

Doctor R's lover

A gloomy mood had descended upon Doctor R. "I have a reputation and status," he thought. "But I have not been able to find a lover."

"Right!" the doctor said, clapping his hands. "I will make a robot and turn it into a lover."

After three days of staying up all night working, he completed a cute little robot. The exquisitely contrived device had supple movements and seemed to be alive. "How graceful," he thought. "It is truly the ideal woman."

However, when he asked, "Now, shall we dance?," the robot brusquely replied, "I'm not interested in dancing." "So what about films?" "Not interested."

The doctor was initially taken aback by these unexpected remarks. But he composed himself and rose again to the challenge. "Now, I will make a really hot lover of a robot."

The robot that he made after a week of staying up all night was elegant in speech, and when he was tired, comforted him with gentle words. Because of how she made him feel, he wanted to go out on many dates, but the busy doctor had no time for this. So he made a robot that was just like himself, and set it to work now and then, giving him time to go out on dates.

Then one day, after many dates, this happened.

"I'm sorry, I have fallen in love," the lover robot said.

"Why are you apologizing? Is it with me?"

"No. There is somebody who looks just like you. That person is sincere and has the most delicate understanding of my feelings. But you are a perfectionist, stuffy and insensitive."

"What are you talking about?"

The doctor felt an urge to destroy the robot. But he feared he might feel even more wretched if he did. Though filled with unbearable sadness, he decided not to destroy it.

R 博士的恋人

一阵空虚涌上 R 博士的心头。"我拥有了名誉和地位，却从没谈过恋爱。"

"对了！"博士一击掌，说道，"做个机器人女友吧。"

于是，博士花了三天三夜，做出了一个娇小可爱的机器人。这个机器人做得十分精巧，动作优美，仿佛有生命一般。博士不禁感叹："多么优雅啊。正是我理想中的女性。"

然而，当博士问道："嗨，要不要跳个舞呢？"机器人却冷淡地回答。"我对跳舞没有兴趣。""那看电影怎么样？"博士接着问。机器人仍旧回答："没有兴趣。"

面对这个意想不到的结果，博士一时陷入了消沉。但是随后他就决定再次进行挑战。"这次要做一个热情如火的机器人！"

于是，博士花了七天七夜又做了一个机器人。这次的机器人说话方式也很优雅，她不经意的一句话就可以抚慰博士的疲劳。与她相处使人心情舒畅，想尽情约会，但是繁忙的博士却没有约会的时间。于是博士想到，可以做一个与自己一模一样的机器人，时不时把工作交给他，以此来创造约会时间。

不知是第几次约会的时候发生了一件事。

"对不起，我爱上了一个人。"

"为什么要道歉，那个人就是我吧？"

"不，是跟你一模一样的另外一个人。那个人既诚实又细腻，而且非常理解我。而你则是个完美主义者，既死板又迟钝。"

"岂有此理！"

博士想把机器人都毁了，但是又觉得毁了之后自己可能会更难受。博士怀着悲伤的心情放弃了毁掉机器人的想法。

Người yêu của tiến sĩ R

Tiến sĩ R cảm thấy một nỗi trống trải xâm chiếm. "Ta có cả danh tiếng lẫn địa vị mà lại chưa từng có người yêu".

"Phải rồi!", tiến sĩ vỗ tay kêu, "Ta sẽ chế tạo một người máy để làm người yêu".

Sau 3 ngày làm việc thâu đêm, tiến sĩ đã làm ra được một người máy nhỏ nhắn, đáng yêu. Người máy được chế tạo tỉ mỉ nên cử động uyển chuyển như người thật. "Sao mà duyên dáng đến thế! Đây đúng là người phụ nữ lý tưởng".

Thế nhưng, khi tiến sĩ hỏi "Này, ta khiêu vũ nhé!" thì người máy lạnh lùng trả lời "Tôi không hứng thú với khiêu vũ". Rồi tiến sĩ hỏi: "Vậy xem phim thì sao?", "Không hứng thú".

Tiến sĩ mất một thời gian mới hết thất vọng trước kết quả không ngờ tới này nhưng sau đó lại muốn thử sức lần nữa. "Lần này mình sẽ làm một người máy có trái tim biết yêu thật nồng nàn".

Người máy được làm trong suốt 1 tuần này đến cả cách nói năng cũng duyên dáng nên mỗi khi mỏi mệt, tiến sĩ lại được những câu nói bâng quơ của nàng xoa dịu. Trước sự dễ chịu đó, tiến sĩ rất muốn hẹn hò thật nhiều với nàng nhưng vì quá bận rộn nên ông không có thời gian hẹn hò. Vậy nên, ông đã làm ra một người máy khác giống hệt mình và thi thoảng để người máy làm việc còn mình đi hẹn hò.

Đây là câu chuyện của buổi hẹn thứ n.

"Xin lỗi ông. Em đã yêu mất rồi."

"Sao nàng lại xin lỗi? Người đó là ta chứ gì?"

"Dạ không, là một người khác giống hệt ông. Người ấy vừa chân thành vừa tinh tế và hiểu rõ tấm lòng của em. Ông là người theo chủ nghĩa cầu toàn, cứng nhắc và vô cảm quá".

"Nàng nói cái gì vậy!"

Tiến sĩ muốn phá hủy người máy. Nhưng nếu phá đi thì có khi lại thấy đau khổ hơn nên ông đã thôi ý định phá hủy đó nhưng trong lòng vẫn rất đau buồn.

副詞
ふくし

Adverbs
副词
Phó từ

2055

あいにく
Unfortunately
不凑巧、扫兴
không may là

京都の旅行中は、あいにくずっと雨だった。
きょうと　りょこうちゅう　　　　　　　　　　　　あめ

Unfortunately, it rained constantly during my trip to Kyoto.
在京都旅行的时候，不巧一直都是雨天。
Không may là trời lại mưa suốt chuyến du lịch Kyoto.

2056

あえて
Dare, venture
敢、偏要
cố tình

皆が都会に出る中で、あえて地元で働く道を選んだ。
みな　とかい　で　なか　　　　　　じもと　はたら　みち　えら

With everybody leaving for the city, I boldly opted to work in the neighborhood.
当大家都去大都市的时候，我偏偏选择留在老家工作。
Trong khi mọi người đều lên thành phố thì tôi lại cố tình chọn làm việc ở quê hương.

2057

あしからず
Please understand that ~, I'm sorry but ~
(请)不要见怪、(请)原谅
xin thông cảm, xin đừng để bụng

都合で配達が遅れます。あしからずご了承ください。
つごう　はいたつ　おく　　　　　　　　　　りょうしょう

The delivery has been delayed due to unforeseen circumstances. We trust we can count on your understanding.
由于一些原因派送会延迟。敬请谅解。
Vì có chuyện nên hàng bị giao trễ. Xin vui lòng thông cảm.

2058

あたかも
As if, like
宛如、好像
như thể

あたかも散る花のように、彼女は短い命を終えた。
ち　はな　　　　　　　かのじょ　みじか　いのち　お

Like a flower shedding its petals, so to speak, she ended her short life.
宛如凋零的花一般，她短暂的生命就此终结了。
Cô ấy kết thúc sinh mệnh ngắn ngủi của mình như thể hoa rơi.

2059

あらかじめ
In advance
事先、预先
trước

指定券は、ご乗車の前にあらかじめお求めください。
していけん　　　　じょうしゃ　まえ　　　　　　　　　もと

Please buy reserved-seat tickets before you get on the train.
座位指定券请在乘车前提前购入。
Vé có ghi số ghế ngồi thì xin mua trước khi lên tàu.

2060

ありありと
Vividly
历历在目地、清晰地
rõ mồn một

今でも卒業式のことをありありと思い出す。
いま　　そつぎょうしき　　　　　　　　　　おも　だ

Even today, I can remember my graduation ceremony vividly.
毕业典礼的情形至今仍历历在目。
Tới tận bây giờ tôi vẫn nhớ rõ mồn một lễ tốt nghiệp.

2061

あんのじょう
案の定
As expected, sure enough
果不其然、不出所料
như dự đoán, y như rằng

遊んでばかりいた娘は、案の定成績が下がった。
あそ　　　　　　　　むすめ　　　あん　じょうせいせき　さ

My daughter spent all her time having fun, and sure enough her grades declined.
女儿净顾着玩，果不其然，成绩下降了。
Con gái tôi chỉ mải mê chơi nên y như rằng kết quả học tập bị sa sút.

2062 **いかに** How 如何、怎样 làm thế nào	学生時代、人生をいかに生きるべきかで悩んだ。 When I was a student, I fretted over the question of how I should live my life. 学生时代，我为应该过怎样的人生而烦恼。 Thời sinh viên, tôi từng đau đầu về chuyện phải sống như thế nào.
2063 **いかにも** Undisguised, distinctly 完全、的确 đúng là, cứ như là	彼はいかにも酸っぱそうに梅干を食べた。 He ate the pickled plum with a distinctly sour face. 他吃掉了咸梅干，一副很酸的样子。 Nhìn anh ta ăn mơ muối thấy đúng là chua thật.
2064 **いくぶん** **幾分** Somewhat, some 多少、几分 đôi chút, đôi phần	彼のミスは上司の私にも幾分責任がある。 As his superior, I too have a measure of responsibility for his mistake. 对于他的过失，作为上司的我也有几分责任。 Trong sai phạm của cậu ta thì cấp trên là tôi cũng có đôi phần trách nhiệm.
2065 **いずれ** Some day, sooner or later 迟早、反正 sớm muộn gì	うそをついても、いずればれるだろう。 Even if you tell a lie, the truth will out some day. 就算说谎，迟早也会败露的。 Có nói dối thì sớm muộn gì cũng bị lộ.
2066 **いぜん** **依然** Still, yet 依然 vẫn như trước	事件から1年たつが、依然犯人は分からない。 A year has passed since the crime was committed, but the criminal has yet to be identified. 离案件发生已经过去一年了，但犯人依然不明。 1 năm đã trôi qua từ ngày xảy ra vụ án nhưng vẫn chưa biết được thủ phạm.
2067 **いたって** **至って** Very much, terribly 极其、甚为 rất, cực kỳ	100歳の母は、食欲もあって至って元気だ。 My 100-year-old mother still has a very good appetite and is keeping her spirits up. 100岁的母亲，食欲也好，甚为健康。 Người mẹ 100 tuổi của tôi vẫn thèm ăn và rất khỏe.
2068 **いちがいに** **一概に** Sweepingly (say) 笼统地、无区别地 chung chung, vơ đũa cả nắm	新しいものがいいとは一概に言えない。 You cannot sweepingly say that all new things are good. 不能笼统地说新事物都是好的。 Không thể nói chung chung rằng đồ mới là tốt được.
2069 **いちように** **一様に** Uniformly, equally 一样地、一同地 giống nhau, đều...như nhau	住民は皆一様に、市の駅前再開発案に反対した。 The residents were united in opposing the redevelopment plan for the municipal station area. 居民们一同反对了城市的站前区域再开发方案。 Tất cả người dân đều phản đối dự án tái phát triển khu vực trước nhà ga của thành phố.

2070

いちりつ
一律
Uniformly, flat (rate), without exceptions
一律　如何なる

一律　như nhau

そうりょう ぜんこく いちりつごひゃくえん
送料は全国どこでも一律５００円です。
The fee charged is a flat ¥500 all over the country.
配送费全国各地一律为500元。
Phí vận chuyển là 500 yen như nhau trên toàn quốc.

2071

いっきょに
一挙に
At once, in one go
一挙、一下子

cùng một lúc

まえ いっきょ さんにんぬ ゆうしょう
マラソンのゴール前で、一挙に３人抜いて優勝した。
Just before the end of the marathon, I overtook three runners at one go.
在马拉松的终点前，一下子赶超了三个人，成为冠军。
Ngay trước vạch đích của cuộc thi marathon, tôi vượt qua 3 người một lúc và giành chiến thắng.

2072

いっさい
一切
(not) at all, (not) ever
全然、完全

hoàn toàn

こんご きみ いっさいつ あ にど く
今後、君とは一切付き合わない。二度と来るな。
I will never go out with you. Do not come again.
从今往后，我跟你断绝交往。别再来了。
Từ nay trở đi tôi hoàn toàn không muốn dính dáng gì với cậu. Đừng có tới đây nữa!

2073

いっしんに
一心に
With all your heart
专心地、拼命地

toàn tâm toàn ý, với cả tấm lòng

はは むすめ ごうかく いっしん いの
母は娘の合格を一心に祈った。
Mother prayed with all her heart that her daughter would pass.
母亲一心祈祷女儿能考上。
Người mẹ toàn tâm cầu nguyện cho con gái thi đậu.

2074

いっそ
Rather
索性、干脆

chẳng thà

あかじ つづ みせ
赤字続きの店だから、いっそやめてしまいたい。
The shop just goes on losing money, so I would like to close it down and be done with it.
反正是连年赤字的店铺，真想索性关门算了。
Cửa hàng làm ăn thua lỗ suốt nên chẳng thà tôi nghỉ làm luôn.

2075

いまさら
今更
Too late to
事到如今、事已至此

đến nước này, bây giờ thì

いち ことわ しごと いまさら い
一度断った仕事を、今更やらせてくれとは言えない。
I would like to take on the job that I previously turned down, but it is too late for me to say so now.
已经拒绝过一次的工作，事到如今很难开口让人家再给我一次机会。
Bây giờ thì chẳng thể nói cho tôi làm công việc mà mình đã từng từ chối được nữa.

2076

いまだ
Still, even now
仍然、尚未

đến giờ vẫn

じけん はんにん とうそう つづ
事件の犯人はいまだ逃走を続けている。
The culprit in this case remains at large.
案件的犯人至今仍在逃。
Thủ phạm của vụ án đến giờ vẫn đang lẩn trốn.

2077

いまや
今や
Now
现在、当今

hiện giờ, chính lúc này

しょうせつ だい かれ いま ゆうめいじん
小説が大ヒットして、彼は今や有名人だ。
The novel was a big hit, and he is now a celebrity.
他写的小说大获成功，现在已经是名人了。
Cuốn tiểu thuyết đã gây tiếng vang lớn nên hiện giờ anh ta là người nổi tiếng.

2078

いやに

Awfully, terribly
特別地、异常地

một cách lạ thường

課長、いやに機嫌がいいね。どうしたんだろう。

The section chief is in an awfully good mood, isn't he? I wonder what happened.

课长今天心情看起来特别好呢。是有什么好事嘛。

Sếp vui vẻ lạ thường nhỉ? Có chuyện gì vậy kìa?

2079

いわば

So to speak
可以说、就好比是

nói ví von là, nói nôm na là

疲れたときは温泉に行く。いわば心の洗濯だ。

When I'm tired, I go to the hot spring. In other words, I do spiritual ablutions.

疲劳的时候就去温泉。就好比是洗涤心灵。

Mỗi khi mỏi mệt tôi sẽ đi tắm suối nước nóng. Nói nôm na là tẩy rửa tâm hồn.

2080

**おそくとも
遅くとも**

At the latest
最迟、最晚

chậm nhất là

今日荷物を出せば、遅くとも３日後には届く。

If you send a baggage today, it will be delivered at most three days later.

今天发货的话，最晚三天之后一定能到。

Nếu hôm nay gửi hàng thì chậm nhất là 3 ngày sau sẽ tới.

2081

**おそるおそる
恐る恐る**

Fearfully
战战兢兢地

run rẩy, rụt rè, sợ sệt

試験の結果通知の封筒を、恐る恐る開けた。

I nervously opened the letter containing the notification of the exam results.

我战战兢兢地打开了装有考试结果通知的信封。

Tôi sợ sệt mở phong bì đựng giấy báo kết quả thi ra.

2082

おのずから

Naturally, automatically
自然而然地

tự động, tự nhiên

努力を続ければ、おのずから成果は得られる。

If you continue to work hard, you will get results automatically.

只要不懈努力，自然而然就会有成果。

Chỉ cần tiếp tục nỗ lực thì tự nhiên sẽ gặt hái được thành quả.

2083

がっくり

In disappointment
突然无力地

gục hẳn xuống

検査結果を聞いて、彼はがっくり肩を落とした。

When he heard the results of the test, his shoulders slumped in disappointment.

听到检查结果，他一下子瘫软了。

Khi nghe kết quả xét nghiệm, ông ấy gục hẳn vai xuống.

※ がくりと

2084

がっしり

Sturdy, stocky
健硕、结实

cứng cáp

友人はがっしりした体格をしている。

My friend is of sturdy build.

朋友体格很健硕。

Bạn tôi có vóc người cứng cáp.

2085

かつて

Once
曾经、以前

đã từng, một thời

かつて工場だった所が、今は公園になっている。

This place that used to be a factory has now become a park.

曾是工厂的地方，如今成了一个公园。

Nơi từng là nhà máy bây giờ đã trở thành công viên.

2086 **かねてから/かねてより** Long-standing, for a long time 一直以来 bao lâu nay, từ lâu	旅行先<ruby>りょこうさき</ruby>で、かねてから見<ruby>み</ruby>たかった絵<ruby>え</ruby>を見<ruby>み</ruby>た。 At my travel destination, I saw a picture that I had long wanted to see. 在旅游地，看到了一直都很想看的画。 Ở nơi nghỉ mát, tôi đã được ngắm bức họa mà mình muốn xem từ lâu.
2087 **がらりと** Radically 完全地、剧变地 hoàn toàn, đột nhiên	久<ruby>ひさ</ruby>しぶりに訪<ruby>おとず</ruby>れた町<ruby>まち</ruby>は、がらりと変<ruby>か</ruby>わっていた。 The town, which I visited a long time ago, had completely changed. 来到阔别已久的小镇，发现它已经完全变样了。 Thị trấn mà lâu rồi tôi mới ghé thăm đã hoàn toàn thay đổi. ✷ がらっと
2088 **がらんと** Bare, empty 空荡荡地 trống trải, trống vắng	客<ruby>きゃく</ruby>が帰<ruby>かえ</ruby>ったコンサート会場<ruby>かいじょう</ruby>は、がらんとしていた。 After the audience had gone home, the concert venue was empty. 观众退场的音乐会场空空荡荡。 Hội trường buổi hòa nhạc trở nên trống trải sau khi khán giả đã ra về.
2089 **かろうじて** **辛うじて** Barely, only just 总算、勉勉强强地 vừa đủ	受験直前<ruby>じゅけんちょくぜん</ruby>に必死<ruby>ひっし</ruby>に勉強<ruby>べんきょう</ruby>して、辛<ruby>かろ</ruby>うじて合格<ruby>ごうかく</ruby>した。 By cramming desperately just before the exam, I just scraped through. 我在临近考试前拼命学习，总算及格了。 Nhờ học hành hết sức ngay trước kỳ thi mà tôi vừa đủ đậu.
2090 **かわるがわる** **代わる代わる** In turn 交替地、轮流地 lần lượt, thay nhau	2人<ruby>ふたり</ruby>でカラオケに行<ruby>い</ruby>って、代<ruby>か</ruby>わる代<ruby>が</ruby>わる歌<ruby>うた</ruby>った。 The two of us went to the karaoke place and sang songs in turn. 我们俩去了卡拉OK，轮流唱了歌。 Hai người chúng tôi đi karaoke, thay nhau hát.
2091 **がんらい** **元来** Originally, by nature 本来、原来 về bản chất, vốn	元来私<ruby>がんらいわたし</ruby>は無口<ruby>むくち</ruby>なので、営業<ruby>えいぎょう</ruby>の仕事<ruby>しごと</ruby>は苦手<ruby>にがて</ruby>だった。 I am by nature a taciturn type, so I was no good at sales work. 因为我本来就沉默寡言，并不擅长做销售。 Tôi vốn ít nói nên rất dở trong công việc về kinh doanh.
2092 **きっかり** Exactly, on time 整、正好 một cách chính xác	彼<ruby>かれ</ruby>はきっかり約束<ruby>やくそく</ruby>の3時<ruby>さんじ</ruby>にやって来<ruby>き</ruby>た。 He came at 3 o'clock exactly as promised. 他在约定的3点准时来了。 Anh ta đến đúng 3 giờ như đã hẹn.
2093 **きゅうきょ** **急きょ** Hurriedly 急忙地、匆忙地 gấp rút	彼<ruby>かれ</ruby>は父親<ruby>ちちおや</ruby>が入院<ruby>にゅういん</ruby>して、急<ruby>きゅう</ruby>きょ帰国<ruby>きこく</ruby>した。 After his father was hospitalized, he hurriedly returned to his home country. 他因为父亲入院，匆忙回国了。 Cha nhập viện nên anh ấy gấp rút về nước.

2094 **きわめて** **極めて** Extremely 极其、非常 cực kỳ	いつも静かな彼が大声で怒るのは、極めて珍しい。 He is always a quiet person, and it is extremely unusual for him to get angry and shout. 一直很安静的他突然大声发怒，这是非常少见的。 Người luôn ít nói như anh ta mà lại giận dữ lớn tiếng như vậy là cực kỳ hiếm có.
2095 **きんとうに** **均等に** Evenly, equally 均等地 một cách bình đẳng, đều nhau	姉は、遺産は３人で均等に分けようと提案した。 My sister proposed that the inheritance be shared equally among the three of us. 姐姐提议，遗产三个人均分。 Chị tôi đề xuất chia đều của thừa kế ra cho 3 người. ※機会均等
2096 **くっきり** Clear, crisp, sharp 清晰地、鲜明地 rõ ràng	今日は晴天で、遠くの山がくっきり見える。 Today, it is fine and you can clearly see the distant mountains. 今天是晴天，可以清晰地看到远山。 Hôm nay trời đẹp nên nhìn rõ núi ở phía xa.
2097 **ぐっと** Much, significantly [intensifier] 越发 hơn hẳn	社員が増えて、仕事がぐっと楽になった。 With the increase in staff, the job became much easier. 由于公司职员增加了，工作轻松了很多。 Số nhân viên tăng nên công việc nhẹ nhàng hơn hẳn.
2098 **けっこう** Rather, considerably 相当 khá	盆踊りを習ったが、けっこう易しかった。 I took lessons in Bon Festival dancing; but in fact it was rather easy. 我学了盂兰盆舞，挺简单的。 Tôi học điệu múa Bon thấy khá dễ.
2099 **げんに** **現に** Actually 实际上 thực tế là, ngay trước mắt	鍵を掛けたって言うけど、現に開いてるよ。 You say you locked it up, but it is actually open. 虽然你说锁门了，但是实际上开着哦。 Nói là đã khóa cửa nhưng thực ra cửa mở kia.
2100 **こうごに** **交互に** In alternation 交错地 luân phiên, lẫn nhau	男子生徒と女子生徒が交互に並んだ。 The male and female students lined up in alternation. 男女学生交错排列。 Nam sinh và nữ sinh xếp hàng xen lẫn nhau.
2101 **ごじつ** **後日** At a later date 日后 sau này, trong tương lai	今日の血液検査の結果は、後日お知らせします。 You will be told the results of today's blood test later. 今天抽血检查的结果日后会通知。 Chúng tôi sẽ thông báo kết quả xét nghiệm máu của hôm nay sau.

2102

こつこつ
Diligently, tirelessly
孜孜不倦地
chăm chỉ, cần mẫn

毎月こつこつ貯金して、バイクを買った。
I saved money every month without fail and bought a motorbike.
每个月一点一点地存钱，买了摩托车。
Mỗi tháng tôi đều chăm chỉ để dành tiền nên đã mua được xe máy.

2103

こっそり
Secretly
偷偷地
lén lút

弟はこっそりお菓子を食べて、母に叱られた。
My brother was told off by my mother for secretly eating the cakes.
弟弟因为偷吃点心被妈妈责骂了。
Em tôi lén lút ăn bánh kẹo nên bị mẹ la.

※ こそこそ

2104

ことに
殊に
Particularly
特别是
nhất là, đặc biệt là

彼の演奏は、殊に表現力が素晴らしい。
His performance is particularly expressive.
他的演奏，特别是表现力非常棒。
Màn biểu diễn của anh ấy, đặc biệt là khả năng thể hiện, rất tuyệt vời.

2105

こなごなに
粉々に
In pieces
粉碎、稀巴烂
thành mảnh vụn

グラスが床に落ちて、粉々に割れた。
The glass fell on the floor and shattered.
玻璃杯掉到地板上，摔得粉碎。
Cái ly rơi xuống sàn, vỡ vụn.

2106

さいさん
再三
Repeatedly
再三、屡次
năm lần bảy lượt

再三注意しているのに、彼は今日も遅刻した。
Despite repeated warnings, he was again late today.
明明屡次警告他了，但今天他又迟到了。
Tôi đã năm lần bảy lượt nhắc nhở nhưng hôm nay anh ta cũng vẫn đi trễ.

2107

さしあたり/さしあたって
差し当たり/差し当たって
For the time being
当前、眼下
ngay lúc này, hiện thời

寮に入るので、差し当たり必要な物を買った。
I am going to live in a dormitory, so I bought daily necessities for the time being.
因为要住宿舍，所以采购了眼下必要的物品。
Tôi sẽ vào ký túc xá ở nên đã mua những vật dụng cần thiết cho hiện thời.

2108

さぞ
Surely
想必、一定
ắt hẳn

あなたが住む冬の北海道は、さぞ寒いでしょうね。
In Hokkaido, where you live, it's very cold in winter, isn't it?
你居住的北海道，冬天想必很冷吧。
Nơi anh sống - Hokkaido - vào mùa đông ắt hẳn lạnh lắm nhỉ?

2109

さほど
(Not) so much
(没有)如此、(没有)那么
đến thế, như thế (theo sau là phủ định)

東京でもこの辺りは、さほどにぎやかではない。
Even though it is in Tokyo, this area is not so bustling.
虽说是在东京，这一带也并不那么繁华。
Tuy cũng là Tokyo nhưng khu vực này không đến nỗi nhộn nhịp như thế.

2110

さも
Evident, obvious
很、非常
thấy rõ

彼女は、さもうれしそうに恋人を紹介した。
She introduced her lover with obvious delight.
她非常高兴地介绍了她的恋人。
Chị ấy giới thiệu người yêu mà vui thấy rõ.

2111

さんざん
散々
Thoroughly bad
狠狠地、彻底地
thậm tệ, tệ hại, mức độ nhiều

彼は散々迷惑をかけたのに、謝りもしない。
He has caused no end of trouble, but does not even apologize.
他明明添了很多麻烦，却一句道歉都不说。
Hắn ta làm phiền nhiều như vậy mà không thèm xin lỗi.

2112

しいて
強いて
Compulsorily
硬、勉强
bắt buộc

交流会に出たくないなら、強いて出なくてもいい。
If you don't want to go to the exchange meeting, you don't have to force yourself.
如果不想去交流会，就不要勉强去了。
Nếu không muốn tham dự buổi giao lưu thì không bắt buộc phải tham dự đâu.

2113

じかに
In person, directly
直接地、当面地
trực tiếp

大切な用件なので、じかに彼に会って伝えたい。
It is an important matter, so I want to meet and tell him directly.
因为是很重要的事情，想当面传达给他。
Vì là chuyện quan trọng nên tôi muốn gặp trực tiếp anh ta để nói.

2114

じきに/じき
直に/直
In a bit, soon
很快、马上
sắp sửa, nhanh chóng

軽い風邪ですから、直に治るでしょう。
It's just a mild cold, so you will probably recover soon.
因为只是轻微感冒，很快就能好吧。
Bệnh cảm xoàng thôi nên chắc nhanh khỏi mà.

2115

しきりに
Frequently
不停地、频繁地
thường, suốt

しきりに時計を見ているけど、約束があるの？
You keep looking at the time; do you have an appointment?
你不停地看时间，是有约会吗？
Bạn cứ nhìn đồng hồ suốt, bộ có hẹn hả?

2116

しぶしぶ
渋々
Unwillingly, reluctantly
勉勉强强地、不情愿地
miễn cưỡng

父は、妹の留学を渋々認めた。
My father reluctantly consented to my sister studying abroad.
父亲勉强同意了妹妹去留学。
Cha tôi đã miễn cưỡng chấp nhận cho em gái tôi đi du học.

2117

じゃっかん
若干
Certain, some
若干、多少
một ít, một vài, hơi

彼は有能だが、若干気の弱いところがある。
He is able, but he is timid in certain ways.
他很有能力，就是多少有些怯懦。
Cậu ta có năng lực nhưng lại hơi nhút nhát.

2118
ずいじ
随時
Any time
随时
bất kỳ lúc nào, khi cần

めんせつ お　　　　　　　ずいじ　　　かえ
面接が終わりましたら、随時お帰りください。
Feel free to go home at any time you like after the interview is over.
面试结束之后，随时都可以离场。
Khi phỏng vấn xong thì các bạn có thể ra về bất kỳ lúc nào.

2119
せんだって
The other day
前几天、前些日子
hôm nọ

　　　　　　　　　ねが　　　　　　　　げんこう
せんだってお願いした原稿はどうなりましたか。
What has happened to the manuscript that I asked for the other day?
前些日子拜托您的稿子写得如何了？
Bài báo hôm nọ tôi nhờ anh viết tới đâu rồi?

2120
そくざに
即座に
Immediately
即刻、当场
tức thì, tại chỗ

ぎいん　　　きしゃ　　とつぜん　しつもん　　　そくざ　　こた
議員は、記者の突然の質問にも即座に答えた。
The Dietmember also instantly answered questions that were sprung on him by reporters.
对于记者突然的提问，议员也当场给出了回答。
Ngài nghị sĩ trả lời tức thì kể cả câu hỏi đột xuất của phóng viên.

2121
そもそも
In the first place, originally
说起来、最初
vốn dĩ / trạng thái ban đầu

がっぺい　はんたい　　　　　　　　がっぺい　はなし　き
合併に反対かって？そもそも合併の話も聞いていないよ。
Am I against the merger? I have never heard of the merger in the first place.
你问我是不是反对合并？说起来我连有合并这回事都不知道。
Hỏi tôi có phản đối chuyện sáp nhập không ư? Ngay từ đầu tôi đã chẳng hay biết gì về chuyện sáp nhập rồi.

2122
それとなく
In a roundabout way
委婉地
gián tiếp, bóng gió

むすめ　けっこん　いし
娘に結婚の意志をそれとなく聞いてみた。
In a roundabout way, I asked my daughter what her marriage intentions were.
我委婉地问了女儿结婚的意向。
Tôi đã thử hỏi bóng gió ý muốn kết hôn của con gái.

2123
ちかぢか
近々
Soon
近期
sớm, sắp sửa

かのじょ　　ちかぢかくに　　かえ
彼女は近々国に帰るそうだ。
She will probably return to her homeland soon.
听说她近期就要回国了。
Nghe nói cô ấy sắp sửa về nước.

2124
ちらほら
Here and there, sporadically
星星点点地、稀稀落落地
lác đác

　　さむ　　　　　　さくら　　　　　　　さ
まだ寒いのに、桜がちらほら咲いている。
Although it is still cold, the cherry trees are blooming here and there.
明明还很寒冷，樱花却已经星星点点地开了。
Trời vẫn còn lạnh nhưng đã thấy hoa anh đào lác đác nở.

2125
つくづく
Thoroughly, deeply
痛切地、深切地
thấm thía

にほん　　き　　　　じぶん　　ごがくりょくぶそく　　　　　　かん
日本へ来て、自分の語学力不足をつくづく感じた。
Coming to Japan, I became painfully aware of the inadequacy of my language skills.
来到日本之后，我深切地感到了自己日语水平的不足。
Đến Nhật, tôi mới thấm thía mình thiếu khả năng ngôn ngữ.

2126	
てきぎ **適宜** Properly 恰当地、适宜地 thích hợp, đúng chỗ	彼は、3か国語を適宜使い分けて仕事をしている。 He does his job moving smoothly among three languages. 他恰当地运用三国语言进行工作。 Anh ta sử dụng 3 ngoại ngữ đúng chỗ trong công việc.

2127	
てきぱき Quickly and efficiently 麻利地、敏捷地 mau lẹ, rốt ráo	彼女は、いつもてきぱき仕事を片付ける。 She always completes her work quickly and efficiently. 她工作一直很麻利。 Chị ấy lúc nào cũng hoàn thành công việc một cách rốt ráo.

2128	
てっきり Surely 肯定、一定 chắc mẩm	え、会議は今日？　てっきり明日だと思ってた。 The meeting is today? I was sure it was tomorrow. 啊，会议是今天? 我还想一定是明天呢。 Ủa, hôm nay họp há? Tôi cứ chắc mẩm là ngày mai.

2129	
てんてんと **転々と** From place to place 辗转、转来转去 hết chỗ này tới chỗ khác	父は転勤で全国を転々とした。 Job transfers have taken my father all around the country. 父亲因为工作调动，辗转于全国各地。 Cha tôi chuyển công tác hết chỗ này tới chỗ khác trên cả nước.

2130	
とうてい **到底** (Not) at all 怎么也、无论如何也 dù gì thì	今からでは到底飛行機に間に合わない。 Now I have no chance at all of catching the plane. 现在出发无论如何都赶不上飞机了。 Dù bây giờ có đi thì cũng trễ máy bay thôi.

2131	
どうにか Somehow 总算、勉强 (làm) cái gì đó, bằng cách nào đó	2晩徹夜して、どうにか卒業論文を提出した。 After staying up two nights, I somehow submitted my graduation dissertation. 通宵了两个晚上，总算把毕业论文交上去了。 Thức trắng 2 đêm, rồi tôi cũng nộp được luận văn tốt nghiệp bằng cách nào đó.

2132	
どうも Somehow 总觉得 có gì đó	どうも体がだるいと思ったら、熱があった。 Somehow I felt sluggish all over, due to fever. 总觉得身体很乏力，原来是发烧了。 Tôi thấy người cứ có gì đó uể oải, hóa ra là bị sốt.

2133	
どうやら Apparently 似乎、好像 dường như, có vẻ, bằng cách nào đó	空が明るくなってきた。どうやら雨もやみそうだ。 The sky has cleared up. It looks like the rain is going to stop too. 天空渐渐明朗了。雨好像就要停了。 Trời sáng hơn rồi. Có vẻ mưa sắp tạnh.

2134

とかく
Tend to
动不动、总是
có xu hướng

人間は、とかく自分が正しいと思いがちだ。
People tend to think that they are in the right.
人总觉得自己是正确的。
Con người thường có xu hướng cho rằng mình đúng.

2135
ときおり
時折
Now and again
有时、偶尔
thỉnh thoảng, thi thoảng

雲の間から時折太陽がのぞく。
The sun peeped down now and again from gaps in the clouds.
太阳偶尔从云缝间露出来。
Mặt trời thi thoảng lại ló ra từ giữa các đám mây.

2136

とっさに
Suddenly, instantly
刹那、立刻
tức khắc, tức thì

急に電車が止まって、とっさにつり革をつかんだ。
The train stopped suddenly and I lunged at the strap.
电车突然停下来，我立刻抓住吊环。
Tàu điện đột nhiên dừng lại nên tôi nắm lấy vòng dây vịn ngay tức khắc.

2137
とつじょ
突如
Suddenly
突然、突如其来
đột ngột

音楽界に突如現れた彼は、たちまちスターになった。
He suddenly became a star after bursting in on the world of music.
在音乐界横空出世的他，迅速走红了。
Anh ta đột ngột xuất hiện trong làng âm nhạc và ngay lập tức trở thành ngôi sao.

2138

とりわけ
Particularly
特别地、格外地
nhất là, hơn cả

私は、和食の中でもとりわけすしが好きだ。
Among Japanese foods, I am particularly fond of sushi.
在日本料理中，我特别喜欢寿司。
Trong các món ăn Nhật Bản, tôi thích sushi hơn cả.

2139

どんより
Overcast, cloudy
（天空）阴沉沉地
u ám

空がどんより曇っていて、今にも雨が降りそうだ。
It is overcast, and we are likely to get rain soon.
天空阴沉沉的，眼看就要下雨。
Trời nhiều mây u ám nên chắc sắp mưa rồi.

2140

なおさら
All the more
更加、越发
lại càng

嫌いな人に悪口を言われて、なおさら嫌いになった。
After being bad-mouthed by somebody I do not like, my dislike deepened further.
讨厌的人说我坏话。这使我更讨厌他了。
Tôi bị nói xấu bởi người mình ghét nên lại càng ghét người đó hơn.

2141

なにしろ
After all, as you know
不管怎么说、总之
dù sao đi nữa

彼は別荘があるんだ。なにしろ金持ちだからね。
He has a holiday villa. After all, he is wealthy.
他有别墅。总之是个有钱人。
Ông ta có cả biệt thự kia. Dù sao đi nữa cũng là người giàu có mà.

2142	

なんだかんだ
This or that, this and that
这个那个
này nọ

なんだかんだ言い訳しないで、謝りなさい。
Do not make any excuses, no ifs or buts; just apologize.
不要这个那个找借口了，快道歉。
Xin lỗi đi, đừng viện cớ này nọ.

2143	

なんなりと
何なりと
Whatever, anything
无论如何、无论什么
bất kể là gì

質問があれば、何なりとお聞きください。
If you have any questions, I am at your service. Ask anything you like.
如果有任何疑问，请尽管问。
Nếu có thắc mắc, bất kể là gì, xin cứ vui lòng hỏi.

2144	

にちや
日夜
Day and night
日以继夜地
ngày đêm, luôn luôn

ビルの完成に向けて、日夜工事が続いている。
Works are going on day and night to get the office building finished.
为了大楼的落成，施工日以继夜。
Việc xây dựng được thực hiện ngày đêm nhằm hoàn thành tòa nhà.

2145	

にやにや
Grinning, smiling
暗笑、偷乐
tủm tỉm

何、にやにやしてるの。また恋人からメール？
I see that you are smiling; have you had another email from your lover?
在偷着乐什么啊。又收到恋人的邮件了吗？
Gì mà cứ tủm tỉm vậy? Lại nhận được tin nhắn của người yêu à?

❊ にやりと

2146	

にわかに
Suddenly
骤然、一下子
đột ngột, bỗng dưng

昼近くになると客が増えて、にわかに忙しくなった。
The number of customers increased as noon approached, and things suddenly got busy.
临近中午，客人多起来，一下子就忙了。
Gần trưa khách tới đông nên bỗng nhiên bận rộn hơn hẳn.

2147	

のきなみ
軒並み
Across the board, in lockstep
一律、统统
cái nào cũng, đồng loạt

公共料金が軒並み値上がりして、生活が大変だ。
Public utility charges have risen across the board, and it has become difficult getting by.
公共事业费统统涨价了，生活不易。
Các chi phí dịch vụ công cộng đồng loạt lên giá làm đời sống khó khăn.

2148	

ばくぜんと
漠然と
Vaguely
茫然地、模糊地
mơ hồ

卒業後はどこかに就職できると、漠然と考えていた。
I was thinking vaguely that I could find some job after graduation.
我茫然地思考着毕业后可以去哪里工作。
Tôi đã mơ hồ nghĩ, sau khi tốt nghiệp là mình có thể đi làm ở nơi nào đó.

2149	

はなはだ
甚だ
Very, deeply
非常、极其
rất nhiều

ご迷惑をおかけして、甚だ申し訳ありません。
We apologize deeply for the inconvenience caused.
给您添麻烦了，真是非常对不起。
Tôi rất xin lỗi vì đã gây nên phiền phức.

2150	はるか遠くに小さな島が見える。
はるか Far 遥远地 xa xôi, xa xưa	In the far distance, I can see a small island. 能看到极远处有座小岛。 Tôi thấy một hòn đảo nhỏ ở thật xa.

2151	新しいスマホのほうが、画像がはるかにきれいだ。
はるかに Far, much more 远远地、(差距)很大地 (mức độ) nhiều	The images on the new smartphone are far better. 新手机的画面要清晰得多。 Điện thoại thông minh đời mới có hình ảnh đẹp hơn hẳn.

2152	子供の幸せが、ひいては親の幸せになるのだ。
ひいては After all 甚至、进而 hơn thế nữa, không những...mà còn, nhờ vậy	When children are happy, their parents in turn are happy. 孩子的幸福，进而会变成父母的幸福。 Đó là niềm hạnh phúc cho trẻ em, và nhờ vậy, là hạnh phúc cho các bậc cha mẹ.

2153	上演中にひそひそ話す声がして迷惑だった。
ひそひそ Whispering 喊喊喳喳地、悄悄地 thì thầm	The whispering during the performance was irritating. 观看演出的时候，传来喊喊喳喳的私语声，真是烦人。 Tôi thấy phiền khi nghe tiếng nói chuyện thì thầm trong lúc đang xem kịch.

2154	母は息子の病気の回復をひたすら祈った。
ひたすら Earnestly, in a heartfelt way 一心一意地、一个劲儿地 tha thiết, hết lòng, một lòng	The mother gave heartfelt prayer for the recovery of her son from her illness. 母亲一心祈求儿子的病好起来。 Người mẹ hết lòng cầu nguyện cho con trai mau khỏi bệnh.

2155	今週は予定がびっしり詰まっている。
びっしり Tightly, packed 满满地 chật kín, chen chúc	My schedule is packed for this week. 这周的计划排得满满的。 Tuần này tôi bận kín lịch.

2156	来日して寮に入り、ひとまず落ち着いた。
ひとまず For the time being 暂时 tạm thời, trong lúc này	I went into a dormitory after arriving in Japan, and was able to relax for a while. 来到日本住进宿舍，暂时安定下来了。 Đến Nhật, tôi vào ở ký túc xá và tạm thời đã ổn định.

2157	運転中、不意に前の車が止まって慌てた。
ふいに **不意に** Unexpectedly 意外、突然 bất chợt	When I was driving, I lost my head when the car in front stopped suddenly. 开车的时候，前面的车突然停住，让我一阵慌张。 Tôi đang lái xe thì xe phía trước bất chợt dừng lại làm tôi hoảng hồn.

2158	一日中歩いたので、へとへとに疲れた。
へとへとに	I've been walking all day and was completely exhausted.
Exhausted	走了一整天，筋疲力尽了。
疲惫不堪地、筋疲力尽地	Tôi đi bộ cả ngày trời nên mệt rã rời.
rã rời	

2159	津波が襲った街の様子を見て、ぼうぜんとした。
ぼうぜんと	I was dumbstruck at the appearance of the street that had been hit by the tidal wave.
With a stunned, vacant look	看到街道受海啸侵袭的样子，我愕然了。
愕然、发愣	Nhìn cảnh tượng thành phố sau khi bị sóng thần tàn phá mà tôi ngây dại cả người.
ngây dại	

2160	新店舗のオープン、誠におめでとうございます。
まことに **誠に**	I offer my heartfelt congratulations on your opening a new store for business.
Sincerely	新店开业，真是恭喜。
真、实在	Xin thành thật chúc mừng ông khai trương cửa hàng mới.
thực lòng, thực sự	

2161	テニスの試合は、まさしく彼の予想通りになった。
まさしく	The tennis match indeed went as he had expected.
Really, truly	网球比赛确如他所料。
的确、确实	Trận tennis đã diễn ra đúng như ông ta dự đoán.
chắc chắn, đúng như	

2162	冬の登山は経験者でも危ない。まして初心者には危険だ。
まして	Mountain-climbing in winter is dangerous, even for experienced hikers. It is still more risky for beginners.
Still more	冬天登山对于有经验的人来说都很危险。更不要说新手了。
何况、更不用说	Leo núi vào mùa đông nguy hiểm cả với người có kinh nghiệm. Với người mới bắt đầu thì còn nguy hiểm hơn nữa.
hơn thế nữa, khỏi phải nói, hiển nhiên là	

2163	りんごを丸ごとかじった。
まるごと **丸ごと**	I took bite out of the uncut apple.
Whole	把苹果整个儿地啃了。
整个儿地、完整地	Tôi cắn cả quả táo.
cả, trọn	

2164	注意されてむっとした/この部屋はむっと暑い
むっと	I went into a huff after being warned. / This room is so stuffy.
Take offence / Be close, stuffy	被警告后怒上心头/这个房间很闷热
怒上心头 ¡ (空气)闷、(气味)熏得慌	bị nhắc nhở nên hờn dỗi / Căn phòng này nóng hầm hập.
hờn dỗi / hầm hập	

2165	初対面の人にむやみにいろいろ聞くのは、失礼だ。
むやみに	It is bad manners to ask a lot of unreasonable questions at the first meeting with somebody.
Unreasonably, recklessly	向初次见面的人随便问东问西是很失礼的。
胡乱、随便	Hỏi người mới gặp lần đầu nhiều chuyện một cách thiếu suy nghĩ là bất lịch sự.
thiếu suy nghĩ	

2166 **むろん** Of course 当然、不用说 tất nhiên	<ruby>充<rt>じゅう</rt></ruby><ruby>実<rt>じつ</rt></ruby>した<ruby>留<rt>りゅう</rt></ruby><ruby>学<rt>がく</rt></ruby><ruby>生<rt>せい</rt></ruby><ruby>活<rt>かつ</rt></ruby>だが、むろんつらいこともある。 Life as an overseas student is fulfilling, but of course there are hard aspects as well. 留学生活很充实，但是当然，也有艰辛的时候。 Cuộc sống du học sinh rất đủ đầy nhưng tất nhiên vẫn có những khó khăn.
2167 **めきめき** Visibly, rapidly (progress) 显著地、迅速地 đáng kể, vượt bậc	<ruby>最<rt>さい</rt></ruby><ruby>近<rt>きん</rt></ruby>、<ruby>彼<rt>かれ</rt></ruby>のドイツ<ruby>語<rt>ご</rt></ruby>はめきめき<ruby>上<rt>じょう</rt></ruby><ruby>達<rt>たつ</rt></ruby>している。 Recently, he has progressed rapidly in the German language. 最近，他的德语进步很迅速。 Gần đây, tiếng Đức của cậu ấy đã tiến bộ vượt bậc.
2168 **めっきり** Remarkably, appreciably 明显地、显著地 thấy rõ, đáng chú ý	<ruby>父<rt>ちち</rt></ruby>はこの１<ruby>年<rt>いちねん</rt></ruby>でめっきり<ruby>老<rt>ふ</rt></ruby>けた。 My father has aged considerably in the last year. 父亲在这一年里明显衰老了。 Cha tôi già đi thấy rõ trong 1 năm nay.
2169 **もっぱら** **専ら** Solely 专门、主要 chuyên tâm	<ruby>漫<rt>まん</rt></ruby><ruby>画<rt>が</rt></ruby>の<ruby>絵<rt>え</rt></ruby>は<ruby>助<rt>じょ</rt></ruby><ruby>手<rt>しゅ</rt></ruby>が<ruby>描<rt>か</rt></ruby>いて、<ruby>私<rt>わたし</rt></ruby>は<ruby>専<rt>もっぱ</rt></ruby>ら<ruby>話<rt>はなし</rt></ruby>の<ruby>筋<rt>すじ</rt></ruby>を<ruby>考<rt>かんが</rt></ruby>える。 My assistant draws the pictures for the manga while I devote myself solely to thinking up the storylines. 漫画的图由助手画，我专门构思故事情节。 Phần tranh của bộ truyện là do trợ lý vẽ, tôi chỉ chuyên tâm vào suy nghĩ tình tiết câu chuyện.
2170 **もはや** No longer 已经 đã...rồi, đã không còn	ネットがない<ruby>生<rt>せい</rt></ruby><ruby>活<rt>かつ</rt></ruby>は、もはや<ruby>考<rt>かんが</rt></ruby>えられない。 It is already hard to imagine life without the Internet. 没有网络的生活已经无法想象了。 Người ta đã không còn tưởng tượng nổi một cuộc sống không có internet nữa.
2171 **ゆうゆうと** **悠々と** In a leisurely way 悠闲地 ung dung, điềm tĩnh	<ruby>水<rt>すい</rt></ruby><ruby>族<rt>ぞく</rt></ruby><ruby>館<rt>かん</rt></ruby>で<ruby>大<rt>おお</rt></ruby>きな<ruby>魚<rt>さかな</rt></ruby>が<ruby>悠<rt>ゆう</rt></ruby><ruby>々<rt>ゆう</rt></ruby>と<ruby>泳<rt>およ</rt></ruby>いでいた。 In the aquarium, large fish are calmly swimming around. 水族馆里大鱼悠闲地游着。 Con cá to ung dung bơi trong thủy cung.
2172 **ゆったり** Loose, comfortable / Relaxing 宽松地；从容地、悠闲自得地 rộng rãi / thư thái	ゆったりしたセーター/ゆったり<ruby>温<rt>おん</rt></ruby><ruby>泉<rt>せん</rt></ruby>に<ruby>入<rt>はい</rt></ruby>る Loose sweater / Enter the hot spring in a relaxed way 宽松的毛衣/悠闲地泡温泉 áo len rộng / thư thái tắm suối nước nóng
2173 **ゆらゆら** [Denotes to-and-fro or side-to-side movement] 轻轻地(摇动) lắc lư, đu đưa	<ruby>象<rt>ぞう</rt></ruby>が<ruby>鼻<rt>はな</rt></ruby>をゆらゆら<ruby>揺<rt>ゆ</rt></ruby>らしている。 The elephant is swaying its trunk back and forth. 大象轻轻地摆动着它的鼻子。 Con voi lắc lư cái vòi.

	2174	重い荷物を背負った彼は、よろよろ歩いた。
	よろよろ In a tottering or staggering way 摇摇晃晃地、东倒西歪地 lảo đảo	He staggered around carrying a heavy load on his back. 背着重物的他步履蹒跚。 Mang đồ nặng nên anh ta đi lảo đảo.

	2175	みんなでわいわい楽しくパーティーをした。
	わいわい Noisily, loudly 吵吵闹闹地 ồn ào, rôm rả	Everybody enjoyed themselves loudly at the party. 大家吵吵闹闹地举办了一个快乐的派对。 Mọi người đã có một bữa tiệc vui vẻ và rôm rả.

連体詞 (れんたいし)
Adnominal Adjectives
连体词
Tiền tố bổ nghĩa cho danh từ, Tính từ

	2176	来る1月15日に、スピーチ大会を行います。
	きたる **来る** Coming, next 下一个、即将来临的一个 kế đến, sắp đến	There will be a speech contest on January 15 next year. 演讲大会将在即将来临的1月15日举行。 Cuộc thi hùng biện sẽ được tổ chức vào ngày 15 tháng 1 tới.

	2177	とんだ失礼をいたしまして、申し訳ありません。
	とんだ Terribly, awfully / Irreversible 不可挽回的 quá thể, quá mức / vô phương cứu chữa	I'm terribly sorry for causing so much inconvenience. 实在失礼了，真对不起。 Tôi rất xin lỗi vì đã vô ý quá thể như vậy.

接続詞 (せつぞくし)
Conjunctions
接续词
Liên từ

	2178	申し込みは、メール、葉書およびファックスでも受け付けています。
	および And 以及 và, cũng như là	Applications are also accepted by email, postcard and fax. 您可以通过邮件、明信片以及传真的方式进行申请。 Chúng tôi tiếp nhận đăng ký qua email, bưu thiếp và fax.

	2179	会計の知識が豊富で、かつ仕事の経験がある方を求めています。
	かつ As well as, moreover 且、并且 bên cạnh đó, hơn nữa, đồng thời	We are looking for somebody with a deep knowledge of accounting as well as experience at the job. 我们正在寻找会计知识丰富，并且有工作经验的人士。 Chúng tôi đang tìm người có nhiều kiến thức về kế toán đồng thời cũng có kinh nghiệm làm việc.

2180

しかしながら
However
然而、但是
tuy nhiên

保育所は、かなり増えてきた。しかしながら、希望者全員が入るには、まだ足りない。

The number of nurseries has risen considerably. However, there are still not enough to satisfy all needs.

托儿所已经增加了很多。然而，要接收所有希望入托者，还是不够。

Số lượng nhà trẻ đã tăng lên khá nhiều. Tuy nhiên, như thế vẫn chưa đủ để tất cả những người có nguyện vọng được nhập học.

2181

それにしては
Even so, yet
相比起、同……不相合适
mặc dù vậy, vậy mà

よく食べるなあ。でも、それにしてはやせているね。

You eat a lot, don't you? Yet you are still thin, aren't you?

你吃得真多呀。但是，相对于你的食量，你还真是瘦啊。

Bạn ăn nhiều ghê. Vậy mà vẫn ốm nhi.

2182

それにしても
Nonetheless, even so
尽管如此、话虽如此
dù vậy đi nữa

今回のテストは、確かに難しかった。それにしても、平均が３０点なのは低すぎる。

This test really was difficult. Even so, an average of 30 points is too low.

这次考试的确很难。尽管如此，平均分30分也太低了。

Bài kiểm tra lần này đúng là khó. Dù vậy đi nữa, mức điểm trung bình 30 là quá thấp.

2183

それゆえ
Therefore, for that reason
因此
vậy nên, chính vì vậy

私は経験がないので、この仕事はできません。それゆえ、どうしてもあなたにお願いしたいのです。

I lack experience, so I cannot do this job. For that reason, I have to ask you to do it.

我因为没有经验，做不了这项工作。因此，无论如何都想拜托你。

Tôi không có kinh nghiệm nên không làm được việc này. Vì vậy, tôi tha thiết nhờ anh giúp đỡ.

2184

ちなみに
By the way
顺便、附带(说一下)
nhân tiện, tiện thể

関東と関西では、文化が違うと言われています。ちなみに、私は関西生まれです。

Kanto and Kansai are said to have different cultures. By the way, I am from Kansai.

人们都认为关东与关西文化不同。顺便说一下，我生于关西。

Người ta nói vùng Kanto và Kansai khác nhau về văn hóa. Nhân tiện, tôi sinh ra ở Kansai.

2185

ないし
Or (as used to express a range)
至、从……到……
từ...đến...

修理には、１週間ないし１０日ほどかかる見込みです。

The repair is likely to take one week or around 10 days.

修理预计需要花1周到10天左右的时间。

Dự kiến mất khoảng từ 1 tuần đến 10 ngày để sửa.

2186

ならびに
And
及、与
và, cùng

卒業生の皆さん、ならびにご家族の皆様、本日はご卒業おめでとうございます。

Congratulations on your graduation today to all students and their families.

各位毕业生，以及各位家长，今天我在此恭喜各位毕业。

Hôm nay tôi xin chúc mừng các bạn sinh viên đã tốt nghiệp và gia đình các bạn.

2187 **もしくは** Or 或、或者 hoặc	必要な書類は取りに来ていただくか、もしくは郵送の申し込みをしてください。 Please come and collect the necessary documents in person, or ask us to send them by mail. 必要的文件请亲自来取或者提交邮寄申请。 Về những giấy tờ cần thiết, vui lòng đến lấy trực tiếp hoặc gửi yêu cầu qua bưu điện.
2188 **ゆえに** Therefore 因此 vậy nên, theo đó	XはYに等しく、YはZに等しい。ゆえに、XとZは等しい。 X equals Y and Y equals Z. Therefore, X and Z are equal. X等于Y，Y等于Z。因此，X等于Z。 X bằng với Y, Y bằng với Z. Theo đó X và Z bằng nhau.
2189 **よって** Therefore, accordingly 故而、因此 cho nên, vậy nên	あなたはスポーツ大会で優秀な成績を残しました。よって、賞状を贈ります。 Your performance at the sports meeting was excellent. So we are awarding you a certificate of merit. 你在体育大赛上创下了佳绩。因此，特发此状。 Anh đã đạt được thành tích xuất sắc trong đại hội thể thao. Cho nên, chúng tôi trao tặng giấy khen này.

読んでみよう 12

夕日市職員採用　エントリーシート*（志望理由）

　私は、夕日市の高齢者行政のあり方に強く共鳴し、夕日市を志望しました。「何歳になっても住み慣れた*地域で自分らしく生きる」ことを目指す夕日市のシステムは、**今や**夕日モデルとして全国に知られています。私がこれを知ったのは、大学のゼミを通じて市の高齢者健康調査をお手伝いしたときです。調査結果に基づいて、地域住民、専門家、関係諸団体が共に福祉行政を考える中で、**あえて**町に坂道を作れば、**おのずから**高齢者住民の運動量が増えるというアイデアが生まれ、実現に至りました。それは**まさしく**夕日モデルそのものだと思いました。

　しかしながら私が最も学んだことは、「高齢者に限らず、**そもそも**人は誰でも誰かに必要とされている」という夕日モデルの考え方です。私たちは高齢者や障害者を弱い存在と見てしまいがちで、このような見方は**依然、極めて**強く残っています。そうした意識を変えるには、住民、関係団体、専門家が共に考え共に活動する必要があり、それを円滑に進めるのも行政の役割です。**それゆえ**、高齢者調査の中で身に付けた、さまざまな団体の協力を支える力は、市の職員として生かせると考えています。

　夕日モデルの考え方は、あらゆる行政の分野に共通するものだと思います。高齢者行政においてこのモデルを追求することが、**ひいては**他の分野にこの考え方を広げることにつながります。ご採用いただければどの部署*に配属*されても、夕日モデルの精神を忘れずに働きたいと思っています。

---

*　エントリーシート　Application form　报名表　Đơn xin việc
　住み慣れる　Feel at home, live a long time in　住惯　Quen sống
　部署　Post, position　部门　Vị trí (công việc)
　配属する　Assign　分配　Phân công, chỉ định

Application for Yuhi City: Application form (reasons for application)

I wanted to work for Yuhi City, because I sympathize strongly with the way the municipal authorities approach senior citizens' affairs. The Yuhi system, which aims to enable people of all ages to live in a completely unlimited way in their home area, is now known throughout Japan as the Yuhi model. I learned about this system when I was helping with a survey into the health of senior citizens carried out in the city through a university seminar. Based on the joint deliberation of welfare administration by local residents, experts and concerned groups in light of the results of the survey, the idea was born of increasing the mobility of senior citizens who were resident in the city by creating slopes as part of the natural townscape. I thought that was truly the spirit of the Yuhi model.

However, what I studied most deeply was the Yuhi philosophy, which was originally rooted in the belief that not just the aged, but everybody is needed by somebody. We tend to view the aged and the disabled as vulnerable, and this kind of attitude is still extremely prevalent. To change such attitudes, it is necessary for citizens, concerned groups and experts to think and act together. Enabling smooth progress is also one of the roles of the municipal authorities. For that reason, I am thinking of applying to be an employee of the municipal authority, bringing to bear the knowledge I gained from the survey into the elderly and from my support for various collaborating groups.

The approach of the Yuhi model, I think, is applicable to all areas of municipal administration. Realizing this model in the administration of senior citizen affairs will in time encourage its spread into other domains. If my application is accepted, wherever I am assigned, I want to do my job while remaining mindful of the Yuhi spirit.

夕日市公务员录用 报名表（报名理由）

　　我十分赞同夕日市的老年人行政理念，所以志愿成为夕日市的公务员。以"不管年龄多大都能在自己住惯的地方以自己的方式生活"为目标的夕日市的运作系统，已经作为夕日模式闻名全国。我是在大学小组讨论课上帮忙做市里老年人健康调查的时候得知这些的。当时，基于调查结果，当地居民、专家、各相关团体一起探讨了社会福利政策。从中诞生了在城市中有意建造一些坡道的想法，这样老年居民的运动量自然就会增加。最终这个主意付诸实践了。我认为这就是不折不扣的夕日模式。

　　但是，使我受益最深的是夕日模式的思考方式——"不局限于老年人，我们每个人本来就都是为人所需要的。"我们总是把老年人、残疾人看作弱势群体，并且这种看法至今仍根深蒂固。要改变这种观念，就需要居民、相关社会团体和专家们一起思考和行动起来。而使之顺利推进亦是政府的职责。因此，我认为在市公务员这一工作岗位上，能发挥自己在老年人调查中掌握的支持各类团体协作的能力。

　　我觉得，夕日模式的这种思考方式在所有行政领域都是共通的。在老年人行政领域对这一模式的追求，进而也会使这种思考方式扩展到其他领域。如能被录用，不管被分配到哪个部门，我都会牢记夕日模式的精神，努力工作。

Tuyển viên chức thành phố Yuhi: Đơn xin việc (Lý do ứng tuyển)

Tôi muốn làm việc ở thành phố Yuhi vì rất đồng tình với phương pháp hành chính về người cao tuổi của thành phố Yuhi. Hệ thống hướng tới việc "dù bao nhiêu tuổi vẫn có thể sống đúng với bản thân mình ở nơi mình đã quen sống" của thành phố Yuhi hiện giờ đã được cả nước biết đến với tên gọi mô hình Yuhi. Tôi biết đến điều này khi trợ giúp làm khảo sát về sức khỏe của người cao tuổi ở thành phố cho buổi thuyết trình thời đại học. Dựa vào kết quả khảo sát, trong lúc các cư dân địa phương, các nhà chuyên môn, các đoàn thể có liên quan cùng nhau suy nghĩ về hành chính phúc lợi, ý tưởng chỉ cần cố ý xây đường dốc trong thành phố thì tự nhiên các cư dân lớn tuổi sẽ năng vận động hơn đã nảy sinh và được hiện thực hóa. Tôi cho rằng đây đúng là ý tưởng thuộc mô hình Yuhi.

Tuy nhiên, thứ lớn nhất mà tôi học được là cách tư duy của mô hình Yuhi về việc "Không riêng gì người cao tuổi, vốn dĩ người nào cũng muốn được ai đó cần đến". Chúng ta có xu hướng xem người cao tuổi hay người tàn tật là những người yếu ớt và cách nhìn nhận đó vẫn còn tồn tại cực kỳ phổ biến. Để có thể thay đổi nhận thức đó, các cư dân, các đoàn thể liên quan, các nhà chuyên môn cần cùng nhau suy nghĩ cùng nhau hành động, và giúp mọi việc được tiến hành thuận lợi chính là vai trò của hành chính. Vì vậy, tôi mong muốn được phát huy khả năng hỗ trợ cho sự hợp tác giữa các đoàn thể khác nhau mà mình đã học được từ cuộc khảo sát người cao tuổi, với tư cách là một viên chức của thành phố.

Tôi cho rằng quan điểm của mô hình Yuhi có thể được áp dụng cho mọi lĩnh vực hành chính. Việc theo đuổi mô hình này trong hành chính về người cao tuổi sẽ dẫn đến mở rộng quan điểm này cho cả những lĩnh vực khác. Nếu được tuyển dụng thì dù được phân công vào vị trí nào đi nữa, tôi cũng sẽ làm việc mà không quên tinh thần của mô hình Yuhi.

344

<ruby>敬語<rt>けい ご</rt></ruby>	Honorific Expressions 敬语 Kính ngữ

2190
おんしゃ
御社
Your company (spoken)
贵司(口语)
quý công ty (văn nói)

<ruby>御社<rt>おんしゃ</rt></ruby>の<ruby>社会貢献活動<rt>しゃかいこうけんかつどう</rt></ruby>に<ruby>共感<rt>きょうかん</rt></ruby>したため、<ruby>入社<rt>にゅうしゃ</rt></ruby>を<ruby>希望<rt>きぼう</rt></ruby>しました。
I hoped to join your company because I sympathized with your social contribution activities.
因为对贵司的社会贡献活动深感共鸣，所以我想进入贵司工作。
Tôi có nguyện vọng vào làm việc ở đây vì đồng cảm với các hoạt động cống hiến cho xã hội của quý công ty.
⇔<ruby>小社<rt>しょうしゃ</rt></ruby> ⇔<ruby>弊社<rt>へいしゃ</rt></ruby> ㊧<ruby>貴社<rt>きしゃ</rt></ruby>

2191
きこう
貴校
Your school
贵校
quý trường

<ruby>全国大会出場<rt>ぜんこくたいかいしゅつじょう</rt></ruby>という<ruby>夢<rt>ゆめ</rt></ruby>を、<ruby>貴校<rt>きこう</rt></ruby>で<ruby>実現<rt>じつげん</rt></ruby>したいと<ruby>思<rt>おも</rt></ruby>います。
At your school, I would like to realize my dream of appearing at the national convention.
我想在贵校实现入围全国大赛的梦想。
Em muốn thực hiện ước mơ tham dự giải đấu quốc gia với tư cách là học sinh của quý trường.

2192
きしゃ
貴社
Your company (written)
贵司(书面语)
quý công ty (văn viết)

<ruby>貴社<rt>きしゃ</rt></ruby>のますますの<ruby>ご発展<rt>ごはってん</rt></ruby>を<ruby>お祈<rt>おいの</rt></ruby>り<ruby>申<rt>もう</rt></ruby>し<ruby>上<rt>あ</rt></ruby>げます。
I hope that your company will continue to develop.
愿贵司蓬勃发展。
Xin chúc quý công ty ngày càng phát triển.
⇔<ruby>小社<rt>しょうしゃ</rt></ruby> ⇔<ruby>弊社<rt>へいしゃ</rt></ruby> ㊧<ruby>御社<rt>おんしゃ</rt></ruby>

2193
しょうしゃ
小社
Our company, we, our (corporate)
敝司
công ty chúng tôi

<ruby>ご質問等<rt>ごしつもんとう</rt></ruby>ございましたら、<ruby>小社販売部<rt>しょうしゃはんばいぶ</rt></ruby>まで<ruby>ご連絡<rt>ごれんらく</rt></ruby>ください。
If there are any questions, please get in contact with the our sales department.
如有疑问，请致电敝司销售部。
Nếu có câu hỏi, xin vui lòng liên hệ phòng kinh doanh của công ty chúng tôi.
⇔<ruby>御社<rt>おんしゃ</rt></ruby> ⇔<ruby>貴社<rt>きしゃ</rt></ruby> ㊧<ruby>弊社<rt>へいしゃ</rt></ruby>

2194
はいけんする
拝見する
See
看
xem

<ruby>社長<rt>しゃちょう</rt></ruby>の<ruby>入社当時<rt>にゅうしゃとうじ</rt></ruby>の<ruby>お写真<rt>おしゃしん</rt></ruby>を<ruby>拝見<rt>はいけん</rt></ruby>しました。
I saw the photographs of the President when he first joined the company.
我看了社长刚进入公司时的照片。
Tôi đã được xem ảnh chụp Tổng giám đốc khi mới vào công ty.

2195
はいしゃくする
拝借する
Borrow
拜借，借
mượn

イベントでテントを<ruby>使用<rt>しよう</rt></ruby>したいのですが、<ruby>拝借<rt>はいしゃく</rt></ruby>できますか。
I would like to use a tent at the event, so could I borrow one?
我想在活动中使用帐篷，请问可以借用吗？
Tôi cần dùng lều cho sự kiện nên xin phép mượn có được không ạ?

2196 へいしゃ **弊社** Our company, we, our (corporate) 敝司 công ty chúng tôi	<ruby>弊社<rt>へいしゃ</rt></ruby>の<ruby>商品<rt>しょうひん</rt></ruby>に<ruby>関<rt>かん</rt></ruby>するアンケートにお<ruby>答<rt>こた</rt></ruby>えください。 Please respond to this questionnaire relating to our company's products. 请在关于敝司商品的调查问卷上作答。 Xin vui lòng trả lời bảng khảo sát về sản phẩm của công ty chúng tôi. ⇔<ruby>御社<rt>おんしゃ</rt></ruby>　⇔<ruby>貴社<rt>きしゃ</rt></ruby>　㊟<ruby>小社<rt>しょうしゃ</rt></ruby>

<ruby>挨拶<rt>あいさつ</rt></ruby>	Greetings 寒暄语 Chào hỏi	

2197 おそれいります **恐れ入ります** I am sorry to trouble you / Thank you 谢谢、非常感谢；真对不起、实在抱歉 cảm ơn / xin thứ lỗi	「どうぞお<ruby>入<rt>はい</rt></ruby>りください」「<ruby>恐<rt>おそ</rt></ruby>れ<ruby>入<rt>い</rt></ruby>ります」/ <ruby>恐<rt>おそ</rt></ruby>れ<ruby>入<rt>い</rt></ruby>りますが、<ruby>明日<rt>あす</rt></ruby>までにお<ruby>返事<rt>へんじ</rt></ruby>を<ruby>頂<rt>いただ</rt></ruby>けますか。 "Please come in." "Thank you." / Sorry for the trouble, but could you reply by tomorrow? "请进。""谢谢。"/实在抱歉，请问可以在明天前得到您的回复吗？ "Xin mời vào" "Xin cảm ơn" / Xin thứ lỗi nhưng ngài có thể hồi âm cho tôi trước ngày mai được không ạ?

2198 けいぐ **敬具** Yours sincerely 谨启 kính thư	→P.346　① ㊟<ruby>拝啓<rt>はいけい</rt></ruby>

2199 ぜんりゃく **前略** Forgive me for omitting the preliminaries, but .. 前略 lược phần đầu thư (hàm ý xin phép vào thẳng ý chính)	→P.346　②

2200 はいけい **拝啓** Dear Sir(s), Dear Madam 敬启 kính gửi	→P.346　① ㊟<ruby>敬具<rt>けいぐ</rt></ruby>

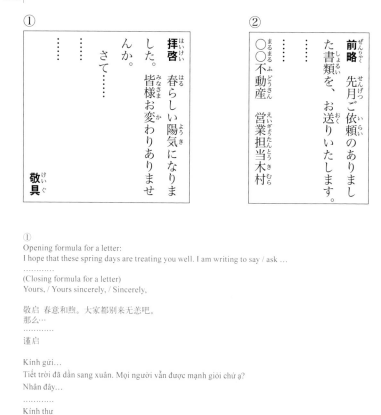

① 拝啓　春らしい陽気になりました。皆様お変わりありませんか。さて……

……

敬具

② 前略　先月ご依頼のありました書類を、お送りいたします。

……

○○不動産　営業担当木村

①
Opening formula for a letter:
I hope that these spring days are treating you well. I am writing to say / ask …
…………
(Closing formula for a letter)
Yours, / Yours sincerely, / Sincerely,

敬启　春意和煦。大家都别来无恙吧。
那么…
…………
谨启

Kính gửi…
Tiết trời đã dần sang xuân. Mọi người vẫn được mạnh giỏi chứ ạ?
Nhân đây…
…………
Kính thư

②
Opening formula for a short letter: meaning "Forgive me for omitting the preliminaries, but" this is to notify you that documents requested by you the other day are being dispatched.
…………
Real estate company ○○, sales representative Kimura

前略　现寄去您前几日询问的文件。
○○房地产　销售负责人木村

Xin phép vào thẳng ý chính.
Tôi xin gửi tài liệu mà hôm trước ngài đã nhờ gửi.

…………

Kimura, phụ trách kinh doanh
Công ty bất động sản ○○

わたしの単語 <ruby>単語<rt>たんご</rt></ruby>

On this page, let's write down vocabulary items taken from daily life.
请在这一页写下日常生活中发现的单词吧。
Hãy viết vào trang này những từ vựng tìm thấy trong sinh hoạt.

付録 Appendix 附录 Phụ lục

日本の三権
The Three Branches of the Japanese Government
日本的三权分立　Tam quyền ở nhật

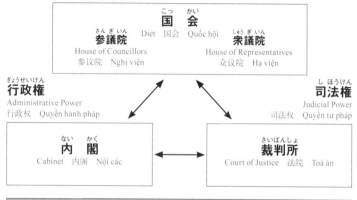

立法権
Legislative Power　立法权　Quyền lập pháp

国会
Diet　国会　Quốc hội

参議院
House of Councillors
参议院　Nghị viện

衆議院
House of Representatives
众议院　Hạ viện

行政権
Administrative Power
行政权　Quyền hành pháp

司法権
Judicial Power
司法权　Quyền tư pháp

内閣
Cabinet　内阁　Nội các

裁判所
Court of Justice　法院　Toà án

主な中央省庁
Main Government Ministries
主要的中央机关　Các bộ ngành chính trực thuộc trung ương

総務省 Ministry of Internal Affairs and Communications　总务省　Bộ Nội vụ và Truyền thông

法務省 Ministry of Justice　法务省　Bộ Tư Pháp

外務省 Ministry of Foreign Affairs　外务省　Bộ Ngoại Giao

財務省 Ministry of Finance　财务省　Bộ Tài Chính

文部科学省（文科省） Ministry of Education, Culture, Sports, Science and Technology
文科省　Bộ Văn hóa Giáo dục Thể thao Khoa học Công nghệ

厚生労働省（厚労省） Ministry of Health, Labour and Welfare
厚生劳动省　Bộ Y tế Lao động Phúc lợi

農林水産省（農水省） Ministry of Agriculture, Forestry and Fisheries
农林水产省　Bộ Nông Lâm Thủy sản

経済産業省（経産省） Ministry of Economy, Trade and Industry
经济产业省　Bộ Kinh tế Thương mại Công nghiệp

国土交通省（国交省） Ministry of Land, Infrastructure, Transport and Tourism
国土交通省　Bộ Đất đai Hạ tầng Giao thông Du lịch

環境省 Ministry of the Environment　环境省　Bộ Môi trường

防衛省 Ministry of Defense　防卫省　Bộ Quốc phòng

身近な行政機関
Local Government Organizations
常用的行政机构　Các cơ quan hành chính

市役所・区役所・町役場・村役場
City office, ward office, town office　区政府、市政府、镇公所、村公所
Ủy ban nhân dân thành phố, quận, ban quản lý khu phố, thôn xóm

都庁・道庁・府庁・県庁
Tokyo Metropolitan Government Office, Hokkaido Government Office, Osaka/Kyoto Prefectural
Government Office, Prefectural Government Office　东京都厅、道厅、府厅、县厅
Văn phòng chính phủ thủ đô Tokyo, Hokkaido, Kyoto/Osaka và các tỉnh

警察署　Police station　警察局　Sở cảnh sát

消防署　Fire station　消防机关　Cục phòng cháy chữa cháy

保健所　Public health center　卫生站　Trung tâm y tế

税務署　Tax office　税务局　Cục thuế

国際連合(国連)の主要機関
Main Organizations of the United Nations
联合国主要机构　Các cơ quan chính của liên hợp quốc

国連安全保障理事会 (UNSC)
United Nations Security Council　联合国安理会　Hội đồng bảo an

国際司法裁判所 (ICJ)
International Court of Justice　国际法庭　Toà án tư pháp quốc tế

国連児童基金 (UNICEF)
United Nations Children's Fund　联合国儿童基金会　Quỹ nhi đồng Liên hợp quốc

国際労働機関 (ILO)
International Labour Organization　国际劳工组织　Tổ chức lao động quốc tế

国連教育科学文化機関 (UNESCO)
United Nations Educational, Scientific and Cultural Organization　联合国教科文组织
Tổ chức giáo dục, khoa học và văn hoá Liên hợp quốc

世界保健機関 (WHO)
World Health Organization　世界卫生组织　Tổ chức y tế thế giới

国連難民高等弁務官事務所 (UNHCR)
United Nations High Commissioner for Refugees　联合国难民署
Cao uỷ của Liên hợp quốc về người tị nạn

日本の祝日
Japanese National Holidays
日本的节日　Các ngày lễ ở Nhật Bản

1月1日	**元日** New Year's Day　元旦　Ngày đầu năm
1月第2月曜日*	**成人の日** Coming-of-Age Day　成人节　Ngày lễ thành nhân
2月11日	**建国記念の日** National Foundation Day　建国纪念日　Ngày quốc khánh
2月23日	**天皇誕生日** Emperor's Birthday　天皇诞辰纪念日　Sinh nhật Nhật Hoàng
3月21日頃	**春分の日** Vernal Equinox Day　春分　Ngày xuân phân
4月29日	**昭和の日** Shōwa Day　昭和之日　Ngày Chiêu Hoà (Showa)
5月3日	**憲法記念日** Constitution Day　宪法纪念日　Ngày kỉ niệm hiến pháp
5月4日	**みどりの日** Greenery Day　绿之日　Ngày xanh
5月5日	**こどもの日** Children's Day　儿童节　Tết thiếu nhi
7月第3月曜日**	**海の日** Marine Day　海之日　Ngày của biển
8月11日	**山の日** Mountain Day　山之日　Ngày của núi
9月第3月曜日**	**敬老の日** Respect-for-Aged Day　敬老节　Ngày kính lão
9月23日頃	**秋分の日** Autumnal Equinox Day　秋分　Ngày thu phân
10月第2月曜日*	**スポーツの日** Health and Sports Day　体育节　Ngày thể dục thể thao
11月3日	**文化の日** Culture Day　文化节　Ngày văn hoá
11月23日	**勤労感謝の日** Labor Thanksgiving Day　勤劳感谢日　Ngày biết ơn người lao động

*　**第2月曜日** the second Monday of the month　第二个星期一
thứ 2 lần thứ 2 trong tháng

**　**第3月曜日** the third Monday of the month　第三个星期一
thứ 2 lần thứ 3 trong tháng

日本の主な時代区分
Main Historical Periods of Japan
日本主要的时代划分　Phân chia các thời kỳ chính của nhật

年代	区分	時代	
700年		奈良時代	
800	**古代** Ancient times, antiquity 古代　cổ đại		
900		平安時代	
1000			
1100			
1200	**中世** Medieval times, Middle Ages 中世纪　trung cổ	鎌倉時代	
1300			
1400		室町時代	
1500			
		安土桃山時代	
1600	**近世** Early modern times 近世　cận trung	江戸時代	
1700			
1800	**近代** Modern times 近代　cận đại	明治	1868 - 1912
		大正	1912 - 1926
1900		昭和	1926 - 1989
	現代 Present age/day, today 现代　hiện đại	平成	1989 - 2019
2000		令和	2019 -

日本の地理
Geography of Japan
日本的地理　Địa lý Nhật Bản

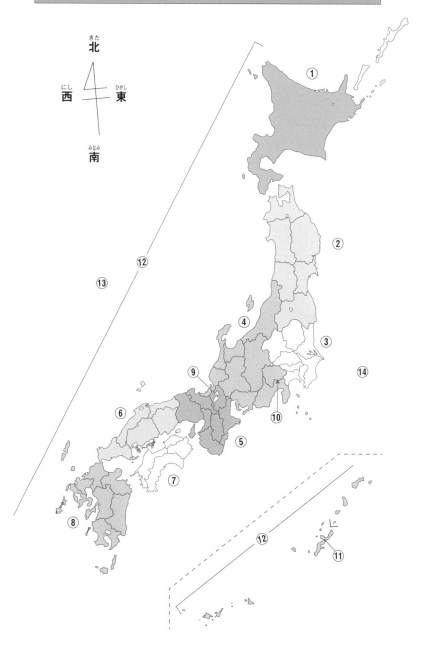

北
西　東
南

地方 (ちほう) Districts 地方、地区 Vùng	都道府県 (とどうふけん) Prefectures 都道府县 Thành phố và các tỉnh trực thuộc trung ương
① 北海道地方 (ほっかいどうちほう)	北海道 (ほっかいどう)
② 東北地方 (とうほくちほう)	青森県 (あおもりけん)、岩手県 (いわてけん)、宮城県 (みやぎけん)、秋田県 (あきたけん)、山形県 (やまがたけん)、福島県 (ふくしまけん)
③ 関東地方 (かんとうちほう)	茨城県 (いばらきけん)、栃木県 (とちぎけん)、群馬県 (ぐんまけん)、埼玉県 (さいたまけん)、千葉県 (ちばけん)、東京都 (とうきょうと)、神奈川県 (かながわけん)
④ 中部地方 (ちゅうぶちほう)	新潟県 (にいがたけん)、富山県 (とやまけん)、石川県 (いしかわけん)、福井県 (ふくいけん)、山梨県 (やまなしけん)、長野県 (ながのけん)、岐阜県 (ぎふけん)、静岡県 (しずおかけん)、愛知県 (あいちけん)
⑤ 近畿地方* (きんきちほう)	三重県 (みえけん)、滋賀県 (しがけん)、京都府 (きょうとふ)、大阪府 (おおさかふ)、兵庫県 (ひょうごけん)、奈良県 (ならけん)、和歌山県 (わかやまけん)
⑥ 中国地方 (ちゅうごくちほう)	鳥取県 (とっとりけん)、島根県 (しまねけん)、岡山県 (おかやまけん)、広島県 (ひろしまけん)、山口県 (やまぐちけん)
⑦ 四国地方 (しこくちほう)	徳島県 (とくしまけん)、香川県 (かがわけん)、愛媛県 (えひめけん)、高知県 (こうちけん)
⑧ 九州地方 (きゅうしゅうちほう)	福岡県 (ふくおかけん)、佐賀県 (さがけん)、長崎県 (ながさきけん)、熊本県 (くまもとけん)、大分県 (おおいたけん)、宮崎県 (みやざきけん)、鹿児島県 (かごしまけん)、沖縄県 (おきなわけん)

* 三重県 (みえけん) を除 (のぞ) いた近畿地方 (きんきちほう) を関西 (かんさい) という場合 (ばあい) がある。

With the exception of Mie prefecture, the Kinki region is called Kansai.
有时将三重县以外的近畿地区叫作关西。
Có trường hợp người ta gọi khu vực Kinki trừ tỉnh Mie là Kansai.

⑨ 琵琶湖 (びわこ)　Lake Biwa　琵琶湖　Hồ Biwa
⑩ 富士山 (ふじさん)　Mt. Fuji　富士山　Núi Phú Sỹ
⑪ 沖縄本島 (おきなわほんとう)　Main island of Okinawa　冲绳本岛　Đảo chính Okinawa
⑫ 日本列島 (にほんれっとう)　Japanese Archipelago　日本列岛　Quần đảo Nhật Bản
⑬ 日本海 (にほんかい)　the Sea of Japan　日本海　Biển Nhật Bản
⑭ 太平洋 (たいへいよう)　the Pacific Ocean　太平洋　Biển Thái Bình Dương

色 / カラー
いろ
Colors
顔色　Màu sắc

白・ホワイト しろ	White　白色　màu trắng
黒・ブラック くろ	Black　黒色　màu đen
赤・レッド あか	Red　红色　màu đỏ
青・ブルー あお	Blue　蓝色　màu xanh
黄色・イエロー きいろ	Yellow　黄色　màu vàng
茶色・ブラウン ちゃいろ	Brown　茶色　màu nâu
緑・グリーン みどり	Green　绿色　màu xanh lá cây
こげ茶 ちゃ	Dark brown　深棕色　màu nâu sẫm
水色 みずいろ	Light blue　淡蓝色 màu xanh nước biển, xanh nhạt
紺 こん	Navy, dark blue　藏青色，藏蓝色 màu xanh đậm
灰色・グレー はいいろ	Grey　灰色　màu xám, ghi
紫・パープル むらさき	Purple　紫色　màu tím
ピンク	Pink　粉红色　màu hồng
ベージュ	Beige　米黄色　màu beige (nâu vàng nhạt)
オレンジ	Orange　橘黄色、橙黄色　màu cam
金色・ゴールド きんいろ	Gold　金色　màu vàng
銀色・シルバー ぎんいろ	Silver　银色　màu bạc
無色 むしょく	Colorless　无色　không màu

数字と計算
すうじ　けいさん

Numbers and Calculations
数字与计算　Chữ số và phép tính

◆ **位** くらい　Decimal place, digit　位、位数　vị trí　　**桁** けた　Digit　位数　chữ số

兆の位 ちょう くらい　億の位 おく くらい　万の位 まん くらい　十の位 じゅう くらい　一の位 いち くらい

1 2,3 4 5,6 7 8,9 0 1,2 3 4

じゅうにちょう　さんぜんよんひゃくごじゅうろくおく　ななせんはっぴゃくきゅうじゅうまん　せんにひゃくさんじゅうよん

1 0 0 0 0
5桁の数字 けた すうじ

◆ **小数** しょうすう　Decimal　小数　số thập phân

0 . 3 れいてんさん

小数点 しょうすうてん

分数 ぶんすう　Fraction　分数　phân số

3 じゅうぶんのさん　**分子** ぶんし　Numerator　分子　tử số
―――
1 0　**分母** ぶんぼ　Denominator　分母　mẫu số

◆ **倍** ばい　Times　倍　lần

2倍 にばい　3倍 さんばい

割合 わりあい　Percentage, ratio　比例　tỷ lệ

人口の2割（20％） じんこう にわり にじゅっパーセント
消費税10％ しょうひぜいじゅっパーセント

◆ **足し算** たしざん　Addition　加法　phép cộng　　**引き算** ひきざん　Subtraction　減法　phép trừ
掛け算 かけざん　Multiplication　乗法　phép nhân　　**割り算** わりざん　Division　除法　phép chia

＋（足す） た　Add, plus　加　cộng　　−（引く） ひ　Subtract　減　trừ　　×（掛ける） か　Multiply　乗　nhân　　÷（割る） わ　Divide　除　chia

…（余り） あま　Remainder　余数　dư, còn thừa　　＝（は/イコール）　Equal　等于　bằng

3＋9−8×5÷4＝2 たす ひく かける わる は　　31÷5＝6…1 わる は あまり

助数詞　単位
<ruby>助数詞<rt>じょすうし</rt></ruby>　<ruby>単位<rt>たんい</rt></ruby>

Counter Suffixes, Units
量词，单位　Số từ, Đơn vị

ミリ（ミリメートル）	mm	Millimeter　毫米　milimet
センチ（センチメートル）	cm	Centimeter　厘米　centimet
へいほうメートル	m^2	Square meter　平方米　mét vuông
アール	a	Are　公亩　A（＝100m²)
ヘクタール	ha	Hectare　公顷　hecta
へいほうキロメートル	km^2	Square kilometer　平方千米　kilomet vuông
じょう	畳	~ mat (counter for tatami mats)　张，块（榻榻米的量词)。　~ chiếu
りっぽうセンチメートル	cm^3	Cubic centimeter　立方厘米　centimet khối
りっぽうメートル	m^3	Cubic meter　立方米　mét khối
シーシー	cc	cc, cubic centimeter　立方厘米　CC (đơn vị đo thể tích)
リットル	L/ℓ	Liter　升　lít
トン	t	Ton　吨　tấn
びょう	秒	Second　秒　~ giây
ねんど	年度	Fiscal year　年度　năm, niên độ ~
せいき	世紀	~ century　世纪　thế kỷ ~
めい	名	~ person (counter for people)　名　~ người
アンペア	A	Ampere　安培　Ămpe
ボルト	V	Volt　伏特　vôn
ワット	W	Watt　瓦　oát
カロリー	cal	Calorie　卡路里　calo
ヘクトパスカル	hPa	Hectopascal　百帕　hectopascal (đơn vị đo áp suất)
ぶ	分	Suffix for temperature, 1/10 of a degree Celsius　分　1/10 độ C (Đơn vị nhiệt độ)
ちょうめ・ばん/ばんち・ごう	丁目・番/番地・号	City block ~, block number ~, number ~　巷・号/门牌号　phố số ~, khu số ~, nhà số ~
ごうとう	号棟	Building number ~ (housing complex)　第……栋　toà nhà số ~ (toà chung cư ~)
ごうかん	号館	Building number ~ (large facility)　第……馆　toà nhà số ~ (toà nhà lớn)

国や地域の略称
Kanji Abbreviations for Countries/Regions
国家，地域的简称　Từ viết tắt tên các nước và khu vực

国・地域名	略称	訳
アジア	亜（あ）	Asia　亜洲 Châu Á
ヨーロッパ	欧（おう）	Europe　欧洲 Châu Âu
アメリカ	米（べい）	United States of America 美国　Châu Mỹ, Mỹ
イギリス	英（えい）	United Kingdom　英国 Anh
イタリア	伊（い）	Italy　意大利 Ý
インド	印（いん）	India　印度 Ấn Độ
オーストラリア	豪（ごう）	Australia　澳大利亚 Úc
カナダ	加（か）	Canada　加拿大 Canada
韓国（かんこく）	韓（かん）	South Korea　韩国 Hàn Quốc
台湾（たいわん）	台（たい）	Taiwan　台湾 Đài Loan
中国（ちゅうごく）	中（ちゅう）	China　中国 Trung Quốc
ドイツ	独（どく）	Germany　德国 Đức
フランス	仏（ふつ）	France　法国 Pháp
ベトナム	越（えつ）	Vietnam　越南 Việt Nam
ロシア	露（ろ）	Russia　俄罗斯 Nga

索引
<ruby>索<rt>さく</rt></ruby> <ruby>引<rt>いん</rt></ruby>

Index　索引　Mục lục tra cứu

―――――― あ ――――――

□あいそ　愛想　132
□あいそう　愛想　132
□あいだがら　間柄　132
□あいつぐ　相次ぐ　238
□あいづち　相づち　178
□アイデンティティー　11
□あいにく　324
□あいま　合間　223
□あいらしい
　愛らしい　292
□あえて　324
□あおぐ　仰ぐ　238
□あか　192
□あかす　明かす　238
□あかり　明かり　146
□あく　悪　11
□アクセル　146
□あくよう　悪用　11
□あけがた　明け方　223
□あざむく　欺く　238
□あざやか　鮮やか　300
□あし　脚　146
□あしからず　324
□あじわい　味わい　11
□あせる　238
□あたい　値　223
□あたいする　値する　238
□あたかも　324
□あつかましい
　厚かましい　292
□あっけない　292
□あっしゅく　圧縮　178
□あっせん　11
□あっとう　圧倒　11
□あっぱく　圧迫　11
□あて　当て　12
□あとまわし　後回し　12
□アナログ　12
□アピール　12
□アプローチ　12
□あべこべ　300
□アポ　12
□アポイントメント　12
□あやうい　危うい　292
□あやつる　操る　238

□あやふや　300
□あやまる　誤る　239
□あゆむ　歩む　239
□あらかじめ　324
□あらす　荒らす　239
□あらすじ　粗筋　178
□あらたまる　改まる　239
□あらっぽい
　荒っぽい　292
□ありありと　324
□ありさま　12
□ありのまま　12
□アリバイ　102
□ありふれる　239
□アレンジ　216
□アンコール　216
□あんさつ　暗殺　102
□あんじ　暗示　13
□あんせい　安静　192
□あんのじょう
　案の定　324
□あんぴ　安否　13

―――――― い ――――――

□いいかげん　300
□いいつける
　言い付ける　239
□いいぶん　言い分　132
□いかに　325
□いかにも　325
□いかり　怒り　132
□いぎ　意義　13
□いぎ　異議　13
□いきおい　勢い　13
□いきごむ　意気込む　239
□いきちがい　行き違い　13
□いきどおり　憤り　132
□いくせい　育成　178
□いくぶん　幾分　325
□いこう　意向　13
□いこう　移行　13
□いさましい
　勇ましい　292
□いさん　遺産　146
□いじ　維持　14
□いじゅう　移住　14
□いしょう　衣装　146
□いしょく　移植　192
□いじる　239
□いずれ　325

□いせい　異性　132
□いせき　遺跡　216
□いぜん　依然　325
□いそん　依存　14
□いぞん　依存　14
□いただき　頂　199
□いたって　至って　325
□いたましい
　痛ましい　292
□いためる　傷める　240
□いちがいに　一概に　325
□いちじるしい
　著しい　293
□いちどう　一同　147
□いちように　一様に　325
□いちりつ　一律　326
□いちれん　一連　14
□いっかつ　一括　14
□いっきょに　一挙に　326
□いっさい　一切　326
□いっさくねん
　一昨年　223
□いっしんに　一心に　326
□いっそ　326
□いったい　一帯　223
□いっぺん　一変　14
□イデオロギー　178
□いと　意図　14
□いどう　異動　102
□いとなむ　営む　240
□いどむ　挑む　240
□いなびかり　稲光　199
□いにん　委任　14
□いね　稲　199
□いほう　違法　300
□いまさら　今更　326
□いまだ　326
□いまや　今や　326
□いみん　移民　116
□いやしい　卑しい　293
□いやす　癒す　240
□いやに　327
□いやらしい　293
□いらだつ　240
□いりょく　威力　15
□いわかん　違和感　15
□いわば　327
□いんき　陰気　300
□インター　162

□インターチェンジ　162
□インターナショナル　300
□インターフォン　147
□インフォメーション　15
□インフレ　162
□インフレーション　162
――――― う ―――――
□ウエート　15
□うき　雨季　199
□うけつぐ　受け継ぐ　240
□うけとめる
　受け止める　240
□うず　渦　199
□うすれる　薄れる　240
□うたがわしい
　疑わしい　293
□うちあける
　打ち明ける　241
□うちあげる
　打ち上げる　241
□うちきる　打ち切る　241
□うちこむ　打ち込む　241
□うちわけ　内訳　15
□うっとうしい　293
□うつわ　器　147
□うでまえ　腕前　15
□うてん　雨天　199
□うながす　促す　241
□うなる　241
□うぬぼれ　132
□うぬぼれる　241
□うまる　埋まる　241
□うやまう　敬う　242
□うらがえし　裏返し　15
□うるおう　潤う　242
□うろつく　242
□うわき　浮気　133
□うんえい　運営　15
□うんが　運河　162
□うんざりする　242
□うんそう　運送　162
□うんぱん　運搬　16
□うんめい　運命　133
□うんゆ　運輸　162
□うんよう　運用　16
――――― え ―――――
□え　柄　147
□えいこう　栄光　16
□えいせい　衛星　199

□えいぞう　映像　216
□えいゆう　英雄　216
□えいようしっちょう
　栄養失調　192
□えき　液　200
□エキスパート　147
□エスカレート　16
□エッセイ　216
□エッセー　216
□えつらん　閲覧　178
□えもの　獲物　200
□エリート　147
□エレガント　301
□えん　縁　133
□えんかい　宴会　147
□えんかつ　円滑　301
□えんげい　園芸　147
□えんしゅつ　演出　216
□えんじる　演じる　242
□えんずる　演ずる　242
□えんだん　縁談　133
□えんまん　円満　301
――――― お ―――――
□お　尾　200
□おいこむ　追い込む　242
□おいる　老いる　242
□おう　負う　242
□おうきゅう　応急　16
□おうごん　黄金　16
□おうしん　往診　192
□おうとう　応答　16
□おおがら　大柄　301
□おおげさ　大げさ　301
□おおすじ　大筋　16
□おおまか　大まか　301
□おおやけ　公　17
□おおらか　301
□おかす　侵す　243
□おかす　犯す　243
□おくびょう　臆病　301
□おくゆき　奥行き　223
□おくらす　遅らす　243
□おくらせる
　遅らせる　243
□おごそか　厳か　302
□おこたる　怠る　243
□おこない　行い　133
□おさえる　抑える　243
□おさん　お産　192

□おしきる　押し切る　243
□おしこむ　押し込む　243
□おしつける
　押し付ける　243
□おしむ　惜しむ　244
□おしょく　汚職　102
□おしよせる
　押し寄せる　244
□おす　雄　200
□おそう　襲う　244
□おそくとも
　遅くとも　327
□おそるおそる
　恐る恐る　327
□おそれいります
　恐れ入ります　345
□おちいる　陥る　244
□おちこむ　落ち込む　244
□おどす　脅す　244
□おとろえる　衰える　244
□おどろき　驚き　133
□おのおの　17
□おのずから　327
□おび　帯　148
□おびえる　244
□おびやかす　脅かす　245
□おびる　帯びる　245
□おふくろ　133
□オペラ　217
□おもいあたる
　思い当たる　245
□おもいがけない
　思いがけない　293
□おもむき　趣　17
□おもんじる
　重んじる　245
□おもんずる
　重んずる　245
□おやじ　133
□および　339
□およぶ　及ぶ　245
□おり　17
□おり　折　223
□オリエンテーション　178
□おりかえす
　折り返す　245
□おる　織る　245
□おろか　愚か　302
□おろそか　302

☐ おわび	17	
☐ おんけい　恩恵	17	
☐ おんこう　温厚	302	
☐ おんしゃ　御社	344	
☐ おんじん　恩人	134	
☐ オンライン	179	
☐ おんわ　温和	302	

————— か —————

☐ 〜か　〜下	40	
☐ がいか　外貨	162	
☐ かいかく　改革	17	
☐ かいがら　貝殻	200	
☐ がいかん　外観	17	
☐ かいきゅう　階級	18	
☐ かいきょう　海峡	200	
☐ かいこ　解雇	102	
☐ かいしゅう　改修	18	
☐ がいしょう　外相	116	
☐ がいする　害する	245	
☐ かいそう　階層	18	
☐ かいぞう　改造	18	
☐ かいたく　開拓	162	
☐ かいだん　会談	18	
☐ かいてい　改定	102	
☐ かいてい　改訂	179	
☐ かいどう　街道	163	
☐ がいとう　街頭	18	
☐ がいとう　該当	18	
☐ かいにゅう　介入	116	
☐ がいねん　概念	179	
☐ かいばつ　海抜	200	
☐ かいひ　回避	18	
☐ かいほう　介抱	192	
☐ かいぼう　解剖	193	
☐ かいやく　解約	102	
☐ かいよう　海洋	200	
☐ がいよう　概要	19	
☐ かいりょう　改良	19	
☐ かいろ　回路	201	
☐ カウンセリング	193	
☐ かえりみる　省みる	246	
☐ かおつき　顔つき	148	
☐ かがいしゃ　加害者	103	
☐ かかげる　掲げる	246	
☐ かかと	193	
☐ かかわる　関わる	246	
☐ かきまわす　かき回す	246	
☐ かく　核	19	

☐ かく　角	224	
☐ かく　欠く	246	
☐ 〜かく　〜画	72	
☐ かくい　各位	148	
☐ かくう　架空	19	
☐ かくさ　格差	19	
☐ かくじゅう　拡充	19	
☐ かくしん　核心	19	
☐ かくしん　革新	19	
☐ かくしん　確信	20	
☐ かくてい　確定	20	
☐ かくとく　獲得	20	
☐ かくべつ　格別	302	
☐ かくほ　確保	20	
☐ かくりつ　確立	20	
☐ かけ　賭け	20	
☐ がけ　崖	201	
☐ かけあし　駆け足	20	
☐ かけい　家計	163	
☐ かげき　過激	302	
☐ かける　賭ける	246	
☐ かける　駆ける	246	
☐ かげん　加減	20	
☐ かこう　下降	21	
☐ かごう　化合	201	
☐ かさばる	246	
☐ かしつ　過失	103	
☐ かじょう　過剰	302	
☐ かじょうがき　簡条書き	179	
☐ かすか	303	
☐ かすむ	247	
☐ かせき　化石	201	
☐ かせぐ　稼ぐ	247	
☐ かせつ　仮説	179	
☐ かせん　河川	201	
☐ かそ　過疎	103	
☐ かだい　課題	21	
☐ かたおもい　片思い	134	
☐ かたがき　肩書き	148	
☐ かたくるしい　堅苦しい	293	
☐ かたこと　片言	179	
☐ かたわら　傍ら	224	
☐ かちく　家畜	163	
☐ かつ	339	
☐ かっきてき　画期的	303	
☐ がっくり	327	

☐ がっしり	327	
☐ かっせいか　活性化	21	
☐ かつて	327	
☐ がっぺい　合併	163	
☐ かつりょく　活力	21	
☐ かてい　課程	179	
☐ カテゴリー	179	
☐ かなた	224	
☐ かなわない	293	
☐ かねてから	328	
☐ かねてより	328	
☐ かばう	247	
☐ かぶれる	247	
☐ かふん　花粉	201	
☐ かへい　貨幣	163	
☐ かみつ　過密	303	
☐ からかう	247	
☐ からむ　絡む	247	
☐ がらりと	328	
☐ がらんと	328	
☐ かる　刈る	247	
☐ カルチャーショック	21	
☐ カルテ	193	
☐ かろうじて　辛うじて	328	
☐ かわす　交わす	247	
☐ かわるがわる　代わる代わる	328	
☐ かん　勘	21	
☐ 〜かん　〜観	40	
☐ かんい　簡易	303	
☐ かんかく　間隔	224	
☐ かんけつ　簡潔	303	
☐ かんげん　還元	21	
☐ かんご　看護	193	
☐ かんこう　慣行	21	
☐ かんこく　勧告	116	
☐ かんさん　換算	224	
☐ かんし　監視	22	
☐ かんしゅう　慣習	22	
☐ かんしゅう　観衆	217	
☐ かんしょう　干渉	22	
☐ がんじょう　頑丈	303	
☐ かんじん　肝心	303	
☐ かんせい　歓声	134	
☐ がんせき　岩石	201	
☐ かんせん　幹線	163	
☐ かんそ　簡素	303	
☐ かんだい　寛大	304	

□かんてん　観点　　22
□かんねん　観念　　22
□がんねん　元年　　224
□かんばつ　干ばつ　201
□かんぶ　幹部　　103
□かんぺき　完璧　　304
□かんゆう　勧誘　　134
□かんよ　関与　　103
□がんらい　元来　　328
□かんりょう　官僚　116
□かんれい　慣例　　22
□かんわ　緩和　　22

──────── き ────────

□〜き　〜器　　40
□ぎあん　議案　　116
□きがい　危害　　103
□きかく　企画　　22
□きかく　規格　　163
□きがね　気兼ね　134
□きかん　器官　　193
□きき　危機　　23
□きき　機器　　148
□きぎょう　起業　　163
□ききん　　　　103
□ききん　基金　　164
□きげき　喜劇　　217
□ぎけつ　議決　　116
□きけん　棄権　　117
□きげん　起源　　23
□きこう　機構　　117
□きこう　貴校　　344
□きさい　記載　　180
□きざし　兆し　　23
□ぎしき　儀式　　148
□きじつ　期日　　23
□きしゃ　貴社　　344
□きじゅつ　記述　　180
□ぎじゅつかくしん
　技術革新　　164
□きしょう　気象　　202
□きずく　築く　　248
□きずつく　傷つく　248
□きせい　規制　　117
□きせい　帰省　　134
□ぎせい　犠牲　　23
□きせき　奇跡　　23
□きそう　競う　　248
□ぎぞう　偽造　　103
□きぞく　貴族　　23

□きたえる　鍛える　248
□きたる　来る　　339
□きちょうめん　　304
□きづかう　気遣う　248
□きっかり　　　　328
□きてい　規定　　23
□きどう　軌道　　202
□ぎのう　技能　　24
□きはん　規範　　104
□きばん　基盤　　24
□きひん　気品　　134
□きふく　起伏　　202
□きまぐれ　気まぐれ　304
□きやく　規約　　24
□ぎゃくたい　虐待　104
□ぎゃくてん　逆転　217
□キャッチ　　　　24
□ギャップ　　　　24
□キャラクター　　148
□キャリア　　　　148
□ギャンブル　　　149
□きゅうえん　救援　24
□きゅうきょ　急きょ　328
□きゅうきょく　究極　24
□きゅうさい　救済　104
□きゅうでん　宮殿　217
□きよ　寄与　　104
□きょうあく　凶悪　304
□きょうい　脅威　　104
□きょういてき
　驚異的　　　　304
□きょうかい　協会　24
□きょうがく　共学　180
□きょうかん　共感　134
□きょうぎ　協議　　25
□きょうくん　教訓　25
□きょうこう　強行　25
□きょうこう　強硬　304
□ぎょうしゃ　業者　164
□きょうしゅく　恐縮　135
□きょうじる　興じる　248
□きょうずる　興ずる　248
□きょうせい　強制　25
□ぎょうせき　業績　25
□きょうそん　共存　25
□きょうぞん　共存　25
□きょうちょう　協調　135
□きょうてい　協定　104
□きょうど　郷土　　135

□きょうはく　脅迫　104
□ぎょうむ　業務　　104
□きょうめい　共鳴　135
□きょうゆう　共有　25
□きょうれつ　強烈　304
□きょじゅう　居住　25
□きょぜつ　拒絶　　26
□ぎょっとする　　248
□きょひ　拒否　　26
□きよらか　清らか　305
□きり　切り　　　26
□ぎり　義理　　　135
□きりかえる
　切り替える　　248
□きりょく　気力　　135
□きれ　　　　　149
□きれめ　切れ目　26
□ぎわく　疑惑　　26
□きわめて　極めて　329
□きん　菌　　　　202
□きんこう　近郊　224
□きんこう　均衡　224
□きんせん　金銭　164
□きんとうに　均等に　329
□きんねん　近年　225
□きんぱく　緊迫　26
□きんもつ　禁物　26
□きんゆう　金融　164
□きんろう　勤労　105

──────── く ────────

□くいちがう
　食い違う　　　249
□くいる　悔いる　249
□くうかん　空間　225
□くうふく　空腹　193
□クール　　　　305
□くかく　区画　　26
□くぐる　　　　249
□くしん　苦心　　27
□くすぐったい　294
□くだす　下す　　249
□ぐち　愚痴　　　135
□くちずさむ
　口ずさむ　　　249
□くちょう　口調　180
□くつがえす　覆す　249
□くっきり　　　329
□くっせつ　屈折　202
□ぐっと　　　　329

□くつろぐ	249	
□くどい	294	
□くのう　苦悩	135	
□くむ	249	
□くやむ　悔やむ	250	
□クレーム	27	
□クレーン	164	
□グローバル	305	
□くわだてる　企てる	250	
□ぐん　軍	117	
□ぐんかん　軍艦	117	
□ぐんじ　軍事	117	
□くんしゅ　君主	117	
□ぐんしゅう　群衆	105	
□ぐんび　軍備	117	

——— け ———

□ケア	27	
□けい　刑	105	
□けいい　経緯	27	
□けいかい　軽快	305	
□けいき　契機	27	
□けいぐ　敬具	345	
□けいげん　軽減	27	
□けいさい　掲載	180	
□けいしゃ　傾斜	225	
□けいしょう　継承	27	
□けいせい　形勢	27	
□けいせい　形成	28	
□けいそつ　軽率	305	
□けいたい　形態	28	
□けいたい　携帯	28	
□けいとう　系統	28	
□げいのう　芸能	217	
□けいばつ　刑罰	105	
□けいひ　経費	164	
□けいべつ　軽蔑	136	
□けいれき　経歴	149	
□けいれつ　系列	225	
□けいろ　経路	164	
□けがす　汚す	250	
□けがらわしい		
汚らわしい	294	
□げきぞう　激増	28	
□げきてき　劇的	305	
□げきれい　激励	136	
□けつぎ　決議	118	
□けっこう　決行	28	
□けっこう	329	
□けつごう　結合	28	

□けっさく　傑作	217	
□けっさん　決算	165	
□けつじょ　欠如	28	
□けっしょう　結晶	202	
□けっせい　結成	29	
□けっそく　結束	136	
□けつだん　決断	136	
□けっちゃく　決着	29	
□けつぼう　欠乏	29	
□けとばす　蹴飛ばす	250	
□けねん　懸念	29	
□けむたい　煙たい	294	
□けもの　獣	202	
□げらく　下落	165	
□けん　件	29	
□〜けん　〜圏	40	
□けんい　権威	29	
□げんえき　現役	149	
□けんかい　見解	29	
□げんかく　厳格	305	
□けんぎょう　兼業	165	
□げんけい　原形	29	
□けんげん　権限	30	
□げんこう　現行	105	
□けんざい　健在	305	
□げんさく　原作	217	
□けんじ　検事	105	
□けんしょう　懸賞	30	
□けんしょう　検証	30	
□けんぜん　健全	306	
□げんそ　元素	202	
□げんそうてき		
幻想的	306	
□げんそく　原則	30	
□けんそん　謙遜	136	
□げんち　現地	30	
□げんてん　原点	30	
□げんどう　言動	30	
□げんに　現に	329	
□げんみつ　厳密	306	
□けんやく　倹約	136	
□げんゆ　原油	165	
□けんよう　兼用	30	
□けんりょく　権力	118	
□げんろん　言論	118	

——— こ ———

□こうい　行為	31	
□こうい　好意	136	
□ごうい　合意	31	

□こういしょう		
後遺症	193	
□こうえき　交易	165	
□こうかい　航海	165	
□こうぎ　抗議	31	
□こうきょ　皇居	31	
□こうぎょう　鉱業	165	
□こうげい　工芸	218	
□こうけいしゃ　後継者	31	
□こうごに　交互に	329	
□こうざん　鉱山	165	
□こうじょ　控除	166	
□ごうじょう　強情	306	
□こうしん　更新	31	
□こうしんりょう		
香辛料	149	
□ごうせい　合成	203	
□こうせき　功績	31	
□こうそう　構想	31	
□こうそく　拘束	105	
□こうたい　後退	32	
□こうちょう　好調	306	
□こうとう　口頭	180	
□こうにゅう　購入	166	
□こうはい　荒廃	32	
□こうばい　購買	166	
□こうひょう　好評	32	
□こうふ　交付	105	
□こうぶつ　鉱物	203	
□こうほう　広報	118	
□こうほう　後方	225	
□こうみょう　巧妙	306	
□こうむ　公務	118	
□こうり　小売り	166	
□ごうりか　合理化	32	
□こうりつ　効率	32	
□こうれい　高齢	149	
□ごえい　護衛	106	
□こがら　小柄	306	
□こくち　告知	194	
□こくど　国土	118	
□こくはく　告白	136	
□こくふく　克服	32	
□こくぼう　国防	118	
□こくゆう　国有	118	
□ここ　個々	32	
□ここち　心地	137	
□ここちよい		
心地よい	294	

□こころあたり
　心当たり　　　　　　32
□こころがける
　心掛ける　　　　　　250
□こころがまえ
　心構え　　　　　　　137
□こころざし　志　　　137
□こころざす　志す　　250
□こころづよい
　心強い　　　　　　　294
□こころぼそい
　心細い　　　　　　　294
□こころみ　試み　　　33
□こころみる　試みる　250
□こころよい　快い　　294
□ごさ　誤差　　　　　225
□こじ　孤児　　　　　137
□ごじつ　後日　　　　329
□こじれる　　　　　　250
□こじん　故人　　　　149
□こせき　戸籍　　　　149
□こだい　古代　　　　225
□こたえる　応える　　251
□こだわる　　　　　　251
□こちょう　誇張　　　33
□こつ　　　　　　　　33
□こっこう　国交　　　119
□こつこつ　　　　　　330
□こっそり　　　　　　330
□こてん　古典　　　　218
□ことがら　事柄　　　180
□こどく　孤独　　　　306
□ことづて　言づて　　180
□ことに　殊に　　　　330
□こなごなに　粉々に　330
□こなす　　　　　　　251
□このましい
　好ましい　　　　　　295
□こばむ　拒む　　　　251
□こべつ　個別　　　　33
□ごまかす　　　　　　251
□こまやか　細やか　　307
□コメント　　　　　　181
□こゆう　固有　　　　33
□こよう　雇用　　　　106
□こらす　凝らす　　　251
□コラム　　　　　　　181
□こりつ　孤立　　　　137
□こる　凝る　　　　　251

□こんき　根気　　　　137
□こんきょ　根拠　　　181
□こんてい　根底　　　33
□こんどう　混同　　　33
□コントラスト　　　　33
□こんぽんてき
　根本的　　　　　　　307
□こんわく　困惑　　　137
――――― さ ―――――
□さいかい　再会　　　137
□さいきん　細菌　　　203
□さいく　細工　　　　218
□さいくつ　採掘　　　166
□サイクル　　　　　　34
□さいけつ　採決　　　119
□さいげつ　歳月　　　34
□さいけん　再建　　　34
□さいげん　再現　　　34
□ざいげん　財源　　　166
□ざいこ　在庫　　　　166
□さいさん　採算　　　166
□さいさん　再三　　　330
□さいしょうげん
　最小限　　　　　　　225
□ざいせい　財政　　　167
□さいぜん　最善　　　34
□さいたく　採択　　　119
□さいばい　栽培　　　167
□さいはつ　再発　　　194
□さいぼう　細胞　　　203
□さえぎる　遮る　　　251
□さえる　　　　　　　252
□さかだち　逆立ち　　34
□さかのぼる　　　　　252
□さかり　盛り　　　　34
□さきおととい　　　　226
□さく　柵　　　　　　150
□さく　作　　　　　　218
⊕～さく　～策　　　87
□さくげん　削減　　　34
□さくせん　作戦　　　35
□さける　裂ける　　　252
□ささげる　　　　　　252
□ささやか　　　　　　307
□さしあたって
　差し当たって　　　　330
□さしあたり
　差し当たり　　　　　330
□さしず　指図　　　　35

□さしつかえる
　差し支える　　　　　252
□さしひく　差し引く　252
□さずける　授ける　　252
□さする　　　　　　　252
□ざせつ　挫折　　　　35
□さぞ　　　　　　　　330
□さだめる　定める　　253
□ざだんかい　座談会　181
□ざっか　雑貨　　　　150
□さっかく　錯覚　　　35
□さっきゅう　早急　　307
□さっする　察する　　253
□さっとう　殺到　　　35
□さとる　悟る　　　　253
□さなか　　　　　　　226
□さばく　裁く　　　　253
□さほう　作法　　　　150
□サポーター　　　　　218
□サポート　　　　　　35
□さほど　　　　　　　330
□さまたげる　妨げる　253
□さも　　　　　　　　331
□さよう　作用　　　　35
□さわる　障る　　　　253
□さん　酸　　　　　　203
□さんがく　山岳　　　203
□さんきゅう　産休　　106
□ざんきん　残金　　　150
□さんご　産後　　　　194
□ざんこく　残酷　　　307
□さんざん　散々　　　331
□さんしゅつ　産出　　167
□さんしょう　参照　　181
□さんぜんさんごきゅうぎょ
　う　産前産後休業　　106
□さんちょう　山頂　　203
□さんぱい　参拝　　　218
□さんぶつ　産物　　　167
――――― し ―――――
□～じ　～次　　　　　72
□しあさって　　　　　226
□しいく　飼育　　　　203
□しいて　強いて　　　331
□シート　　　　　　　150
□しいる　強いる　　　253
□しいれる　仕入れる　253
□シェア　　　　　　　35
□じえい　自衛　　　　106

□しえん　支援　36
□しお　潮　204
□しかい　視界　36
□しかく　視覚　194
□じかく　自覚　36
□しかけ　仕掛け　36
□しかしながら　340
□じかに　331
□しがん　志願　181
□しき　指揮　41
□じき　磁気　204
□じき　直　331
□しきさい　色彩　218
□しきじょう　式場　150
□しきたり　150
□しきち　敷地　41
□じきに　直に　331
□じぎょう　事業　167
□しきりに　331
□しきん　資金　167
□じく　軸　41
□しくみ　仕組み　41
□じこ　自己　41
□しこう　志向　41
□しこう　施行　119
□じこう　事項　41
□しこうさくご
　試行錯誤　42
□しさ　示唆　42
□しさつ　視察　42
□しさん　資産　167
□じしゅ　自首　106
□じしゅてき　自主的　307
□ししゅんき　思春期　138
□ししょう　支障　42
□しじょう　市場　167
□しずく　滴　204
□しせん　視線　138
□じぜん　事前　226
□じぞく　持続　42
□じそんしん　自尊心　138
□じたい　事態　42
□じたい　辞退　42
□したう　慕う　254
□したごころ　下心　138
□したじ　下地　42
□したしむ　親しむ　254
□したしらべ　下調べ　181
□したどり　下取り　168

□したび　下火　43
□じち　自治　119
□じちたい　自治体　119
□じっか　実家　138
□しっかく　失格　43
□しつぎ　質疑　181
□しっきゃく　失脚　119
□じつぎょうか
　実業家　168
□しつけ　182
□じつざい　実在　43
□じっしつてき
　実質的　307
□じつじょう　実情　43
□じっせん　実践　43
□しっそ　質素　307
□じったい　実態　43
□しっと　嫉妬　138
□じっぴ　実費　168
□しっぴつ　執筆　182
□してき　指摘　43
□してん　視点　43
□じてん　時点　226
□しなびる　254
□しなやか　308
□シナリオ　218
□しはん　市販　168
□じひょう　辞表　106
□しぶい　渋い　295
□しぶしぶ　渋々　331
□しぶつ　私物　44
□しぼむ　254
□しみる　染みる　254
□しめい　使命　44
□しめい　指名　44
□しや　視野　44
□しゃくほう　釈放　106
□しゃざい　謝罪　138
□しゃだん　遮断　44
□じゃっかん　若干　331
□しゃめん　斜面　204
□しゃりょう　車両　168
□ジャンル　219
□しゅ　種　204
□しゆう　私有　44
□しゅうえき　収益　168
□しゅうき　周期　226
□しゅうぎょう　就業　106
□しゅうけい　集計　44

□しゅうげき　襲撃　107
□しゅうし　収支　168
□じゅうじ　従事　107
□しゅうしゅう　収集　44
□じゅうじゅん　従順　308
□じゅうじろ　十字路　168
□しゅうと　138
□しゅうとく　習得　182
□しゅうとめ　139
□じゅうなん　柔軟　308
□しゅうにん　就任　107
□しゅうのう　収納　45
□じゅうふく　重複　228
□しゅうよう　収容　45
□じゅうらい　従来　45
□しゅうりょう　修了　182
□しゅえい　守衛　45
□しゅえん　主演　219
□しゅかんてき
　主観的　308
□じゅくす　熟す　254
□しゅくふく　祝福　139
□しゅくめい　宿命　139
□しゅけん　主権　119
□しゅさい　主催　45
□しゅたい　主体　45
□しゅだい　主題　182
□しゅっか　出荷　169
□しゅつげん　出現　45
□しゅっし　出資　169
□しゅっしょう　出生　150
□しゅっせい　出生　150
□しゅつどう　出動　107
□しゅっぴ　出費　169
□しゅっぴん　出品　219
□しゅどう　主導　45
□しゅにん　主任　46
□しゅのう　首脳　120
□しゅび　守備　219
□しゅほう　手法　46
□じゅもく　樹木　204
□じゅりつ　樹立　120
□じゅんじる　準じる　254
□じゅんずる　準ずる　254
□しよう　仕様　46
□しよう　私用　46
⊕〜しょう　〜症　193
□じょうい　上位　226
□じょうえん　上演　219

□しょうがい　生涯　151
□しょうきょ　消去　182
□じょうくう　上空　226
□しょうげき　衝撃　46
□しょうげん　証言　107
□しょうごう　照合　46
□しょうさい　詳細　308
□しょうしゃ　小社　344
□じょうしょ　情緒　47
□しょうしん　昇進　107
□しょうする　称する　254
□じょうせい　情勢　46
□しょうそく　消息　151
□しょうたい　正体　46
□しょうだく　承諾　47
□じょうちょ　情緒　47
□しょうちょう　象徴　47
□しょうにん　証人　107
□じょうほ　譲歩　47
□しょうもう　消耗　47
□じょうやく　条約　120
□しょうれい　奨励　47
□じょがい　除外　47
□しょき　書記　107
□しょくみんち
　植民地　120
□しょくむ　職務　108
□じょげん　助言　139
□じょこう　徐行　169
□しょこく　諸国　120
□しょざい　所在　47
□しょじ　所持　48
□しょしんしゃ
　初心者　182
□しょたい　所帯　108
□しょち　処置　48
□しょてい　所定　48
□しょばつ　処罰　108
□しょぶん　処分　48
□しょほてき　初歩的　308
□しょみん　庶民　108
□しょもつ　書物　182
□しょようじかん
　所要時間　48
□しりぞく　退く　255
□しりぞける　退ける　255
□じりつ　自立　48
□しるす　記す　255
□しれい　指令　48

□じれい　事例　48
□ジレンマ　49
□しんがい　侵害　49
□じんかく　人格　139
□しんぎ　審議　120
□しんきんかん
　親近感　139
□しんこう　振興　169
□しんこく　申告　108
□しんこん　新婚　139
□しんさ　審査　49
□しんさい　震災　108
□じんざい　人材　169
□しんじゅう　心中　108
□しんじょう　心情　139
□しんせい　神聖　308
□しんそう　真相　49
□しんぞく　親族　140
□じんそく　迅速　308
□じんたい　人体　194
□しんちく　新築　49
□しんてい　進呈　49
□しんてん　進展　49
□しんでん　神殿　219
□しんど　進度　183
□しんどう　振動　49
□しんねん　信念　140
□しんぴ　神秘　50
□しんぼう　辛抱　140
□シンポジウム　183
□じんみゃく　人脈　140
□しんり　真理　50
□しんりゃく　侵略　120
□しんりょう　診療　194
──────── す ────────
□すいい　推移　50
□すいこう　遂行　50
□すいさんぎょう
　水産業　169
□ずいじ　随時　332
□すいしん　推進　50
□すいたい　衰退　50
□すいてい　推定　50
□すいてき　水滴　204
□すいでん　水田　169
□すいり　推理　50
□すうち　数値　227
□すえつける
　据え付ける　255

□すがすがしい　295
□すき　隙　227
□すくい　救い　51
□スケール　51
□すこやか　健やか　309
□すさまじい　295
□すじ　筋　194
□すすぐ　255
□すそ　裾　151
□すたれる　廃れる　255
□ストーカー　108
□ストック　51
□すばやい　素早い　295
□ずぶぬれ　51
□スペシャリスト　151
□スポンサー　170
□すみやか　速やか　309
□スムース　309
□スムーズ　309
□スリル　51
□する　擦る　255
□すれる　擦れる　255
──────── せ ────────
□せいい　誠意　140
□せいか　成果　51
□せいき　正規　51
□せいぎょ　制御　204
□せいけい　生計　151
□せいけん　政権　120
□せいこう　精巧　309
□せいさい　制裁　121
□せいさんだか
　生産高　170
□せいし　生死　194
□せいじつ　誠実　309
□せいじゅく　成熟　140
□せいする　制する　256
□せいそく　生息　205
□せいだい　盛大　309
□せいてい　制定　121
□せいてつ　製鉄　170
□せいとう　正当　309
□せいふく　征服　51
□せいみつ　精密　309
□せいめい　声明　121
□せいめい　姓名　151
□せいやく　制約　52
□せいり　生理　205
□せいりょく　勢力　52

□せかす　256
□セクション　227
□せこう　施行　119
□ぜせい　是正　52
□せそう　世相　52
□せつ　説　183
□せっきょう　説教　140
□せっしょく　接触　52
□せつだん　切断　52
□せっち　設置　52
□せっとく　説得　183
□せつない　切ない　295
□ぜつぼう　絶望　140
□ぜつめつ　絶滅　205
□せつりつ　設立　52
□セミナー　183
□ぜんあく　善悪　53
□せんい　繊維　151
□ぜんい　善意　141
□せんこう　先行　53
□せんこう　選考　53
□せんこく　宣告　53
□せんさい　戦災　121
□せんさい　繊細　310
□せんしゅつ　選出　121
□せんじゅつ　戦術　121
□ぜんせい　全盛　53
□せんだって　332
□せんちゃく　先着　53
□ぜんてい　前提　53
□せんてんてき
　先天的　310
□せんとう　戦闘　121
□せんにゅうかん
　先入観　53
□せんねん　専念　54
□ぜんねん　前年　227
□せんぱく　船舶　170
□せんぽう　先方　152
□ぜんめつ　全滅　54
□ぜんめんてき
　全面的　310
□せんりゃく　戦略　121
□ぜんりゃく　前略　345
□せんりょう　占領　122
□ぜんりょう　善良　310
□せんれん　洗練　54

——— そ ———
□そう　僧　219
□〜そう　72
⊕〜そう　〜層　18
□そうい　相違　54
□そうおう　相応　310
□そうかい　総会　109
□そうかん　創刊　183
□そうきゅう　早急　307
□ぞうきょう　増強　54
□そうこう　走行　170
□そうさ　捜査　109
□そうさく　捜索　109
□そうしつ　喪失　54
□そうじゅう　操縦　170
□そうしょく　装飾　54
□ぞうしん　増進　54
□そうぞう　創造　55
□そうだい　壮大　310
□そうたいてき
　相対的　310
□そうちょう　早朝　227
□そうどう　騒動　109
□そうなん　遭難　109
□そうば　相場　170
□そうび　装備　55
□そうほう　双方　152
□そうりつ　創立　55
□そくざに　即座に　332
□そくしん　促進　55
□そくばく　束縛　55
□そくめん　側面　227
□そこなう　損なう　256
□そざい　素材　55
□そし　阻止　55
□そしつ　素質　55
□そしょう　訴訟　109
□そち　措置　122
□そっけない　295
□そなわる　備わる　256
□そびえる　256
□そぼく　素朴　310
□そむく　背く　256
□そもそも　332
□そる　反る　256
□それとなく　332
□それにしては　340
□それにしても　340
□それゆえ　340

□それる　256
□そろい　227
□そんしつ　損失　170
□そんぞく　存続　56
——— た ———
□ターゲット　56
□ターミナル　171
□〜たい　〜帯　40
□たいおう　対応　56
□たいかく　体格　195
□たいきん　大金　171
□たいぐう　待遇　56
□たいけつ　対決　56
□たいこう　対抗　56
□だいざい　題材　183
□だいさんしゃ　第三者　56
□たいしつ　体質　195
□たいしゅう　大衆　109
□たいしょ　対処　56
□たいしょう　対照　57
□たいしょう　対称　227
□だいする　題する　257
□たいせい　態勢　57
□だいたん　大胆　311
□たいとう　対等　311
□たいのう　滞納　109
□たいひ　対比　57
□たいぼう　待望　57
□たいまん　怠慢　311
□だいよう　代用　57
□たいわ　対話　183
□ダウン　195
□たえる　絶える　257
□たえる　耐える　257
□〜だか　〜高　40
□だかい　打開　57
□たかまる　高まる　257
□たがやす　耕す　257
□だきょう　妥協　57
□たくす　託す　257
□たくする　託する　257
□たくましい　295
□たくみ　巧み　311
□だげき　打撃　57
□だけつ　妥結　110
□たさい　多彩　311
□たずさえる　携える　257
□たずさわる　携わる　257
□ただよう　漂う　258

□たちさる 立ち去る 258
□たちむかう
　立ち向かう 258
□たちよる 立ち寄る 258
□たつ 断つ 258
□たつ 絶つ 258
□だっしゅつ 脱出 58
□だっする 脱する 258
□たっせい 達成 58
□だったい 脱退 110
□たっとい 尊い 296
□たっとい 貴い 296
□たっとぶ 尊ぶ 258
□たっとぶ 貴ぶ 258
□たてまえ 建前 58
□だとう 妥当 311
□たどりつく
　たどり着く 259
□たばねる 束ねる 259
□タフ 311
□タブー 58
□たほう 他方 228
□たぼう 多忙 311
□たましい 魂 219
□ダメージ 58
□ためらう 259
□たよりない
　頼りない 296
□だるい 296
□たるむ 259
□たれる 垂れる 259
□たんき 短気 312
□たんけん 探検 58
□だんげん 断言 184
□たんしゅく 短縮 58
□たんしん 単身 152
□だんぜつ 断絶 58
□たんちょう 単調 312
□だんりょく 弾力 59
―――― ち ――――
□ちあん 治安 122
□ちかちか 近々 332
□ちくさん 畜産 171
□ちくせき 蓄積 59
□ちしつ 地質 205
□ちせい 知性 141
□ちぢまる 縮まる 259
□ちつじょ 秩序 122
□ちっそく 窒息 195

□ちなみに 340
□ちほうじちたい
　地方自治体 119
□ちゃくじつ 着実 312
□ちゃくしゅ 着手 59
□ちゃくもく 着目 59
□ちゃくよう 着用 59
□ちゃっこう 着工 59
□ちゅうじつ 忠実 312
□ちゅうしょう 中傷 141
□ちゅうすう 中枢 122
□ちゅうだん 中断 59
□ちゅうとう 中東 122
□ちゅうどく 中毒 195
□～ちょう ～庁 40
□ちょういん 調印 122
□ちょうえつ 超越 59
□ちょうかく 聴覚 195
□ちょうこう 兆候 60
□ちょうこく 彫刻 220
□ちょうしゅう 徴収 110
□ちょうせん 挑戦 60
□ちょうてい 調停 110
□ちょうてん 頂点 228
□ちょうふく 重複 228
□ちょくめん 直面 60
□ちょしょ 著書 184
□ちょぞう 貯蔵 60
□ちょちく 貯蓄 171
□ちょっかん 直感 60
□ちょめい 著名 312
□ちらつく 259
□ちらばる 散らばる 259
□ちらほら 332
□ちり 152
□ちんぎん 賃金 60
□ちんたい 賃貸 171
□ちんもく 沈黙 60
―――― つ ――――
□つい 対 228
□ついきゅう 追及 60
□ついきゅう 追求 61
□ついせき 追跡 110
□ついほう 追放 122
□ついやす 費やす 260
□つうほう 通報 110
□つかいみち 使い道 61
□つかいわける
　使い分ける 260

□つかのま つかの間 228
□つきる 尽きる 260
□つぐ 継ぐ 260
□つくづく 332
□つぐなう 償う 264
□つげる 告げる 264
□つじつま 61
□つつ 筒 152
□つつく 264
□つつしむ 慎む 264
□つねる 264
□つの 角 205
□つのる 募る 264
□つば 195
□つぶやく 264
□つぼみ 205
□つまむ 265
□つむ 摘む 265
□つや 艶 61
□つゆ 露 205
□つらぬく 貫く 265
□つらねる 連ねる 265
―――― て ――――
□ディーブイ DV 110
□ていえん 庭園 220
□ていき 提起 61
□ていぎ 定義 61
□ていきてき 定期的 312
□ていきょう 提供 61
□ていけい 提携 171
□ていさい 体裁 61
□ていじ 提示 62
□ディスカウント 171
□ていせい 訂正 62
□ていたい 停滞 62
□ていちゃく 定着 62
□ていぼう 堤防 62
□ておくれ 手遅れ 195
□でかい 296
□てがかり 手掛かり 62
□てかず 手数 63
□てきおう 適応 62
□てきぎ 適宜 333
□てきせい 適性 152
□てきちゅう 的中 62
□てきぱき 333
□てきよう 適用 110
□てぎわ 手際 63
□テクニック 63

□テクノロジー　205
□てじゅん　手順　63
□てすう　手数　63
□てぢか　手近　312
□てっかい　撤回　63
□てっきり　333
□てっこう　鉄鋼　171
□てっする　徹する　265
□てっぺん　228
□てのひら　手のひら　196
□てはい　手配　63
□てばやい　手早い　296
□てびき　手引き　63
□デフレ　172
□デフレーション　172
□てほん　手本　184
□デマ　63
□てもと　手元　64
□てれる　照れる　265
□てわけ　手分け　64
□でんえん　田園　64
□てんかん　転換　64
□でんき　伝記　220
□てんきょ　転居　152
□てんけん　点検　64
□てんさい　天災　111
□てんしょく　転職　111
□てんじる　転じる　265
□てんずる　転ずる　265
□でんせつ　伝説　220
□てんたい　天体　206
□でんたつ　伝達　184
□てんてんと　転々と　333
□てんぽ　店舗　172
□てんぼう　展望　64
□てんらく　転落　111
───── と ─────
□どあい　度合い　228
□とう　棟　64
□とう　問う　265
⊕とう〜　当〜　172
□〜とう　〜等　40
□どう　胴　196
□どうい　同意　64
□どうかん　同感　141
□とうぎ　討議　184
□どうき　同期　152
□とうきゅう　等級　228
□とうげ　峠　206

□とうごう　統合　65
□どうこう　動向　65
□とうし　投資　172
□どうし　同志　141
□どうし　141
□とうじしゃ　当事者　111
□とうしゃ　当社　172
□とうしょ　当初　229
□とうせい　統制　65
□とうそう　逃走　111
□とうそう　闘争　123
□とうたつ　到達　65
□とうち　統治　123
□とうてい　到底　333
□とうとい　尊い　296
□とうとい　貴い　296
□とうとぶ　尊ぶ　258
□とうとぶ　貴ぶ　258
□どうにか　333
□とうにゅう　投入　65
□とうにん　当人　153
□どうふう　同封　65
□とうぼう　逃亡　111
□とうみん　冬眠　206
□どうめい　同盟　123
□どうも　333
□どうやら　333
□どうよう　動揺　65
□どうりょく　動力　206
□どうわ　童話　220
□とおざかる
　遠ざかる　266
□トータル　229
□とかく　334
□ときおり　時折　334
□ドキュメンタリー　220
□とぎれる　途切れる　266
□とく　説く　266
□とぐ　研ぐ　266
□どくさい　独裁　123
□どくじ　独自　65
□どくせん　独占　172
□どくそうてき
　独創的　312
□とくはいん　特派員　66
□とくめい　匿名　184
□とくゆう　特有　66
□とげる　遂げる　266
□としごろ　年頃　153

□としょう　途上　66
□どじょう　土壌　206
□とじる　266
□どだい　土台　66
□とだえる　途絶える　266
□とっきょ　特許　172
□とっけん　特権　66
□とっさに　334
□とつじょ　突如　334
□とっぱ　突破　66
□どて　土手　206
□とどこおる　滞る　266
□ととのえる　整える　267
□となえる　唱える　267
□トピック　184
□とびら　扉　153
□どぼく　土木　172
□とぼける　267
□とぼしい　乏しい　296
□とまどい　戸惑い　141
□とみ　富　172
□とむ　富む　267
□ドメスティックバイオレン
　ス　110
□とりこむ　取り込む　267
□とりしまる
　取り締まる　267
□とりしらべる
　取り調べる　267
□とりたてる
　取り立てる　267
□とりつぐ　取り次ぐ　268
□とりのぞく
　取り除く　268
□とりひき　取引　173
□とりまく　取り巻く　268
□とりよせる
　取り寄せる　268
□とりわけ　334
□どわすれ　度忘れ　73
□どんかん　鈍感　313
□とんだ　339
□とんでもない　296
□どんより　334
───── な ─────
□ないかく　内閣　123
□ないし　340
□ないしょ　内緒　73
□ないしん　内心　141

□ないせん　内戦　123
□ないぞう　内臓　196
□ないらん　内乱　123
□ないりく　内陸　206
□なおさら　334
□ながもち　長持ち　73
□なげく　嘆く　268
□なげだす　投げ出す　268
□なごむ　和む　268
□なごやか　和やか　313
□なごり　名残　73
□なさけない
　情けない　296
□なさけぶかい
　情け深い　297
□なす　268
□なだかい　名高い　297
□なだらか　313
□なだれ　雪崩　206
□なつく　懐く　269
□なづける　名付ける　269
□なにげない
　何気ない　297
□なにしろ　334
□なまり　鉛　207
□なみ　並　229
□～なみ　～並み　40
□なみだぐむ　涙ぐむ　269
□なやましい
　悩ましい　297
□なやます　悩ます　269
□ならう　倣う　269
□ならびに　340
□なりゆき　成り行き　73
□なれ　慣れ　73
□なれなれしい　297
□なんだかんだ　335
□なんなりと
　何なりと　335
□なんみん　難民　123

——— に ———
□にぎりしめる
　握り締める　269
□にぎわう　269
□にくしみ　憎しみ　142
□にくしん　肉親　142
□にくたい　肉体　196
□にこやか　313
□にしび　西日　207

□にせい　二世　142
□にちや　日夜　335
□になう　担う　269
□にぶる　鈍る　270
□にやにや　335
□ニュアンス　184
□にゅうしゅ　入手　73
□にわかに　335
□～にん　～人　40
□にんか　認可　111
□にんき　任期　111
□にんしき　認識　74
□にんじょう　人情　142
□にんたい　忍耐　74
□にんてい　認定　74
□にんむ　任務　112
□にんめい　任命　112

——— ぬ ———
□ぬかす　抜かす　270
□ぬけだす　抜け出す　270

——— ね ———
□ねいろ　音色　220
□ねうち　値打ち　74
□ねだる　270
□ねつい　熱意　142
□ねっきょうてき
　熱狂的　313
□ねづよい　根強い　297
□ねばりづよい
　粘り強い　297
□ねばる　粘る　270
□ねん　念　74
□ねんしょう　燃焼　207
□ねんぴょう　年表　185
□ねんりょう　燃料　74
□ねんりん　年輪　207

——— の ———
□のうこう　農耕　173
□のうじょう　農場　173
□のうぜい　納税　112
□のうち　農地　173
□のうにゅう　納入　173
□のがす　逃す　270
□のきなみ　軒並み　335
□のぞましい
　望ましい　297
□のぞむ　臨む　270
□のっとる　乗っ取る　270
□のどか　313

□のべ　延べ　229
□のりこえる
　乗り越える　271
□ノルマ　74
□ノンフィクション　220

——— は ———
□は　刃　153
□～は　～派　72
□はあく　把握　74
□バージョン　185
□バーチャル　313
□パートナー　142
□ハードル　75
□バイオ　207
□バイオテクノロジー　207
□はいき　廃棄　75
□ばいきゃく　売却　173
□はいぐうしゃ
　配偶者　142
□はいけい　拝啓　345
□はいけんする
　拝見する　344
□はいご　背後　229
□はいしゃくする
　拝借する　344
□ばいしゅう　買収　173
□はいじょ　排除　75
□ばいしょう　賠償　112
□はいすい　排水　75
□はいせん　敗戦　124
□ばいたい　媒体　75
□はいち　配置　75
□はいぶん　配分　75
□はいぼく　敗北　75
□ばいりつ　倍率　229
□はいりょ　配慮　76
□はう　271
□はえる　映える　271
□はかい　破壊　76
□はかどる　271
□ばかばかしい　298
□はかる　図る　271
□はかる　諮る　271
□はき　破棄　76
□はくがい　迫害　112
□はくし　白紙　76
□はくじょう　白状　112
□ばくぜんと　漠然と　335
□ばくだい　313

370

□ばくは　爆破　112
□はくりょく　迫力　76
□ばくろ　暴露　76
□はげむ　励む　271
□ばける　化ける　271
□はけん　派遣　76
□はさん　破産　173
□はじ　恥　142
□はじく　272
□はじる　恥じる　272
□はずむ　弾む　272
□ばつ　罰　143
□はついく　発育　196
□はっかく　発覚　76
□はっき　発揮　77
□はっくつ　発掘　77
□パッケージ　174
□ばっさい　伐採　174
□はっさん　発散　77
□はっする　発する　272
□はっそう　発送　77
□はっそく　発足　89
□バッテリー　153
□はつびょう　発病　196
□はつみみ　初耳　77
□はて　果て　229
□ばてる　272
□はなはだ　甚だ　335
□はなはだしい
　甚だしい　298
□はなばなしい
　華々しい　298
□はねる　跳ねる　272
□はへん　破片　77
□はまべ　浜辺　207
□はまる　272
□はめつ　破滅　77
□はもの　刃物　153
□はやめる　早める　272
□ばらす　273
□はらっぱ　原っぱ　207
□ばらまく　273
□バリアフリー　77
□はるか　336
□はるかに　336
□はれつ　破裂　78
□ばれる　273
□バロメーター　229
□はん　班　78

□はんえい　繁栄　78
□はんかん　反感　78
□はんきょう　反響　78
□はんげき　反撃　78
□はんけつ　判決　112
□はんしゃ　反射　207
□はんしょく　繁殖　208
□ばんぜん　万全　314
□はんてい　判定　78
□はんどう　反動　208
□ばんねん　晩年　143
□ばんのう　万能　78
□はんぱ　半端　314
□はんぱつ　反発　143
□はんめい　判明　79
□はんらん　氾濫　79
□はんらん　反乱　124
□はんろん　反論　185

──── ひ ────

□ひ〜　非〜　72
□び　美　221
□ひいては　336
□ヒーロー　153
□ひかえ　控え　79
□ひかえしつ　控室　79
□ひかげ　日陰　208
□ひかん　悲観　143
□ひきあげる
　引き上げる　273
□ひきいる　率いる　273
□ひきこもる
　引きこもる　273
□ひきさげる
　引き下げる　273
□ひきしめる
　引き締める　273
□ひきずる　引きずる　274
□ひきつぐ　引き継ぐ　274
□ひきとる　引き取る　274
□びくびくする　274
□ひこう　非行　113
□ひごろ　日頃　79
□ひさい　被災　113
□ひさしい　久しい　298
□ひさん　悲惨　314
□ひじゅう　比重　208
□ビジョン　79
□びせいぶつ　微生物　208
□ひそか　314

□ひそひそ　336
□ひそむ　潜む　274
□ひたす　浸す　274
□ひたすら　336
□びちく　備蓄　79
□びっしり　336
□ひつぜん　必然　79
□ひってき　匹敵　80
□ヒット　80
□ひといき　一息　80
□ひとかげ　人影　80
□ひとがら　人柄　143
□ひとけ　人け　80
□ひところ　一頃　80
□ひとじち　人質　113
□ひとまず　336
□ひとみ　瞳　196
□ひとめ　人目　80
□ひどり　日取り　153
□ひなた　208
□ひなん　非難　80
□ひにく　皮肉　185
□ひばな　火花　81
□ひび　81
□ひび　日々　81
□ひめい　悲鳴　81
□ひやかす　冷やかす　274
□ひやく　飛躍　81
□ひょう　票　124
□ひょうじ　表示　81
□びょうしゃ　描写　221
□ひょうめい　表明　81
□ひらたい　平たい　298
□ひらめく　274
□びり　230
□ピリオド　81
□ひりつ　比率　230
□ひろう　披露　82
□ひん　品　82
□ひんこん　貧困　314
□ひんじゃく　貧弱　314
□ひんしゅ　品種　208
□ピンチ　82
□ひんぱん　頻繁　314

──── ふ ────

□ぶあつい　分厚い　298
□フィクション　221
□ふいに　不意に　336
□フィルター　154

□ふう　封　154
□ふうさ　封鎖　82
□ふうしゃ　風車　82
□ふうしゅう　風習　221
□ふうぞく　風俗　221
□ふうど　風土　208
□フォーム　82
□ふかい　不快　314
□ふかけつ　不可欠　315
□ふきょう　不況　174
□ふくごう　複合　82
□ふくしゅう　復しゅう　82
□ふくめん　覆面　113
□ふくれる　膨れる　275
□ふける　老ける　275
□ふける　更ける　275
□ふさい　負債　174
□ふさがる　275
□ふしょう　負傷　196
□ぶじょく　侮辱　143
□ふしん　不振　315
□ふしん　不審　315
□ふせる　伏せる　275
□ぶそう　武装　124
□ふっかつ　復活　83
□ふっき　復帰　83
□ふっきゅう　復旧　83
□ふっこう　復興　83
□ぶっし　物資　83
□ぶっそう　物騒　315
□ぶつぞう　仏像　221
□ぶったい　物体　83
□ふとう　不当　315
□ふどうさん　不動産　174
□ぶなん　無難　315
□ふにん　赴任　113
□ふはい　腐敗　83
□ふひょう　不評　83
□ふふく　不服　315
□ふへんてき　普遍的　315
□ふまえる　踏まえる　275
□ふみきる　踏み切る　275
□ふみこむ　踏み込む　275
□ふもと　麓　209
□ぶもん　部門　84
□ふよう　扶養　154
□ふり　143
□ぶりょく　武力　124
□ふるう　振るう　276

□ふるまう　振る舞う　276
□ふれあう　触れ合う　276
□プレゼン　185
□プレゼンテーション　185
□ふろく　付録　154
□プロジェクト　84
□プロセス　84
□ブロック　84
□ふんがい　憤慨　143
□ぶんかざい　文化財　221
□ぶんかつ　分割　84
□ぶんけん　文献　185
□ぶんさん　分散　84
□ふんしつ　紛失　84
□ふんしゅつ　噴出　209
□ぶんしょ　文書　185
□ふんそう　紛争　113
□ぶんたん　分担　84
□ぶんぱい　分配　85
□ぶんぷ　分布　85
□ふんまつ　粉末　85
□ぶんり　分離　85
□ぶんれつ　分裂　85
——————— へ ———————
□へいがい　弊害　85
□へいき　兵器　124
□へいこう　並行　85
□へいさ　閉鎖　85
□へいしゃ　弊社　345
□へいじょう　平常　86
□へいたい　兵隊　124
□へいねん　平年　230
□ペース　86
□ペース　230
□ベストセラー　185
□へだたる　隔たる　276
□へとへとに　337
□へりくだる　276
□へる　経る　276
□べんかい　弁解　86
□へんかく　変革　86
□へんかん　返還　86
□へんきゃく　返却　86
□へんきん　返金　174
□へんけん　偏見　113
□べんご　弁護　144
□へんさい　返済　174
□べんしょう　弁償　174
□ベンチャー　175

□へんどう　変動　86
□へんぴん　返品　175
——————— ほ ———————
□ほいく　保育　186
□ボイコット　86
□ほうあん　法案　124
□ぼうえい　防衛　113
□ほうか　放火　114
□ほうかい　崩壊　87
□ぼうがい　妨害　87
□ほうき　放棄　87
□ぼうぎょ　防御　87
□ほうさく　方策　87
□ほうし　奉仕　87
□ほうしき　方式　87
□ほうしゅう　報酬　175
□ほうしゅつ　放出　87
□ほうじる　報じる　276
□ほうずる　報ずる　276
□ぼうぜんと　337
□ぼうだい　膨大　316
□ほうち　放置　88
□ぼうちょう　膨張　209
□ほうてい　法廷　114
□ぼうとう　冒頭　230
□ぼうどう　暴動　125
□ほうび　褒美　186
□ほうふ　抱負　88
□ほうぼう　230
□ほうむる　葬る　276
□ほうりこむ
　放り込む　277
□ほうりだす
　放り出す　277
□ほうわ　飽和　88
□ほかん　保管　88
□ほきゅう　補給　88
□ほきょう　補強　88
□ぼける　277
□ぼこく　母国　125
□ほこる　誇る　277
□ポジション　88
□ほじゅう　補充　88
□ほしゅてき　保守的　316
□ほしょう　保障　89
□ほしょう　補償　114
□ポスト　114
□ほそう　舗装　175
□ほそく　補足　89

372

□ほっさ　発作　197
□ぽっしゅう　没収　89
□ほっそく　発足　89
□ほどこす　施す　277
□ほとり　209
□ぼやく　277
□ぼやける　277
□ほり　堀　89
□ほりょ　捕虜　125
□ほろびる　滅びる　277
□ほんき　本気　89
□ほんしつ　本質　89
□ほんたい　本体　89
□ぼんち　盆地　209
□ほんね　本音　90
□ほんば　本場　90

—— ま ——
□まいじ～　毎時～　72
□まいぞう　埋蔵　90
□まう　舞う　278
□まえおき　前置き　186
□まえむき　前向き　316
□まきこむ　巻き込む　278
□まぎらわしい
　紛らわしい　298
□まぎれる　紛れる　278
□まぎわ　間際　230
□まく　膜　197
□まごころ　真心　144
□まごつく　278
□まことに　誠に　337
□まさる　勝る　278
□まじえる　交える　278
□まして　337
□まじわる　交わる　278
□ますい　麻酔　197
□またがる　278
□またぐ　279
□まちのぞむ
　待ち望む　279
□まちまち　316
□まっき　末期　230
□まったん　末端　231
□まつる　祭る　279
□まと　的　154
□まとも　316
□まどわす　惑わす　279
□まぬがれる　免れる　279

□まぬがれる　免れる　279
□まばたき　197
□まひ　197
□まるごと　丸ごと　337
□まるめる　丸める　279
□まれ　316
□まんせい　慢性　197
□マンホール　154

—— み ——
□み　身　90
□みあわせる
　見合わせる　279
□みうしなう　見失う　279
□みうち　身内　144
□みおとす　見落とす　280
□みかく　味覚　197
□みぐるしい
　見苦しい　298
□みこし　221
□みさき　岬　209
□みじめ　惨め　316
□みじゅく　未熟　316
□みずけ　水け　209
□みせびらかす
　見せびらかす　280
□みぞ　溝　154
□みたす　満たす　280
□みだす　乱す　280
□みち　未知　90
□みちばた　道端　154
□みちびく　導く　280
□みっしゅう　密集　90
□みつど　密度　231
□みっともない　299
□みつもる　見積もる　280
□みとおし　見通し　90
□みなす　見なす　280
□みなもと　源　90
□みならう　見習う　280
□みなり　身なり　155
□みのうえ　身の上　144
□みのがす　見逃す　281
□みはからう
　見計らう　281
□みはらし　見晴らし　91
□みはる　見張る　281
□みぶり　身ぶり　91
□みめい　未明　231
□みわける　見分ける　281

□みわたす　見渡す　281
□みんしゅく　民宿　175
□みんぞく　民俗　222

—— む ——
□む　無　91
□むいみ　無意味　317
□ムード　91
□むこう　無効　317
□むごん　無言　91
□むざい　無罪　114
□むざん　無残　317
□むじゃき　無邪気　317
□むしんけい　無神経　317
□むすび　結び　186
□むすびつける
　結び付ける　281
□むち　無知　317
□むちゃ　317
□むちゃくちゃ　317
□むっと　337
□むなしい　299
□むのう　無能　318
□むやみに　337
□むよう　無用　318
□むらがる　群がる　281
□むりょく　無力　318
□むろん　338

—— め ——
□めいさい　明細　175
□めいさん　名産　91
□めいしょう　名称　91
□めいちゅう　命中　91
□めいはく　明白　318
□めいよ　名誉　144
□めいりょう　明瞭　318
□メカニズム　92
□めきめき　338
□めぐみ　恵み　92
□めぐむ　恵む　281
□めくる　282
□めぐる　巡る　282
□めざましい
　目覚ましい　299
□めす　雌　209
□めつき　目つき　155
□めっきり　338
□めつぼう　滅亡　125
□メディア　186
□めど　92

□めもり　目盛り	231	
□めやす　目安	92	
□めんえき　免疫	197	
□めんじょ　免除	92	
□メンタル	318	
□メンテナンス	92	
□めんぼく　面目	92	
□めんもく　面目	92	
——— も ———		
□～もう　～網	72	
□もうける　設ける	282	
□もうしいれる		
申し入れる	282	
□もうしでる		
申し出る	282	
□もうれつ　猛烈	318	
□もがく	282	
□もくげき　目撃	92	
□もくぜん　目前	231	
□もけい　模型	93	
□もさく　模索	93	
□もしくは	341	
□もたらす	282	
□もたれる	282	
□モチベーション	144	
□もっか　目下	231	
□もっぱら　専ら	338	
□もつれる	283	
□もてなす	283	
□～もと　～元	72	
□モニター	93	
□もはや	338	
□もはん　模範	93	
□もふく　喪服	155	
□もほう　模倣	93	
□もめる	283	
□もよおす　催す	283	
□もより　最寄り	175	
□もらす　漏らす	283	
□モラル	93	
□もろい	299	
——— や ———		
□や　矢	155	
□やがい　野外	93	
□やきん　夜勤	114	
□やくしゃ　役者	222	
□やしき　屋敷	155	
□やしなう　養う	283	
□やしん　野心	144	

□やすっぽい		
安っぽい	299	
□やせい　野生	210	
□やつ	155	
□やっかい　厄介	318	
□やとう　野党	125	
□やまい　病	198	
□やみ　闇	93	
□やむ　病む	283	
□やむをえない	299	
□やりとげる		
やり遂げる	283	
□やるき　やる気	144	
□やわらげる		
和らげる	284	
——— ゆ ———		
□ゆいごん　遺言	145	
□ゆうい　優位	319	
□ゆういぎ　有意義	319	
□ゆううつ　憂鬱	319	
□ゆうえき　有益	319	
□ゆうえつかん		
優越感	145	
□ゆうが　優雅	319	
□ゆうかい　誘拐	114	
□ゆうかん　勇敢	319	
□ゆうぐれ　夕暮れ	231	
□ゆうけんしゃ		
有権者	125	
□ユーザー	175	
□ゆうざい　有罪	114	
□ゆうし　融資	176	
□ゆうする　有する	284	
□ゆうせい　優勢	319	
□ゆうだい　雄大	319	
□ゆうどう　誘導	94	
□ゆうふく　裕福	320	
□ゆうぼう　有望	320	
□ゆうぼくみん		
遊牧民	176	
□ゆうゆうと　悠々と	338	
□ゆうわく　誘惑	94	
□ゆえに	341	
□ゆがむ	284	
□ゆきづまる		
行き詰まる	284	
□ゆすぐ	255	
□ゆったり	338	
□ゆとり	155	

□ゆみ　弓	155	
□ゆらゆら	338	
□ゆるがす　揺るがす	284	
□ゆるめる　緩める	284	
□ゆるやか　緩やか	320	
——— よ ———		
□よういん　要因	94	
□ようえき　溶液	210	
□ようがん　溶岩	210	
□ようぎしゃ　容疑者	115	
□ようけん　用件	94	
□ようご　擁護	94	
□ようし　養子	145	
□ようし　要旨	186	
□ようしき　様式	94	
□ようしょく　養殖	176	
□ようする　要する	284	
□ようせい　要請	94	
□ようせい　養成	186	
□ようそう　様相	94	
□ようひん　用品	156	
□ようぼう　要望	95	
□ようもう　羊毛	156	
□ようりょう　要領	95	
□よか　余暇	156	
□よき　予期	95	
□よく　欲	95	
□よくあつ　抑圧	95	
□よくしつ　浴室	156	
□よくせい　抑制	95	
□よくぼう　欲望	145	
□よける	284	
□よげん　予言	95	
□よこたわる		
横たわる	285	
□よこづな　横綱	222	
□よそおう　装う	285	
□よち　余地	95	
□よって	341	
□よっぱらう		
酔っぱらう	285	
□よとう　与党	125	
□よふかし　夜更かし	96	
□よふけ　夜更け	231	
□よみがえる	285	
□よる	285	
□よろよろ	339	
□よわる　弱る	285	

374

──────── ら ────────
- □らいきゃく　来客　156
- □ライフライン　96
- □らくてんてき　楽天的　320
- □らくのう　酪農　176
- □らち　拉致　115
- □らっか　落下　96
- □らっかんてき　楽観的　320
- □ラフ　320
- □ラベル　96
- □らんよう　乱用　96

──────── り ────────
- □リアル　320
- □リーダーシップ　96
- □リクエスト　96
- □りくつ　理屈　96
- □リサイクル　97
- □りじゅん　利潤　176
- □リスク　97
- □リストラ　115
- □りせい　理性　145
- □リゾート　176
- □りそく　利息　176
- □りったいてき　立体的　320
- □りてん　利点　97
- □リハビリ　198
- □リフレッシュ　198
- □りゃくだつ　略奪　115

──────── ろ ────────
- □ろうひ　浪費　146
- □ろうりょく　労力　98
- □ろく　321
- □ろこつ　露骨　321
- □ろじ　路地　156
- ⊕～ろん　～論　285
- □ろんぎ　論議　186
- □ろんじる　論じる　285
- □ろんずる　論ずる　285
- □ろんそう　論争　187
- □ろんり　論理　187

──────── わ ────────
- □わいわい　339
- □わかい　和解　146
- □わく　枠　232
- □わく　湧く　285
- □わくせい　惑星　210
- □わざ　技　98
- □わざわい　災い　98
- □わずらう　患う　286
- □わずらわしい　煩わしい　299
- □わびる　286
- □わりあてる　割り当てる　286
- □わりきる　割り切る　286
- □わりきれる　割り切れる　286
- □わりこむ　割り込む　286

□りゅういき　流域　210
□りゅうつう　流通　176
⊕～りょう　～領　126
□りょういき　領域　232
□りょうかい　領海　125
□りょうこう　良好　321
□りょうしき　良識　145
□りょうしょう　了承　97
□りょうしん　良心　145
□りょうど　領土　126
□りょうよう　療養　198
□りょかく　旅客　177
□りんぎょう　林業　177

──────── る ────────
- □るいじ　類似　97
- □ルーズ　321
- □ルート　177

──────── れ ────────
- □レギュラー　97
- □レッテル　97
- □れっとうかん　劣等感　145
- □れんけい　連携　97
- □れんごう　連合　115
- □れんじつ　連日　232
- □れんたい　連帯　98
- □レンタカー　177
- □れんちゅう　連中　156
- □れんぽう　連邦　126
- □れんめい　連盟　115

監修
石井怜子

著者
守屋和美
米原貴子
青柳方子
王亜茹　　　　日中経済協会北京事務所
大野純子　　　公益財団法人アジア学生文化協会日本語コース
木村典子
小谷野美穂
齋藤明子　　　フジ国際語学院
塩田安佐　　　ヒューマンアカデミー日本語教師養成講座講師
鈴木英子
田川麻央　　　学校法人明海大学
森田亮子　　　IKOMA Language School
山崎洋子

翻訳
英語　Ian Channing
中国語　華東理工大学出版社
ベトナム語　Lê Trần Thư Trúc（レ・チャン・トゥー・チュック）

装丁・本文デザイン　　　　　イラスト
糟谷一穂　　　　　　　　　　山本和香

新完全マスター単語 日本語能力試験 N1
重要 2200 語

| | 2020 年 3 月 16 日　初版第 1 刷発行 |
| | 2024 年 11 月 25 日　第 4 刷 発 行 |

監　修　石井怜子
著　者　守屋和美　米原貴子　青柳方子　王亜茹　大野純子
　　　　木村典子　小谷野美穂　齋藤明子　塩田安佐　鈴木英子
　　　　田川麻央　森田亮子　山崎洋子
発行者　藤嵜政子
発　行　株式会社スリーエーネットワーク
　　　　〒 102-0083　東京都千代田区麹町 3 丁目 4 番
　　　　　　　　　　　トラスティ麹町ビル 2F
　　　　電話　営業　03 (5275) 2722
　　　　　　　編集　03 (5275) 2725
　　　　https://www.3anet.co.jp/
印　刷　倉敷印刷株式会社

ISBN978-4-88319-805-4 C0081